AF751778

MẤT DẤU THIÊN ĐƯỜNG

MẤT DẤU THIÊN ĐƯỜNG

Truyện dài Sĩ Trung
Bìa: Uyên Nguyên Trần Triết
Dàn trang: Hoàng Thao
Biên tập: Sỹ Liêm
Nhân Ảnh Xuất Bản 2020
ISBN: 9781989993477
Copyright © 2020 by Si Trung

SĨ TRUNG

MẤT DẤU THIÊN ĐƯỜNG

Truyện dài

NHÀ XUẤT BẢN
NHÂN ẢNH
2020

VÀI NÉT TIỂU SỬ

Nhà văn, nhà phê bình tân nhạc – kịch trường – điện ảnh. Tên thật **Hà Sỹ Trung**, sinh năm 1934 tại Gia Định (Sài Gòn). Qua đời năm 2005 tại Việt Nam.

Bước chân vào làng báo Sài Gòn từ năm 1958 khi còn rất trẻ. Ông khởi nghiệp văn chương bằng những bài phê bình tân nhạc, kịch trường và điện ảnh xuất sắc với văn phong duyên dáng nhưng không thiếu tính sâu sắc và thực tế cho tờ báo Lẽ Sống và Lẽ Sống Mới; và được sự quan tâm nồng nhiệt của giới văn học nghệ thuật thời bấy giờ. Từ năm 1963, để đáp ứng thị hiếu của độc giả đương thời, ông chuyển qua viết tiểu thuyết đăng từng kỳ trên các nhật báo trước khi đem xuất bản toàn tập. Ngay lập tức truyện của ông được độc giả thường kỳ của các nhật báo lớn yêu mến và theo dõi mê say, các chủ báo khác vì không muốn mất độc giả nên cũng "xin" truyện của Sĩ Trung để đăng. Trong thập niên 60, nhiều khi người ta thấy tên Sĩ Trung xuất hiện trên 2/3 tuần báo, nhật báo xuất bản tại Thủ đô Sài Gòn. Năm 1981, ông cùng gia đình định cư tại Paris, tiếp tục sự nghiệp viết và được kiều bào tại Pháp yêu mến ủng hộ.

Như các nhà văn Nam Bộ khác: Hồ Biểu Chánh, Vũ Đức, Sơn Nam, Bình Nguyên Lộc,... Sĩ Trung thích giữ cái học và coi nhẹ cái thuật, ông chú trọng đến cách dựng truyện mà ít để ý đến sự trau chuốt văn chương, để độc giả có thể hòa mình vào câu truyện của ông một cách thực nhất; nhưng với giọng văn chân chất, duyên dáng đã định hình riêng một phong cách nghệ thuật độc đáo của ông mà không mất đi cái duyên dáng chữ nghĩa của miền Nam 200 năm đất mới.

Sự nghiệp văn chương của Sĩ Trung là một khối tài sản đáng nể, hầu hết là truyện dài, hơn 50 tác phẩm, trong đó có những tác phẩm tiêu biểu nổi tiếng đã làm nên tên tuổi ông. Nhiều tác phẩm của ông đã được dựng thành tuồng cải lương, quay thành phim từng một thời làm thổn thức hàng vạn con tim của độc giả và khán giả đương thời. Ngoài ra, ông còn ba tác phẩm dày dặn ở dạng bản thảo viết tay, được gia đình lưu giữ cẩn thận như một gia tài của họ tộc, lần được được xuất bản sau khi ông mất.

Các tác phẩm đã xuất bản:

Bóng Chim Tăm Cá (truyện, 1965), Còn Có Tình Thương (truyện, 1966), Như Chim Lạc Đàn (truyện, 1969), Mây Ngàn Bay, Thương Nhớ Một Mình, Đi Tìm Mộng Đẹp, Đường Vào Tình Yêu, Mùa Mưa Nước Mắt, Ngưỡng Cửa Cuộc Đời, Thảm Kịch Đời Nàng, Tình Thơ Dại, Tương Tư Hạnh Phúc, Xa Mặt Cách Lòng, Sau Lưng Thành Phố, Mười Năm Hương Lửa, Xin Một Bông Hồng Cho Tuổi Thơ, Cơn Xoáy Nước, Đôi Ngả, Một Lần Lầm Lỡ (truyện dài, Nxb Nam Á – Paris, 1986; Nxb Nhân Ảnh – Hoa Kỳ tái bản, 2020),

Di cảo được xuất bản sau khi qua đời:

Lạc Bóng Thiên Đường (truyện dài, Nxb Hội Nhà Văn – Việt Nam, 2016; Nxb Nhân Ảnh – Hoa Kỳ tái bản, 2018), Chiến Sĩ Cô Đơn (tiểu thuyết, Nxb Nhân Ảnh – Hoa Kỳ, 2020), Mất Dấu Thiên Đường (truyện dài, Nxb Nhân Ảnh – Hoa Kỳ, 2020).

1

Nguyễn Văn Thành (tự Bé Tư) đi thoăn thoắt trên bờ ruộng. Thỉnh thoảng anh cất bước chạy lúp xúp như để thu ngắn, càng ngắn càng tốt, quãng đường từ nhà anh tới căn chòi rách nát của bà Tám Thơm – cô mụ vườn nổi tiếng đỡ đẻ mát tay. Trời tối như mực, ngửa bàn tay trước mặt cũng không thấy rõ. Vậy mà Bé Tư không lạc đường, chỉ trượt chân đôi lần xuống ruộng nước rồi leo trở lên bờ đắp, nhắm hướng nhà bà Tám Thơm trực chỉ. Người anh bắt đầu vã mồ hôi, đôi chân anh lem luốc bùn non lên tới tận đầu gối. Chiếc quần xà lỏn cứ tuột xuống, vừa kéo nó lên, anh vừa càu nhàu. Bụng đói lép xẹp không đủ căng vòng thun chiếc quần đùi. Áo bà ba đen bạc màu vá nhiều miếng vải màu bay lất phất theo từng bước anh lướt tới trước. Anh cởi áo vắt lên vai cho đỡ vướng bận. Ngực và đôi tay Bé Tư vạm vỡ, gân guốc như một lực sĩ. Tóc hớt cua càng tăng thêm nét hùng mạnh của con người anh.

Bóng anh biến, hiện theo từng nhịp chớp sáng đều đặn của đàn đom đóm lúc nhúc trên hàng cây bần mọc sát mé sông. Mỗi cây có đến hàng nghìn, vạn con mời gọi nhau bằng tín hiệu ánh sáng tình yêu chớp tắt cả một đời không bao giờ ngừng nghỉ. Hàng bần rực rỡ như vào một đêm hoa đăng. Ánh sáng bừng lên một lượt rồi tắt lịm một lượt, đều nhịp không sai một ly. Mỗi lần ánh sáng lóe lên, bóng Bé Tư lại xuất hiện giữa đêm đen, đoạn mất hút khi đèn đom đóm vụt tắt.

Bóng Bé Tư khi ẩn khi hiện như bóng ma trơi! Từ xa, ánh đèn nhà bà Tám Thơm nhấp nháy trước tầm mắt. Anh tính nhẩm chỉ còn một cây số ngoài nữa sẽ đến nơi.

Bỗng có tiếng la lớn vọng tới:

- Ai đó? Đứng lại!

Đang đi ngon trớn, Bé Tư giật mình dừng bước ngơ ngác nhìn về hướng phát xuất khẩu lệnh:

- Đứng yên tại chỗ! Chạy tụi tao bắn chết tươi ngay!

Bé Tư định thần đoán biết ngay có du kích đi tuần. Anh bước tới. Ánh đèn pin sáng lòa rọi thẳng tới mặt anh:

- Động đậy tao cho ăn "kẹo đồng" lập tức! Nghe rõ chưa?

Tai Bé Tư nghe rõ tiếng lên đạn. Không thể liều lĩnh trong giây phút này. Bọn du kích sẽ bắn gục anh nếu anh tiếp tục bước tới. Vốn nổi tiếng là người gan lì nhất làng, Bé Tư vẫn đành phải đứng yên như tượng gỗ.

Anh lên tiếng:

- Tôi đây. Bé Tư đây! Có phải du kích xã không?

Không có tiếng đáp lại. Ánh đèn bấm vẫn chĩa thẳng vào người anh và tiếng chân gấp rút hướng về phía anh.

- Giơ hai tay lên. Giơ lên thiệt cao!

Bé Tư vẫn đứng nguyên, nghiêng đầu sang bên tránh ánh đèn bấm làm anh chói mắt.

- Ê! Đ.m.! Không giơ tay lên hả? Bắn vỡ sọ ra bây giờ, biết không?

Tiếng lên cò súng khua động. Bé Tư nghe rõ lời ngăn giữ:

- Đừng bắn! Bắt sống nó tốt hơn.

Ánh đèn bấm đã tới sát bên Bé Tư. Mũi súng lạnh như đồng chạm vào bụng, rồi ấn mạnh thêm. Bé Tư hơi ngả người ra sau một chút.

Anh phản đối:

- Làm gì dữ vậy hả? Dân chớ bộ kẻ thù sao mà làm dữ vậy hả?

Một giọng nói non choẹt cất lên:

- Đứng yên cho tao khám xét! Động thủ là bắn liền, bắn liền!

Bé Tư hơi gắt:

- Có con mẹ gì đâu mà khám với xét. Tao chỉ có cây súng nước đây thôi!

Một quả đấm tung vào người anh:

- Đ.m., chọc quê hả? Đã phạm luật mà còn chọc quê nhơn viên công luật đang thi hành nhiệm vụ nữa hả?

Quả đấm hơi mạnh nhưng không làm Bé Tư đau lắm. Anh muốn đánh trả lại ngay nhưng vẫn sợ bọn du kích làm liều chỉ thiệt thân anh thôi. Rồi đây, anh sẽ có thái độ thích đáng đối với chúng nó.

Anh sừng sộ:

- Tụi bây có giỏi bỏ súng đánh tay đôi với tao đi! Nếu cần, tao chấp hai ba đứa đánh với tao cho vui. Tao là Bé Tư đây, tụi bây không biết là ai à?

Một tên du kích cười gằn:

- Bé Mười cũng không cần chớ đừng xưng là Bé Tư, Bé Năm. Phạm luật là bị xử lý. Cách mạng là cách mạng, hiểu chưa?

Một tên du kích khác, kéo đồng đội lùi ra sau, tiến lên hỏi:

- Anh là Bé Tư?

- Ừa! Tao đây. Mày biết tao à?

- Tui không biết mặt anh. Chỉ nghe nói thôi.

- Chỉ nghe nói cũng đủ rồi. Vậy tụi bây còn chờ đợi gì không tránh đường cho tao đi?

- Nhưng anh đi đâu vào giờ nầy?

Bé Tư xẵng giọng:

- Đi đâu thây kệ tao. Mắc mớ gì tới tụi bây mà cật với vấn? Tao đi ngoài đồng ruộng chớ có đi trong rào nhà tụi bây đâu? Đi đánh giặc bao nhiêu lần rồi, bây giờ hòa bình rồi, tao cũng bị cấm đi, đứng nữa sao hả?

Một tên du kích khác xen vào:

- Đ.m.! Bộ anh không biết giờ nầy là giới nghiêm sao chớ?

Bé Tư xốc tới, trừng mắt:

- Ê, còn chửi thề nữa, tao vặn cổ mầy ra sau lưng, nghe rõ chưa, thằng chó? Mang danh cách mạng mà còn quen miệng xài "tiếng Đức" hả?

Tên du kích chĩa súng tới trước, dọa:

- Bước tới nữa, tôi bóp cò tức thời, liệu hồn nghen!

Bé Tư dang rộng hai tay, ưỡn ngực bảo:

- Nè, ngực nè. Bắn dùm cái đi. Bắn, bắn mau lên!

Trưởng đội du kích khuyên giải:

- Thôi đi, hai bên đừng có nóng nảy. Nói chuyện tử tế với nhau có hơn không?

Bé Tư điểm mặt tên du kích nọ:

- Sáng mơi mầy sẽ biết tay tao. Tao sẽ lên xã hỏi Hai Hoài xã đội trưởng coi mầy là ai mà đội lớp cách mạng ăn nói thô tục với nhơn dân? Chửi lính ngụy cho đã rồi tụi bây còn tồi tệ hơn họ nữa.

Đội trưởng du kích can gián:

- Thôi, bớt giận đi anh Tư. Để rồi về tôi xây dựng lại em út nó. Nó là đệ tử của tôi, tôi xin chịu hết trách nhiệm. Bây giờ, tôi hỏi anh Tư đi đâu vào giờ nầy mà không xách đèn đuốc gì hết trơn, hết trọi vậy? Lỡ bắn nhầm anh có phải chuyện đáng tiếc không?

Bé Tư vẫn chưa hết giận, hỏi đố:

- Xách đèn gì chớ?

- Thì đèn lồng, đèn bão hoặc đốt đuốc đi trong giờ giới nghiêm để du kích đi tuần dễ nhận ra ai là dân còn ai là kẻ gian. Đó thuộc về căn bản bảo vệ an ninh xóm làng vậy mà.

Bé Tư so vai:

- Chuyện gấp rút, tôi phải đi ngay, hơn nữa, nhà tôi chẳng có đuốc, đèn bão, đèn lồng gì ráo trọi; vả lại tôi có quyền đi trong giờ giới nghiêm.

- Mà anh định đi đâu?

- Tới nhà bà Tám Thơm.

Tên trưởng đội du kích lầm bầm:

- Bà Tám Thơm? Ai vậy cà?

- Bà mụ.

- Bà mụ để chi vậy?

- Để đỡ đẻ chớ để chi? Hổng lẽ để nhẩy đầm với bả hay để hú hí, trai gái với bả?

Có tiếng cười khúc khích cất lên, Bé Tư gằn tiếng:

- Đã nói rõ chưa? Bây giờ đi được chưa?

Vẫn chưa chịu buông tha cho Bé Tư, tên trưởng đội du kích lại hỏi tiếp:

- Bộ vợ con anh đẻ hả?

Bé Tư bực dọc:

- Hổng lẽ tui đẻ? Có người đau bụng đẻ người ta mới đi rước mụ chớ hổng lẽ nửa đêm lặn lội đi rước mụ về nhà để mời bả ăn giỗ hay sao? Tránh đường ra cho tui đi cái coi!

Ba bốn tên du kích vẫn đứng cản đường Bé Tư. Anh muốn xô ngã cả bọn lấy đường đi tới. Hình ảnh Nương – vợ anh, đang ôm bụng rên la ở nhà thiêu đốt lòng anh. Lần đầu tiên trong đời, anh nhìn tận mắt cơn quằn quại đau đớn của một thiếu phụ sắp khai hoa nở nhụy. Anh thương vợ quá, anh muốn chia sẻ với Nương nỗi quặn đau của nàng. Anh sắp có con, đứa con đầu lòng, kết quả chuỗi năm tháng gắn bó mặn nồng giữa hai người. Anh sắp làm cha. Đời anh lại ràng buộc thêm vào nhiều bổn phận và trách nhiệm. Mỗi một phút trôi qua, anh càng thấy gần gũi hơn với vai trò mới của mình.

Ngày mai của gia đình anh thật não nề, bi đát, chưa biết rồi đây cuộc sống đầy đe dọa của vợ chồng anh sẽ ra sao, nhưng hình ảnh đứa con sắp sửa lọt lòng mẹ vẫn đem đến cho anh niềm vui sướng tràn trề.

Bé Tư vừa định cất bước thì tên đội trưởng du kích hỏi một câu làm anh nghe máu trong người dồn lên hết trong đầu, gân cốt anh căng ra sắp vỡ tung:

- Không thể đợi tới sáng, hết giờ giới nghiêm, rồi đi rước mụ được sao?

Bé Tư chợt kêu lên:

- Trời đất quỷ thần ơi, nghe nó hỏi đâm họng kia kìa!

Anh chồm tới, gồng cứng đôi tay, trợn mắt:

- Mầy… mầy hỏi cái gì ngu… ngu như con bò vậy hả? Đàn bà đau bụng đẻ mà người chồng phải chờ hết giờ giới nghiêm mới được phép ra đường chạy đi rước mụ hả? Mầy có biết đàn bà đau bụng đẻ khổ sở, đau đớn như thế nào không? Đau bụng ỉa quýnh lên, mầy có nín rán đợi hết giờ giới nghiêm chạy ra đồng trút bầu tâm sự, hay là mầy ỉa đại trong nhà hả mậy? Nói, nói cho tao biết đi. Nói lẹ lên kẻo tao nổi điên lên bây giờ!

Toán du kích lặng thinh. Ánh sáng đom đóm không đủ cho họ trông thấy sắc mặt giận dữ tột độ của Bé Tư, nhưng họ cũng đoán ra cơn phẫn nộ của anh.

Tên đội trưởng dịu dàng:

- Thôi được rồi. Tụi tôi cho anh đi rước mụ đó. Lần sau nhớ cầm đèn đi ban đêm trong giờ giới nghiêm.

Bé Tư lướt tới trước như một cơn dông:

- Không cho tao cũng đi, muốn bắt giết gì thì cứ việc. Bây giờ tao mới hiểu thế nào là cách mạng!

Một tên du kích bị anh lấn té xuống ruộng. Hắn la hoảng:

- Bộ nó điên rồi sao mà? Đi từ từ không được sao?

Chân Bé Tư nện thình thịch trên bờ đấp. Bóng anh thoăn thoắt ẩn hiện trong ánh sáng chớp tắt của đom đóm. Toán du kích nhìn theo. Trong lòng từng đứa lẫn lộn thắc mắc và lo âu. Có lẽ đây là lần đầu tiên họ chạm trán với một sức mạnh trên đường thi hành công tác tuần tiễu. Hẳn nhiên họ đã biết Bé Tư là ai, thuộc thành phần xã hội nào rồi. Một thường dân đối diện với những kẻ thay mặt uy quyền cách mạng không hề dám chống đối dữ dội như vậy. Những lời hăm dọa của Bé Tư lúc nãy, nếu không làm họ sợ, cũng đủ chứng minh cái thế của anh đối với chính quyền địa phương. Hai Hoài đúng là tên xã đội trưởng, cấp chỉ huy trực tiếp của họ. Chắc hẳn Bé Tư cũng thuộc hạng "dây mơ rễ má" gì với Hai Hoài?

Tên đội trưởng du kích nhận ra mình lố bịch. Vợ hắn đang mang thai và một ngày nào đó, hắn cũng sẽ làm cái việc mà Bé Tư đang làm. Liệu hắn có chịu để yên cho lính tuần buộc hắn chờ hết giờ giới nghiêm ra đường rước mụ đỡ đẻ cho vợ hắn không?

Hắn lẩm bẩm:

- Bậy thiệt tình!

Tên du kích hỏi:

- Anh nói gì? Bậy là sao? Ạ, có phải bậy là anh cho thằng cha đó đi không?

Hắn nạt:

- Thôi đi! Đừng hỏi nữa. Vợ sắp sanh, nó đi rước mụ là việc hết sức cần kíp sao mình biểu nó đợi hết giới nghiêm rồi hãy đi rước? Như vậy có phải mình bậy không?

Tên du kích góp ý:

- Nếu quả đúng như vậy thì bậy thiệt, nhưng biết có phải như vậy không hay là nó bịa chuyện để vuột khỏi tay tụi mình?

- Dù gì thì chắc nó cũng thuộc gia đình cách mạng, quen lớn với quận với xã nên nó mới dám chống cự lại mình. Lời lẽ, cử chỉ của nó dứt khoát không phải là của thường dân.

Tên du kích nói gượng:

- Mình thi hành phận sự đúng luật cơ mà!

Đội trưởng du kích đay nghiến:

- Nếu có chuyện gì xảy ra cũng tại cái lỗ miệng mầy hết. Tao khuyên bao nhiêu lần rồi mầy vẫn không từ bỏ cái tật chửi thề. Muốn chạy theo dòng thác cách mạng, mầy nên bỏ đứt hai tiếng kia đi, tu sửa tác phong từ lời nói đến hành động. Chửi tụi lính Mỹ ngụy, mình phải làm khác hơn chúng nó chớ.

- Em xin chừa, xin chừa. Xin anh vả miệng em thiệt đau mỗi lần em quên lời hứa danh dự.

Tên du kích khác bông đùa:

- Bỏ hai tiếng đó, mầy bệnh sao? Ngày nào không xài "tiếng Đức" mầy ăn cơm đâu có vô. Chắc là sưng mỏ quá em ơi!

Cả ba đứa cùng bật cười. Giữa đêm khuya tĩnh mịch, tiếng cười vọng đi rất xa hòa lẫn với tiếng chó sủa liên hồi.

Tên đội trưởng giục:

- Thôi, tụi mình coi đi tuần cho hết canh hai rồi về. Dạo nầy coi bộ dân chúng trong vùng có triệu chứng gì lạ lắm. Bí thư xã ra lịnh canh phòng cẩn mật kịp thời báo cáo lên cấp trên tình hình an ninh xã, ấp nầy.

- Triệu chứng gì lạ?

- Chưa rõ lắm.

- Có người định vượt biên?

- Không phải.

- Chống đối cách mạng?

- Không hẳn là vậy. Mất lập trường cách mạng thì đúng hơn. Tinh thần bất hợp tác với chánh quyền ngày càng rõ nét trong hàng ngũ gia đình cách mạng.

Nhận xét của tên đội trưởng ăn khớp với sự hiểu biết của hai tên du kích thuộc tình hình địa phương. Mọi người nín lặng cùng nhau chia sẻ hương vị khét đắng của miếng thịt cách mạng đã bắt đầu cháy nám trên ngọn lửa bất mãn của nhân dân Đồng Khởi.

Bầy đom đóm vẫn rủ gọi nhau qua ánh sáng tình yêu chớp tắt. Bóng ba tên du kích chập chờn trên bờ đắp giữa đêm trường tĩnh mịch như những oan hồn uổng tử vất vưởng không chỗ tựa nương! Cách mạng không còn được xem như bức thảm nhung êm, nó đã trở thành lưỡi của bén ngót, chạm tay vào là đau nhức, là máu đổ, là chết chóc! Hậu thuẫn mạnh vững của Bến Tre Đồng Khởi ngày nào giờ như cánh đồng tuyết vào những ngày cuối Đông. Nước mắt đổ thêm ra làm ngập lụt khắp nẻo đường đất nước đã chịu đựng hằng ba mươi năm tang tóc!

Bé Tư tranh thủ thời gian, cắm đầu chạy miết. Bờ đắp trước mặt mất hút trong bóng đêm. Anh chỉ dùng trực giác tìm đúng lối đi. Thỉnh thoảng anh trợt té xuống ruộng đau điếng rồi leo trở lên bờ chạy tiếp. Cơn đau quặn thắt từng hồi của Nương như mũi kim chích vào mông bắt anh phải lao tới trước, càng nhanh càng tốt.

Căn chòi của bà mụ Tám Thơm hiện rõ dần trước mắt anh. Ngọn đèn dầu trong nhà đã tắt. Một vật đen hơn bóng đêm nhấp nhô theo từng bước chạy của anh.

Vừa trờ tới cửa nhà, Bé Tư đã cất tiếng gọi. Không nghe tiếng bà Tám đáp, anh vòng ra sau hè đập vào vách lá gọi tiếp. Cánh cửa sau mở vội, tiếng kẽo kẹt nghe rõ mồn một. Bé Tư ngả người nhìn. Anh giật mình khi chợt thấy một bóng người thoát ra ngoài lủi vào bụi rậm. Một tiếng động cất lên ngắn gọn rồi mất hút. Anh muốn hỏi nhanh theo phản ứng tự nhiên, bỗng có tiếng bà Tám vọng lên từ phía trước:

- Ai kêu tui đó? Ai vậy?

Bé Tư quay trở lại thấy bà Tám đứng trước cửa nhà, nửa người bên ngoài, nửa người khuất bên trong. Anh đáp nhanh:

- Dạ tôi, dì Tám.

- Tôi là ai?

- Thành tự Bé Tư đây dì.

Bà Tám liền đổi giọng thân mật:

- Tư đó à? Dì không nhận ra tiếng nói của cháu. Ờ, có chuyện gì cháu kiếm dì vào giờ nầy? Khuya lơ khuya lắc rồi.

Bé Tư gạn hỏi:

- Nhà có ai khác không dì?

Bà Tám nhíu mày:

- Ai khác? Có ai khác đâu? Chỉ có dì với con Hồng – dâu của dì thôi hè!

Bé Tư mím môi, nhìn về phía cửa nhà sau. Bóng người lủi trốn khi nãy gợi lên trong đầu anh nhiều chuyện lạ. Anh tò mò muốn tìm hiểu biến động của gia đình bà Tám.

Bà Tám nắm tay Bé Tư mời anh vào trong. Bà với tay vặn cao ngọn đèn dầu trên tủ thờ. Ánh sáng đẩy lùi bóng tối tan vào hai bên vách lá. Mọi vật hiện ra trước mắt Bé Tư. Anh vẫn đeo đuổi theo bóng người khi nãy, ánh mắt anh dồn về căn buồng riêng của Hồng phía sau tủ thờ.

Thấy vẻ mặt ngơ ngác của anh, bà Tám cật vấn:

- Có chuyện gì vậy Tư? Sao mặt mày cháu có vẻ thẫn thờ ra vậy?

Bé Tư vụt hỏi:

- Nhà chỉ có dì và chị Ba thôi sao?

Bà Tám ngạc nhiên:

- Coi kìa, sao cháu hỏi làm lạ vậy? Còn ai khác ngoài dì và con Hồng nữa chớ?

- Hồi nãy… hồi nãy… cháu thấy…

Anh bỏ lửng câu nói. Có một cái gì gần với lương tâm không cho phép anh chạm tay vào đời tư của người khác. Anh nghi quyết có chuyện mờ ám trong tình cảm của Hồng.

Bà Tám thúc:

- Cháu thấy gì hả? Hồi nãy cháu thấy gì?

Bé Tư ấp úng:

- Dạ… Dạ không có gì hết… thưa dì.

- Bộ cháu thấy ai rình nhà dì phải không?

Bé Tư níu luôn giả thiết ấy:

- Có lẽ như vậy đó dì. Hồi nãy, lúc vừa mới tới, cháu thấy hai, ba bóng đen từ sau nhà dì lủi trốn.

Bà Tám ngó ra ngoài trời, chửi đổng:

- Tổ cha nó! Bộ hết thời rồi sao mà nhè nhà tao đòi trộm cướp? Có con mẹ gì nữa đâu mà hòng rinh với bợ? Chỉ còn vài cái quần rách đít, đôi ba cái áo "tố lỏm", mấy con gà giò còn hôi lông thôi. Xin tao cho, đừng bày đặt rình mò trộm cắp!

Bà phân trần:

- Tư, cháu coi đó, trước kia, dì còn đồ nầy, việc nọ, bây giờ thì cạn sạch ráo trọi rồi. Cơm gạo không có đủ no bụng ngày hai bữa nữa. Ngày kiếm ra một đồng cũng không có. Hồi nẳm, bà con trong làng xã đẻ chửa còn cho dì chút đỉnh, còn bây giờ, dì chỉ đỡ đẻ chùa cho bà con thôi. Chắc chết sớm quá cháu ơi!

Nằm im trong buồng, Hồng giả ngủ mê. Rán nghe không sót một lời từ ngoài vọng vào. Nàng vừa lo sợ vừa giận Bé Tư. Sự xuất hiện bất tử của anh gián đoạn cuộc ân ái giữa nàng và Trần Tử Thương (tự Ba Hậu) – Trưởng Ban Nông nghiệp ấp Nhì. Hai người đang ở phút giây tuyệt đỉnh xác thịt, chợt có tiếng động vách, réo gọi của Bé Tư, Ba Hậu hốt hoảng rời bỏ chiến trường.

Hồng siết chặt cổ anh, thì thầm:

- Không sao đâu, anh đừng sợ. Tiếp tục đi, nhanh lên!

Ba Hậu cố gỡ ra:

- Không được. Nguy hiểm lắm! Bà Tám biết được, mọi người biết được, anh chết tươi ngay. Vai trò của anh quan trọng lắm!

Hồng vẫn giữ chặt người Ba Hậu:

- Nếu có gì lỡ, tụi mình trốn qua tỉnh khác hoặc lên Sài Gòn chung sống với nhau.

Ba Hậu cuống cuồng:

- Chưa… chưa được. Ở đây anh còn kiếm chác được, anh sẽ tiếp tế cho em đều đặn. Là đảng viên, anh kẹt dữ lắm!

Hồng hôn lên má Ba Hậu, thỏ thẻ:

- Anh sợ thì thôi vậy. Tối mai anh lại đến với em nghen!

Ba Hậu mặc vội áo quần, mò kiếm đôi dép râu xách một bên tay, tay kia túp lưng quần lủi nhanh ra ngoài. Hồng kéo mền đắp lên người. Nhớ lại gói tiền Ba Hậu dâng tặng lúc nãy, nàng mang dưới nệm lôi ra cầm chặt trong tay, mỉm cười. Ba Hậu cho biết chỉ mới kiếm được một ngàn đồng đem dâng hết cho nàng. Lần sau anh sẽ đem cho nàng nhiều hơn. Lần gặp gỡ đầu tiên, Hồng phản đối khi Ba Hậu hứa sẽ cho nàng tiền bạc, quà cáp. Dan díu với anh, nàng không nghĩ tới vật chất. Nàng bảo tình yêu đối với Ba Hậu thật huyền diệu, thiêng liêng không thể nào giải thích được! Thái độ của Hồng càng mê hoặc tâm hồn một đảng viên suốt cả đời chưa từng nếm mùi vị nồng nàn của tình yêu trai gái. Vợ Ba Hậu còn kẹt công tác ngoài Bắc với hai con chưa theo chồng vào Nam. Xa nhau đã 3 năm, anh vẫn không thấy nhớ nhung người đàn bà ấy. Anh chỉ xót thương hai đứa con còn nhỏ sống hẩm hiu với bà mẹ suốt ngày không có mặt ở nhà. Anh muốn đưa con vào Nam nhưng vợ anh không bằng lòng. Nàng là người Bắc không muốn bỏ quê hương theo chồng lập nghiệp ở miền Nam. Đời nàng đã trót hiến dâng trọn vẹn cho Đảng và Bác. Chồng con chỉ là một nghĩa vụ đứng sau nghĩa vụ cao cả đối với Bác và Đảng.

Ba Hậu chỉ gặp nàng một lần duy nhất rồi được tổ chức mai mối, đứng ra cưới gả. Tình chồng nghĩa vợ giữa hai người chỉ thể hiện qua tình đồng chí với nhau. Chồng vợ có bổn phận và trách nhiệm ngang nhau, kể cả quyền hạn từ trong gia đình ra ngoài xã hội cũng chia đều nhau. Chồng là đảng viên, vợ cũng đảng viên, trước quyền lợi của Đảng, cả hai phải hết lòng hết dạ phục vụ và trung thành tuyệt đối.

Vào Nam công tác một năm sau ngày "giải phóng", Ba Hậu thấy trước mắt mình một chân trời mới thênh thang, bao la với vô số sự vật anh chưa từng thấy, từng nghe và từng sờ mó. Anh choáng váng, ngây ngất, nuốt nước bọt muốn ôm gọn vào vòng tay cùng một lúc. Trong nghìn vạn lôi cuốn, quyến rũ của miền Nam, có hai thứ xô ngã Ba Hậu rơi vào tội lỗi nhanh nhất, đó là tiền và gái! Khi còn là cán bộ nông nghiệp quận, anh đã si dại con gái của một thương gia bị đánh tư sản. Chi bộ đảng phê bình kiểm thảo anh thật nặng, và trừng phạt anh bằng cách giáng chức hạ tầng công tác, đưa anh xuống làm cán bộ nông nghiệp xã.

Gặp Hồng, quen Hồng, Ba Hậu đắm đuối trong nhan sắc Hồng như một dòng suối giữa sa mạc nóng cháy đang thiêu đốt khách viễn du đi tìm cánh cửa thiên đường. Ba Hậu lao thẳng tới dòng suối mát, gục đầu trong nước, cố uống thật nhiều cho đã cơn thèm khát bấy lâu. Gái trong Nam, đối với Ba Hậu, ôi, sao mà tươi mát, nõn nà và dễ thương quá! Cũng là đàn bà như Hồng, nhưng người cán bộ nữ miền Bắc, đối với Ba Hậu, chao ôi, sao mà cọc cằn, thô lỗ và lạnh nhạt! Mỗi lần gặp Hồng, gần Hồng, Ba Hậu cứ ngỡ mình vừa mới biết yêu và được yêu đắm đuối, chân thành!

Hồng tận dụng nhan sắc và thân xác bốc lửa của mình để trả thù cái chết uất ức, đau đớn của Trung úy Dũng – chồng nàng – trong trại học tập Suối Máu. Ngôi biệt thự xinh xắn ở đường Trương Minh Ký bị tịch thu, những ngày tháng ngồi bên lề đường bán thuốc lá bị công an làm khó dễ, cái thai ba tháng bị sẩy vì đau buồn, tuyệt vọng chồng chất. Tất cả bất hạnh của một người vợ keo đặc lại biến thành khí giới bén ngót võ trang Hồng trả thù những kẻ tham gia trực tiếp vào cuộc tàn sát, tận diệt hạnh phúc đời nàng.

Hồng nhìn vào kiếng, tự ví mình như một con điếm hạng sang, sẵn sàng trao thân cho bất cứ một cán bộ nào xét ra có đủ quyền lực và khả năng dâng tặng nàng tiền của, càng nhiều càng tốt. Đẹp, xấu, lùn, cao, mập, ốm, thơm, hôi, sang, hèn… nàng bất chấp miễn hắn là "cách mạng"! Cách mạng đã giết chồng con nàng, tịch thu nhà cửa nàng, biến nàng ra thân nông nỗi thì đảng viên phải trả món nợ máu đó. Phải làm cho hắn thân bại danh liệt, hủ hóa đến nơi đến chốn. Hồng đã thành công hai lần và nguyện với linh hồn chồng con rồi đây, nàng sẽ tiếp tục trả thù cho đến ngày nhan sắc đã tàn phai.

Nàng giấu không cho bà Tám Thơm biết tiền và vàng hiện có trong tay. Một ngàn đồng Ba Hậu vừa mới tặng, nàng sẽ mua thêm 2 lượng vàng y cho đủ số 10 lượng dự tính. Mang chôn 8 lượng dưới chuồng gà mẹ chồng. Nàng vững tâm không còn sợ đói nữa. Đợi đến bao giờ bà Tám không còn chạy ra cách sống nữa, nàng sẽ đưa một ít cho mẹ chồng và nàng thoát ra ngõ bí.

Bé Tư nhìn về hướng buồng riêng của Hồng. Anh nghi Hồng rước trai vào nhà, anh khinh nàng nhưng không muốn làm bà Tám đau buồn. Chuyện riêng tư của người không dính dáng tới đời anh. Đối với anh, đàn bà, con gái từ đô thị về quê làm chuyện tồi phong, bại tục không có gì đáng ngạc nhiên cho lắm. Gặp gỡ Hồng, anh đã đánh giá nàng ngay từ đầu. Hai cuộc sống, thành thị – thôn quê, đã khác biệt, đối lập nhau rồi huống chi Bé Tư đã nhìn cuộc sống thành thị với nhãn quan của người cách mạng chân chính. Tuy ngày nay anh đã là một thương binh, rời khỏi hàng ngũ cách mạng, lòng anh vẫn đầy cứng phẫn uất đối với hiện tượng xấu xa nhan nhản trước mắt, anh vẫn còn ác cảm đối với xã hội dưới chế độ cũ.

Anh rùn vai nói trổng:

- Bịnh cũ chưa hết. Ung nhọt xã hội vẫn còn lở lói, thúi tha!

Bà Tám ngạc nhiên:

- Tư, cháu muốn nói gì vậy? Cháu chửi ai đó?

Bé Tư lảng sang chuyện khác:

- Dạ không. Cháu muốn nói… bọn trộm cắp… vừa rồi. Bây giờ… vẫn còn trộm cắp!

Bà Tám phấn chấn:

- Cháu ơi, trộm cắp ngày một thêm nhiều. Còn tệ lậu hơn trước kia nữa. Hồi nẳm đâu có chuyện trộm lúa, cắt lúa ban đêm, câu cá, lưới cá trộm, bắt gà bắt vịt trong xóm trong làng. Bây giờ để hở cái giống gì cũng mất hết. Nghe cách mạng nói mà ham, rồi đây ngủ khỏi cần đóng cửa, hai miền Nam – Bắc hợp lại sản xuất lúa gạo ăn không hết, nhà quê sẽ có đèn khí, nước phông-tên, làm ruộng khỏi cần trâu bò mà sẽ cho máy cày máy gặt hiện đại làm thay hết. Mèn đét ơi, nghe sao êm cái lỗ tai quá chừng!

Bé Tư mỉm cười:

- Dì Tám ơi, mình cứ tưởng tượng như vậy đi để quên hiện tại và tương lai. Chừng vài chục năm nữa chắc là sẽ có đủ thứ hết mà dì!

Bà Tám nguýt:

- Xí, nếu vài chục năm nữa mà có thì còn mừng. Dì sợ tới vài trăm năm nữa cũng chẳng có cái đách gì hết á! Hừm, "muôn đời con cháu về sau", "muôn đời con cháu về sau"! Đến tận thế cũng không chừng!

Bỗng Bé Tư chụp tay bà, kêu lên:

- Chết bà chưa! Bậy quá, quên phứt đi trời!

Bà Tám như bị điện giật, lắp bắp:

- Hả? Gì vậy Tư?

- Vợ cháu… đẻ!

- Ủa, con Tư đẻ rồi hả?

- Dạ, chưa! Nó sắp đẻ…

Anh kéo bà Tám ra cửa:

- Đi, dì! Mau đi dì!

Bà Tám quýnh quáng:

- Chèn ơi! Vậy mà từ nãy giờ cháu không nói liền ra cho dì biết. Hồng khéo con Tư nó…

Bà muốn nói không gấp rút đỡ cho Nương, nàng sẽ sinh nở bất tử rất nguy hiểm cho tính mạng cả mẹ lẫn con. Nói ra điều ấy là một điều gở đối với một sản phụ. Bà bảo Bé Tư chờ bà bên ngoài, chạy nhanh vào buồng lấy đồ nghề, căn dặn Hồng rán thức canh giữ nhà. Trước đây bà không sợ trộm đạo vì nghĩ rằng nhà còn gì quý giá nữa đâu mà lo với sợ, nhưng Bé Tư vừa cho biết có kẻ gian rình rập, bà thấy cần đề phòng tối thiểu để tránh khỏi mất mát những vật còn sót lại cuối cùng.

Hồng theo mẹ chồng ra tận cửa. Bé Tư nhìn nàng qua ánh đèn mờ nhạt. Thấy áo ngủ nàng hở hang phơi trần nửa ngực, Bé Tư liên tưởng đến cảnh ân ái vụng trộm vừa mới xảy ra giữa nàng và gã đàn ông nào đó. Ác cảm đối với Hồng nhân lên gấp đôi trong lòng anh.

Hồng vẫn bình thản như không có chuyện gì xảy ra, mặc dù nàng đoán chừng Bé Tư đã trông thấy bóng Ba Hậu thoát ra cửa sau lủi trốn, và anh đã nghi ngờ như thế nào đó rồi.

Nàng hỏi mẹ chồng với giọng tỉnh bơ:

- Vú đi đỡ đẻ cho ai vậy vú?

Bà Tám đáp:

- Cho vợ thằng Tư.

- Ủa, chị ấy đã tới ngày sanh rồi à? Con nghe nói hai người mới cưới nhau đây mà?

- Tính ra cũng gần giáp năm rồi. Vợ chồng mới lấy nhau mà có con sớm như vậy có phước lắm, giặc giã kéo dài, chết chóc quá nhiều, dân mình cần sanh sản gấp rút để khỏi bị diệt chủng đó con!

Hồng cười:

- Vú lo xa dữ hông? Nghe nói sau ba mươi năm chiến tranh, dân số nước mình đã tăng lên gấp đôi đó vú. Hồi trước chỉ có 25 triệu, bây giờ lên tới trên 50 triệu rồi. Dân ngày thêm đông, thực phẩm, gạo lúa ngày một kém đi. Vợ chồng sống còn chật vật, thiếu ăn, đẻ con ra biết lấy gì nuôi nó đầy đủ? Sữa mẹ không có, sữa bò khan hiếm mắc mỏ, con nít lấy gì ăn để sống và lớn khôn cho nổi?

Bà Tám pha trò:

- Không có sữa mẹ, sữa bò thì cho nó uống nước cháo quậy với đường tán, đường thẻ vậy. Dân Việt Nam mình được trời nuôi mà con. Sống nhăn hết trơn hết trọi á!

Bà bước nhanh ra ngoài theo chân Bé Tư. Từ nãy giờ, Bé Tư hậm hực trong lòng. Anh nói thầm trong bụng: "Vợ chồng tôi cưới hỏi nhau đàng hoàng tử tế, con tụi nầy sanh ra sẽ là con chánh thức chớ không phải thứ tình tự vụng trộm, có chửa hoang, đẻ con hoang!"

Hồng đứng lặng yên nhìn theo hai bóng người khuất dần vào màn đêm. Đã nhiều lần gặp mặt Bé Tư, nàng nhận thấy anh hiền lành, chất phác và cương trực; nhưng dưới mắt nàng, anh vẫn thuộc hàng ngũ kẻ thù. Biết rõ Bé Tư đã giải ngũ và không còn ăn nói theo "cách mạng" nữa, Hồng vẫn có thành kiến với anh. Lập trường của anh, Hồng nghĩ, vẫn không phải là lập trường của những kẻ thù của chế độ mới. Bất quá cũng chỉ vì bất mãn với chế độ mà anh đã từng phục vụ trước đây nên anh mới chống đối để thỏa mãn tự ái cá nhân anh. Sở dĩ anh dám ăn, dám nói trước cán bộ, đảng viên vì anh dựa vào thành tích cũ. Nếu là dân thường, Hồng tự hỏi, anh có dám ngang nhiên tỏ thái độ cứng cỏi như vậy không?

Hồng đã vạch ra cho quãng đời còn lại một lằn ranh phân chia hai chế độ cũ và mới. Nàng cương quyết đứng bên này chĩa thẳng mũi gươm bén ngót về phía kẻ thù. Khép cửa lại, nàng lẩm bẩm một mình: "Anh Dũng yêu quý, em xin thề sẽ trả thù cho anh và con. Em sẽ làm một cái gì thật xứng đáng trong một tương lai rất gần đây. Thân xác em kể như đã bỏ, em sử dụng nó như một phương tiện để thực hiện những điều em tâm nguyện từ sau ngày anh vĩnh viễn xa em. Hồn anh có linh thiêng, hãy phù hộ em, anh hãy quên đi hình hài trần tục mà anh đã ôm ấp, vuốt ve, anh chỉ nên giữ lấy tâm hồn em và tình yêu chung thủy của em. Một ngày nào đó, em sẽ tìm gặp lại anh ở một thế giới khác!"

Bé Tư vừa đi vừa quay lại nhắc chừng bà Tám Thơm:

- Dì cẩn thận kẻo té xuống sình đó. Trời tối quá!

Bà Tám tặc lưỡi:

- Bậy quá, dì quên ôm theo mớ lá dừa khô đốt làm đuốc rọi đường. Ban đêm đi không đèn đuốc như vầy lỡ du kích tưởng địch bắn nhầm có nước theo ông bà hổng kịp trối!

- Không hề chi đâu dì Tám. Có mặt cháu, tụi nó không dám làm bậy đâu.

- Tụi nó có thấy mặt cháu đâu mà dám với không dám? Thấy bóng là nó "nổ Quảng nổ Tiều" liền. Nhiều người bị bắn què giò, bỏ mạng rồi chớ bộ chưa đâu?

Bà trợt chân lảo đảo té ngồi lên bờ đắp la hoảng:

- Chúa, Phật... Thiên Lôi Hà Bá... Thánh tổ ơi... chết... tui rồi!

Bé Tư quay lại níu tay bà đứng lên:

- Có sao không dì?

- Đâu có sao! Chỉ muốn lọi giò, bể nát bàn tọa thôi hè cháu!

Bé Tư bật cười. Tiếng anh lanh lảnh giữa đêm tĩnh mịch. Côn trùng im bặt, tiếng chó sủa vang vọng từ xa. Bé Tư đề nghị:

- Hay là để cháu cõng dì đi cho lẹ, khỏi té nghen?

Bà Tám lắc đầu lia lịa:

- Thôi, thôi, cho dì xin đi cháu. Gì mà phải cõng lận? Dì đi lỡ có trợt chơn té ít đau hơn. Cõng dì lỡ cháu té chắc là dì gãy ba sườn, ẹo xương sống quá.

Có tiếng súng xa xa. Bé Tư càu nhàu:

- Lại nổ súng nữa rồi. Cũng tụi nó chớ không ai khác nữa.

- Mà ai vậy Tư? Bộ cháu biết...

- Hồi nãy trên đường tới nhà dì, cháu bị tụi du kích chặn đường kiếm chuyện khi dễ. Gặp phải cháu chớ ai khác thì không dễ gì chúng nó tha cho đâu. Hừ, đàn bà sanh đẻ tới nơi rồi mà chúng nó biểu đợi sáng hết giờ giới nghiêm hãy đi rước mụ! Dì nghe có tức ói máu không?

Bà Tám kinh ngạc:

- Trời đất, tụi nó ăn cái giống gì mà ăn nói ngu quá trời ngu vậy chớ? Cách mạng đang học tập nhơn dân ngừa thai rồi bây giờ định cấm đàn bà đẻ nữa sao đây? Dì giải nghệ là vừa rồi!

Bé Tư cởi áo bà ba trao cho bà Tám nắm chặt một đầu, căn dặn:

- Dì đi theo cháu nghen, khi nào áo dùng thì dì đi chậm lại, còn áo thẳng thì dì cứ đi tới. Cháu quen đi trong đêm suốt thời gian hoạt động trước đây nên cháu có nhiều kinh nghiệm hơn thiên hạ.

Hàng bần biến hiện qua từng nhịp ánh sáng chớp tắt của nghìn triệu đom đóm. Nhớ lại thuở còn chiến đấu gian khổ trong bưng, đêm đêm lẻn về đánh phá đồn bót địch, Bé Tư tránh xa những nơi có nhiều đom đóm. Ánh sáng của chúng sẽ làm lộ tông tích anh và đồng bọn. Lúc bấy giờ, anh chỉ thấy ánh sáng đó là điều bất lợi nguy hiểm và đáng ghét. Ngày nay, anh mới nhận ra vùng ánh sáng rực rỡ kia là nét kiêu sa, diễm lệ, là nhịp thở đều đặn của trời đêm. Những hỏa châu từ các đồn bót đêm đêm phụt lên vòm trời đen mịt, tỏa ánh sáng xanh biếc rọi kiếm kẻ thù. Cánh dù lắc lư, đong đưa trong ánh hỏa châu yếu dần rồi tắt ngấm trông như cánh thiên thần từ cõi hư vô rơi xuống trần gian. Bé Tư nằm lặng yên trên mặt cỏ hay sâu trong lùm cây, ngửa mặt nhìn những chiếc hoa dù hạ thấp dần, lắng tai nghe tiếng súng nổ đì đùng gọi đêm thức giấc. Giờ đây, hỏa châu không còn nữa, đồn bót địch đã thay đổi chủ nhưng tiếng thét của tử thần vẫn còn vang dội trong đêm. Bé Tư chán ngán quá! Giấc mơ tuyệt đẹp của anh trong chuỗi tháng năm băng rừng lướt bụi đi tìm một ngày thanh bình, an vui cho đồng bào anh vẫn chưa biến thành hiện thực. Mắt anh vẫn thấy khổ nhục của người dân, tai anh vẫn còn nghe tiếng súng nổ, cảnh chém giết ghê rợn, tràn qua biên giới, xương máu Việt Nam tiếp tục ngổn ngang, lai láng trên xứ người.

Bé Tư thở dài. Về gần tới nhà, nghe tiếng rên la của Nương, anh cắm đầu chạy.

Bà Tám gọi thất thanh:

- Tư ơi Tư, chờ… dì với. Tối quá, dì hổng thấy đường, Tư ơi!

Xô cửa bước vào nhà, Bé Tư giật mình đứng lại trố mắt nhìn Ký Đảm – chiến hữu thân nhất của anh – đang ngồi trên ghế đẩu, mặt mày nhăn nhó thảm não.

Thấy Bé Tư, Ký Đảm chồm tới hỏi:

- Sao? Rước mụ được không?

Bé Tư không đáp, tiến lại bên giường, cúi xuống nhỏ nhẹ hỏi Nương:

- Đau lắm hả em?

Nương bật khóc:

- Ui, ui da! Đau quá, chết… chớ không sống nổi đâu!

- Rán chút nữa đi em. Mụ đã tới rồi. Dì Tám sẽ đỡ cho em.

Quay sang Ký Đảm, anh giục:

- Mầy chạy ra ngoài dẫn đường dì Tám Thơm vô nhà. Mau lên!

Ký Đảm phóng như bay ra ngoài, vấp ngạch cửa ngã chúi nhủi. Anh lộn tròn một vòng, lồm cồm đứng lên, mỉm cười:

- Hổng có nghề là dập mặt lỗ đầu rồi!

Anh hỏi lớn:

- Dì Tám đâu rồi hả?

Có tiếng đáp lại:

- Đây, dì đây nè Tư! Tối quá, dì hổng thấy đường sá gì ráo trọi!

Ký Đảm trông thấy bóng người chập chờn phía trước, anh chạy tới đưa tay ra:

- Dì đưa tay cho cháu dẫn đường. Lẹ lên dì, vợ thằng Tư chuyển bụng hung lắm rồi đó dì.

Bà Tám ngơ ngác:

- Ủa, vậy chứ hổng phải Bé Tư đây sao?

- Dạ hổng phải. Cháu đây dì.

- Mà là ai mới được chớ?

- Dạ, Ký Đảm!

Bà Tám siết chặt tay Ký Đảm, mừng rỡ:

- Vậy là cháu hả? Tối thui dì có thấy mặt ai đâu mà biết là cháu? Mà sao có mặt cháu ở đây?

Dìu bà Tám đi từng bước ngắn về cửa nhà Bé Tư, Ký Đảm hạ thấp giọng:

- Cháu định gặp thằng Tư nói cho nó biết mọi việc đã sắp xếp xong đâu vào đó hết rồi.

- Việc gì?

- Thì việc bà con mình chuẩn bị ra đi đó. Dì quên rồi sao?

- Ờ, ờ, dì nhớ ra rồi. Già cả lẩm cẩm, nói trước quên sau liền tức thời. À, mà chừng nào lên đường?

- Nội trong tuần nầy. Bà con đã sẵn sàng. Suốt hai ngày qua, cháu và anh chị em trong ban hướng dẫn đã đi từng hộ thông báo hết rồi. Ghe xuồng đã chuẩn bị xong, thực phẩm, nước uống cũng đã được xuống ghe.

Bà Tám đứng dậy lẩm bẩm:

- Không biết chánh quyền xã, ấp đã hay biết gì chưa?

Ký Đảm so vai:

- Dù chúng nó có biết cũng không ngăn chặn được mình. Cần nổ súng với tụi nó, tụi mình cũng sẵn sàng. Ra đi là sống, ở nán lại là chết. Dì sợ không?

Bà Tám đáp giọng buông xuôi:

- Tới từng tuổi nầy rồi dì đâu còn sợ chết nữa cháu. Bom đạn đã cày nát làng xã nầy rồi, dân làng đã chết nhiều rồi, dì còn sống nhăn đây là chuyện vô lý hết sức. Chỉ có một điều dì lo là… không biết đi qua xứ khác mình có sống được hay không?

Ký Đảm quả quyết:

- Sống là cái chắc, dì đừng lo ngại. Thôi, coi vô nhà giúp vợ thằng Tư đi dì.

Bà Tám chắt lưỡi:

- Cha! Vợ con thằng Tư còn non ngày non tháng quá mà đi kiểu nầy hổng biết tụi nó có chịu nổi không?

- Đành phải liều thôi. Tụi nó ở lại cũng sẽ chết. Biết lấy gì mà ăn? Gạo lúa chỉ ăn được một tuần nữa là hết sạch rồi.

Tiếng thét của Nương cắt ngang câu chuyện bên ngoài. Ký Đảm kéo bà Tám vào nhà. Nương nằm ngửa, ưỡn bụng, hai tay níu chặt thành giường, gào khóc. Mồ hôi ướt đẫm mặt mày.

Bà Tám chạy tới ném túi đồ nghề lên giường, kéo quần Nương xuống khỏi mông nhìn vào bộ phận sinh dục, nói nhanh:

- Chà, nước ối ra nhiều. Sắp sanh đến nơi rồi đó. Cửa tử cung mới chỉ nở bằng đồng xu. Nở lớn bằng đồng bạc là sanh.

Thấy Ký Đảm nhìn chòng chọc về phía giường, Bé Tư nói khéo:

- Đảm, thôi tụi mình ra ngoài chờ đi. Để dì Tám làm việc.

Giật mình, Ký Đảm bẽn lẽn gật đầu:

- Ừa, mình ra ngoài đi. Để dì Tám… làm việc.

Chưa vợ con, Ký Đảm bị kích thích bởi cảnh tượng trước mắt. Lần đầu tiên anh chứng kiến cảnh tượng một thai phụ đau bụng đẻ. Cơn đau đớn tột cùng của người đàn bà rõ ràng là hình ảnh đáng thương, đáng kính để rồi chút nữa đây một hài nhi chào đời, một mầm sống hiện hữu giữa trần gian. Dân số Việt Nam sẽ cộng thêm một công dân. Thực phẩm sẽ vơi đi một phần. Đất đai sẽ bị chiếm mất một ô vuông. Một đứa trẻ lọt khỏi lòng mẹ là niềm vui lớn của bậc sinh thành, là kết quả của tình chồng nghĩa vợ, là kỷ niệm êm đềm của ân ái mặn nồng. Ký Đảm thấy rõ tất cả những điều đó, nhưng anh liên tưởng đến thực trạng của vùng trời anh và bà con làng ấp đang trực diện và chịu đựng – trong đó có vợ chồng Bé Tư. Đứa trẻ sắp chào đời kia sẽ chìm lỉm trong thực trạng của bao nhiêu kẻ sống dở chết dở hiện nay. Nó hiện hữu ở đất nước này là nỗi bất hạnh lớn của chính đời nó.

Tiếng bà Tám Thơm rơi rớt sau lưng Ký Đảm, Bé Tư:

- Xương chậu con Nương lớn sanh dễ lắm chớ hổng khó lắm đâu. Đừng có lo!

Bé Tư vừa đẩy nhẹ Ký Đảm ra ngoài vừa ngoái đầu nhìn vợ. Anh đau với cơn đau của nàng.

Ký Đảm hỏi đùa:

- Ê, Thành, mầy khoái con trai hay con gái?

Bé Tư nhún vai:

- Trai gái gì cũng được. Mẹ tròn con vuông là được rồi. Thấy Nương lăn lộn đau đớn, tao chịu không nổi. Giá mà tao sanh đẻ thế được tao nhận liền.

- Cũng tại bọn đàn ông tụi mình hết.

- Tạo hóa sắp đặt cho loài người như vậy đó chớ nào phải tại đàn ông? Thấy đàn bà sanh nở mình mới thấy thương kính mẹ mình. Sanh đẻ đau đớn, nuôi con lớn lên, cha mẹ cực khổ biết chừng nào!

Ký Đảm cười mỉm:

- Vậy rồi khi con lớn lên, con lại thuộc quyền sử dụng của Đảng, của nhà nước!

- Thôi, đừng nhắc chuyện năm xưa nữa.

- Xưa hay nay gì rồi cũng vậy thôi. Tao bất nhẫn khi có tin buồn của một gia đình khóc con cháu chết bên chiến trường Campuchia. Hòa bình rồi mà xác người Việt mình vẫn còn ngã xuống! Mười tám năm sau, nếu vẫn còn nghĩa vụ quốc tế cao cả, con mầy, nếu là con trai, lại cầm súng đánh giặc ở xứ người.

Bé Tư bĩu môi:

- Mười tám năm sau sẽ ra sao? Sao biết được chuyện gì sẽ xảy ra. Mới có vài năm mà mình đã nghe dân nó chửi thúi lỗ tai rồi kìa! Như bọn chúng mình đây còn sống không nổi huống hồ gì nhơn dân!

Ký Đảm thở ra:

- Chán thiệt! Cực khổ bao nhiêu năm trời, tưởng đâu khi thắng trận rồi mình trở về an hưởng mớ tuổi đời còn lại trong no ấm, hạnh phúc của toàn dân. Nào ngờ, bây giờ mình phải bỏ nhà cửa, đất đai ra đi.

Anh đặt tay lên vai bạn:

- Nầy Thành, mầy vẫn giữ nguyên quyết định chớ?

Bé Tư ngạc nhiên:

- Sao lại hỏi câu đó?

- Mầy đang gặp cảnh khó khăn, vợ mầy vừa mới sanh, liệu mầy đem vợ con theo được không?

Giọng Bé Tư cứng cỏi:

- Sao lại không? Có chết thì cùng nhau mà chết. Ở lại đây lấy gì mà ăn? Phải "xuống giòng" thôi.

Trong nhà, tiếng rên la của Nương dịu xuống và tiếng bà Tám Thơm dịu dàng:

- Rán, rán chút nữa đi cháu. Thấy cái đầu rồi. Đừng có rặn một hơi một, rặn từ từ thôi. Thở đều, thở đều. Vậy, vậy đó, tiếp tục như vậy đó!

Vẫn tiếng nói của bà:

- Ra, ra đây cháu. Bé cưng lắm, cưng lắm! Ối chà, giỏi, giỏi quá! Xong rồi, xong rồi.

Bé Tư nghe rõ tiếng tay vỗ bem bép rồi tiếng "tu oa, tu oa" cất lên. Anh chụp tay Ký Đảm reo mừng:

- Rồi, rồi đó Đảm! Nương… vợ tao… sanh rồi.

Ký Đảm phụ họa:

- Ừa, sanh rồi, đẻ rồi! Con trai hay con gái hổng biết nữa?

Anh vừa định bước vào nhà, Bé Tư ngăn lại :

- Khoan, khoan đã! Chờ lịnh của dì Tám cái đã. Chưa rồi, mình vô dỉ rầy đó!

Nương không rên la nữa. Nàng thở hổn hển, lả người, mồ hôi ướt đẫm. Bà Tám cắt cuống nhau, lau khô mình – đầu đứa bé, túm nó trong chiếc khăn lông đã bạc màu, đưa tới gần Nương, tươi cười bảo:

- Nó đây nè cháu. Con cháu đó. Coi nó dễ thương quá chừng đi!

Nương mệt mỏi:

- Trai hay gái vậy hả dì?

Đặt đứa bé lên ngực nàng, bà Tám hỏi dò:

- Cháu muốn con trai hay con gái?

- Trai hay gái gì cũng được hết, thưa dì. Nó là con của cháu. Nó có gì lạ không hả dì?

Ôm đứa con đầu lòng trong vòng tay rã rời, Nương nghe tim mình đập mạnh. Hơi ấm chuyển sang người nàng. Một cái gì không tả nổi chiếm trọn tâm hồn người mẹ.

Bà Tám rửa tay trong chậu nước ấm, cất giọng đầy thỏa mãn và hãnh diện của một người vừa hoàn thành sứ mạng cao đẹp:

- Dì đỡ mát tay lắm! Rước đứa nhỏ ra ngoài một cái ót ngon lành. Nó không một tí vết nào hết. Nó coi bộ khỏe mạnh như thằng tía của nó vậy đó. Vợ chồng cháu đẻ con trai đầu lòng tốt lắm!

Nương ngóc đầu nhìn đứa con yêu dấu, hôn nhẹ lên má nó. Mùi da thịt non mềm của đứa bé quyện vào lòng nàng như một dòng suối mát chảy vào vùng đất mới, tan thấm thật chậm nhưng rất sâu.

Bà Tám gọi vọng ra cửa:

- Xong rồi, xin mời tía nó vô đi. Trúng số độc đắc rồi đó!

Bé Tư bước nhanh vào:

- Rồi hả dì Tám? Yên ổn hết chứ?

- Dì đỡ đẻ chắc ăn như bắp. Mau tới nhìn mặt con đầu lòng đi. Cha con giống nhau như đúc.

Bé Tư tiến lại sát giường, nhìn thằng bé đang ngủ thiếp trên ngực mẹ. Nụ cười vui sướng bùng nổ trong đôi mắt anh. Nương ngó lên bắt gặp ánh mắt hân hoan của chồng. Nàng mỉm cười. Bé Tư quỳ một gối, nắm tay vợ siết nhè nhẹ, khẽ hỏi:

- Em có mệt lắm không?

- Hơi mệt một chút thôi! Con giống anh lắm!

Đôi mắt Bé Tư dán chặt vào khuôn mặt đỏ hỏn của đứa bé. Rõ ràng là hình ảnh của anh, giọt máu đầu tiên của anh đã thành một con người và thể xác bé xíu kia gói trọn tình yêu của anh đối với Nương.

Chưa bao giờ anh cảm thấy lòng tràn ngập tình thương như ở giây phút này. Tình thương đó nồng nàn, chân thiết, nóng bỏng hơn bất cứ tình thương nào khác trong đời. Ngày nào tim anh đập mạnh với Tổ quốc, nhân dân, giải phóng, độc lập, hạnh phúc, tự do; nhưng so với lần con tim thổn thức này, anh thấy rõ tình cha con mới vô cùng huyền diệu, thâm sâu hơn, gắn bó, nồng nhiệt hơn, hối thúc giục giã hơn! Anh không buồn biết con trai hay con gái. Gái hay trai đều là kết tụ của khí huyết anh, máu thịt anh.

Bà Tám kề vào tai anh thì thầm:

- Đó là thằng cu chứ hổng phải con lủng! Sướng không Tư?

Bé Tư chỉ gật đầu, nụ cười sung sướng vẫn nở trên môi. Anh đứng lên, kính cẩn nói:

- Thưa dì, vợ chồng cháu đội ơn dì. Cháu xin đền ơn dì đã giúp cho mẹ tròn con vuông. Xin dì cho biết công lao của dì bao nhiêu, cháu sẽ gởi dì?

Anh vừa quay gót định đi lấy tiền, bà Tám chặn lại:

- Nè Tư, đừng làm như vậy, dì giận à nghen! Hồi nào tới giờ dì có đỡ đẻ lấy tiền đâu. Giúp bà con chòm xóm được việc là dì khoái rồi.

- Nhưng dì…

- Không nhưng không nhị gì ráo! Dì chỉ nói một lời thôi. Tụi bây nghèo rớt mồng tơi, tiền bạc có dư dả gì nhiều đâu mà đòi trả công cho dì? Để dành tiền lo chuyện khác.

Nãy giờ Ký Đảm đứng giữa nhà lặng thinh. Anh cũng thấy vui sướng lây với bạn thân thiết. Lớn hơn Bé Tư hai tuổi, anh vẫn còn "mồ côi một mình". Bạn mình đã có vợ, có con, làm chồng, làm cha, còn anh chưa có bổn phận với ai hết.

Anh nhìn bạn cười tủm tỉm:

- Ê, làm cha rồi đó nghe bậu. Liệu hồn đó. Đừng có lộn xộn nữa. Xe kéo hai cái rờ-mọt nặng lắm nghe!

Bà Tám đùa:

- Còn cháu thì sao đây? Bộ tính ở vậy suốt đời sao?

Ký Đảm rụt cổ:

- Đời cháu còn lêu bêu quá, chưa có gì bảo đảm hết, lấy vợ đẻ con có mà chết đói cả lũ! Thời buổi bây giờ ai làm nấy ăn, một mình còn lo không nổi còn nói gì đến chuyện nuôi vợ, nuôi con?!

Có tiếng súng từ xa vọng lại. Tiếng chó sủa ngân vang. Bà Tám đòi về. Bé Tư cầu bà ở lại để anh nấu nước pha trà mời bà uống, nhưng bà từ chối. Anh nhờ Ký Đảm đưa bà trở về nhà.

Ký Đảm bó lá dừa khô làm đuốc rọi đường. Anh như vạc ăn đêm, tối nào cũng đi hết nhà này tới nhà nọ bàn tính cuộc "xuống dòng". Ban ngày anh ít ngủ, chèo xuồng đi câu tôm cá, đặt lươn hay đốn củi. Nổi tiếng là một tay cày cấy giỏi nhất vùng, anh đành bỏ sở trường chọn nghề vặt vãnh khác kiếm ăn. Liên tiếp hai năm ruộng lúa mất mùa, hợp tác xã nông nghiệp ngày thêm gây áp lực nông dân, bắt ép mọi người phải vào tổ chức. Chế độ bình công lao động không giúp cho xã viên đủ gạo ăn. Nhiều gia đình đã phải sáng cháo, chiều cơm, thậm chí có người phải ăn bông cỏ thay cơm!

Chủ ruộng nào không chịu vào hợp tác xã, cán bộ nông nghiệp gây khó dễ đủ điều. Ủy ban không bán giống tốt, không bán phân bón theo giá chính thức. Họ phải chạy mua tất cả bằng giá chợ đen. Đến mùa gặt, họ phải làm nghĩa vụ bán lúa cho nhà nước với giá chính thức, nhận tiền bằng mảnh giấy nợ trả dần theo đơn yêu cầu. Lúa đong cho nhà nước tối đa, trừ lại nhân khẩu của mỗi hộ chỉ đủ ăn chờ vụ mùa tới.

Nhà nào mạnh ăn phải chịu thiếu thốn, bỏ tiền ra mua gạo chợ đen ăn thêm cho đủ no. Không có tiền, cả nhà phải ăn cơm lường; nếu hụt nữa, phải ăn theo chế độ "sáng cháo chiều cơm" hoặc bông cỏ, khoai lang, khoai mì,…

Tình hình quá trầm trọng, đói khát đã cận kề trước cửa, nhiều làng đã rục rịch "xuống dòng" ra đi. Một cuộc ra đi tập thể, có tổ chức quy củ, có sức đề kháng mãnh liệt của những người từng hy sinh tất cả cho cách mạng, của một vùng đất "anh hùng" được mệnh danh là Đồng Khởi.

Ký Đảm, Bé Tư thuộc tập thể đó, cùng chung cảnh ngộ của khối nhân dân đi tìm sự sống trước đe dọa nặng nề của nghèo đói cùng cực.

Hai Hoài – xã đội trưởng đội du kích nhận lệnh khẩn của bí thư xã Ba Đen, tìm đủ mọi cách ngăn chặn cuộc "xuống dòng" của 150 hộ; nếu cần, Hai Hoài có thể dùng biện pháp mạnh, kể cả vũ lực.

Theo tin mật báo, nhóm cầm đầu tổ chức gồm có: ông Tư Thịnh – Ủy viên Ban Chấp hành Mặt trận Tổ quốc xã, bà Sáu Lạc – Trưởng ban Hội Phụ nữ ấp, Ba Dương – Trung đội trưởng phế binh, Bé Tư và Ký Đảm. Hai Hoài bố trí tóm gọn nhóm chỉ huy này để phá tan kế hoạch "xuống dòng". Hắn đích thân dẫn tiểu đội du kích tới bao vây nhà ông Tư Thịnh.

Trong nhà ông Tư Thịnh đang diễn ra cuộc họp lần cuối kiểm điểm kế hoạch, có mặt bà Sáu Lạc, Ký Đảm và Ba Dương.

Ông Tư Thịnh hỏi Ký Đảm:

- Chú mầy đã thông báo cho bà con biết rõ ngày giờ ra đi rồi chớ?

Ký Đảm xác định:

- Dạ không sót một ai hết chú Tư, kể cả gia đình chú thím Thế ở dưới biển.

- Không ai có ý kiến gì khác chớ?

- Dạ không. Bà con nhứt tề bỏ làng ra đi. Ai đau đi không nổi sẽ được cõng xuống ghe. Có hai trường hợp bịnh hơi nặng, đó là má thằng Thương và con thím Lương, nhưng không ai thay đổi ý kiến.

Ông Tư Thịnh gật đầu:

- Tốt, tốt lắm! Chúng ta không nài ép ai hết. Muốn theo đoàn cũng được, muốn ở lại cũng được hoặc sẽ đi sau cũng chẳng sao. Đây là tự nguyện, ra đi để tìm sự sống. Còn lưu luyến đất vườn, ruộng, bái, nhà cửa sẽ có ngày chết đói hết.

Ba Dương góp ý:

- Phải hiểu rằng đi đây không phải là vĩnh biệt nơi chôn nhau cắt rún mà chỉ để sống còn. Ngày nào đó, chúng ta sẽ trở về.

Anh ngó Bé Tư hỏi:

- Còn mầy thì sao hả Thành?

Trong nhiều cuộc họp, từ lúc còn ở chiến khu, Bé Tư ít tham gia ý kiến. Anh rất ghét những kẻ nói nhiều để tự đề cao hoặc cho cử tọa biết có sự hiện diện của mình. Anh nghe nhiều hơn nói. Mỗi câu anh nói là một ý kiến xác đáng. Nói nhiều là bệnh của cán bộ, đảng viên Cộng sản. Họ thích dùng chữ mới, hoa hòe hoa sói, nhưng ý kiến của họ chẳng có gì mới mẻ, toàn là sự nhai đi nhai lại rút ra từ chỉ thị, huấn từ, giáo điều hay nghị quyết của Bác, Đảng.

Bé Tư thường bị tổ chức phê bình, chỉ trích thiếu tinh thần xây dựng, đóng góp sáng kiến cho tập thể. Anh bất cần và tiếp tục sống thực với chính mình.

Anh trầm tĩnh trả lời câu hỏi của ông Tư Thịnh:

- Tui à? Tại sao chú hỏi tui?

Ông Tư Thịnh cười cười:

- Thấy mầy có vẻ lo ra, tao muốn biết ý định của mầy.

Bé Tư cười khẩy:

- Ồ, nếu có gì thay đổi, tui đã không có mặt hôm nay. Người trong ban lãnh đạo đổi ý vào giờ chót thì còn ra cái thống chế gì nữa. Tiếng nói của hắn còn thuyết phục được ai?

Ba Dương xen vào:

- Thím Tư vừa mới sanh, liệu chú đem vợ con còn non ngày tháng theo chuyến đi đặng không?

Bé Tư dứt khoát:

- Chỉ trừ khi nào vợ con chết cần ở lại để chôn cất, tui mới phải đình hoãn chuyến đi mà thôi.

Ký Đảm phụ họa:

- Tụi tôi đã hội ý với nhau ngay sau ngày vợ Thành sanh nở. Nhứt trí ra đi, không trở lực nào níu giữ tụi tôi ở lại được.

Bà Lạc đề nghị:

- Theo chỗ tui biết, chánh quyền đã hay biết mọi việc rồi. Chắc chắn tụi mình sẽ bị ngăn trở. Tui thấy cần có vũ khí để tự vệ khi mình bị chặn giữ.

Ba Dương lớn tiếng:

- Bác Sáu nói rất có lý. Tui cũng nghĩ như vậy nên động viên bà con nào còn cất giữ súng ống nên mang theo. Nếu cần nổ súng, mình cũng phải hành động để tự vệ.

Con chó mực nằm dưới bàn họp hực lên mấy tiếng. Ông Tư Thịnh cúi xuống ngăn nó. Nó nín lặng rồi lại tiếp tục hực lên.

Ông Tư đá nó, nạt:

- Im đi, con quỷ! Đập chết bây giờ!

Ký Đảm nhận định tình hình:

- Chắc là có chuyện gì đó nên con mực nó báo động.

Con mực tuôn chạy ra cửa sủa vang. Mọi người cùng nhìn ra ngoài. Trời đã sụp tối. Gió thổi mạnh từng cơn. Mưa dông sẽ tới.

Từ sau nhà, tiếng con trai lớn của ông Tư Thịnh chạy lên báo tin:

- Du kích vây nhà. Mọi người trốn đi lẹ lên, mau lên!

Bà Sáu Lạc hốt hoảng:

- Chết rồi! Làm sao bây giờ?

Con mực vừa sủa vừa gầm gừ như sắp tấn công kẻ lạ mặt trước hàng ba. Một thoáng nhốn nháo trong nhà.

Ông Tư Thịnh đứng lên, đưa tay ra trước bảo:

- Không có gì phải sợ. Để tôi đối phó.

Ký Đảm, Bé Tư vẫn ngồi bật ngửa trên ghế, sắc mặt tỉnh bơ, nhìn nhau mỉm cười.

Ba Dương xô ghế đứng dậy, dõng dạc:

- Có tôi ở đây, đừng lo. Để xem tụi nó muốn gì?

Anh tiến ra cửa, hỏi:

- Ai muốn gì cứ việc vào nhà, khỏi cần rình rập. Không một ai chạy trốn hết.

Anh nghe rõ tiếng lên cò súng và tiếng chân người từ trước mặt hướng về phía anh. Anh càng lớn tiếng:

- Muốn bắn thì cứ nổ súng. Chẳng ai sợ tụi bây.

Hai Hoài xốc tới chĩa mũi K54 vào người Ba Dương, truyền lệnh:

- Đứng yên, cử động tao bắn liền! Tụi bây đâu? Vào trong nhà giữ người ở tại chỗ. Ai bỏ chạy, tụi bây cứ việc nổ.

Ba tên du kích phóng nhanh vào nhà. Ba Dương định nhào tới đánh và cướp súng Hai Hoài nhưng anh sợ Hai Hoài bắn hoảng nên vẫn đứng yên, hai tay khoanh tròn trước ngực, hất hàm hỏi:

- Tụi bây là ai? Muốn gì đây?

Hai Hoài bước tới, ánh đèn trong nhà rọi sáng mặt hắn.

- Du kích xã. Anh vào trong nhà. Mau lên!

- Ạ, thì ra là Hai Hoài đó à? Anh muốn gì mà dẫn đàn em tới đây?

- Vào nhà sẽ rõ. Lẹ lên!

Ba Dương hỏi gắt:

- Tội gì chớ? Có lịnh xét nhà và bắt người không?

Hai Hoài nạt:

- Không được hỏi!

Tiếng ông Tư Thịnh oang oang:

- Tụi bây có biết nhà nầy của ai không? Đi ra, mau lên!

Mắt ông trợn trừng, mặt ông tái mét, hai bàn tay ông gồng cứng đè mạnh trên mặt bàn. Hai tên du kích hơi khớp sợ, lùi dần ra ngạch cửa, chỉ còn một tên tay vẫn ghì bá súng AK, đứng yên tại chỗ.

Bên ngoài, Ba Dương – Hai Hoài đang giằng co với nhau. Kẻ đuổi vào nhà, người đòi xem lệnh xét nhà.

Tiếng Ba Dương dõng dạc:

- Nếu anh không trình lịnh của Ủy ban nhơn dân, tôi nhứt định không cho vào nhà!

Hai Hoài trợn mắt:

- Cãi lịnh tôi bắn chết tại chỗ tức thời!

- Bắn thì cứ bắn. Đấm đách sợ. Đừng lấy súng đạn dọa nạt tụi nầy. Vào sanh ra tử nhiều rồi, mấy người đừng rung cây nhát khỉ.

Thái độ cứng rắn của Ba Dương làm Hai Hoài xuống tinh thần. Hắn dịu giọng:

- Vào nhà tôi sẽ cho coi lịnh của Ủy ban.

- Đưa tôi xem trước đã.

Ngần ngừ một phút, Hai Hoài móc túi đưa cho Ba Dương xem lịnh của Ủy ban. Ba Dương bước vào nhà, cầm mảnh giấy trong tay nói với ông Tư Thịnh:

- Chú Tư, chú nên từ chức Ủy viên Mặt trận đi là vừa rồi. Người ta nghi chú làm loạn chống lại cách mạng.

Ông Tư Thịnh trợn mắt:

- Cái gì? Tao làm loạn chống lại cách mạng?

Trao giấy lệnh qua tay ông, Ba Dương pha trò:

- Chú đọc đi sẽ rõ. Coi chừng chú bị xử tử không biết chừng!

Ông Tư Thịnh đưa mảnh giấy sát gần đèn nhẩm đọc. Ông vò nát mảnh giấy ném xuống đất, chửi:

- Khốn nạn! Thằng Lê Ban – Bí thư xã hỗn xược thiệt tình. Tao sẽ bằm xác nó ra!

Hai Hoài chồm tới la hoảng:

- Ý chết! Sao… sao lại vứt… giấy lịnh của… Ủy ban?

Ông Tư Thịnh đập bàn, quát:

- Tao chùi đít giấy tờ của thằng chó đẻ đó! Nó không có quyền ra lịnh xét nhà tao, bắt bớ bất cứ một ai ở đây. Hừ, tao đưa nó lên chức bí thư để rồi nó ra lịnh bắt tao. Quân chó đẻ, trâu sanh!

Ký Đảm trấn tĩnh hỏi Hai Hoài:

- Ê, định bắt tụi nầy thiệt sao Hai Hoài?

Hai Hoài lúng túng:

- Tôi… tôi chỉ thi hành lịnh của thượng cấp. Muốn gì thì… quý vị về Ủy ban xã mà cải chánh, đính chánh.

- Thí dụ tụi nầy không tuân lịnh thì anh sẽ làm gì?

- Buộc lòng tôi… phải dùng tới… sức mạnh.

- Xin cho biết cụ thể hơn có được không?

Hai Hoài đưa khẩu K54 lên, ấp úng:

- Buộc lòng tôi phải…

Bé Tư vụt đứng lên, bước tới trước mặt hắn, giật mạnh ngực áo, trợn mắt bảo:

- Bắn chứ gì phải không? Nè, ngực đây, bắn đại một phát đi. Tụi nầy đã chết hụt nhiều lần rồi, khi chiến đấu cho Bác và Đảng. Tụi nầy không còn sợ chết nữa đâu. Bắn đi, bắn đi!

Hai Hoài lùi ra sau, lắp bắp:

- Mấy người đừng… liều mạng… thách thức tôi đó nghen!

Ký Đảm đứng sát vào Bé Tư tạo thêm áp lực:

- Hai Hoài! Thêm một người muốn chết nữa đây. Bắn cho đã tay hiếu sát của anh đi!

Ba Dương chạy tới đứng bên Ký Đảm bao vây tinh thần Hai Hoài:

- Còn đây là Dương – Trung đội trưởng phế binh, nó cũng muốn lĩnh một viên đạn cách mạng vào tim. Nó đã chán sống quá rồi. Tụi nầy đã hy sinh nhiều cho kháng chiến, cho cách mạng chống Pháp, chống Mỹ. Đời tụi chúng nó chẳng hưởng được cóc khô gì hết, lại còn bị cách mạng bạc đãi, cư xử như một con chó! Hai Hoài, mầy cứ việc thi hành lịnh trên. Ra tay mau lên!

Hai Hoài bối rối:

- Mấy người đừng… bức bách tôi. Tôi… hổng chịu đựng nổi đâu nghen!

Bé Tư quát:

- Không chịu đựng nổi nữa thì cứ bắn đại đi! Anh chỉ có thể kéo xác chết tụi nầy về Ủy ban được mà thôi.

Chưa bao giờ Hai Hoài đụng trận cam go như lần này. Nổi tiếng là "con hùm xám" của địa phương, hắn được nể sợ tuyệt đối trong một hai năm đầu "giải phóng", những gia đình có con em phục vụ dưới chế độ cũ khiếp sợ hắn như một hung thần. Hắn nằm vùng, biết rõ lý lịch của từng người, thành tích của từng gia đình. Khó khăn của hắn cũng không phải ít vì nhà nào cũng có thân nhân theo Quốc gia và Cách mạng. Đa số người dân địa phương từng đóng góp không nhỏ cho cách mạng, chính là thành phần gây trở ngại cho hắn nhiều nhất.

Niềm phấn khởi của nhân dân sau khi chiến tranh chấm dứt là phương tiện tốt cho hoạt động của hắn, của chính quyền địa phương các cấp. Ngày tháng trôi qua với bao nhiêu khó khăn, kinh tế ngày thêm dồn dập trút vào đời sống của nhân dân, đã và đang thiêu đốt niềm phấn khởi ngày nào. Chính bản thân hắn, gia đình hắn cũng không thoát khỏi tình hình chung.

Một hôm, từ trụ sở xã trở về nhà, hắn hỏi vợ:

- Cơm nước xong chưa má nó? Có gì ngon không?

Vợ hắn đáp:

- Rồi! Cơm dọn sẵn trên bàn kìa, ông ăn đi kẻo nguội lạnh hết!

Hắn nhìn lên bàn thấy chiếc lồng bàn đậy kín mâm cơm, cười híp mắt. Đang đói, hắn nhào tới, định bụng sẽ ăn sạch nồi cơm, các thức ăn. Hắn giở nhanh chiếc lồng bàn với nụ cười khoái trá trên môi. Hắn giật nảy mình, tròn xoe hai mắt nhìn những vật bày trên mâm. Cơm không có, đồ ăn cũng không. Chỉ toàn những cuộn giấy bằng khen và mấy chiếc huy chương.

Hắn gọi vợ lên hỏi:

- Bà làm cái gì kỳ cục vậy chớ? Sao toàn là… những thứ nầy không vậy hả?

Vợ hắn trấn tĩnh đáp:

- Có gì đâu lạ? Ông công tác suốt ngày đêm chỉ đem về cho tui toàn thứ đó mà thôi. Tiền đâu có mà mua gạo, đồ ăn cho ông? Tôi dọn những thứ đó làm cho ông ăn vậy!

Hai Hoài ngồi thừ người trước mâm huy chương, giấy khen thưởng, thở dài từng chặp, không còn biết lời gì khác phản đối trò chơi đau điếng của vợ. Hắn nghe vị đắng nhỏ từng giọt xuống bao tử lép xẹp của hắn! Hắn nghĩ tới thân phận một con chó săn. Người thợ săn vẫn phải nuôi chó đàng hoàng, đầy đủ, con vật trung thành mới có đủ sức chạy tìm bắt mồi cho chủ. Bỏ nó đói khát, thân xác ngày một gầy yếu, dù còn thương chủ đến hơi thở cuối cùng, nó cũng không còn sức phục vụ nữa. Vợ hắn có lý, hắn chỉ là một kẻ ăn bám gia đình, bóc lột sức lao động của đàn bà! Người ta đã khai thác triệt để, rút rỉa tận cùng sự hy sinh và lòng trung thành tuyệt đối của hắn!

Bà Lạc cật vấn hắn:

- Chánh quyền ghép tụi tôi vào tội gì mà sai mấy chú tới đây vây bắt tụi tôi?

- Tôi... không biết... rõ lắm! Tôi chỉ là kẻ thừa hành... pháp luật của cách mạng.

Ông Tư Thịnh gay gắt:

- Không biết rõ lắm có nghĩa là chú mầy cũng biết một phần nào. Cứ nói cho nghe phần chú mầy biết đi.

Có nhiều tiếng chân người ngoài hàng ba vọng vào hòa lẫn với tiếng mưa đã bắt đầu nặng hạt.

Bỗng có tiếng quát từ cửa buồng:

- Hãy đứng yên hết thảy! Lộn xộn tao bắn liền!

Mọi người giật mình, quay lại thấy Tiểng cặp nách khẩu AK chĩa thẳng vào tên du kích và Hai Hoài.

Ông Tư Thịnh khẽ gọi:

- Tiểng, con! Không nên...

- Con thí mạng với chúng nó. Đối xử với những kẻ có công như vậy là sự phản bội trắng trợn.

Hai Hoài vừa cử động tay cầm khẩu súng K54, Ký Đảm đã xông người nhanh như cắt chụp tay hắn bẻ ngược ra sau đoạt mất vũ khí. Anh kẹp cổ Hai Hoài, dí mũi súng vào gáy hắn nói lớn tiếng cho đám du kích bên ngoài nghe lọt:

- Đứa nào lộn xộn tao bắn Hai Hoài chết tại chỗ tức khắc!

Anh xoay Hai Hoài ra cửa, ấn mũi súng mạnh thêm vào gáy hắn.

Bé Tư bước nhanh tới trước mặt tên du kích, ngo ngoe ngón tay trỏ ra lệnh cho tên du kích với giọng điềm tĩnh:

- Đưa súng cho tao! Lẹ lên mầy!

Tên du kích hoảng sợ liếc nhìn Hai Hoài. Bé Tư trợn mắt:

- Muốn chết chùm phải không? Đưa, mau lên!

Bé Tư vừa nói vừa giậm chân, chồm tới sát vào mặt hắn. Hắn giật nảy mình lắp bắp:

- Dạ, dạ, đây!

Cầm khẩu AK trong tay, Bé Tư lùi ra sau, ngồi xuống ghế, lên cò lách cách, mỉm cười:

- Hèn lâu mới cầm lại thứ giết người nầy. Thử nổ vài phát nghe cho vui cái lỗ nhĩ chơi!

Thấy mũi súng chĩa thẳng về mình, tên du kích khúm núm khoa hai tay:

- Đừng… đừng bắn. Xin… tha… cho tui!

Tiếng bật cười. Ba Dương vỗ tay lên đùi cười theo:

- Vậy mới biết sức mạnh chỉ được thể hiện qua thứ giết người. Tay không đối diện với tay không, sức mạnh nằm trong cái đầu và con tim!

Ba bốn bóng đen xuất hiện giữa khung cửa, nhiều đầu súng lấp ló.

Ký Đảm quát:

- Tất cả đứng yên bên ngoài. Bước tới một bước tao bắn vỡ sọ Hai Hoài ngay tức khắc!

Không một bóng người bước qua ngạch cửa. Toán du kích lùi về phía sau.

Ký Đảm hét vào tai Hai Hoài:

- Muốn sống, mầy mau ra lịnh chúng nó đem nộp khí giới, nhanh lên! Mầy có nghe danh Ký Đảm từng giết người không gớm tay không hả?

Bị kẹp cổ, Hai Hoài muốn nghẹt thở. Hắn lại nghe đau buốt ở gáy. Hơi lạnh của thép súng làm tê buốt toàn thân hắn. Hắn vụt nghĩ tới cái chết. Chỉ cần một tiếng nổ chát chúa vang lên, hắn sẽ gục xuống, đầu vỡ toang, óc tủy phun ra, hồn lìa khỏi xác. Mấy mươi năm chiến đấu, có khi ngay trong lòng địch, chưa một lần hắn kề cận với tử thần như hiện giờ. Kẻ thù không thể giết hắn. Bây giờ không lý hắn chết vì những người đồng chí cũ hay sao?

Còn đang khiếp đảm cao độ, Hai Hoài chưa kịp phản ứng, Ký Đảm đã quát tháo:

- Muốn chết bỏ vợ con hay sao mà chưa ra lịnh hả? Mầy muốn chết thiệt sao hả?

Tên du kích trong nhà sụp quỳ xuống chắp hai tay trước ngực, nhăn nhó bảo Hai Hoài:

- Chú Hai! Nói với tụi nó… vô nộp súng đi chú. Nguy hiểm lắm chú Hai ơi!

Hai Hoài rặn nói không ra lời. Hắn chỉ trỏ vào cánh tay Ký Đảm đang kẹp cứng cổ hắn. Ký Đảm nới rộng tay một chút:

- Rồi đó, nói đi. Lẹ lên!

Hai Hoài ọe mấy tiếng, nói vọng ra ngoài:

- Tụi bây… vô đây nạp súng ống… hết đi. Lẹ lên!

Một phút im lặng qua nhanh. Ba Dương gây thêm sức ép:

- Tụi nó còn ương ngạnh, mầy bắn vỡ sọ sếp tụi nó đi. Còn chờ đợi gì nữa?

Một tên, hai tên rồi ba bốn tên nối gót nhau vào nhà như đám hàng binh. Đứa trước đứa sau đặt vũ khí trên nền đất. Những khẩu AK, cạc-bin, ga-răng, tiểu liên Thompson nằm chồng lên nhau như đóng sắt vụn, phế thải.

Ký Đảm bảo toán du kích lùi ra xa, đứng sát vào vách, dàn thành hàng ngang. Anh buông Hai Hoài ra, đẩy hắn bật ngửa về phía sau, gằn từng tiếng:

- Tụi bây chỉ giỏi bức hiếp dân chúng thôi. Gặp phải bọn nầy tụi bây thoát chết là cái may lớn lắm đó! Dù sao tụi bây vẫn chưa phải là kẻ thù mà chỉ là một lũ còn mê sảng trong giấc mơ.

Anh đem khẩu K54 đặt trước mặt ông Tư Thịnh:

- Xin giao quyền định đoạt lại cho chú. Đến phiên chú làm việc với chúng nó.

Bà Lạc nhỏ nhẹ:

- Thôi, tha cho tụi nó đi. Đừng làm mất đoàn kết.

Ba Dương vung tay:

- Cháu không đồng ý với dì. Chính tụi nó mới ra tay trước làm mất đoàn kết. Mình cần phải cho tụi nó thấy rõ phản ứng của dân, của cán binh trước thực trạng xã hội trong mọi lãnh vực. Chúng ta không phải là kẻ thù của chế độ, là đối tượng săn bắt của chánh quyền cách mạng.

Ông Tư Thịnh nhìn khẩu súng trên bàn rồi ngước nhìn gương mặt thảm bại của Hai Hoài. Ông lắc đầu, tặc lưỡi, thở ra.

Đẩy khẩu súng tới trước một chút, ông hỏi Hai Hoài:

- Hoài, khi nhận lịnh của thượng cấp đi vây bắt tụi nầy, chú mầy có nghĩ tới nhu cầu giết người không?

Hai Hoài lắc đầu:

- Không, không hề có!

- Nói láo! Đừng chối. Sao chú mầy mau quên dữ vậy? Lúc vừa bước vô nhà, chú mầy lăm le khẩu súng trong tay với tư thế sẵn sàng bắn giết bất kỳ ai trốn chạy kia mà. Có đúng vậy không?

Ba Dương khẳng định:

- Đúng như vậy. Ông ta sẵn sàng nã súng vào bất cứ ai tháo chạy. Ông ta chĩa súng vào người tôi đe dọa "Đứng yên, cử động tao bắn liền".

Hai Hoài cúi đầu nhìn xuống. Hắn không dám đối diện với bao nhiêu cặp mắt hờn giận chiếu thẳng vào mặt hắn. Trông hắn như một tội phạm giữa phiên tòa.

Ông Tư Thịnh nghiêm nghị:

- Hai Hoài, chú mầy là ai, bọn tụi nầy là ai? Có phải một đảng viên Cộng sản đang dẫn lính vây bắt địch không?

Hai Hoài nín lặng. Hắn nuốt từng ngụm nước bọt đắng nghét xuống cổ họng nghẹn cứng. Câu hỏi lắt léo của ông Tư Thịnh như kim soi xỉa vào lương tâm hắn.

Ông Tư Thịnh dịu dàng:

- Hoài, chú mầy trả lời câu hỏi của bọn nầy đi. Có đúng là hai kẻ thù trực diện với nhau không?

Không thể lặng thinh mãi được, Hai Hoài đáp buông xuôi:

- Tụi tôi chỉ thi hành lịnh của bí thư xã. Là thuộc cấp, tôi không thể chống lại thượng cấp.

Ông Tư cười nhạt:

- Nghĩa là chú mầy chỉ là cái máy an ninh dành cho lũ cầm quyền ngu xuẩn, dốt nát sử dụng và sai khiến? Tao không tin chú mầy cũng ngu xuẩn, dốt nát như chúng nó bao vây bắt hoặc giết những người đã từng dâng hiến cuộc đời, hy sinh tất cả cho kháng chiến đánh Tây, đuổi Mỹ giành lại độc lập, tự do cho Tổ quốc và hạnh phúc của toàn dân!

Hai Hoài gật gù:

- Tôi, tôi biết điều đó.

- Vậy tại sao chú mầy cư xử với tụi nầy như kẻ thù? Lấy lý do nào bí thư xã truyền lịnh vây bắt tụi nầy chớ?

Tiếng sốt ruột:

- Hơi đâu tía dài dòng với chúng nó! Cho mỗi đứa một viên là xong chuyện. Chúng nó muốn giết mình, giết không được thì mình giết lại họ, huề!

Ông Tư đập tay vào không khí:

- Con hãy bình tĩnh. Chuyện đâu còn có đó. Để tao hỏi cho ra lẽ chuyện nầy!

Ông hướng về Hai Hoài:

- Sao? Chú trả lời đi.

Hai Hoài nói trắng ra:

- Tin dân sắp bỏ làng ra đi lọt tới tai xã. Xã tìm cách ngăn chặn. Muốn ngăn chặn, xã ra lịnh bắt giữ thành phần lãnh đạo nòng cốt.

Mọi người ngó nhau. Đúng như lời bà Lạc nói khi nãy, chính quyền địa phương đã nắm được tin "xuống dòng".

Ký Đảm vụt hỏi:

- Còn bản thân anh nghĩ sao về hiện tượng nầy?

- Tôi không có ý kiến gì hết.

- Lại nói láo nữa. Không có ý kiến gì mà lại kéo lính vây bắt người ta?

- Tôi chỉ là kẻ thừa hành. Tôi không làm sao khác hơn được.

Ông Tư Thịnh đi sâu vào vấn đề:

- Nè, theo chú hiểu, tại sao dân làng bỏ ra đi, chú nói cho biết ý kiến của chú nghe thử?

Hai Hoài lắc đầu:

- Tôi không biết… thiệt tình như vậy.

- Tôi không tin. Là đội trưởng du kích kiêm Trưởng ban Công an, chú nắm vững tình hình an ninh trong xã, ấp. Ai làm gì, chú đều biết hết thì không lý gì chú lại không biết lý do bà con bỏ làng ra đi?

Hai Hoài liếc nhìn mọi người rồi ngó xuống. Hắn biết rõ tại sao thiên hạ rời bỏ nhà cửa, đất ruộng xuống ghe thuyền ra đi. Vợ con hắn cũng hay tin này. Trong ba đứa con: hai trai, một gái của hắn; hai đứa con trai đã ghi danh gia nhập vào đoàn người "xuống dòng". Hắn nghe tin, hăm he đủ điều nhưng hai thằng con hắn vẫn cương quyết ra đi. Đã tới tuổi nghĩa vụ, chúng nó phải nhập ngũ dù cha đang nắm quyền sinh sát tại địa phương. Hai đứa không đồng lập trường với cha, những năm tháng Hai Hoài hoạt động bí mật, chúng nó còn nhỏ, sống bên cạnh mẹ nên cách mạng đối với chúng chỉ là cái gì mới lạ xuất hiện sau ngày 30 tháng 4 chớ không phải là một sự kiện lịch sử hấp dẫn có sức quyến rũ chúng nó.

Nhập ngũ, chúng nó vẫn như bao thanh niên thông thường khác, sẽ bị đưa qua chiến trường Campuchia làm nghĩa vụ quốc tế, làm vật thí nghiệm cho tham vọng bành trướng của Chủ nghĩa Cộng sản. Dù gian khổ, hiểm nguy, chúng nó vẫn còn được ngày hai bữa cơm no, thuốc và cỏ, cà phê, quân phục, một ít nhu yếu phẩm theo tiêu chuẩn bộ đội. Còn hiện giờ đây, chúng nó vừa khổ, vừa đói, sáng cháo chiều cơm như dân làng. Mẹ vất vả suốt ngày ngoài chợ không đủ lời nuôi chồng con. Bà không thích Hai Hoài tiếp tục công tác chỉ bị người đời nguyền rủa, hận thù. Từ ngoài chợ đến trong làng, có ai gọi bà là "bà Đội trưởng Du kích" hay "bà Trưởng ban Công an", bà cảm thấy hổ thẹn hờn dỗi chớ không như ngày trước, bà từng hãnh diện với vai trò làm vợ một Hai Hoài – một chiến sĩ cách mạng, một kháng chiến quân vào tù ra khám như cơm bữa, ngủ bờ ngủ bụi, nằm gai nếm mật vì lý tưởng cao đẹp.

Làm sao Hai Hoài không biết động cơ thúc đẩy hai đứa con hắn cùng chung với đa số dân làng mở cuộc "xuống dòng" rời bỏ quê hương Đồng Khởi? Chúng nó đã nói rõ với hắn: "Tụi con đang là gánh nặng cho gia đình, chỉ biết ăn bám sức lao động của má. Ở lại thêm ít lâu nữa, tụi con sẽ đói. Hễ đói quá, tụi con phải làm bậy để sống. Bần cùng sanh đạo tặc mà ba. Chừng đó, ba có tránh thì chuyện cũng đã lỡ rồi! Ba má hãy để tụi con đi xứ khác kiếm ăn…"

Nhớ tới hai đứa con của Hai Hoài, bà Lạc hô hoảng:

- Mèn đét ơi, thôi, tôi nhớ ra rồi! Chút xíu nữa tôi quên tiệt chuyện đó.

Mọi người dồn mắt về phía bà, chờ đợi. Bà Lạc trỏ tay vào mặt Hai Hoài đay nghiến:

- Đúng là chú ấy nói láo. Thiệt tình như vậy. Hai thằng con trai của chú: thằng Bảo, thằng Vọng, có tên trong danh sách bà con ra đi.

Hai Hoài giật mình, phản đối:

- Không, hổng có… chuyện đó. Con tôi không đi đâu hết!

- Chú đừng có giấu. Thím Hai than phiền với tôi về chuyện chú quyết liệt ngăn cản mấy đứa nó muốn đi xa làm ăn sinh sống. Thím Hai cũng dự định bỏ làng đi lên Sài Gòn kiếm bà con giúp vốn làm ăn.

Ông Tư Thịnh cười gằn:

- Thì ra là như vậy! Có đúng không chú Hai Hoài – Đội trưởng Du kích kiêm Trưởng ban Công an xã nhà?

Hai Hoài chăm chăm dưới đất, quai hàm cứng lại, hai tay vụng thừa, toàn thân hắn nóng hừng hực. Tiếng gió, mưa rít mạnh ngoài trời. Tâm trí hắn ngập lụt, lầy lội, nhầy nhụa. Giọng hắn buông xuôi:

- Tôi không biết, bà con ai muốn đi đâu thì đi. Nhà cửa ruộng vườn, mồ mả ông cha còn đó, ai muốn bỏ thì bỏ, tôi vẫn cứ ở lại đây, sống chết tại nơi mình chôn nhau cắt rún.

Ký Đảm vừa dợm đứng lên, sắc mặt đằng đằng sát khí, ông Tư Thịnh khoát tay ra dấu bảo anh để yên cho ông nói:

- Chú nói đúng. Nhà cửa, ruộng vườn, mồ mả ông bà còn đó, ai lại bỏ đi cho đành! Nè chú Hai nó, tình cảm người Việt Nam mình dồi dào, phong phú và bén nhạy lắm. Một chút xúc cảm đã làm mình mủi lòng muốn khóc rồi. Một chút bất bình xảy ra trước mắt đã khuấy động lương tâm mình, thúc giục mình ra tay nghĩa hiệp diệt bạo trừ gian. Dân miền Nam thích nghe hơn nói, hành động hơn nói khoác lỗ miệng, nhịn nhục ôn hòa và giỏi chịu đựng. Nhưng có câu "tức nước vỡ bờ", khi đã hết sức chịu đựng rồi, họ đánh trả lại không biết đường mà đỡ và nếu cần, họ sẵn sàng lấy cái chết để rửa hận. Đặc tánh của người Nam là như thế đó và cũng từ đó xảy ra sự việc hôm nay!

Mọi người chăm chú nghe từng lời nói sắc bén như gươm dao của ông. Hai Hoài và toán du kích cúi đầu nhìn đăm đăm nền nhà gập ghềnh, nổi sóng.

Ông Tư tiếp tục, giọng đắng cay:

- Bọn tụi nầy có kẻ đã tham gia kháng chiến, làm cách mạng trước chú và sau chú, có thành tích hơn chú hoặc bằng chú. Tất cả chúng ta có chung lý tưởng và lập trường chiến đấu. Động cơ thúc đẩy, giục giã chúng ta lên đường theo tiếng gọi của Tổ quốc non sông, chỉ với ước nguyện đem lại độc lập tự do cho đất nước và no ấm hạnh phúc cho nhơn dân, tưởng tôi không cần lặp lại điệp khúc đó nữa vì mọi người đều biết rõ bối cảnh lịch sử đã dẫn dắt chúng ta vào cuộc chiến đấu chung. Đế quốc Mỹ đã cút, bọn ngụy đã tan rã, dòng sông Bến Hải đã nối liền hai miền đất nước, Tổ quốc đã thống nhứt, chúng ta đã thắng. Hiển nhiên là như vậy. Lòng dân ở ngày 30 tháng 4 lịch sử mở hội liên hoan ăn mừng ngày chấm dứt chiến tranh kéo dài trên một phần ba thế kỷ. Nhơn dân đã mở cửa đón mừng chúng ta với niềm tin vĩ đại rồi đây mọi người sẽ được tự do, no cơm ấm áo. Ước nguyện thật giản đơn, thiệt bình thường. Nhưng họ đã vỡ mộng, thất vọng khi tiếp xúc với chánh quyền cách mạng, trông thấy cán bộ đảng viên còn tồi tệ hơn lính và công chức Quốc gia, đời sống hằng ngày của họ ngày thêm tuột dốc đến độ thê thảm. Bất công xã hội đầy dẫy. Bộ đội kiêu binh, cán bộ đảng viên lộng quyền, tham nhũng, thúi nát. Nhơn dân bị kẹp giữa gọng kìm mỗi ngày mỗi thêm khép chặt lại. Nhà cửa tài sản bị kiểm kê, ruộng vườn bị kiểm soát, bị ép vào tập thể, cây trái, súc vật bị đếm đầu, đánh thuế trưng mua. Sưu cao, thuế nặng bóp họng người dân làm họ chán nản không còn sản xuất nữa. Tự do tối thiểu của con người cũng bị tước bỏ. Thà làm con heo, con gà, con trâu còn sướng hơn làm người. Chúng tôi – những kẻ đã góp công tạo nên chiến thắng vẫn bị Đảng và nhà nước đối xử tồi tệ. Chúng tôi ví mình như sông bị lái đò nhận chìm xuồng chết đuối nếu không muốn nói bị phản bội. Nếu đúng bị phản bội, chúng tôi cũng cắn răng rán chịu nhưng chúng tôi không bình tĩnh được khi thấy nhơn dân bị phản bội. Đó là một tội ác "trời không dung đất không tha" như Bác Hồ đã nói.

Ông Tư Thịnh thở ra, buông xuôi hai tay tựa lưng ra thành ghế.

Ba Dương gằn mạnh:

- Và đó là tất cả nguyên nhơn khiến nhơn dân bất hợp tác với chánh quyền, xem cán bộ, đảng viên không còn như thuở nào nữa. Ở trên bờ bị hộ khẩu ràng buộc khó dễ thì xuống sông, xuống nước sống vậy.

Bà Lạc phụ họa:

- Làm người sống trên bờ không yên thì làm cá sống dưới nước. Chỗ nào kiếm ăn được thì ở, hết kiếm ăn được nữa thì lội bơi đi nơi khác. Không hộ khẩu hộ khiếc gì hết á!

Ký Đảm nghiêm nghị hỏi Hai Hoài:

- Chú Hoài, chú đã rõ tại sao dân làng bỏ nhà cửa ruộng đất ra đi chưa?

Bé Tư gay gắt:

- Cần gì mình phải dông dài giải thích lý do? Họ hiểu hay không muốn hiểu mặc kệ họ. Mình vẫn cương quyết ra đi. Bụng đói đầu gối phải bò. Giữ dân chúng ở lại, họ có nuôi ăn no bụng ngày hai bữa không? Ngày xưa chúng mình bỏ làng vào khu chiến đấu cũng không ai có thể ngăn chặn được kia mà?

Trong nhà yên lặng hoàn toàn. Không khí xung quanh như đông đặc lại. Tiếng muỗi vo ve nghe rõ mồn một. Ngoài trời mưa như trút nước. Gió thổi từng cơn lay động mạnh vách lá.

Ông Tư Thịnh cúi gầm mặt, mắt ông chớp chớp như sắp khóc. Từng cơn tức hờn cuồn cuộn dâng lên trong tim ông. Ngước nhìn tấm ảnh Hồ Chí Minh đã ngả màu, ông lắc đầu thở dài:

- Thôi, chú Hoài dẫn lính về đi. Chú nói lại với bí thư xã là nó muốn hành động chống lại cuộc ra đi nầy thì nó cứ việc ra tay. Bọn nầy sẵn sàng đối phó tới cùng kể cả cái chết.

Hai Hoài mừng rỡ vừa định bước tới thu lại khẩu K54 trên bàn, Ký Đảm chặn lại:

- Khoan đã! Súng ống để lại đây. Ra về tay không.

Hai Hoài xám mặt ấp úng:

- Làm vậy… sao được?

- Sao không được chớ? Chú quên chú là ai hiện giờ à? Nếu không nghĩ tình đồng chí cũ, tụi tôi giết sạch không còn một mống.

Hai Hoài run rẩy:

- Rồi tui… biết nói sao với… Ủy ban?

- Nói gì? Thì cứ lặp y lại lời của bác Tư đã nói.

- Hổng phải vậy. Tui muốn nói… tui sẽ trả lời làm sao khi trở về… trình diện tay không…

Ba Dương nạt:

- Mặc kệ tụi bây. Tụi nầy không cần biết. Lấy lại súng ống, hừ, rồi sau đấy tụi bây quay lại bắt giữ hoặc bắn chết tụi nầy à? Mắc mưu một lần trong đời thôi!

Hai Hoài van xin cách gì cũng không lấy lại được vũ khí. Hắn nhăn nhó dẫn toán du kích bước ra khỏi nhà, đội mưa đi sâu vào bóng đêm. Tiếng con mực sủa vang dội đuổi theo phía sau. Tám du kích rã rời nối gót Hai Hoài, hai tay buông xuôi đong đưa theo từng bước nặng nề, mệt mỏi.

Trong nhà, mọi người nhìn nhau mỉm cười khoái trí. Vừa thắng keo đầu, họ lên tinh thần, tiếp tục lao thẳng về phía trước. Mỗi người hình dung con đường trước mặt còn đầy rẫy chông gai, hiểm trở, nhưng tình cảnh bi đát đang vây khốn cuộc sống của bản thân và gia đình xô đẩy, lôi kéo họ đi khỏi "vùng đất chết". Mất mùa liên tục trong hai năm cộng thêm chính sách nông nghiệp khắc nghiệt vẽ ra trước mặt dân làng một nghĩa trang rộng lớn. Luật sinh tồn tự nhiên bứt họ ra khỏi nơi chôn nhau cắt rốn, đẩy họ về một chân trời còn có lúa gạo nuôi họ sống sót.

Ông Tư Thịnh giải tán cuộc họp lần cuối cùng, giục mọi người ra về loan tin truyền miệng từ nhà này sang nhà khác chuyến "xuống dòng" vào sáng sớm mai. Không còn chậm trễ hơn được nữa. Đàn chim rời bỏ vùng trời đen tối, chật hẹp tù túng bay đi tìm sự sống ở một miền xa lạ – nơi đó còn được ngày hai chén cơm đầy, nơi đó không còn sợ bị ràng buộc vào hộ khẩu, nhân khẩu và cũng ở nơi đó – có một chút không khí tự do để thở. Họ bỏ lại sau lưng tất cả kỷ niệm của một thời oanh liệt trong khúc quanh lịch sử máu xương.

2

Lực lượng võ trang xã địa phương tập trung tại địa điểm phát xuất cuộc "xuống dòng" vẫn không ngăn chặn nổi 160 ghe lớn nhỏ ra đi. Ghe nhỏ hoặc lớn không có gắn máy đuôi tôm, thủy động cơ được cột chặt vào những ghe có gắng máy kéo theo dòng nước thành một đoàn dài mấy cây số. Chính quyền nổ súng dữ dội trên bờ; dưới sông, tiếng súng trả lời giòn tan. Hai bên bắn chỉ thiên. Không một giọt máu rơi. Lê Ban – Bí thư xã, đích thân chỉ huy cuộc hành quân, có mặt Chủ tịch xã Ba Hùng, Hai Hoài và toàn thể Ủy ban nhân dân xã. Cả hai bên đều có người xúi bắn thẳng vào nhau, nhưng Lê Ban cũng như ông Tư Thịnh nhất quyết không nghe theo.

Nhiều ghe chặt dây định tấp trở vào bờ nhưng liền bị Ban chỉ huy ngăn lại, vỗ về, trấn an. Ông Tư Thịnh, Ký Đảm, Bé Tư, Ba Dương, Nguyễn Quốc Túy và hai con trai của Hai Hoài – thằng Bảo, thằng Vọng ngồi trên hai ghe gắn máy đuôi tôm chạy tới lui dọc theo đoàn "xuống dòng" phủ dụ, trấn tĩnh bà con. Vừa nổ súng thị uy, họ vừa bắt loa kêu gọi.

Công an, du kích được lệnh chạy dọc theo bờ sông vừa nổ súng vừa la hét ỏm tỏi. Dưới sông, đoàn ghe vẫn xuôi theo dòng với tiếng động cơ nổ giòn hòa lẫn với tiếng súng đì đùng. Nhiều tên đã mệt nhoài, thở hổn hển, chậm bước và đứng lại lắc đầu than thở:

- Mẹ cha ơi! Mệt quá rồi! Chạy theo không nổi nữa. Họ sợ chó gì đâu!

- Thôi, kệ mẹ họ. Cứ để họ đi cho rồi.

Có đứa càu nhàu:

- Bắn chết một vài đứa là yên chuyện.

- Bậy! Không có lịnh bắn thẳng, chỉ được bắn chỉ thiên thôi. Họ cũng bắn thẳng lên trời kia kìa. Họ bắn thẳng đố khỏi có người trong bọn tụi mình đi toang rồi.

Đuổi theo trên hai cây số, Lê Ban đành chịu phép, truyền lệnh thu quân. Tiếng súng lơi dần rồi dứt hẳn. Đoàn ghe tiếp tục rời xa địa điểm phát xuất. Hai chiếc ghe chỉ huy. Chiếc trước, chiếc sau dẫn đường và hộ tống đoàn ghe đi về một chân trời mới.

Bà Tám Thơm và Hồng ở chung ghe với vợ chồng Bé Tư – Nương. Bà Tám không có ghe riêng. Bà được Ban chỉ huy yêu cầu ở chung với Bé Tư để săn sóc Nương và đứa bé vừa chào đời. Ngồi dựa lưng vào chiếc gối rơm kề sát vách mũi ghe, Nương nhìn lên bờ sông với hàng dừa nghiêng nghiêng rọi bóng vào dòng nước, rưng rưng khóc.

Bà Tám khẽ hỏi:

- Có chuyện gì vậy Tư?

Úp mặt vào đôi tay, Nương bật khóc thành tiếng. Bà Tám ngạc nhiên quay sang ngó Hồng. Hồng so vai, lắc đầu nhè nhẹ.

- Chuyện gì vậy hả Tư? Tại sao cháu khóc?

Nương cố nói:

- Bỏ làng xóm… ra đi, khổ biết chừng nào!

Bà Tám gật gù:

- Ạ, thì là như vậy! Dì tưởng đâu cháu có chuyện gì khác chớ.

Bà ngồi lại ngay ngắn, thở ra:

- Bà con mình đều buồn hết cháu à! Bỏ nơi chôn nhau cắt rún ra đi, ai mà vui cho được, nhưng cuộc sống ở đây không còn cho phép mình ở lại giữ đất, giữ nhà nữa. Làng quê là quý, mồ mả cha ông mình còn đó, ra đi, mình đau lòng như bị ai rút ruột rút gan.

Giọng bà trở nên nghiêm nghị:

- Suốt mấy chục năm chiến tranh ác liệt, cái chết lúc nào cũng như dao kề tận cổ, súng kê sát vào màng tang, bom đạn ngày đêm trút lên đầu lên cổ, vậy mà đa số dân làng nhứt định không bỏ nhà cửa, ruộng vườn, làng mạc ra đi. Ngày nay, tiếng là đất nước thanh bình rồi, giặc giã hết rồi, độc lập tự do, thống nhứt rồi, dân chúng lại bỏ tất cả ra đi. Tại sao vậy? Đói khát bắt mình phải hy sinh.

Hồng nghe vòng bụng mình hơi đau. Thắt lưng nàng nổi cộm, cấu da thịt nàng. Chiếc ruột tượng bọc đầy 10 lượng vàng được thắt chặt hai ba gút thật an toàn.

Nàng xê dịch ruột tượng, góp ý:

- Ở đâu cũng là quê hương, xứ sở Việt Nam. Chỗ nầy không sống được nữa thì dời đi nơi khác kiếm cái ăn. Chỉ trừ ra nước ngoài mới đáng gọi là xa quê hương, Tổ quốc.

Nương bứt rứt:

- Biết chừng nào… trở về… thấy lại nhà cửa ruộng vườn!

Bà Tám vỗ về:

- Tư ơi, cháu không nên nghĩ tới ngày trở về. Tụi mình mới ra đi mà. Nên nghĩ tới miếng cơm manh áo trước đã. Khi nào xét thấy trở về làng cũ mà sống được thì mình cứ trở về. Ai cấm cản được mình?

Lời Nương buồn như tiếng chim kêu trong hoàng hôn:

- Nổi trôi trên xứ lạ quê người, trời ơi, thảm não biết chừng nào!

Bà Tám cười gượng:

- Tụi mình bắt đầu một cuộc sống "gạo chợ nước sông". Thà vậy còn hơn sống trên đất ruộng của chính mình mà không đủ ăn, bữa cháo, bữa cơm. Đã vậy còn bị kiểm soát gắt gao hộ khẩu, nhơn khẩu tùm lum, sưu cao thế nặng chịu đời không thấu. Sống dưới ghe, dưới xuồng, mình không lệ thuộc vào thằng nào, con nào hết!

Dọc theo hai bên bờ sông, nhiều tốp người đứng nhìn theo đoàn ghe. Chưa hề có hiện tượng lạ mắt như vầy xảy ra từ nào tới giờ. Họ vẫy tay chào, bắt loa hỏi vọng xuống:

- Bà con rủ nhau đi đâu mà đông dữ vậy hả?

- Bộ có đại hội gì ở trên tỉnh, quận sao?

Có tiếng đáp lại:

- Tụi nầy đi kiếm đất sống. Qua xứ khác làm ăn.

- Sống trên mặt sông sướng hơn trên bờ. Vui ở buồn đi, khỏe ru hè!

Nhiều ghe thuyền làng xã khác cùng nhập vào đoàn theo về chân trời mới. Hai chiếc ghe chỉ huy thay nhau, lúc ở đầu khi ở cuối, dẫn dắt cuộc "xuống dòng" càng lúc càng dài hơn, đông hơn và xa dần đất Tổ.

Tiếng máy ca-nô giòn giã át hẳn tiếng động cơ của những chiếc ghe vòng. Báo động dây chuyền loan đi thật nhanh:

- Công an đường sông đuổi theo kìa!

- Chuẩn bị đối phó với chúng nó.

- Báo tin ngay cho chú Tư, cho Ban chỉ đạo!

Một tàu tuần tiểu công an lướt nhanh trên mặt nước, vượt qua một đoàn ghe. Chiếc thứ hai bọc hậu. Trên mỗi chiếc có ba công an viên: một tên cầm lái, hai tên khác tay cầm tiểu liên AK, miệng huýt còi, tay chỉ trỏ ra hiệu cho đoàn ghe tấp vào bờ. Mặt sông nổi sóng cuồn cuộn nhồi lắc dữ dội tất cả ghe thuyền chung quanh.

Có tiếng la ơi ới:

- Quỷ thần thiên địa ơi, chạy gì mà dữ quá vậy hổng biết nữa! Nhận chìm ghe người ta cho coi!

- Mẹ tổ nó! Bộ ông già nó sắp chết đến nơi rồi sao mà nó xả hết tốc lực vậy cà?

Đoàn ghe vẫn tiếp tục xuôi dòng. Nhiều tiếng súng chỉ thiên vang dội.

Ông Tư Thịnh hậm hực:

- Khốn kiếp! Lại có chuyện nữa rồi. Tụi nó muốn gì đây?

Ông truyền lệnh cho ghe của Ký Đảm chạy ngược về phía sau bảo vệ mặt hậu, còn ghe ông phóng nhanh về phía trước đối phó với toán công an ở đằng đầu.

Ông dặn vói theo Ký Đảm:

- Tụi bây không được bắn chết người. Tìm cách bắt sống chúng nó cho tao. Nhớ kỹ nghen!

Ký Đảm giục Hai Tô tăng tốc lực máy đuôi tôm và dặn Sáu Ngàn chuẩn bị khí giới ứng chiến khi cần thiết.

Hai Tô (tên thật là Đỗ Văn Nhiều) – một lính đặc công tài ba và gan lì nổi tiếng. Anh đã từng lập nhiều thành tích trong chiến tranh Việt – Pháp, và đánh phá nhiều đồn bót quốc gia ở địa phương. Có người đồn đại Hai Tô có học bùa Lỗ Ban thâm hậu gần như có thể tàng hình nên anh ra vào các cơ quan địch như chỗ không người. Anh dám đánh cược với bạn đồng đội lẻn vào đồn bót đối phương lấy trộm thức ăn, giày vớ các sĩ quan, luôn cả đồn trưởng ra ngoài cho mọi người thấy tận mắt trước khi trở vô lần thứ nhì đặt chất nổ phá hoại. "Sinh nghề tử nghiệp", Hai Tô không chết mà chỉ bị trọng thương tưởng đã bỏ xác bên hàng rào kẽm gai. Anh bị lính canh phát giác, nã đại liên vào người anh. Anh lĩnh một viên đạn vào đùi nằm gục bên rào. Bạn đồng đội liều chết nhào tới lôi anh ra, cõng về căn cứ. Hai Tô bị cưa một chân và giải ngũ với một chân gỗ.

Anh trở về đời sống dân sự và bị lãng quên. Anh có thói quen rất hao tốn là ăn cái gì cũng bằng tô và phải đủ hai tô anh mới no, mới chịu buông đũa. Uống nước lạnh hay trà, anh cũng ực tới hai tô. No nê, anh vỗ bụng bành bạch, ợ một cái thật dài. Ăn uống kiểu đó, anh chịu ở giá, ế vợ cho tới ngày nay! Đàn bà, con gái nào cũng chạy mặt anh. Tên Nhiều cúng cơm bị khai tử từ lâu và anh mang luôn xú danh Hai Tô suốt đời!

Anh trợn mắt nói với Ký Đảm và Sáu Ngàn:

- Bắt sống được mấy thằng nầy, tui sẽ thiến dái hết trọi không chừa một đứa. Thiến xong, tui cho mỗi đứa một cẳng cây của tui là nó về chầu Diêm Vương liền. Mồ tổ cha tụi nó, ở không yên mà đi cũng không yên. Bắt người ta ở lại, chúng nó lấy cứt gì cho ăn đây?

Sáu Ngàn bông đùa:

- Còn cứt ăn cũng đỡ. Có gì ăn nữa đâu mà ỉa ra cứt? Cá tôm, rùa rắn, ếch nhái, thằn lằn, rắn mối, chim cò, chó trâu mèo chuột đã hết sạch rồi. Chỉ còn ăn thịt người lẫn nhau mới ỉa ra cứt nữa thôi!

Ký Đảm hậm hực:

- Phải cho tụi nó một bài học thích đáng mới được! Chạy mau lên Tô.

Phía trước, ông Tư Thịnh đứng sừng sững bên mui ghe, Bé Tư ôm khẩu cạc-bin kè kè bên hông, Mười Dư cầm cần lái, Bảo và Vọng, mỗi đứa thủ sẵn quả lựu đạn trong tay.

Ba Dương đưa cây mã tấu tới trước nghiến răng trèo trẹo:

- Tụi nó lộn xộn, tôi xả từng đứa ra hai ba mảnh mới lại gan!

Ông Tư trấn tĩnh:

- Để yên chú đối phó với tụi nó. Phải làm cho chúng nó tỉnh ngộ nhận ra đâu là đường ngay lẽ phải và đâu là nghịch lại với lòng dân, ý trời. Con người khác với súc vật là biết phân biệt phải, trái, biết nhận xét cái gì đẹp, cái gì xấu. Con người là một bản thể có trí tuệ thông minh luôn luôn hưởng thượng và thẩm mỹ hóa đời sống tinh thần, vật chất của mình. Con chó trung thành với chủ, mặc cho chủ giận dữ, độc ác đánh đập, đuổi xô, nó vẫn mọp đầu, ngoẩy đuôi xin chủ tha cho. Chúng ta không phải là loài chó, chúng ta không nhắm mắt trung thành với những kẻ lừa dối dân, phản bội dân!

Tàu tuần công an đã cập vào chiếc ghe lớn dẫn đầu của gia đình ông bà Chín Đậu. Một tên công an nhảy qua, chĩa súng vào Sủng – con trai lớn của ông bà Đậu, quát:

- Tắt máy, tắt máy lập tức!

Sủng chỉ giảm tốc lực, nhìn trừng trừng vào mặt tên công an. Lài – vợ Sủng lật đật ôm hai đứa con nhỏ vào lòng, lắp bắp bảo chồng:

- Mình! Tắt máy… đi mình. Tắt ngay đi!

Ông bà Đậu hơi mất bình tĩnh nhưng vẫn ngồi yên dựa lưng vào vách ghe, đưa mắt nhìn chừng ra ngoài ngóng đợi sự can thiệp của Ban chỉ huy đoàn ghe.

Tên công an thứ hai bước sang, chồm tới hỏi bạn đồng đội:

- Sao rồi? Chúng nó chở gì vậy?

Tên thứ nhất gạt đầu súng đe dọa Sủng:

- Tao biểu tắt máy, mày điếc hả? Bắn nát óc ra bây giờ!

Sủng lạnh lùng:

- Tắt máy chút nữa khó nổ máy trở lại lắm. Mấy ông muốn gì thì cứ việc làm đi. Khám xét, lục lọi gì cũng được hết.

Tên thứ hai hỏi:

- Mấy người chở gì mà kéo đi cả đoàn vậy hả?

Ông Đậu xen vào:

- Chèn ơi, tụi tôi có chở gì đâu! Hổng tin mấy ông lục xét thử coi.

- Đừng có giấu! Khai thiệt đi, tội nhẹ bớt.

Bà Đậu nhỏ nhẹ:

- Thiệt mà ông. Hổng có chở gì hết trơn hết trọi.

- Chở gạo, thịt phải không?

- Chèn đét ơi, có gạo, thịt gì đâu. Trong ghe chỉ có chục ký gạo với mấy hũ mắm lóc thôi hè.

Gần tới tàu tuần, ông Tư ra hiệu bảo Mười Dư chạy chậm lại rồi cập nhẹ vào mạn tàu. Ông hất hàm, Bé Tư cúi sụp mình leo qua, nhẹ bước tới sau lưng tên công an đứng cạnh tay lái.

Anh kề mũi cạc-bin vào gáy hắn, nghiêm giọng:

- Đứng yên! Một cử động nhỏ, tao bắn liền. Giơ tay lên khỏi đầu, mau lên!

Tên công an kinh hoàng đưa hai tay thật cao, run lẩy bẩy. Chiếc nón cối rơi xuống sàn tàu. Bé Tư tước khẩu K54 của hắn, bắt hắn cúi sụp người lên tay lái, úp mặt xuống, một tay bị bẻ quặp ra sau lưng, một tay duỗi dài lên tấm kiếng chắn gió.

Ba Dương và hai anh em Bảo – Vọng phóng sang, trói gô tên công an lại. Bé Tư trao khẩu K54 qua tay Ba Dương, ra hiệu cùng chuyền thật nhanh sang ghe ông bà Đậu.

Vừa lục soát tứ tung, hai tên công an đường sông vừa đe dọa:

- Khai thật nhẹ tội. Để xét bắt gặp, tội nặng gấp đôi, gấp ba.

- Kéo bầu đoàn thê tử đi đâu mà như đi biểu tình vậy không biết nữa! Cản trở lưu thông tội gần giống như phá rối trị an.

Mấy lượt Sủng định chống cự nhưng đều bị ông Đậu ra dấu ngăn chặn. Ông đã liếc thấy sự việc xảy ra bên chiếc tàu tuần. Ông nháy mắt ra dấu với Sủng. Tên công an thứ nhất nhìn chòng chọc vào người Lài. Hai nút áo ngực nàng sút khuy để lộ làn da trắng mịn. Hai con nàng ôm chặt lấy mẹ lấm lét nhìn tên công an.

Hắn dằn mạnh từng tiếng:

- Chị có giấu gì trong người không?

Lài lắc đầu:

- Hổng có gì hết. Thiệt mà!

- Tôi không tin. Tới đây cho tôi xét. Mau lên!

Sủng nghe máu trong người sôi lên. Anh trợn mắt:

- Không được xét đàn bà, con gái. Lạm dụng quyền hạn vừa thôi!

- Câm miệng lại! Dám chống cự với nhơn viên công lực hả? Chị kia, tới đây mau lên!

Tên công an thứ hai kề sát vào tai bạn đồng đội thì thầm. Hắn cười tủm tỉm. Tên thứ nhất không rời vòng ngực căng tròn của Lài. Lài đẩy nhẹ hai con ra, lết tới trước mặt hắn.

- Cởi áo ra. Đàn bà giấu đồ đạc hay lắm. Mau, cởi áo ra lẹ lên.

Hai đứa bé níu vạt áo mẹ kéo lại. Sủng nổi điên nhào tới quát:

- Không, không được giở trò chó má. Lài, em không nghe lời nó!

Tên thứ hai chĩa súng vào mặt Sủng:

- Làm ẩu, tao bắn vỡ đầu lập tức!

Bà Đậu cuống cuồng ngăn Sủng:

- Con ơi, con. Đừng… đừng chống cự… con ơi!

Ông Đậu chồm tới trước, nhìn sang tàu tuần. Lài từ từ cởi từng nút áo. Mắt hai tên công an dán chặt vào da ngực Lài. Sủng cắn răng, tóc dựng đứng, gồng cứng đôi tay, các mạch máu muốn vỡ tung. Một đầu vú Lài đã lộ diện.

Tiếng quát của Bé Tư nổ vang như đại bác:

- Đứng yên. Đứa nào cử động tao bắn hạ ngay tức khắc. Giơ cao hai tay lên!

Hai tên công an giật nảy mình, quay lại trông thấy đầu súng cạc-bin và K54 đen ngòm chĩa thẳng vào mặt chúng. Thật quá bất ngờ, chúng không cách gì ứng phó kịp thời đành riu ríu theo lệnh của Bé Tư, đưa cao hai tay lên chạm vào mui ghe. Hai đứa lom khom, mặt tái xanh.

Ba Dương tiến lên tước súng. Thuận tay, anh tát thật mạnh vào mặt chúng:

- Cả gan thiệt tình. Dám giở trò bỉ ổi trước mặt mọi người!

Hai tên công an ngả nghiêng ôm mặt nhăn nhó. Lài ngả người chống lên hai tay, ngơ ngác, nhìn Bé Tư và Ba Dương.

Bé Tư quay mặt, bảo Lài:

- Chị gài nút áo lại đi. Lẹ lên! Còn hai tên kia, nằm sấp xuống, hai tay đặt lên lưng, không được nhúc nhích!

Bảo, Vọng nhào tới trói thúc ké hai tên công an không cần chờ lệnh của Bé Tư hoặc Ba Dương. Lần đầu tiên, hai đứa tham gia vào một cuộc chiến đấu khá hiểm nghèo và hưởng chung với người lớn thành công mỹ mãn. Đánh bại nhân viên công lực, chúng nó sung sướng và tự hào. Cha chúng nó – Hai Hoài, còn đang trung thành với chế độ, nhưng hai đứa chúng nó đã trở thành kẻ đối lập với chính quyền, dù chưa phải là thù địch của nhau, chúng nó vẫn thấy rõ hai lập trường không cùng một lối đi.

Sủng bò tới ôm Lài vào lòng. Lài áp mặt vào mặt chồng khóc rấm rứt. Hai đứa bé rút vào người mẹ ấm áp.

Bé Tư đẩy hai tên công an ra ngoài mui ghe sang qua tàu tuần. Ông Tư Thịnh đã chờ sẵn. Ông ra lệnh giải tất cả ba tên qua ghe chỉ huy, thả trôi chiếc tàu tuần tấp vào bờ. Khối sắt nặng không người điều khiển lắc lư, bềnh bồng giữa dòng sông, lùi dần về phía sau.

Cùng lúc đó, ở cuối đoàn ghe, Ký Đảm và các bạn anh cũng đã làm như tình hình. Sáu Ngàn, Hai Tô và anh tước vũ khí của ba tên công an đường sông, trói chúng lại và áp giải qua ghe chỉ huy. Chiếc tàu tuần thứ hai nổi lều bều trên mặt nước, lùi dần về phía sau đoàn ghe.

Ba tên trước được lệnh ông Tư Thịnh bị giam dưới khoang ghe gia đình bà Lạc. Ba tên sau chui rúc dưới khoang ghe gia đình Ba Tình. Tất cả chỉ được tiếp tế nước, cấm ăn trong ba ngày liền.

Đoàn ghe tiếp tục cuộc hành trình theo dòng kênh Vĩnh Tế trực chỉ về Cần Thơ. Bà con đã vững tâm không còn sợ bị ngăn giữ lại nữa. Bên cạnh họ đã có những khối óc thông minh, những trái tim sắt thép bảo vệ, che chở và chỉ đạo. Con đường trước mặt mở rộng như đại lộ thênh thang. Ngày đi, đêm nghỉ. Họ tới lui, thăm hỏi nhau bằng từng nhịp cầu nối tiếp qua từng đuôi ghe, từng mũi thuyền kết liền nhau như xâu chuỗi dài đôi, ba cây số. Họ thương yêu, đùm bọc nhau như ruột thịt. Họ sẵn sàng chịu đựng gian khổ, hiểm nguy, siết chặt tay nhau đi thẳng tới như ngày xưa trên đường Nam tiến, tổ tiên, cha ông họ đã từ miền Trung tràn xuống mở mang bờ cõi Việt Nam. Người xưa từng sống ngoài vòng kiềm tỏa, thống trị của quý tộc, nhà giàu bóc lột, độc ác, bỏ nhà cửa, đất đai tìm sinh lộ mới ở hướng Nam. Ngày nay, họ cũng theo gương đấu tranh bất khuất đó, cũng bỏ nhà cửa, đất đai tìm lẽ sống mới ở một vùng trời khác. Bản chất tuyệt vời của dân miền Nam không chấp nhận bất cứ một khuôn định xã hội nào khác phá vỡ nếp sống cổ truyền, dân tộc của họ.

Đêm về, đoàn di dân dừng lại bên bờ sông, dưới rặng dừa nước hay bần nghỉ ngơi. Hàng trăm ngọn đèn dầu lấp lánh trong mui ghe kết hợp với muôn triệu ánh chớp tắt của đom đóm tạo hình lộng lẫy, trác tuyệt cho màn đêm. Ai có gì ngon đem tặng cho nhau cùng thưởng thức. Món bầu chua quết mắm tép trộn ớt, tỏi sống lai rai với rượu đế ngây ngất, say mèm lòng người viễn xứ.

Chỉ cần đứng thẳng trên mui ghe, với tay một cái, bần chín, bần chua đã rơi vào mâm nhậu. Món ăn miền Nam thật giản dị, chỉ cần ở tấm lòng chan chứa tình cảm, đầy đạo nghĩa giang hồ. Tinh thần "tứ hải giai huynh đệ" của dân Nam Bộ hình thành và thẩm thấu trong tận cùng tâm hồn từ trong cuộc Nam tiến vĩ đại và lịch sử của dân tộc này. Tình cảm và đạo nghĩa bất diệt đó đã giúp tổ tiên họ hoàn thành sứ mạng khẩn hoang miền Nam trước bao nhiêu trở ngại phong thổ, thời tiết và dân bản xứ Miên, Hời,…

Đêm nào ông Thịnh cũng di chuyển hết ghe này đến thuyền nọ. Mỗi nơi ông được đồng bào ông mời ăn và nhậu nhưng ông tự trọng biết giữ dù không để quá chén say sưa làm mất tư cách của một đoàn trưởng. Mọi người xem ông như đầu tàu, linh hồn và con tim của chuyến đi. Tất cả thành viên trong Ban lãnh đạo đều theo gương ông. Không một ai dám say sưa làm mất uy tín của tập thể chỉ huy. Họ phân công canh gác, đề phòng mọi bất trắc xảy ra ban đêm cũng như ban ngày. Hai chiếc ghe chỉ huy chạy tới lui, xuôi ngược canh phòng cẩn mật.

Bé Tư hết giờ canh, trở về với vợ con. Vừa lao qua ghe nhà, anh đã nghe tiếng cãi vã từ trong mui vọng ra:

- Tao già rồi, sống nay chết mai, tao có muốn theo đoàn đâu mà. Tại thằng Tư nó năn nỉ riết tao mới chịu đi.

- Thì con có nói gì đâu mà má cằn nhằn con. Chồng con đi đâu con theo đó.

- Tao nghĩ thiệt vô phước. Mang nặng đẻ đau bốn thằng con trai, khổ cực nuôi dưỡng nên hình nên vóc để rồi ai hưởng đâu chớ tao chưa nhờ cậy được ngày nào. Quốc gia nuốt một đứa, Cách mạng nuốt ba đứa.

Một giọng đàn ông cất lên:

- Thôi đi má ơi! Bây giờ không phải lúc má đay nghiến chị Tư. Chỉ mới sanh đẻ còn non ngày non tháng mà má.

Tiếng bà Tám Thơm xen vào khe khẽ:

- Chị Năm ơi, coi chừng con Tư nó bị máu sản hậu chặn chết đó chị ơi!

Bé Tư đã biết ai đang có mặt trong ghe nhà. Đó là bà Năm Chợ – mẹ anh và Công – em út anh. Từ ngày Bé Tư lập gia đình, bà Chợ về sống với đứa con trai út. Công bị tù 3 năm ở tỉnh lỵ Bến Tre và được giải thoát sau ngày 30 tháng 4 năm 1975. Anh bị một đồng chí cùng trại giam tố cáo làm ăng-ten cho địch nên bị khai trừ. Tự biện hộ không kết quả, anh trở về đời sống thường dân, làm ruộng, rẫy nuôi mẹ. Giữa bà Chợ và Nương có sự bất hòa. Chuyện thường tình từ ngày xưa còn rớt lại giữa mẹ chồng, nàng dâu. Bé Tư khom lưng chui vào mui ghe, nghiêm nghị chào mẹ.

Bà Chợ bảo Công:

- Mầy đưa tao trở về ghe mình đi. Tao hết muốn ở lại đây nữa rồi!

Bé Tư khẽ hỏi:

- Má, có chuyện gì làm má không vui vậy?

Bà Chợ thản nhiên:

- Hổng có chuyện gì vui hay buồn hết trọi. Tao qua đây lâu rồi, giờ muốn về nghỉ ngơi thôi.

Nhìn thấy Nương nước mắt giàn giụa, Bé Tư chép miệng thở dài:

- Trong tình cảnh hiện tại, người dưng còn phải yêu thương nhau, bảo bọc, che chở cho nhau huống hồ gì ruột thịt của nhau! Người ta đã làm khổ mình, đẩy mình sát vào chân tường rồi, một nhà với nhau, mình nên thương nhau mới phải. Hành hạ nhau làm chi nữa?

Bà Chợ trợn mắt:

- Mầy nói ai hành hạ ai? Có phải mầy ám chỉ con gái mẹ mầy không hả Thành?

Bà đập hai tay xuống sàn ván, dập đầu vào vách ghe gào khóc:

- Thiên địa quỷ thần ơi, ngó xuống mà coi nè. Nó binh vợ nó, nó nhiếc mắng người banh da xẻ thịt đẻ nó ra, nuôi nó nên hình nên vóc nè trời!

Công nắm tay mẹ vỗ về:

- Má, anh Tư có nói gì nặng má đâu mà má làm dữ vậy? Bà con lối xóm nghe được chê cười gia đình mình đó má.

Bà Chợ giăng tay ra, tru tréo:

- Tao chết, tao đập đầu tao chết cho nó vừa lòng, vợ con nó vừa lòng!

Công ghì cứng vai mẹ vỗ về, anh lặp lại gần đúng ý của anh trai:

- Má, con xin má đừng nóng giận. Người ta làm khổ mình quá rồi, mình đừng tự mình làm khổ mình thêm nữa. Thôi, trở về ghe đi má.

Bé Tư nhìn bà Tám Thơm như cầu cứu. Anh không biết phân xử thế nào cho phải. Mẹ và vợ không thuận với nhau đã từ lâu làm anh khổ sở, điên đầu. Trước đây, anh còn rầy ép Nương làm vui lòng mẹ. Giờ đây, Nương vừa sinh nở còn non ngày tháng, anh chỉ còn biết đứng giữa, giữ tròn phận làm con và làm chồng. Đời anh kết toàn chuỗi năm tháng lận đận, gian nguy. Vừa mới 16 tuổi – khi bắt đầu biết yêu – nơi mình chào đời và những người chung quanh ngã xuống vì bom đạn, anh đã bỏ nhà vào khu với hoài bão mang lại độc lập, tự do và hạnh phúc cho dân, cho nước. Giấc mơ tuyệt vời của một thanh niên yêu nước mãi cho đến nay vẫn còn là ảo ảnh lóng lánh trên sa mạc.

Gặp Nương, yêu nàng và cưới làm vợ, Bé Tư muốn dừng lại ở một trạm nghỉ chân sau hơn mười năm rong ruổi ngày đêm trên đường sứ mạng. Được nghỉ ngơi đâu chưa thấy, anh chỉ thấy toàn bất hạnh, đau buồn và uất ức dồn dập đến từ ngoài xã hội tới trong gia đình.

Bà Tám Thơm bò tới sát bà Chợ:

- Chị Năm, tôi hiểu lòng chị. Anh Năm không may chết sớm để gánh nặng gia đình lại một mình chị gánh vác. Công lao nuôi dưỡng bốn thằng con trai trưởng thành không phải nhỏ, nhưng tụi nó không thể ở bên cạnh, phụng dưỡng chị được vì hoàn cảnh đất nước chiến tranh. Tụi nó thương chị lắm chớ, nhưng tình thương dân, thương nước còn to lớn, nặng nề hơn mấy lần. Là mẹ chiến sĩ, chị đã từng hy sinh, từng đóng góp cho cách mạng. Tôi cũng vậy, tôi cũng được tiếng mẹ chiến sĩ để rồi hưởng được cái gì sau ngày 30 tháng 4 đến nay? Tôi có con đi lính cho Quốc gia, bị bắt giam cầm, tôi không xin cho nó được, nó chết trong trại cải tạo, thân tôi hiện giờ bơ vơ!

Bà Chợ rấm rứt:

- Tôi buồn dữ lắm! Tôi chỉ muốn chết chị ơi! Tôi không muốn ai kêu tôi là mẹ chiến sĩ hết. Tôi… cũng có một đứa con… đi học tập… chưa về. Thằng Chiến… trời ơi, nó sẽ chết… trong tù như con… của chị.

Công trấn an mẹ:

- Anh Hai sắp trở về Nam rồi, nghe nói ảnh là đảng viên trung cao, chắc rồi ảnh sẽ xin anh Ba về đó má!

Bé Tư nhìn em trai, anh không tin điều Công mơ tưởng. Hồng muốn góp ý vì nàng đã nghe đã thấy rất đông sĩ quan Quốc gia có anh em, cha mẹ cách mạng hạng gộc, vẫn chôn thân trong kiếp tù nhân. Không ai xin cho họ ra và cũng không ai muốn cứu họ. Dưới mắt đảng viên, cán bộ – tù Quốc gia tội ác tày trời càng học tập lâu năm càng tốt. Họ sẽ được phóng thích bao giờ họ tỏ ra giác ngộ, tiến bộ, thông suốt đường lối, Chủ nghĩa Xã hội!

Hồng nói đại ra ý nghĩ của mình:

- Bà con đừng hòng thân nhân mình được cứu thoát. Để rồi coi có sĩ quan ngụy nào được cách mạng xin về hay không cho biết. Chỉ có nước rục xương trong tù mà thôi!

Công hơi khó chịu:

- Sao chị biết?

Hồng so vai:

- Đi thăm chồng, tôi thấy như vậy. Thiếu gì công chức, sĩ quan ở tù có thân nhân, ruột thịt làm lớn trong chánh phủ và quân đội cách mạng? Thấy có ai được xin tha cho đâu?

Bà Tám khoát tay bảo con dâu đừng góp ý kiến nữa làm tuyệt vọng bà Chợ. Bà Chợ lết ra cửa nghe, quay lại nói lẫy với Bé Tư:

- Kể từ nay, tụi bây coi như tao đã chết rồi vậy. Đừng đứa nào nhìn tao hết!

Công đưa mẹ trở về ghe mình. Bé Tư lắc đầu thở ra, bò tới sát bên Nương:

- Em đừng khóc nữa. Má già rồi, sức khỏe ngày thêm suy giảm, thêm vào đó, đời sống quá khó khăn, anh em chưa đoàn tụ một nhà, kẻ còn ở Bắc, đứa đang nằm trong tù, má đâm ra khó tánh. Cố hiểu má, thương má nhiều hơn.

Bà Tám phụ họa:

- Phải đó Tư, cháu. Người ta nói già sanh tật, đất sanh cỏ, má chồng cháu còn bị bao nhiêu thứ khác làm buồn phiền nữa. Cháu đừng để tâm làm chi. Thương thằng Tư, cháu bỏ qua hết đi.

Nương sụt sùi:

- Em xét thấy… em không làm gì trái ý má hết. Má cứ… kiếm chuyện với em hoài. Em… khổ quá!

Bé Tư vuốt má vợ:

- Thôi em, cho anh xin hết đi. Anh chịu trách nhiệm hết. Một ngày nào đó, má suy nghĩ lại, má sẽ thương em nhiều hơn. Má là cha mẹ, má có rầy oan mình, phận làm con, mình nên nhịn nhục. Không ai chê cười mình đâu em.

Anh ngả lưng nằm xuống, một tay chống đầu, nhìn âu yếm đứa con đầu lòng đang ngủ thiêm thiếp, chốc chốc nó mỉm cười thật dễ thương. Bà Tám phá tan không khí nặng nề:

- Coi đó, nó cười kia kìa. Mụ bà dạy nó đó!

Bé Tư khều nhẹ má nó. Lòng anh tràn ngập yêu thương. Một thoáng sung sướng của một người cha vừa đến đã tan nhanh, anh vụt nghĩ tới tương lai của đời con trẻ. Rồi đây nó nối tiếp dòng đời đã đẩy đưa anh từ tấm bé cho đến tuổi 15, 16. Cũng như anh và có lẽ còn hơn anh nữa, nó sẽ khổ sở, nheo nhóc, lớn lên trong sự thiếu dinh dưỡng, không đủ ngày hai bữa no lòng, không đủ áo quần mặc ấm trong những đêm lạnh lẽo. Người ta sẽ lôi nó vào đội thiếu nhi, "con cháu Bác Hồ", thanh niên sống nhiều với Đảng hơn gia đình, rồi gia nhập bộ đội, rồi làm nghĩa vụ quốc tế cao cả rồi… ngã gục trên xứ lạ quê người.

Nước mắt ứa ra, Bé Tư không hay mình đang khóc! Bỗng có tiếng hỏi từ chiếc ghe phía sau vọng tới:

- Có ai tên Hồng không?

Đêm thanh vắng, tiếng hỏi nghe lồng lộng. Bà Tám ngạc nhiên:

- Ai hỏi tên Hồng vậy cà?

Ngồi nhổm dậy, Bé Tư đáp:

- Chắc là tiếng chú Ba Xị đó!

- Tại sao ông lại hỏi tên Hồng? Hồng là tên…

Bé Tư bò ra sau. Hồng cũng chồm tới chờ đợi. Nàng linh cảm có chuyện gì bất thường xảy ra.

Bé Tư hỏi:

- Có chuyện gì vậy chú Ba?

- Có ai tên Hồng ở ghe này không Tư?

- Dạ có!

Hồng muốn ngăn Bé Tư lại nhưng đã trễ.

- Có người muốn gặp cô Hồng hay chị Hồng gì đó!

Một người đàn ông mặc bộ bà ba đen bò ra khỏi mui ghe ông Ba Xị, chuyền sang ghe Bé Tư. Ánh đèn dầu leo lét không đủ soi sáng mặt mũi người ấy. Bé Tư chặn lại:

- Ông là ai?

- Tôi muốn gặp cô Hồng.

- Nhưng anh là ai mới được?

- Hậu, Ba Hậu đây. Anh biết tôi mà?

Bé Tư giật mình:

- Ông là… là Ba Hậu. Tại sao ông lại… có mặt ở đây?

Hai người còn ở tận sau ghe. Bà Tám và Hồng chưa biết sự xuất hiện đột ngột của Ba Hậu.

Hồng định bò tới nhưng bà Tám giữ lại:

- Khoan đã con! Để coi ai, quen hay lạ mà kiếm con vậy.

Ba Hậu đã trông thấy bóng Hồng. Ông sốt ruột muốn gặp mặt ngay người đàn bà ấy. Ông ta nhún vai:

- Tôi cũng như anh, như tất cả bà con của đoàn "xuống dòng" này.

Bé Tư giữ vai ông ta lại:

- Không, tôi không hiểu gì hết. Anh là cán bộ đảng viên kia mà?

Ba Hậu cười nhẹ:

- Trong đoàn ghe có thiếu gì cán bộ, đảng viên. Đâu phải tất cả đều là thường dân! Anh không phải là đảng viên à?

- Nhưng tụi tôi đã giải ngũ, đã hưu trí hoặc tự ý rút ra khỏi đảng. Còn anh, anh đang nhiệm chức, hiện là Trưởng ban Nông nghiệp xã. Tại sao anh lại ra đi như tụi tôi?

Ba Hậu nóng ruột quá nhưng đành phải đứng bên ngoài chưa được giáp mặt người thương nhớ, ông đáp cho xong chuyện:

- Tôi tán thành hành động phản đối của nhân dân địa phương. Bỏ làng, xã, đất đai, ruộng vườn ra đi để phản đối chính sách nhà nước.

Nhìn thẳng vào mặt Ba Hậu, Bé Tư cật vấn:

- Nhưng anh không phải là dân địa phương, anh là người Bắc, làng xã, đất đai, ruộng vườn của anh ở ngoài kia kìa. Đây là miền Nam, chúng tôi là dân Nam.

- Tổ quốc thống nhất rồi, Bắc – Nam đã thành một nhà không còn chia cách Bắc, Nam nữa. Ở đâu cũng là quê hương, xứ sở của anh, của tôi, của nhân dân Việt Nam. Tôi có ý kiến chung với bà con địa phương, tôi không có quyền ra đi cùng với họ sao?

Bé Tư nhìn vào mui ghe thấy Hồng và bà Tám Thơm ngồi sát vào nhau ngó ra ngoài. Anh nghiêm giọng:

- Tôi không tin lời anh nói. Vậy anh nên nói thiệt cho tôi biết anh theo tụi tôi để làm gì và mục đích anh đến đây như thế nào?

- Anh không tin tùy anh, còn sự thật là như tôi đã trình bày. Chính sách nông nghiệp của chính phủ không thành công, nếu không muốn nói là xô đẩy nông dân rời khỏi đồng ruộng của chính họ và của cả tập thể. Áp dụng nguyên si nông nghiệp miền Bắc vào nông nghiệp miền Nam là một sai lầm cơ bản.

Bé Tư hơi hoang mang trước lý luận của Ba Hậu. Ông ta nói rất đúng, ăn khớp với nhận xét của số đông cán bộ đảng viên miền Nam hồi kết. Nhưng Bé Tư nghĩ tới một điều khác hơn động cơ thúc đẩy Ba Hậu dám đào nhiệm trốn theo đoàn "xuống dòng".

Lợi dụng một phút lo ra của Bé Tư, Ba Hậu tiến thật nhanh, chui vào ghe.

Bé Tư chồm tới gọi:

- Kìa, ông… ông Hậu…

Hồng đã nghe lọt tên Hậu. Nàng giật mình ngả người ra sau, miệng há hốc, không biết phản ứng ra sao. Ba Hậu đã chui vào trong mui, hai tay đưa ra trước:

- Hồng! Hồng!

Bà Tám Thơm kinh ngạc:

- Ông Hậu… Trưởng ban… Nông nghiệp…

Ba Hậu cúi chào bà Tám:

- Chào cụ ạ! Cụ khỏe chứ?

Hồng lấy lại bình tĩnh, nhìn thẳng vào mặt Ba Hậu gằn giọng hỏi:

- Ông là ai mà biết tên tôi?

Đang mở hội trong lòng với niềm vui sướng tột đỉnh gặp lại người trong mộng, Ba Hậu chết sững trước thái độ xa lạ và câu hỏi nhát gừng của Hồng. Như một con tàu hạnh phúc vừa sắp cập bến bỗng cuồng phong chợt đến thổi vụt ra khơi, Ba Hậu lắp bắp:

- Chuyện gì vậy hả Hồng? Sao em…

- Ổng là ai vậy má? Con không hề quen biết với ổng.

Bà Tám cau mày:

- Chuyện gì lạ kỳ vậy hả? Sao ông biết…

Ba Hậu lết tới gần hơn. Ông ta cười gượng:

- Coi kìa, Hồng đừng làm thế không nên. Tôi bỏ tất cả theo Hồng, theo bà con cô bác cùng đi tìm một chân trời mới.

Hồng trừng mắt:

- Ông đừng ăn nói sàm sỡ. Tôi không quen ông kia mà!

Ba Hậu vẫn chưa nản lòng. Ông ta nghĩ bụng: chắc có lẽ trước mặt mẹ chồng và vợ chồng Bé Tư, Hồng lo sợ không dám nhìn nhận ông là người tình yêu dấu. Trong đôi lần gặp gỡ lén lút trước đây, Hồng và ông đã sống đắm đuối bên nhau, Hồng đã cho ông tất cả lại còn hò hẹn theo sống với ông vĩnh viễn khi có cơ hội thuận tiện.

Ông ta thọc tay vào áo lót lôi ra gói giấy đưa tới trước mặt Hồng khẩn khoản:

- Đây này, anh đem theo tất cả ngần này của cải, anh cho em hết, anh chỉ cần sống bên em với tình yêu chân thật của em. Cơ hội thuận tiện đã đến với chúng ta.

Hồng gay gắt:

- Tôi không cần tiền của phi nghĩa đó. Ông đừng hòng đem tiền bạc lung lạc lòng tôi. Lạ lùng chưa, tôi không quen ông, tại sao ông lại cho tôi tiền?

Bà Tám nhìn trân trân gói bạc run run trong tay Ba Hậu. Bà quay sang ngó Hồng. Bà không hiểu gì cả. Bé Tư quỳ một gối phía sau Ba Hậu. Anh nhớ lại từ từ câu chuyện đã xảy ra trong đêm anh đến nhà rước bà Tám Thơm về đỡ đẻ cho Nương. Thì ra bóng đen thoát ra cửa sau nhà bà Tám kia chính là Ba Hậu. Đúng, Ba Hậu chớ không còn ai khác nữa. Anh khẳng định như vậy. Những lời cứng rắn của Hồng chỉ là kịch che đậy việc làm đen tối của nàng trước đây.

Ba Hậu đẩy gói tiền tới sát Hồng:

- Không ít đâu em. Trên ba ngàn tiền mới đó em. Hơn gấp ba lần số bạc anh tặng cho em hôm nọ. Anh không tiếc gì cả, anh chỉ xin em giữ tròn lời hứa của em thôi.

Hồng vẫn không nao núng, hất gói bạc văng ra xa:

- Tôi không ham số tiền bẩn thỉu ấy. Ông đã ăn cắp của dân, ông cứ tự tiện giữ lấy mà tiêu xài. Tôi hoàn toàn không quen biết ông!

Mọi người có mặt chung quanh đang dự khán một lớp kịch gay cấn do Hồng thủ vai chính. Tiếng nói đanh thép của Hồng làm đứa bé giật mình khóc ré. Nương bế con vào lòng ru dỗ.

Bà Tám ngơ ngác:

- Chuyện sao mà lạ quá chừng! Tui hông hiểu gì ráo trọi!

Hồng nói với Bé Tư:

- Anh Tư, anh đuổi ông nầy ra khỏi ghe đi. Ông làm gì kỳ cục quá, tôi không quen biết với ông ta!

Bé Tư vẫn yên lặng. Anh không tin Hồng. Anh quả quyết Ba Hậu là nhân tình của nàng nhưng anh chưa hiểu tại sao nàng lại tỏ thái độ cứng rắn, phũ phàng với Ba Hậu như thế đó.

Ba Hậu cố níu chặt vào điều ông nghĩ về Hồng: hoàn cảnh hiện tại bắt buộc Hồng phải làm mặt lạ với ông.

Ông ta chắp tay trước ngực nói với bà Tám:

- Kính cụ... thưa... bác, xin bác tha lỗi cho cháu. Cháu yêu Hồng từ lâu và Hồng cũng yêu cháu nữa. Hai đứa cháu đã vụng trộm với nhau và hẹn ước sẽ chung sống với nhau trọn đời. Vì hoàn cảnh chưa cho phép nên hai cháu chưa thưa qua cho bác rõ.

Hồng nổi loạn, trỏ tay vào mặt Ba Hậu:

- Câm họng lại! Ra khỏi ghe lập tức. Khốn nạn!

Ba Hậu chưa chịu thua, tiếp tục thuyết phục:

- Hồng, nỡ ăn ở với anh như thế được sao? Dù gì đi nữa, em cũng nên nghĩ lại chút tình xưa nghĩa cũ chứ!

Hồng dợm đứng lên, Bé Tư ngăn lại:

- Chị hãy bình tĩnh. Để tôi giải quyết.

Bà Tám bối rối chưa hiểu nổi sự kiện xảy ra đột ngột quá sức tưởng tượng của bà.

Hồng kêu lên:

- Trời ơi, gì kỳ cục vậy chớ? Tôi... tôi không thể nào hiểu nổi!

Bé Tư vòng ra trước mặt Ba Hậu, gằn từng tiếng:

- Anh Ba, tôi không là người trong cuộc, tôi không hiểu rõ sự thật như thế nào, nhưng theo thiển ý của tôi, anh nên rút lui thì đẹp hơn. Chị Hồng không nhận quen biết với anh, có nghĩa là chị ấy từ khước điều anh mong muốn. Tưởng đã rõ ràng quá rồi.

Ba Hậu lý luận:

- Nhưng giữa Hồng và tôi đã có quá trình quen biết, yêu thương nhau. Vì sự có mặt của mọi người ở đây, Hồng làm mặt lạ với tôi.

Hồng đánh một đòn thật đau:

- Tôi có chồng Quốc gia, chồng tôi bị Cách mạng giam cầm và chết trong tù, con tôi đã chết trong bụng mẹ vì đau thương, khổ nhọc của tôi, tôi không thể yêu và lấy một cán bộ Cộng sản như ông. Vậy đã rõ ràng chưa?

Ba Hậu đưa hai tay lên cao:

- Giời ơi là giời! Tôi không ngờ…

Bé Tư liếc nhìn Hồng. Anh không biết nên khinh Hồng hay phục nàng. Trước mắt anh, người đàn bà đó thật nguy hiểm.

Anh khẽ bảo Ba Hậu:

- Anh nghe rõ chưa? Chẳng còn hy vọng gì nữa đâu!

Ba Hậu thở ra:

- Vì ai mà tôi phạm tội với Đảng, với nhà nước?! Và cũng do ai mà tôi bỏ lại sau lưng tất cả để ra đi?!

Bé Tư đẩy thêm Ba Hậu vào chân tường:

- Đúng như tôi đã nhận xét ngay từ đầu. Anh theo chúng tôi không vì cùng lập trường và chung hoàn cảnh mà do một động cơ khác thúc đẩy, lôi kéo anh. Bóng sắc, xác thịt đàn bà đã mê hoặc anh, xui khiến anh ăn cắp của nhơn dân, ngắt véo vật tư để đổi ra tiền đem dâng tặng cho gái. Từ miền Bắc vào đây, bọn các anh gục ngã trước lợi danh, trước đời sống xa hoa của miền Nam. Đó là một sự sụp đổ của chế độ và cũng là căn nguyên cùng khổ của nhơn dân miền Nam.

- Không phải một mình tôi!

- Nếu chỉ một mình anh thôi, tình hình chung còn có cơ hội cứu vãn được. Đại đa số cán bộ, đảng viên đã hủ hóa, moi móc tận cùng đời sống của người dân. Nói làm sao hết được hả anh? Thôi, anh nên rời đoàn "xuống giòng" nầy trở về nhiệm sở cũ đi, kẻo muộn!

Như ngọn đèn trước khi tắt, Ba Hậu ngước nhìn Hồng hỏi lần cuối:

- Hồng, em nhất định dứt tình anh phải không?

Hồng làm mặt ngơ ngác:

- Coi kìa, tình nào giữa tôi và ông mà dứt với không dứt? Ông có điên không?

Ba Hậu gục đầu, siết chặt hai nắm tay, mái tóc phủ trán. Trông ông như tội phạm vừa bị quan tòa kêu án tử hình!

Nương thấy gói bạc nằm phơi mình trên ván khoang ghe. Nàng hình dung một cuộc sống khá đầy đủ với số tiền to lớn khó kiếm ấy. Gia tài vợ chồng nàng chỉ có vài chục đồng. Với ba ngàn đồng tiền mới, có lẽ gia đình nàng sống khá đầy đủ vài tháng.

Bà Tám cũng nhìn gói bạc nhưng lòng bà nghĩ khác Nương. Dưới mắt bà, số bạc đó nhầy nhụa mồ hôi, nước mắt của nông dân xã nhà, trong đó có nước mắt, mồ hôi của chính bà. Phân bón u-rê bán cho nông dân với giá chính thức chỉ một phần nhỏ. Số lượng lớn còn lại bị cán bộ nông nghiệp cất giấu, tuồn ra ngoài bán lại cho nhân dân với giá chợ đen. Ai đến cơ quan nông nghiệp mua phân, cán bộ trả lời gọn: "Phân bón đã hết. Bà con kiên nhẫn chờ đợt tới!" Tiền lời chợ đen lọt vào tay cán bộ và gia đình, bà con họ. Cả đến xăng, dầu cho máy cày, máy bơm nước cũng bị ăn cắp, ngắt xén đem bán ra thị trường chợ đen.

Bà nhìn Bé Tư than thở:

- Thảo nào nông dân chúng mình không điêu đứng, nghèo đói cho đặng?!

Bé Tư cay đắng:

- Ruộng lúa chỉ còn để trồng cỏ cho trâu bò ăn mà thôi. Trồng cỏ khỏi phải tốn phân bón và khỏi làm thủy lợi điên khùng!

Ba Hậu nhăn nhó, vỗ mạnh lên đầu:

- Chỉ vì ngu khờ! Chỉ tại mình rồ dại! Giời ơi!

Ông ta xoay người chui ra khỏi mui ghe. Bé Tư gọi nhanh:

- Anh Ba! Còn gói tiền kìa!

Ba Hậu lặng thinh chuyền sang ghe ông Ba Xị. Mọi người nhìn theo bóng ông khuất dần trong mui ghe trước mặt. Bé Tư cầm gói tiền đuổi theo.

Ông Ba Xị đã ngà ngà say, ông càu nhàu:

- Nhẹ nhẹ một chút nghen. Chìm ghe bây giờ!

Bé Tư chui vào ghe Ba Xị, Ba Hậu đã mất dạng. Anh cầm gói tiền trong tay, ngơ ngác. Anh quay trở về ghe nhà.

- Ổng lủi mất tiêu rồi! Không biết ổng ở với gia đình nào?

Bà Tám Thơm hỏi trổng:

- Gói tiền kia mình biết tính sao đây?

Hồng nghiêm nghị:

- Đó là tiền của nhơn dân. Ông ta ăn cắp của dân chớ không phải tiền do mồ hôi, nước mắt của ổng tạo nên. Mình cứ giữ lấy.

Bé Tư nhìn đăm đăm gói bạc trong tay.

Bà Tám khẽ hỏi:

- Mình tính sao hả Tư?

Bé Tư mở gói tiền ra đếm. Ba ngàn lẻ mười đồng. Anh gói lại bảo:

- Chuyển lại cho ban lãnh đạo đoàn ghe làm quỹ trợ giúp đồng bào nghèo đói không còn phương tiện sống. Của cải của nhơn dân, hãy hoàn trả lại cho nhơn dân.

Anh ra khỏi mui ghe đón ghe chỉ huy tuần tiểu ngang qua để gặp ông Tư Thịnh trao lại gói tiền phi nghĩa.

Giữa đêm, có tiếng tri hô cầu cứu vang dội. Một người vừa nhảy xuống sông tự vẫn. Nhiều thanh niên lao mình xuống nước mò kiếm khắp nơi. Nước ròng chảy mạnh, kẻ bạc số trôi xa và mất tích.

Ba Hậu tự giải thoát đời mình. Lao về phía trước, ông ta đã tuyệt vọng. Quay trở lại phía sau, ông chỉ thấy tù tội, đổ vỡ tan nát. Đã hai lần phạm tội, từ quận bị hạ tầng công tác xuống xã, ông chỉ còn con đường duy nhất dẫn tới cửa ngục tù. Tù tội, mất đảng tịch, bị đuổi trở về Bắc sau án tù, vợ con từ bỏ có lẽ không hẳn là động cơ đẩy ông tự trầm. Mối tình si dại vừa tan vỡ chính là sức mạnh lôi ông đâm đầu xuống dòng sông. Sinh Bắc, tử Nam không là vinh quang của một đảng viên, cán bộ ở chiến trường ngày trước như Đảng và Bác đã tuyên dương cho những "anh hùng" giải phóng miền Nam, cái chết ở Nam của ông là một cái nhục cho cả một chế độ!

Đoàn ghe nhấp nhô trên mặt nước bên cạnh hàng bần lấp lánh ánh sáng chớp tắt của nghìn triệu đom đóm. Cái chết của Trưởng ban Nông nghiệp Ba Hậu đối với đoàn người "xuống dòng" chỉ như một chiếc lá bần rời cành rơi rụng âm thầm!

3

Cuộc hành trình đã ba ngày đêm. Ranh giới tỉnh Cần Thơ đã ở trước mặt. Từ xa người ta đã trông thấy những chiếc phà nhỏ như một cái chấm xuôi ngược hai bờ cầu Bắc.

Đoàn tàu không còn dài như trước, một số ghe nhỏ, lớn được lệnh rời đoàn ở những tỉnh, quận nào xét ra bà con có thể tìm sự sống cho gia đình. Dòng sông Cửu Long là đất mới của đám di dân. Họ tìm chén cơm bằng đủ nghề: chài lưới, giăng câu, đốn củi, làm thuê làm mướn, thợ gặt, công cấy, kể cả xe lôi. Tối lại, họ trở xuống ghe, sống đời an nhàn, tự do, bềnh bồng trên mặt nước. Nay đây, mai đó, như du mục.

Số ghe, thuyền còn lại trực chỉ Cà Mau – miền đất cuối cùng được mệnh danh là "nôi cách mạng". Qua khỏi Cần Thơ, đoàn ghe đi vào sông Ông Đốc. Ông Tư Thịnh truyền lệnh dừng lại nghỉ ngơi và phân xử 6 tên công an đường sông còn bị giam giữ dưới lường ghe bà Lạc và Ba Tình.

Sáu tên được áp giải tới ghe chỉ huy của ông Tư Thịnh. Thành phần "tòa án" gồm có: ông Tư, bà Lạc, Ký Đảm, Ba Dương, Bé Tư và 6 người đại diện cho 6 gia đình trong đoàn.

Suốt ba ngày đêm chỉ được tiếp tế nước lã, không ăn, 6 tên công an kiệt sức đứng không vững được nữa. Bộ đồ vàng dính đầy dầu mỡ, lem luốc, nón cối méo mó, bầm dập. Trong chúng thảm hại như lũ tàn binh.

Sáu tên xếp hàng đôi ngồi giữa 11 người mặt mày đằng đằng sát khí.

Ông Tư Thịnh mở đầu phiên xử:

- Tất cả bà con chúng ta đều đã rõ tội lỗi của 6 tên công an đường sông nầy. Vậy, hôm nay chúng ta xét xử chúng nó. Bà con có quyền biện hộ, binh vực hoặc buộc tội chúng. Chúng ta sẽ lấy quyết định chung hoặc tha, hoặc xử tội chúng nó. Bây giờ, mỗi đứa tự xưng danh tánh, tuổi tác cùng tuổi đảng cho bà con biết.

Ông trỏ tay chỉ vào mặt từng đứa.

- Tôi, Phạm Văn Cổn, tự Năm Cổn, 36 tuổi, Đội trưởng Công an đường sông, 10 tuổi đảng.

- Tôi, Vũ Lạc, tự Hai Lạc, 24 tuổi, công an viên, 6 tuổi đảng.

- Còn tôi, Nguyễn Phúc Giai, tự Ba Giai, 22 tuổi, công an viên, đối tượng đảng.

- Dạ tôi là Đồng Văn Khuôn, 30 tuổi, Đội trưởng Công an đường sông, 11 tuổi đảng.

Ký Đảm xen vào:

- Mầy họ Đồng, vậy mầy có bà con gì với tướng Đồng Văn Cống không?

Khuôn lắc đầu:

- Dạ không. Tôi chỉ nghe tên ông Cống chớ chưa thấy mặt.

Ông Tư Thịnh chỉ tay vào mặt tên kế tiếp.

- Tôi tên là Mèo, họ là Trương, chữ lót là Văn, 19 tuổi, công an viên, hổng có tuổi đảng nào hết.

- Dạ thưa bà con, chót hết là tui. Tui tên họ thiệt là Văn Văn Giang, 40 tuổi, bí danh là Tư Két, chưa được kết nạp vào đảng.

Ông Tư Thịnh và mọi người muốn phì cười với giọng nói ngây ngô và tên họ với bí danh của hắn.

Có tiếng bàn tán:

- Người Nùng hay dân tộc thiểu số gì đó. Họ nghe lạ tai quá chừng!

Ông Tư tằng hắng lấy giọng:

- Sau phần khai tên họ, tuổi tác của các bị cáo, bây giờ xin mời bà con nào đọc bản án của chúng nó. Ai xung phong?

Một phút yên lặng, Ba Dương đưa tay:

- Tôi, tôi xin đọc bản án của ba tên Khuôn, Mèo và Giang vì tôi chứng kiến việc làm bỉ ổi của tụi nó. Thưa bà con, ngoài việc dùng vũ khí uy hiếp nhơn dân, dùng lời thô bỉ đe dọa nhơn dân, hai tên Khuôn và Mèo còn phạm tội công xúc tu sỉ bắt thím Lài – vợ của chú Sủng tuột áo cho nó xét. Hai đứa nó nhìn gần lọt con ngươi ra ngoài ngực vú người ta. Thưa bà con, tội chúng nó rất nặng cần phải trả bằng một giá rất mắc!

Ông Tư Thịnh gằn giọng hỏi Khuôn, Mèo:

- Có đúng như vậy không hai tên kia?

Khuôn lấm lét:

- Dạ, tôi… không cố tình làm như vậy.

Ký Đảm nghiến răng:

- Không cố tình à? Vậy chứ mầy bắt người ta cởi áo để làm gì chớ?

- Dạ tôi… muốn khám xét đồ… giấu trong người chị ấy.

- Xạo! Đừng có chối nữa. Đầu óc đen tối, bẩn thỉu muốn xem ngực đàn bà, con gái chớ xét cái giống gì!

Có tiếng ồn ào cất lên:

- Xử tử chúng nó!

- Thiến tụi nó cho bỏ tật dê xồm, "thói 35".

Ông Tư Thịnh khoát tay ngăn mọi người:

- Bà con đừng nóng, chuyện đâu còn có đó. Dương, chú mầy còn buộc tội gì khác ba tên kia nữa không?

Ba Dương đay nghiến:

- Bao nhiêu tội đó cũng đủ hành quyết tụi nó rồi. Nếu chúng ta không kịp thời can thiệp, chuyện gì sẽ xảy tới cho gia đình, vợ con chú Sủng? Từ chỗ bắt ép thím Lài cởi áo đến chuyện hãm hiếp, ai có thể biểu rằng không được?!

Ba tên công an gục đầu nhìn xuống.

Ông Tư Thịnh nhìn ba tên khác: Cồn, Lạc, Giai; hỏi mọi người:

- Bây giờ đến lượt ba tên còn lại. Ai đứng ra buộc tội chúng nó, xin xung phong đi!

Ký Đảm giơ tay:

- Dạ tôi. Tôi vây bắt ba tên kia lúc chúng nó đang lục lạo khắp ghe của anh chị Ba Thế. Chúng nó trút lu gạo ra đổ tùm lum trên sàn ghe. Má anh Ba tiếc gạo nhào tới hốt lên bị một tên vố cho một bộp tai như trời giáng. Bà già đáng tuổi bà nội, bà ngoại chúng nó mà chúng nó đang tâm đánh vả như vậy, còn trời đất nào chịu nổi nữa! Thằng Cồn nầy nè, nó lên cò súng đòi bắn anh Ba Thế khi ảnh ngăn nó lại không cho nó xé mấy cái gối ra khám xét. Chị Ba Thế năn nỉ chúng nó hãy nghĩ tới tình đồng chí xưa kia, chúng nó nạt nộ: "Không có đồng chí đồng rận gì hết! Phạm pháp là bị bắt, bị tù". Đó, bà con coi đó, tội chúng nó có đáng cho mò tôm không?

Lại có tiếng ồn ào trong khoang ghe:

- Cho tụi nó mò tôm!

- Lóc thịt, lột da chúng nó ra!

Sáu tên công an run lẩy bẩy. Mồ hôi hột ướt trán, hai bên tai. Chúng quên bẵng cơn đói cào cấu dạ dày. Lòng chúng dâng ngập khiếp đảm, lo sợ. Không khí phiên tòa bỏ túi căng thẳng thần kinh chúng. Rõ ràng không còn ai bênh vực, biện hộ cho chúng cả. Thù hận long lanh trong ánh mắt mọi người.

Đợi phiên tòa lắng dịu xuống, ông Tư Thịnh cất tiếng hỏi:

- Phần buộc tội coi như đã tạm đủ. Vậy, có ai đứng ra biện hộ, binh vực cho tụi nó không?

Mọi người lại nhao nhao:

- Không, không có ai hết.

- Tuyên án chúng nó đi!

- Xử tội chúng nó thật nặng để làm gương cho những đứa khác!

Ông Tư hỏi bà Lạc:

- Chị Sáu, ý chị như thế nào?

Bà Lạc nhổ cổ trầu vào lon sữa bò, lấy cục thuốc xỉa ra khỏi nướu răng, từ tốn đáp:

- Mình hãy phân biệt đâu là gốc và đâu là ngọn. Có gốc mới có ngọn. Chiếc ghe đi thẳng, quẹo trái, rẽ phải không do nơi những tay chèo mà do nơi người cầm lái. Tôi muốn nói tới chính sách, chủ trương của Đảng và nhà nước và những kẻ thừa hành. Sáu tên nầy là ai? Là bọn cầm lái hay những tay chèo?

Một trong sáu người, đại diện cho 6 gia đình, phản đối:

- Chị nói vậy có khác nào chị nói rằng bọn tụi nầy vô tội hay sao?!

Lại có tiếng phụ họa:

- Mũi dại thì lái phải chịu đòn. Vậy chớ những lính ngụy, công chức ngụy chỉ là hạng thừa hành của chế độ cũ, của Mỹ, tại sao cách mạng bắt hết trơn hết trọi rồi giam giữ cho đến ngày nay?

Bà Lạc mỉm cười:

- Đó là một điều sai, trật trong chính sách được quảng cáo là "hòa hợp hòa giải dân tộc". Nếu cho rằng đó là một chiến thuật "điệu hổ ly sơn" thì không ai bàn tán làm gì, còn nếu nói đó là một chính sách thì không ai phục và tạo nên căm thù trong nhơn dân. Thử hỏi trong miền Nam, có mấy gia đình hoàn toàn không có con em dính dáng tới hai chế độ? Sống với Quốc gia, đàn ông, con trai có thể đứng ngoài vòng pháp luật của Quốc gia không? Còn dân sống dưới chế độ Xã hội Chủ nghĩa thì sao? Tất nhiên, họ phải dính dáng với cái gọi là cách mạng.

- Vậy ý của dì là sao? Tha chúng nó phải không?

- Tôi không quyết định được chuyện tha hay xử. Còn tùy ý kiến chung của bà con có mặt ở đây. Tôi chỉ nói lên cảm nghĩ của riêng tôi.

Phiên tòa lại im phăng phắc. Mọi người nghe rõ tiếng ca vọng cổ và đàn lục huyền cầm từ xa vọng tới. Lời ca não ruột diễn tả nỗi lòng của một vợ tù nhân khóc chồng và mơ cảnh đoàn viên. Lại có tiếng sáo phụ họa càng gợi thêm nỗi niềm ai oán, bi thương.

Sáu tên công an nhìn trộm bà Lạc, ngầm tỏ lòng biết ơn. Chúng nhận mình có tội, nhưng tội lỗi của bản thân chúng nhẹ hơn tội của thượng cấp, của giới lãnh đạo.

Ông Tư Thịnh hỏi chúng nó:

- Tụi bây có biết tại sao tụi tao đi không?

Một trong sáu tên đáp:

- Dạ thưa, hổng biết.

- Không biết à? Vậy tại sao tụi bây chặn lại xét hỏi?

Một đứa khác đáp:

- Dạ, tụi tôi chỉ làm theo bổn phận của công an đường sông. Cấp trên ra lịnh thế nào, tụi tôi phải làm tròn bổn phận thế ấy!

- Tuần tiễu xét hỏi, tụi bây tìm bắt những gì? Nói nghe thử.

- Dạ, gạo, thịt, cà phê, đường, sữa, thuốc lá lậu thuế.

- Nếu những thứ đó có đóng thuế đàng hoàng, tụi bây có tịch thu không?

- Dạ thưa, tụi tôi chỉ tịch thu số đồ vật trội hơn số lượng ghi trong giấy phép.

Ông Tư hỏi lắt léo:

- Số lượng thặng dư đó đi về đâu? Vào nhà nước hay lọt ra ngoài thị trường bán giá chợ đen?

Mấy tên công an liếc nhìn nhau.

Ký Đảm phì cười:

- Chỉ đem về cơ quan một ít còn số lớn tụi nó tuồn ra chợ đen để vợ con tụi nó hốt bạc. Ai còn lạ gì nghề của chàng nữa!

Ông Tư hỏi đố:

- Có đúng vậy không?

Một tên công an ấp úng:

- Dạ... dạ, ai không biết sao chớ còn... tụi tôi thì... chưa dám làm vậy.

Ba Dương gắt:

- Thôi đi, đừng có xạo. Vừa thôi! Tụi bây với bọn trạm gác đường bộ no nê nứt trứng, ai còn lạ gì lũ kênh kênh quà quạ tụi bây nữa. Một ký gạo, một lon sữa, một bịch thuốc hay một cờ-ram thịt heo, bò cũng không thoát khỏi tụi bây.

Tên Giai thu hết can đảm:

- Dân chúng không chịu lao động sản xuất, cứ đi buôn hoài và buôn lậu nữa nên tụi tôi phải ngăn chặn tối đa.

Bé Tư, từ nãy giờ ngồi lặng thinh, anh lên tiếng:

- Lao động sản xuất cái giống gì chứ? Để cho ai hưởng? Bản thân người lao động có gì để hưởng? Hãy nhìn lại ba bốn năm trời giải phóng, cả nước từ Bắc vào Nam đã sản xuất được gì? Lúa gạo là tài nguyên quốc gia trù phú nhứt vùng Đông Nam Á còn thiếu trước hụt sau, dân thành thị phải mua gạo chợ đen, nông dân thiếu ăn, có nhiều gia đình phải ăn độn khoai, bắp, mì và ăn luôn bông cỏ nữa. Vậy, lao động sản xuất có phải chỉ là danh từ trừu tượng bắt người dân hóa thành trâu bò không?

Ông Tư Thịnh lại hỏi bọn công an:

- Có đúng vậy không?

Không có tên nào trả lời. Một trong sáu người đại diện tập thể đồng bào "xuống dòng" gắt gỏng:

- Chú Tư hỏi sao tụi bây không trả lời? Có đúng vậy không? Muốn chết hả?

Cồn giật mình ngước lên ấp úng:

- Dạ, dạ… đó là… chủ trương… chính sách của Đảng và… nhà nước, tụi tôi không dám phê bình… chỉ trích.

- Nhưng nếu được phép trả lời tự do, tụi bây có nhận điều anh Bé Tư vừa nói là đúng hay không? Nói mau, không thì chết liền bây giờ!

Cả bọn cùng gật đầu đáp một lượt:

- Dạ, dạ đúng như vậy.

Ông Tư nhìn mọi người. Nụ cười nở trên môi mọi người. Ông Tư hất hàm về phía 6 tên công an:

- Tụi bây có đói không?

Cả 6 tên cùng đáp:

- Dạ, dạ đói. Đói lắm!

Ông Tư mỉm cười:

- Đói, đói lắm. Dĩ nhiên rồi. Ba ngày đêm không ăn bảo sao không đói. Vậy bây giờ tụi bây có muốn ăn không?

Sáu tên rộ lên:

- Dạ, dạ muốn!

- Được rồi. Tụi bây sẽ được ăn. Trước khi ăn, tụi bây hãy hình dung cảnh đồng bào vì nghèo đói phải đi buôn, bán và từng bị chúng bây chặn xét, tịch thâu, cướp giựt làm cho họ cụt vốn, mắc nợ nần điêu đứng khổ sở. Họ là ai? Họ không phải là kẻ thù của chế độ, của chánh phủ, của cách mạng và của chính tụi bây. Họ là từng viên gạch xây dựng nên cuộc kháng chiến thần thánh đánh đuổi thực dân Pháp, họ là thành lũy, là pháo đài vững chắc của cách mạng chống lại đế quốc Mỹ, họ là hậu phương tuyệt vời cho quân đội chính quy, cho du kích, cho cán bộ nằm vùng hoạt động hữu hiệu trong lòng địch, và cũng chính họ đã mở rộng cửa đón chào những kẻ chiến thắng trở về ở ngày lịch sử 30 tháng 4. Vậy mà họ đã bị bỏ quên, bị bội phản và còn bị xem như kẻ thù, phản động phá hoại nền kinh tế, làm xáo trộn thị trường, bắc cầu cho tư bản, cho gian thương,…

Ông chỉ tay vào mặt mình rồi chỉ vào 11 người xử án, chồm tới nói như tát nước vào mặt đám công an:

- Tao đây và tất cả bà con ở đây đã từng góp công to lớn vào cách mạng, đã có nhiều huy chương, bằng khen thưởng của Bác và Đảng. Tụi tao nào phải là kẻ thù của chế độ, nhưng tụi tao đã bị Đảng và chánh phủ vong ơn, bội nghĩa, xem như một người dân thường, thậm chí còn coi tụi tao như bọn xuẩn động chống lại chính sách ruộng đất, phá hoại nông nghiệp xã, quận nhà. Tụi tao đói, tụi tao ra đi. Dân đói, dân có quyền chọn con đường sống. Luật sinh tồn bắt mọi người phải có thái độ tự vệ.

Nhiều tiếng vỗ tay vang lên. Tràng pháo tay nổ giòn và kéo dài. Ông Tư Thịnh siết chặt đôi tay đè mạnh trên nền khoang ghe, mắt ông đẫm lệ.

Có tiếng la lớn:

- Lũ mù đui! Tui bây đã sáng mắt ra chưa hả?

Sáu ông công an viên gục đầu nhìn đăm đăm nền khoang ghe. Cơn đói lùi ra sau cơn lo sợ đang siết chặt tâm trí từng đứa một.

Ông Tư Thịnh lau nước mắt, truyền lệnh:

- Dọn cơm nước cho tụi nó ăn đi.

Nghe nói tới cơm, 6 tên công an vụt ngước lên. Cơn lo sợ lùi ra sau cơn đói đang cồn cào, bứt xé dạ dày từng đứa. Hột cơm, chén cơm rồi tô cơm đầy hiện ra, đong đưa mời mọc, quyến rũ trong đầu chúng nó. Chỉ cần cơm lạt thôi, không đòi hỏi thức ăn ngon, chúng nó sẽ vét sạch nồi cơm 5 lít. Ăn với muối, với nước mắm không cũng ngon miệng rồi! Dịch vị chúng nó bị kích thích dữ dội. Chúng nuốt nước miếng. Dạ dày bào bọt, sôi sục liên hồi.

Có tiếng hỏi:

- Cho tụi nó ăn hả?

- Sao lại cho chúng nó ăn? Không, không cho ăn. Để chúng nó chết đói luôn đi!

Ông Tư Thịnh quay sang bảo chị Tư Mướp – chủ ghe:

- Thím đem nồi cơm ra, dọn cho mấy đứa tụi nó ăn đi. Chỉ cần hũ mắm ruốc thôi, thêm vài trái ớt.

Mọi người nhìn sững ông. Sắc mặt ông vẫn điềm tĩnh. Đợi chị Mướp dọn chén đũa xong, ông nói với 6 tên công an:

- Xúc cơm ăn đi. Ăn cho no.

Sáu công an viên nhìn lấm lét từng người một. Chưa đứa nào dám mở cuộc tấn công nồi cơm nguội đầy nhóc trước mặt. Hột cơm tuy không trắng lắm nhưng có sức quyến rũ mãnh liệt. Hũ mắm ruốc bay mùi thơm phức càng làm dạ dày từng đứa nhồi bóp, quặn thắt.

Ông Tư Thịnh vừa mở lời, cả 6 tên nhào tới tranh nhau xới cơm vào chén. Có đứa xắn đại chén vào nồi xúc cơm, ém đầy cứng. Vít cục mắm ruốc để trên mặt cơm, chúng và từng búng cơm ngập miệng, nhai hết muốn nổi. Mỗi lần nuốt, chúng trợn trắng trợn dọc, mặt mày méo mó trông thật tức cười. Hai Lạc cắn ớt nhai ngấu nghiến, lùa cơm, mắm lia lịa vào miệng.

Bỗng hắn buông đũa, đặt nhanh chén cơm xuống, bụm miệng rên la:

- Trời ơi! Chết tôi rồi. Cay… cay quá trời ơi!

Hắn cong người, hít hà, nhăn nhó, hai tay phủi lia lịa đôi môi. Ông Tư Thịnh bật cười. Mọi người cười rộ.

Đồng Văn Khuôn mắng:

- Đáng đời! Ham ăn hốt uống, đáng đời!

Hai Lạc rên rỉ:

- Tôi đâu… có ngờ ớt… cay xé mây như vậy? Chết đi trời ơi!

Lợi dụng một bạn đồng đội gặp "tai nạn", năm tên kia tranh thủ ăn thật nhanh, xúc đầy chén khác, nhai nuốt tới tấp.

Hai Lạc phản đối:

- Ăn chậm chậm chờ người ta với. Ăn uống gì như là… chết đói đến nơi vậy?!

Văn Mèo vừa ngốn vừa nói:

- Cũng gần gần như vậy! Cắn thêm miếng ớt nữa đi con!

Tuy chưa hết cay và chén cơm chỉ vơi một nửa, Hai Lạc thọc chén vào nồi xúc đầy.

Văn Văn Giang trợn mắt:

- Ăn chưa hết chén đã bới thêm rồi!

Hai Lạc cự:

- Đợi hết chén còn con mẹ gì ăn nữa! Mấy cha lợi dụng tôi bị cay ngưng ăn tém gần sạch rồi kia kìa, thấy không?

Nguyễn Phúc Giai lên mặt:

- Lo ăn đi, đừng có cãi nhau nữa. Mấy người quên mình đang trong tình cảnh nào à?

Ông Tư Thịnh tằng hắng. Cuộc cãi vã, tranh ăn im bặt. Sáu tên ngồi lại ngay ngắn, vừa nhai vừa liếc nhìn ông. Có đứa ngưng nhai, cúi gằm mặt ra chiều xấu hổ.

Ông Tư Thịnh bảo chị Mướp:

- Thím lấy cho tôi hai lít rượu.

Tiếng phản đối xôn xao:

- Cho tụi nó uống rượu?

- Tại sao kỳ cục vậy? Đã cho chúng nó ăn no rồi còn cho nhậu nữa!

- Đừng, đừng đối xử quá tốt với bọn đầu trâu mặt ngựa đó chú Tư!

Sắc mặt ông Tư Thịnh vẫn bình thản. Ông giục chị Mướp:

- Thím lấy rượu và ly đem ra đây. Mau lên!

Hai lít rượu trắng và cái ly xây chừng bày ra trước mặt 6 tên công an. Ông Tư Thịnh hất hàm, nghiêm nghị:

- Tụi bây rót rượu uống đi. Tao cho phép đó!

Văn Văn Giang vừa định với tới cầm chai rượu, rút tay lại ngay khi Đồng Văn Khuôn lên tiếng:

- Dạ thưa, tụi tôi không dám… lạm dụng… lòng tốt của ông Tư và… quý bà con, cô bác.

Phạm Văn Cồn mơn trớn:

- Ông Tư cho tụi tôi ăn cơm, dạ, vậy là đủ lắm rồi, dạ!

Ông Tư trừng mắt, gằn giọng:

- Đây không phải là lòng tốt. Đây là một mệnh lịnh, nghe rõ chưa? Uống, uống hết hai lít rượu nầy. Nếu chưa say, tao cho uống thêm.

Một người vỗ tay lên đùi, khen:

- Hay, Hay thiệt! Cho tụi nó quắc cần câu rồi cho đi mò tôm.

- Điệu nầy tôm cá say chết luôn. Nhớ hồi bốn lăm, tôm càng đầy sông, đầy biển mà không ai dám bắt ăn. Chúng nó bu cứng thằng chỏng Tây, thây ma Tây nổi lều bều khắp nơi. Người ta đặt cho chúng nó cái tên là “tôm Tây”! Thịt chúng ăn vô nghe mùi thủm thủm phát ói!

Nghe diễn tả, 6 công an viên nổi da gà. Thì ra, ông Tư cho ăn no, uống say không phải rồi sẽ tha chết mà cho đi mò tôm, làm mồi cho tôm cá. Cả bọn nghĩ tới cái chết, nuốt cơm, mắm hết muốn trôi, nghẹn cứng cổ họng.

Ký Đảm, Ba Dương, Bé Tư, bà Lạc nhìn nhau, gục gặc tỏ vẻ đã hiểu được ý muốn của ông Tư Thịnh.

Ông Tư Thịnh giục:

- Rót rượu uống đi. Ăn cơm nguội với mắm mà nhậu lai rai thì còn gì sướng bằng? Rượu do tụi nầy đặt chớ không phải rượu gạo, rượu mì đâu. Rượu nếp nguyên chất đó.

Ký Đảm rót rượu đầy ly, đẩy tới trước mặt 6 công an viên:

- Uống đi. Uống xoay vòng. Mỗi đứa nốc cạn một ly.

Anh nạt lớn tiếng. Đồng Văn Khuôn nâng ly rượu đầy, tay hắn run run làm chao động mặt rượu. Nhiều tiếng thúc giục nối tiếp. Hắn đưa ly lên môi, nhắm mắt nốc một hơi. Hắn nhăn mặt, đánh khè một tiếng kéo dài, rùng mình. Ký Đảm rót tiếp đầy ly, đẩy tới cho Nguyễn Phúc Giai. Hắn không quen nhậu nhẹt, ly rượu trước mặt hắn ghê rợn như một chén thuốc Bắc, như một ly mật gấu!

Hắn hớp từng ngụm nhỏ, mặt mày nhăn nhó, khổ sở. Ly vừa cạn, hắn cũng vừa thấy đảo điên, trời đất bắt đầu quay tít. Tên cuối cùng vừa uống xong, ông Tư Thịnh bảo Ký Đảm rót đầy ly khác cho tên thứ nhất.

Ông nghiêm giọng hỏi:

- Tới đây, tụi bây đã hết đói chưa? No đủ chưa?

Vũ Lạc thay mặt đồng bọn:

- Dạ, no rồi!

- Được. Tốt lắm. Bây giờ tụi bây nghe tao nói đây. Trên đời nầy, con người hay con vật đều phải ăn để sống. Cả đến loài thảo mộc cũng cần được vun phân, tưới nước, có âm dương mới sinh tồn. Khi đói, quá đói, người hay vật phải đi tìm cái ăn bằng mọi cách hoặc lương thiện hoặc bất chính và nếu cần giết lẫn nhau để giành lấy sự sống. Tụi bây vừa mới cắn xé nhau vì một chén cơm, chửi bới nhau vì đứa ăn nhiều, đứa ăn ít. Chỉ vì đói mà tụi bây gần biến thành loài chó, heo gầm gừ, cắn nhau, sủa nhau, đánh vả nhau, không còn biết hiện tại, tụi bây đang nằm trong tình cảnh nào. Đó là định luật sinh tồn của loài động vật trên quả đất nầy. Cuộc "xuống giòng" của tụi tao vẫn nằm trong định luật sinh tồn ấy, nhưng tụi tao còn là con người, tụi tao còn biết đoàn kết với nhau, nương tựa vào nhau, thương yêu nhau, cùng chia sẻ với nhau mà sống. Tụi tao chưa biến thành thú vật sẵn sàng cắn xé, giết lẫn nhau để giành lấy sự sống. Chim chóc còn biết chọn mùa đi tìm miếng ăn, sinh sôi nảy nở ở một vùng đất mới. Tụi tao không muốn làm loài bồ câu, chim sẻ quanh quẩn ở một vùng đất đã cạn thực phẩm và bị người ta đuổi xua.

Ông vỗ vào ngực, trỏ tay vào đồng bọn, gắt gỏng:

- Tụi tao đây là những người đã ngu dại đóng góp cho một thiểu số chiến đấu và chiến thắng để rồi trở thành những vỏ chanh bị vứt qua một bên sau khi đã bị vắt hết nước. Tụi tao đau xót lắm khi phải bỏ nhà cửa, ruộng vườn, đất đai mồ mả ông cha ra đi. Mặc cho ai còn mù quáng ở lại phục vụ chế độ. Tụi tao đã sáng mắt rồi. Tụi tao ra đi. Uống đi! Hãy uống cho say. Đảm, rót rượu cho chúng nó nữa đi.

Hai lít rượu đã gần cạn. Ba bốn tên công an đã chếnh choáng, ngồi không còn vững nữa. Nồi cơm chỉ còn một vài muỗng. Hũ mắm đã vơi một nửa.

Chiếc tàu kéo chạy qua, máy nổ ầm ì. Sóng vỗ vào mạn ghe ì ạch. Ghe lắc lư, chao động. Sáu tên công an, nhất là Đồng Văn Khuôn, càng thêm chóng mặt. Hắn nôn ọe, muốn ói.

Ông Tư Thịnh truyền lệnh:

- Đưa chúng nó lên bờ!

- Cái gì? Tha chúng nó à?

- Cho ăn nhậu no say rồi tha à? Gì kỳ cục vậy?!

Ông Tư Thịnh nghiêm nghị:

- Thả chúng nó. Lẹ lên! Đủ rồi!

Ngập ngừng giây lát, Ký Đảm, Ba Dương và Bé Tư dìu 6 tên công an lên bờ. Ông Tư ngồi xếp bằng, nhìn trừng trừng ra mui ghe.

Quay trở xuống, Ký Đảm hỏi:

- Chú Tư, tại sao thả chúng nó?

Ông Tư Thịnh không trả lời, ra lệnh đoàn ghe rời bến, tiếp tục cuộc hành trình. Trên bờ, 6 tên công an lảo đảo, ngả nghiêng, bá vai, bá cổ vào nhau, bước thấp bước cao, xa dần đoàn "xuống dòng".

Ký Đảm lặp lại câu hỏi, ông Tư Thịnh trầm giọng:

- Giết người không phải khó. Biết tha thứ mới là khó. Trong chúng ta, ai cũng đã hơn một lần cầm súng bắn vào đối phương. Giết người là một tội ác dù có biện hộ đó là vì lý tưởng, vì quyền lợi của Tổ quốc, dân tộc hay vì bản năng tự vệ. Đã đến lúc chúng ta nên nghĩ tới nhơn tâm và thiên chức của con người. Vũ khí không còn là phương tiện tạo nên công bằng xã hội và biểu dương sức mạnh nữa. Sức mạnh nằm ở trái tim ta, ở khối óc ta và ngay ở cách đối xử giữa con người và con người.

Ông gào thét:

- Hỡi anh chị em, máu xương nhơn dân Việt Nam đã đổ ra, đã chồng chất thành sông, thành núi. Đừng, đừng làm cho máu xương tuôn đổ, chất chồng thêm nữa. Hãy để cho bọn người còn đầy tham vọng tiếp tục lấy máu xương người dân Việt Nam củng cố địa vị và tham vọng của chúng. Chúng ta đi tìm đất sống trong hòa bình và hạnh phúc!

Ông gục đầu rưng rưng nước mắt. Đôi bàn tay ông siết chặt đè mạnh trên ván khoang ghe. Mọi người lặng yên, lắng nghe lời tâm huyết của kẻ lãnh đạo xoáy vào hồn. Họ càng kính mến ông Tư hơn. Ông vừa bẻ ngoặt mũi tên hận thù, tung mạnh chiếc hoa tình thương lên không trung. Muôn ngàn nhụy hoa thơm ngát rơi rớt vào tâm cảm mọi người.

Ông ngước lên, lau nước mắt, trầm giọng:

- Đúng như lời chị Lạc đã nói, mình nên phân biệt đâu là gốc, đâu là ngọn. Có gốc mới có ngọn. Gốc xấu, ngọn èo uột; gốc tốt, ngọn tươi, lá xanh, trái ngọt. Gốc bị rầy chui vào đục khoét, ngọn, lá, trái cằn cỗi, hư thúi. Những tên ngăn chặn, đuổi bắt chúng ta chỉ là ngọn, chỉ là những tay chèo. Giết chúng nó thử hỏi có thay đổi được gì hay chỉ là cuộc tàn sát lẫn nhau không đem lại kết quả gì hết?!

Một người vụt hỏi:

- Nhưng thả tụi nó thì có lợi gì?

- Ít ra mình cũng giác ngộ được 6 người. Chúng nó sẽ thuật lại cho bạn bè nghe chuyện nầy, bạn bè chúng nó sẽ nhận thấy lòng dân đang đi ngược chiều với chính sách của Đảng và nhà nước và từ đó, cả bọn chúng nó bớt làm khổ dân, bức hiếp dân. Thả chúng ra trong trạng thái say khướt như thế đó, chúng nó sẽ bị giới lãnh đạo kết tội vì say sưa bỏ tàu ghe chớ không phải bị bắt cóc. Dù chúng có tự biện hộ thế nào cũng không ai tin. Muốn hay không muốn, bắt cóc nhơn viên công lực trong lúc thừa hành nhiệm vụ, chúng ta cũng bị khép vào tội hình.

Tới đây, mọi người mới rõ lý do ông cho bọn công an uống rượu say khướt. Tuy không mấy ai hài lòng quyết định của ông Tư, nhưng vẫn không thể phản đối tình người mà ông vừa gieo vào lòng người. Chỉ có Bé Tư tán thành thái độ của ông vì anh vẫn nghĩ rằng hiện tượng tiêu biểu cho bản chất. Bản chất, theo anh không còn là ly nước lọc trong xanh của thuở chín năm kháng chiến, bản chất đó đã biến thành ly nước đầy phèn, lềnh nghềnh và số vi trùng truyền nhiễm. Đánh giết hiện tượng mà không thay đổi được bản chất chỉ là việc làm của "dã tràng xe cát"!

Đoàn ghe lại tiếp tục bềnh bồng trên dòng Tiền Giang lần mò sang Hậu Giang. Nhiều gia đình tách đoàn, ở lại kiếm ăn dọc sông dài, nơi nào có chợ búa, buôn bán tấp nập.

Đến thị xã Cà Mau, chỉ còn 80 ghe đậu dài theo Rạch Rập. Chính quyền địa phương để yên cho họ sống khi biết được họ thuộc thành phần gia đình cách mạng. Vả lại, họ chỉ sống trên mặt sông, họ không bị ràng buộc bởi hộ khẩu, nay ở đây, mai đi nơi khác, không thuộc quyền quản lý của bất cứ quận, xã nào và không tham dự, chia phần nhu yếu phẩm, thực phẩm của nhân dân địa phương. Họ tự túc mà sống, ăn gạo chợ đen, mua sắm vật dụng ở thị trường tự do, ngày vật lộn với cuộc sống trên bờ, chiều về, xuống ghe ngơi nghỉ.

Đã tới mục tiêu an toàn, ban lãnh đạo tự động giải tán, mạnh ai nấy sống. Vai trò chỉ đạo không còn cần thiết nữa. Tuy không chia tay nhau, bà con cũng thấy ngậm ngùi khi được tin ban chỉ đạo rút lui. Có người khóc sướt mướt. Hình ảnh ông Tư Thịnh, Ký Đảm, Ba Dương, Bé Tư, bà Lạc, Nguyễn Quốc Túy, kể cả thằng Bảo, thằng Vọng… mãi mãi lưu luyến, trìu mến khảm mọi người.

Ông Tư Thịnh ngã bệnh nặng. Bà con xúm lại chạy thuốc thang cho ông nhưng bệnh tình ông ngày thêm trầm trọng. Đông y chạy mặt, ông được đưa vào bệnh viện Cà Mau chữa trị. Bệnh nhân không hộ khẩu, nhà thương từ chối. Ký Đảm, Bé Tư xung phong xin yết kiến Chủ tịch Ủy ban nhân dân tỉnh trình bày hoàn cảnh của ông Tư và gia đình kèm theo thành tích chiến đấu của ông. Bệnh viện được lệnh nhận ông nhưng không bao cơm và thuốc men điều trị. Gia đình phải nuôi ăn hằng ngày và mua thuốc men đem vào bệnh viện chữa trị ông. Ông bị chứng xơ gan và sốt rét rừng phải giải phẫu. Bác sĩ bắt buộc gia đình phải mua máu, nước biển và chỉ khâu. Bệnh viện thiếu đủ thứ phương tiện mổ xẻ.

Bà con đoàn ghe chung đậu tiền mua sắm đầy đủ những gì cần thiết cho cuộc giải phẫu có bán ngoài thị trường chợ đen. Bất cứ giá nào cũng phải cứu sống vị "lãnh tụ" của cuộc "xuống dòng".

Sức khỏe yếu dần, ông Tư Thịnh biết chắc mình không thể nào sống thêm nữa dù được giải phẫu. Ông hoài nghi khả năng y học của các bác sĩ từ Bắc chuyển vào Nam công tác. Mười người mổ đã có tới tám người chết ngay giữa cuộc giải phẫu hoặc ít lâu sau đó!

Ông gọi Tiểng – đứa con lớn vào bệnh viện dặn dò:

- Tiểng con! Ba sắp đi xa, không còn sống gần má và tụi con được nữa. Ba muốn nói với con những gì ba cất giấu trong lòng từ bấy lâu nay.

Tiểng ngồi sát bên cha, nắm chặt tay ông vỗ về:

- Đừng nói vậy không nên đâu ba. Mổ xong, ba sẽ mạnh, ba sẽ về nhà… về ghe với má, với tụi con.

- Ba hiểu rõ bịnh tình và sức khỏe của ba hơn ai hết. Không mổ, ba cũng chết, mổ xong ba cũng chết. Ba không hề sợ chết vì chết là giải thoát, chết là trở về với cát bụi vì con người từ cát bụi mà ra. Ai cũng tới điểm hẹn đó hoặc chóng hoặc chầy. Ba không có gì nuối tiếc đối với cuộc sống thừa thãi nầy, duy chỉ có một điều sẽ làm hồn ba không yên ở thế giới bên kia…

Tiếng hỏi nhanh:

- Điều gì vậy ba?

Ông Tư Thịnh nhắm mắt, lặng thinh. Tiếng thấy rõ hai ngấn lệ ứa ra khóe mắt ông. Anh hốt hoảng, lay gọi:

- Ba, ba! Chuyện gì vậy ba? Tại sao ba… khóc hả?

Ông Tư Thịnh rên xiết:

- Trời ơi! Tổ quốc tôi! Đất nước tôi! Đồng bào tôi…

Ông nghẹn ngào, tức tưởi. Tiếng ôm bàn tay cha áp sát vào ngực, cúi thấp xuống sát vào mặt cha:

- Ba, đừng nghĩ tới những thứ ấy nữa. Hãy tịnh dưỡng lấy sức cho cuộc mổ xẻ ngày mai đi ba.

Ông Tư Thịnh ngóc đầu, trợn mắt:

- Tiếng, mầy vừa nói gì hả? Tổ quốc, đất nước, đồng bào là những thứ gì chớ? Tao… tao cấm mầy ăn nói… mất dạy như vậy nghen Tiếng!

Ông gieo người rơi trở xuống gối, thở hổn hển. Tiếng nhỏ nhẹ:

- Con muốn ba gác qua một bên chuyện quốc gia, dân tộc để tịnh dưỡng chuẩn bị cho chuyện mổ xẻ. Khi nào ba mạnh rồi, ba hãy nghĩ tới chuyện nước non.

Nước mắt ông lại giàn giụa, ông cắn môi gần rướm máu, gân màng tang nổi vòng, từng cơn thở nấc nghẹn dồn ép lồng ngực ông.

Giọng nói của ông đứt quãng:

- Ngàn đời Việt Nam vẫn còn là… đất nước, Tổ quốc yêu quý… của người Việt Nam… ngàn đời… Tổ quốc chúng ta vẫn… chìm đắm trong chiến tranh tàn khốc… Hết Tầu đến Tây… hết Tây đến Mỹ…

Mỹ thua bỏ chạy, Nga lại bước vào làm chủ giang sơn nầy, chiến tranh vẫn còn tiếp diễn ở bên kia biên giới Việt Nam. Máu người Việt lại đổ ra, xác người Việt… lại ngã xuống. Để làm gì và cho ai? Có phải để cho Tổ quốc Việt Nam và cho người Việt Nam sung sướng, hạnh phúc không, hay là để vả cho sự bành trướng của một chủ nghĩa nào khác? Cả một đời ba xả thân cho cuộc giải phóng… đất nước và thân phận con người Việt Nam bé nhỏ bị bức hiếp, đọa đày, nô lệ không phải để phụng sự cho một đế quốc cũ, mới nào, cũng không phải để rồi Việt Nam lại rơi vào một ảnh hưởng đế quốc nào, mà chính vì muốn đem lại tự do, hạnh phúc cho nhơn dân.

Ông vừa nói vừa thở mệt nhọc. Tiếng khẽ gọi:

- Ba, ba!

Ông Tư Thịnh tiếp luôn như muốn trút bỏ hết niềm u ẩn đang đè nặng lồng ngực ông:

- Cuộc kháng chiến thần thánh của toàn dân đã bị phản bội. Nông dân đã bị phản bội. Lãnh đạo đang dẫn dắt một giai cấp xã hội mới cỡi lên đầu nhơn dân, đưa nhơn dân vào hận thù và bần cùng. Lao động chỉ là một mỹ từ dùng làm một loại dầu thơm thoa xức cho Đảng Lao động. Xứ ta là một xứ nông nghiệp chớ không phải là một quốc gia đại công nghiệp. Nông dân đã và đang quay lưng lại, đồng ruộng ngày thêm bỏ hoang. Nguyên ủy đó đã là sụp đổ mọi cơ cấu cách mạng từ thượng tầng kiến trúc đến hạ tầng cơ sở xã hội.

Tiếng cố thuyết phục:

- Ba, chuyện trọng đại đó không thuộc khả năng cải tạo, xây dựng của chúng ta!

Cánh cửa phòng bật ra, một nữ y tá bước vào, phía sau, hai nhân viên bệnh viện đẩy một người bệnh nằm trên chiếc xe cũ kỹ. Bệnh nhân nằm nghiêng, không gối, không vải phủ, không mền. Bà vợ và người con gái đứng khép nép bên ngoài ngạch cửa.

Chiếc giường cạnh ông Tư Thịnh chỉ có tấm nệm trần loang lổ dấu vết dơ bẩn và một cái gối tai bèo nhàu nát, bông gòn đổ ra một góc. Bệnh nhân được ném lên gường nặng nề như một bao gạo. Ông nhăn mặt tỏ vẻ đau đớn.

Cô y tá không mặc đồng phục bệnh viện, tóc thắt bím, áo bà ba trắng, quần vải đen, chân mang dép Nhật, chỉ có một dấu hồng thập tự gắn trên ngực. Hai người đẩy xe ăn mặc như công nhân xí nghiệp.

Cô y tá nói cộc lốc:

- Nằm im đây, không được đi đâu. Chốc nữa có bác sĩ đến khám cho.

Cô ta bước ra cửa bảo người nhà bệnh nhân:

- Về lo đem gạo vào cho người bệnh ăn, gởi cho ban thăm nuôi. Ngoài ra còn chạy tiền mua huyết, nước biển và chỉ gân. Nhớ kỹ, đừng có quên đấy.

Người vợ ấp úng:

- Dạ thưa cô, gạo thì tụi tui lo được chớ còn… những thứ kia… tụi tui biết ở đâu mà mua?

Cô y tá ngoe ngoẩy:

- Không biết thì rán chịu. Ra phố mà hỏi. Ai cũng vậy cả. Nhà thương không có những thứ ấy.

Cô ta bỏ đi thẳng trước vẻ mặt ngơ ngác, lo lắng của thân nhân người bệnh. Hai nhân viên bệnh viện đẩy xe trở ra ngoài.

Một người vờ hỏi thăm bà vợ:

- Có chuyện gì vậy?

- Cổ bắt phải đem gạo vô nhà thương để nuôi nhà tui.

- Chuyện đó dĩ nhiên rồi. Ai ai cũng vậy hết, nhà thương chỉ chữa bệnh thí công chớ không nuôi ăn. Thời buổi củi quế gạo châu mà!

Đứa con gái xen vào:

- Dạ, gạo cơm thì tụi tôi chạy lo được còn máu, nước biển với chỉ gân tụi tôi biết ở đâu có mà mua?

Nhân viên thứ hai cười cười:

- Có tiền thì cái giống gì cũng có hết!

- Chú biết chỗ mua hả?

- Biết!

- Chú làm ơn chỉ cho má con tôi đi.

- Không quen biết họ không bán đâu. Họ chỉ bán cho người quen thôi.

Bà vợ hỏi thăm:

- Tốn chừng bao nhiêu lận?

- Vài trăm đồng thôi.

- Chèn ơi! Mắc dữ vậy sao?

Nhân viên thứ nhất cười:

- Đó là vì thương tình cảnh khó khăn của chị, tụi tôi mua dùm cho không ăn lời và nói họ bớt cho đó, chớ còn theo như chị đi mua thì lên tới bảy tám trăm, một ngàn đồng.

Anh ta vừa đẩy xe tới vừa gọi bạn đồng nghiệp:

- Thôi, mình đi đi. Còn bao nhiêu việc khác nữa. Nói nhiều người ta tưởng đâu mình áp-phe kiếm chác.

Bà mẹ nhăn nhó hỏi con:

- Biết sao đây con? Tiền đâu có tới vài trăm đồng lận?! Hổng lẽ để ba con… chết hay sao?

Bà khóc. Người con gái mím môi suy nghĩ. Bỗng nàng đuổi theo gọi hai nhân viên nọ. Bà mẹ nhìn chồng đang nằm co rút trên giường rên khe khẽ. Bà gục đầu vào khung cửa cố nén tiếng khóc.

Ông Tư Thịnh và Tiểng đã nghe và hiểu qua câu chuyện vừa diễn ra trước mắt.

Ông Tư thở dài, hỏi:

- Đó, con đã thấy rõ, nghe rõ chưa? Ngay trong nhà thương, người ta còn đối xử với dân tàn tệ như thế đó huống hồ gì ở hoàn cảnh nào khác. Phải nói là "nhà ghét" mới đúng hơn.

Tiểng lắc đầu:

- Hiện tượng phổ biến ở khắp mọi nơi, mọi ngành và lĩnh vực trong đời sống nhơn dân. Nước nghèo bị tàn phá bởi chiến tranh là như vậy đó.

Ông Tư phản đối:

- Con nói chưa đúng lắm! Cái nghèo của nước, của dân mình là một thực thể không thể chối cãi được, nhưng tình người, người Việt Nam chúng ta không hề nghèo. Thái độ kia là biểu tượng của một xã hội mới thiếu đạo nghĩa. Trật tự xã hội miền Nam xây dựng trên tinh thần đạo nghĩa giữa người với người. Chủ nghĩa mới đẻ ra một chế độ cai trị khắc nghiệt, đẩy lùi nhơn dân qua khỏi lằn ranh của cán bộ và đảng viên, giống như triều đại La Mã chỉ ưu đãi thành phần quý tộc, xem dân như cỏ rác bẩn thỉu, hôi tanh. Nghèo khó, dân còn có thể sống được, còn đã nghèo mà còn bị ức hiếp nữa, dân chỉ còn có hai con đường: hoặc chịu đựng để chết dần chết mòn, hoặc nổi dậy làm cuộc cách mạng mới.

Tiếng giật mình, liếc nhìn ra cửa phòng:

- Chết, ba nói dại… coi chừng liên lụy vào thân đó ba!

Ông Tư Thịnh cười nhẹ:

- Ba nào có sợ chết. Cái chết đối với ba nhẹ tợ lông hồng. Trước sau gì ba cũng đi xa. Ba nói ra hết những gì lòng ba chất chứa bấy lâu.

Bà vợ bước vào phòng, đến giường bệnh, lay gọi chồng:

- Ông, ông ơi! Ông thấy trong người mần sao vậy?

Ông chồng rên siết:

- Ui, đau… đau quá! Chết đi trời ơi!

- Ông rán chút nữa rồi bác sĩ tới bắt mạch trị bịnh cho ông.

Tiếng hỏi vói sang:

- Chú ấy bịnh gì vậy hả thím?

Bà vợ mếu máo:

- Người ta nói ổng đau ruột dư phải mổ mới sống đặng.

Người con gái quay trở lại, mặt mày hốc hác. Bà mẹ đứng lên hỏi:

- Lan, sao hả con?

Đến bên mẹ, nàng trấn an:

- Xong rồi má! Má yên tâm.

- Xong là sao? Con nói rõ cho má biết đi.

- Con đã có cách chạy lo cho ba. Bất cứ giá nào má à!

Bà mẹ không yên tâm, bà không tin con gái mình có thể chạy ra số bạc ba bốn trăm đồng trong một thời gian ngắn chỉ trong đầu hôm sớm mai. Bà biết rõ gia tài sự sản hiện có, dù có đem ra bán sạch cũng chỉ được vài trăm đồng. Tiền mặt cả nhà cộng lại chỉ còn vài chục đồng. Số vốn sạp bán bánh cống bên lề đường kẹt nằm đó, bà và con gái tảo tần từ sáng tới chiều chỉ kiếm được vài mươi đồng lời đủ nuôi sống lay lắt gia đình gồm 5 miệng ăn. Từ ba bốn năm nay, người cha đau ốm nằm nhà lo việc bếp núc, không làm ra được một đồng. Tội đi lính cho địch, dù chỉ là Trung sĩ, người ta để cho ông yên thân sau 3 ngày học tập là may mắn cho ông lắm rồi.

Hoàn cảnh bi đát như vậy, đứa con gái kia làm sao chạy ra số tiền to lớn như vậy? Nàng đã nhìn thấy cái phao đằng xa. Chiếc phao ấy sẽ cứu người cha yêu quý thoát khỏi lưỡi hái của tử thần. Tuy chỉ mới quen Hồng một tuần, nhân một hôm Hồng ghé ăn bánh cống, Lan được Hồng quý mến. Hồng kể cho nàng nghe qua dĩ vãng đời mình và ý định ở tương lai. Hồng muốn kiếm một sạp buôn bán trong chợ để mưu sinh. Lan chạy lo và kiếm được một sạp bán vải muốn sang lại. Hồng tặng nàng một số tiền trà nước, nàng nhất quyết chối từ; ngược lại, Hồng nhận nàng làm em nuôi và hứa sẽ cho nàng hợp tác với số lượng nhất định hằng tháng. Dự án làm ăn của Hồng khá quy mô. Nàng sẽ đi buôn hàng chuyến Cà Mau – Sài Gòn. Khi nàng vắng mặt, Lan sẽ trông coi sạp vải. Lan biết Hồng có vốn nên nghĩ ngay đến lối thoát kia. Nàng tin tưởng Hồng sẽ cho nàng mượn vài trăm đồng không khó lắm. Nàng sẽ giúp việc cho Hồng trừ dần số nợ.

Hai công nhân viên bệnh viện hẹn nàng tại nhà nhận tiền mua máu, nước biển và chỉ gân. Biết họ ăn lời hơn một nửa, nàng vẫn bằng lòng. Mạng sống của cha đối với nàng mới thật đáng quý, hơn cả cuộc đời này. Hỏi thăm cha một vài câu, Lan rời bệnh viện đi tìm Hồng.

Bà mẹ thẫn thờ, hoang mang không thể hiểu nổi khả năng chạy lo của đứa con gái thân yêu. Bà đâm ra lo và sợ. Chuyện gì sẽ xảy ra cho nó? Con gái mới mười mấy tuổi đầu, lần thứ nhất, đứng ra giải quyết một chuyện lớn của gia đình làm bà không yên tâm. Tiếng rên siết của chồng siết chặt thêm vòng dây chung quanh tâm trí bà.

Ông Tư Thịnh nhắm mắt, tưởng tượng cuộc mổ xẻ ở ngày mai. Ông hình dung ra cái chết. Ông tin chắc mình sẽ chết. Ông bình tĩnh, không sợ hãi, xem cái chết như một giấc ngủ yên lành, xuôi tay bỏ lại tất cả đi vào cảnh giới thanh bình; nơi đó không còn loài người thù hận, chém giết lẫn nhau vì danh lợi, vì tiếng tăm, vì những tầm thường, ghê tởm.

Ông dịu dàng bảo Tiếng:

- Thôi, con về nghỉ đi. Để ba nằm chờ ở đây một mình được rồi. Vì ý muốn của bà con, ba phải nằm chờ bác sĩ đến giết ba chớ trong thâm tâm, ba muốn được chết trong khoang chiếc ghe đã chở ba rời bỏ nơi chôn nhau cắn rún. Nó là ngôi nhà mới của ba, của gia đình mình. Ba thương, ba quý nó lắm!

Tiếng lắc tay cha, khuyến khích:

- Đừng nói vậy không nên đâu ba. Ba sẽ sống, ba sẽ trở về đoàn tụ với gia đình. Con không thấy dấu hiệu nào chứng tỏ ba sẽ đi xa.

- Ba biết rõ ba hơn ai hết. Họ sẽ giúp ba tìm ra con đường giải thoát. Rồi con sẽ thấy. Khả năng y học của các đồng chí ta! Họ không đủ sức cứu người đâu con. Con nhớ kỹ lời ba dặn, ba muốn xác ba được thiêu và con đem tro xác ba rải dọc theo giòng sông ba đã đi qua. Đừng chôn ba, con nhớ kỹ nghe chưa!

Ông nhắm mắt, hai tay đan vào nhau đặt trên ngực, hai chân thẳng xuôi như một người đang ngủ say hay đã về bên kia thế giới. Tiếng đứng lên, nhìn cha đăm đăm.

Anh cũng linh cảm người cha yêu quý sẽ xa anh vĩnh viễn sau cuộc giải phẫu, vì anh không còn lạ gì các bác sĩ tốt nghiệp Đại học Y khoa Hà Nội, kể cả những đốc-tờ từng tu nghiệp ở Liên Xô, ở các nước Cộng sản Đông Âu. Anh nghe một câu chuyện cười ra nước mắt về tài giải phẫu của một bác sĩ từ miền Bắc vào Nam công tác tại bệnh viện Bến Tre. Một Thượng úy được giải phẫu da quy đầu. Không biết vị bác sĩ nọ mổ cắt thế nào mà quy đầu của ông Thượng úy bị làm độc. Sau hai lần giải và tái giải phẫu, bộ phận sinh dục của ông Thượng úy chỉ còn một nửa. Ông ta còn tệ hơn trước mỗi lần đi tìm lạc thú xác thịt. Bà vợ chỉ trích ông thậm tệ khiến ông thua buồn, không còn thiết sống nữa. Ông ta đi tìm vị bác sĩ "lỗi lạc" kia bắt đền. Chuyện dĩ lỡ rồi, biết đền với bù như thế nào được? Bác sĩ kia chỉ còn nước xin lỗi ông và nhận khuyết điểm. Thượng úy đau khổ, chán đời rồi tự sát!

Các bệnh viện được chia ra khu giải phẫu A và B. Ở khu B có nhiều bác sĩ lưu dung, còn ở khu A chỉ gồm toàn bác sĩ Xã hội Chủ nghĩa. Bệnh nhân nào may mắn được chuyển tới khu B điều trị thì mười người có tới tám chín người lành bệnh xuất viện nhanh chóng. Còn nếu được chuyển tới khu A thì họ ít hy vọng thấy lại thân nhân!

Ông Tư Thịnh thuộc gia đình cách mạng nên được chuyển giao cho các bác sĩ cách mạng giải phẫu. Đó là một vinh dự dành cho những người đã xả thân cho cách mạng! Tiếng và bà con "xuống dòng" chỉ còn biết tin vào số mạng, cầu nguyện ơn trên cứu ông Tư Thịnh thoát khỏi lưỡi hái tử thần.

Anh khẽ gọi cha. Ông Tư Thịnh vẫn lặng thinh. Trên giường bên kia, người chồng lăn lộn, rên la. Bà vợ nhăn mặt khổ sở, nước mắt giàn giụa. Bà có chung cái đau của chồng. Bà muốn chia sẻ với ông, nhưng bà vẫn là bà. Tình chồng nghĩa vợ thiêng liêng không giúp bà san sẻ được cơn đau đớn xác thịt của kẻ đầu ấp tay gối.

Lời dặn của ông Tư Thịnh quả nhiên đã thành sự thật. Ông đã trăng trối trước cuộc ra đi vĩnh viễn của đời ông. Hai bác sĩ Xã hội Chủ nghĩa đưa ông về bên kia thế giới ngay sau khi mối chỉ gân cuối cùng vừa thắt lại. Ông kết thúc quãng đời còn lại sau gần ba mươi năm hiến thân cho lý tưởng săn đuổi, tìm kiếm tự do cho xứ sở và giải phóng nhân dân Việt Nam. Ông chưa trông thấy điều ông ước mơ. Ông đau khổ, tuyệt vọng. Ông xuôi tay, nhắm mắt, hồn ông ngậm nỗi uất ức, oán hờn.

Gia đình mất ông, đoàn "xuống dòng" mất một lãnh tụ, một khối óc, một linh hồn. Người ta vứt ông vào nhà xác như cái xác của một thường dân. Vợ con ông tự lo liệu việc tống táng. Bệnh viện cần một chỗ nằm cho một "nạn nhân" khác.

Chôn cất rẻ hơn thiêu xác vì thiêu đốt cần xăng dầu. Chất đốt ngày thêm khan hiếm, mắc mỏ nhưng Tiếng vẫn muốn làm đúng theo lời ông trăng trối. Bà con lại moi vét tiền túi đóng góp nhưng vẫn không đủ sở phí thiêu xác. Xăng dầu phải mua ngoài thị trường chợ đen với giá cao gấp mười lần giá chính thức. Nhà nước dùng vật tư vào công ích, công lợi. Lấy nhiên liệu cần thiết đốt xác là một sự phí phạm!

Hồng lòn tiền qua cho mẹ chồng bao chót sổ phí thiêu xác ông Tư Thịnh. Nàng đã đổi 2 lượng vàng để làm vốn sang lại sạp bán vải trong chợ Cà Mau. Bà Tám Thơm hoàn toàn không biết gì về số vàng Hồng đã đào ra được. Bà tin con dâu mình dành dụm vốn liếng trong thời gian còn buôn bán làm ăn trước khi trốn về quê chung sống với bà. Câu chuyện Ba Hậu xuất hiện trước mặt Hồng ngày nào đối với bà chỉ là hoang đường hoặc chỉ là chuyện cán bộ, đảng viên miền Bắc si tình, dại gái rất phổ biến tại miền Nam sau "giải phóng" thế thôi! Con dâu bà không thể là hạng đàn bà trắc nết, lăng loàn!

Ít ai biết rõ việc bà Tám Thơm bao chót sở phí thiêu xác ngoài Ký Đảm, Ba Dương, Tiếng và Bé Tư – anh biết rõ hơn xuất xứ của số tiền bao chót ấy. Anh quả quyết chính Hồng đã lòn tiền qua cho mẹ chồng và từ đâu Hồng có được vốn liếng sang sạp. Chuyện Ba Hậu mê mệt Hồng, cho tiền Hồng, ra đi theo Hồng,... đối với Bé Tư là sự thật. Anh còn nghĩ xa hơn về quá khứ của Hồng nữa. Cái bóng đen thoát ra cửa sau nhà bà Tám Thơm đêm nọ, Bé Tư quả quyết, chính là Ba Hậu.

Tuy Hồng ở chung ghe với vợ chồng anh trong suốt cuộc hành trình "xuống dòng", anh vẫn nhìn Hồng với ánh mắt khinh rẻ, xem Hồng như hạng đàn bà chuyên dùng nhan sắc, xác thịt khai thác đàn ông, con trai hảo ngọt, bọn cán bộ, đảng viên hủ hóa, mất đạo đức, tác phong cách mạng. Họ là một trong nhiều nguyên nhân làm ung thối chính quyền các cấp, mất lòng dân và biến miền Nam thành "địa ngục trần gian".

Hành động vừa rồi của Hồng, tuy chưa thay đổi hoàn toàn thái độ của Bé Tư đối với nàng, nhưng cũng đã làm dịu bớt mặc cảm của anh, đồng thời soi rọi cho anh thấy rõ hơn bản chất của lớp người mới được mệnh danh là những "anh hùng" vừa "giải phóng" một miền đất nước ra khỏi bọn đế quốc và tay sai Mỹ ngụy.

Bé Tư bắt đầu thấy qua con người Hồng một sự hợp lý, nếu đó không phải của chung tất cả đàn bà, con gái nạn nhân của một sự đổi đời giết chết cha, mẹ, chồng con họ, làm sụp đổ một lúc ít ra cũng là của riêng Hồng. Anh âm thầm biện hộ Hồng, không còn quyết đoán Hồng hành động như vậy chỉ vì nhục dục, vì đòi hỏi của người đàn bà trẻ đẹp thiếu vắng đàn ông mà chính vì nàng muốn trả thù chồng, thù con. Cán bộ, đảng viên tham nhũng, thụt két, ăn cắp tiền của nhà nước, tức là ăn cắp tiền của nhân dân. Hồng đoạt lại từ những cán bộ, đảng viên si tình, dại gái và Hồng đã trả về cho nhân dân. Tuy không trả hết nhưng nàng cũng đã làm được một nghĩa cử cao đẹp, đã hòa mình vào khó khăn chung của tập thể.

Bé Tư vụt nhớ tới Kháng – anh ruột của mình, sắp sửa hồi kết trở về Nam. Kháng sẽ là hạng cán bộ, đảng viên nào đây? Anh còn giữ nguyên bản chất của người kháng chiến yêu dân, yêu nước như thuở bước chân xuống tàu tập kết ra Bắc, hay đã biến chất trở thành người Cộng sản và cũng ham tiền, dại gái như Ba Hậu, như bao nhiêu cán bộ, đảng viên hủ hóa dưới trời Nam? Bé Tư lo quá và cũng sợ quá! Người anh cả – tấm gương sáng của gia đình, của chính bản thân anh, bây giờ ra sao, sau này ra sao? Kháng đã có vợ khác chưa, hay vẫn còn chung thủy với Trâm – vị hôn thê vẫn còn chung thủy với anh sau 21 năm xa cách, kẻ Bắc – người Nam?

Đã 3 năm qua, Kháng vẫn còn kẹt ở Bắc, chưa được Đảng cho hồi kết. Tin tức nhận được cho cả nhà biết, anh sẽ được trở về miền đất thân yêu trong ít lâu nữa. Trâm cũng được tin và nôn nóng chờ Kháng hồi hương. Mấy mươi năm cách biệt, Trâm đã gần 40 tuổi rồi, dù sắc vóc không còn như tuổi 18 thuở xa xưa, nàng vẫn nghe lòng rạo rực đợi mong gặp lại người tình đầu yêu quý – một chiến sĩ vì dân, vì nước phải hy sinh vị hôn thê hoa hậu thị xã Cà Mau. Hai năm sau Hiệp định Đình chiến, Tổng tuyển cử toàn thắng, anh sẽ trở về gặp lại Trâm. Chỉ hai năm thôi! Có xa cách là bao?!

Bé Tư, Ký Đảm, Ba Dương, gia đình Tiếng và một số bà con cùng ngồi chung một ghe xuôi dòng sông Ông Đốc rải tro xác ông Tư Thịnh bay theo gió. Tiếng khóc hòa lẫn tiếng động cơ tiễn đưa ông vào cảnh giới khác – một cảnh giới không có hận thù, không tiếng súng nổ, tiếng đạn bay, không xác người này ngã xuống cho tham vọng của kẻ nọ – ở đó chỉ có những linh hồn yên tĩnh đêm đêm gặp nhau kể cho nhau nghe chuyện quá khứ ở dương gian và xót thương cho bè bạn, thân nhân hiện còn sống, đang sống trong tham vọng bẩn thỉu của loài người.

Xác tro bay bay như bụi cát. Mọi người nhìn về phía sau, sóng nước cuồn cuộn chạy vào bờ, họ hình dung từng nắm tro rải lên mặt nước kết tụ lại thành thân xác ông Tư, ông hiện nguyên hình ngồi xếp bằng, tay chắp trước ngực, mặt đanh lại, ánh mắt sáng quắc, lấp lánh căm thù. Ông lướt nhanh theo sau ghe, chập chờn rồi tan biến như sương khói.

4

Ngôi nhà của gia đình Trâm tuy không đẹp lắm nhưng rộng rãi, khang trang hơn tất cả nhà cửa vùng Rạch Rập. Nó còn giữ được lối kiến trúc cổ xưa, tiêu biểu cho đặc tính của miệt vườn. Mái lá thật dày, cắt xén khéo léo với hàng máng xối bọc kín trông như dây băng nạm bạc bịt vành trán của một tiểu thơ. Vách ván đánh dầu trai nằm gối đầu lên nhau, ba ô cửa sổ trổ ra hai bên hè như những đôi mắt với rèm mi nửa khép, nửa mở. Ba cánh cửa chính đánh vẹc-ni bóng lộn. Chung quanh nhà trồng nhiều cây ăn trái nằm dọc theo bờ ao thả đầy sen và bông súng. Nhà hướng ra mặt sông Rạch Rập, nhà sàn nuôi heo dựng lên sát bờ, một con heo nái nằm duỗi bốn cẳng thở hồng hộc, 8 chú heo con vây quanh vú mẹ kêu "eng éc".

Nếu không có năm bảy cây cau mất đầu và vài ngọn dừa cháy sém, người ta sẽ nghĩ rằng nhà Trâm không hề nếm mùi chiến tranh khốc liệt cày nát miền đất cuối cùng của Việt Nam – nơi được mệnh danh là "nôi cách mạng"!

Trâm tảo tần mua bán, trước và sau ngày 30 tháng 4 nuôi mẹ già và cô em gái, mãi tới nay đã ngoài ba mươi vẫn chưa lập gia đình. Tài ngoại giao của nàng đã cứu thoát gia đình khỏi bao nhiêu cảnh ngộ trái ngang dưới trào Quốc gia cũng như dưới chế độ hiện hữu mà vẫn không mang tiếng theo địch hay ta.

Hồng Hiển – cậu ruột Trâm – Chủ biên tuần báo Lao Động bộ phận miền Nam, hướng dẫn phái đoàn ký giả, phóng viên bổn báo về thăm quê nhà, gồm có: Trần Quang – phụ tá chủ biên, Lê Dần – đại diện công đoàn tuần báo, ký giả Vũ Khanh, phóng viên Hồ Thiện – ngòi bút nổi danh dưới chế độ cũ kiêm tài xế chở phái đoàn, nữ ký giả miền Bắc Anh Thư và phó nhòm Duy Vật. Trừ Hồ Thiện, tất cả đoàn viên trố mắt nhìn cảnh trí cơ ngơi của Trâm.

Trần Quang tặc lưỡi:

- Ối giời! Nhà xinh quá!

Lê Dần phê bình:

- Cơ ngơi kiểu này ở Bắc ta phải là biệt thự của cán bộ cấp Bộ Thứ trưởng!

Anh Thư nhí nhảnh:

- Tôi được nhà cửa như vầy thì nhất đời! Vô sản làm sao tậu được nhỉ?

Duy Vật lên phim, đưa máy hình chụp lia lịa mấy bô liền. Anh Thư khuyến cáo:

- Đồng chí hãy tiết kiệm phim đấy nhé. Còn nhiều đối tượng quan trọng khác. Chụp loạn xạ, coi chừng về bị phê bình chết đấy!

Duy Vật bào chữa:

- Không sao! Tôi mua riêng một cuộn phim. Về tòa soạn rửa ra, bóng nào cho công tác tôi tính nhuận bút, còn cái nào thuộc của riêng tôi thì trừ ra.

Hồng Hiển từ trong nhà quay trở ra, giục:

- Các đồng chí vào nhà đi. Muốn xem phong cảnh, chút nữa rồi hãy xem. Gia chủ đang chờ tiếp kiến các đồng chí trong nhà kìa!

Mọi người theo anh vào nhà. Khách chủ chào nhau. Anh Thư nhìn Trâm và Nga với ánh mắt đố kỵ. Hai người đàn bà trước mặt nàng ăn mặt tươm tất, tươi mát, tóc uốn theo thời trang, móng tay sơn đỏ, nụ cười cởi mở nở thắm trên môi; trong khi nàng, tóc thắt bím, áo quần luộm thuộm, chân mang dép râu, mặt mày không giống ai. Nàng không chào trả lại gia chủ, quay mắt nhìn lơ đãng ra ngoài trời. Nàng không xấu hổ. Nàng tự hào và có ác cảm với hai đứa cháu của Hồng Hiển.

Bộ sa-lông giả da bóng lộn mời mọc nhưng chưa ai dám ngồi lên ngoài Hồ Thiện rất tự nhiên gieo người rơi xuống nặng nề, vắt chân, rung đùi.

Sau khi giới thiệu chủ, khách, Hồng Hiển hỏi chị:

- Chị Ba, có gì ăn ngay được không hả chị? Cả bọn đói lắm rồi!

Bà Giỏi tươi cười:

- Có, có liền bây giờ. Được thư cậu, tụi nhỏ đã chuẩn bị chu đáo hết rồi. Cậu mời quý khách tắm rửa xong là có ăn ngay. Trước hết, ăn cháo cá cho khỏe rồi tới mấy món nhậu lai rai, sau chót là cơm ăn với canh chua bông súng và cá kho tộ.

Trâm phụ họa:

- Món nhấm gồm có rùa, cua và tôm càng nướng. Mùa nầy rùa nhiều trứng và trời tối, cua chắc lắm, gạch cua ăn say luôn.

Hồ Thiện nuốt nước miếng:

- Về Cà Mau chỉ có đặc sản đó làm chết lòng người thôi. Mèn ơi, chỉ mới nghe giới thiệu, tôi đã chảy nước dãi rồi, các đồng chí ơi! Ôi! Cà Mau! Ôi! Cà Mau! Quê hương của cá tôm, rùa rắn, dơi quạ, cháo ong, mắm và rau với bông súng, rau dừa, bắp chuối hột, rượu đế!

Anh nuốt nước miếng ừng ực. Anh Thư lườm mắt:

- Anh chỉ nghĩ tới ăn thôi hèn gì! Hèn gì!

Hồ Thiện không ngán nữ ký giả miền Bắc:

- Có thực với vực được đạo. Rồi đây, cô sẽ mê tít quê hương miền Nam của tụi tôi.

- Tôi chỉ nghĩ tới thành quả của chuyến công tác. Làm cách mạng không chỉ nghĩ tới dịch vị và bao tử.

Hồng Hiển nháy mắt ngăn Hồ Thiện. Hồ Thiện so vai, lặng thinh. Trần Quang như không nghe gì hết, anh ta đang dán mắt vào người Trâm. Áo bà ba hàng nhập cảng bó sát người Trâm, vòng ngực căng đầy, chiếc quần lãnh Mỹ A láng bóng, ôi, sao mà khiêu gợi quá! Trần Quang bị cuốn hút vào cơn lốc dữ dội của xác thịt. Vũ Khanh ngồi ngây người nhìn Nga.

Trâm "đi guốc trong bụng" của khách. Nàng bảo khéo em gái:

- Nga, em xuống bếp canh chừng nồi cháo kẻo khét. Chị lo các món nhậu.

Trên đường xuống bếp, Trâm cười nói với em gái:

- Mắt họ gian quá mạng. Họ ngó tụi mình như muốn…

Nga khôi hài:

- Chắc là họ chết đói lâu ngày nên mới ngó dữ vậy đó. Con mẹ ký giả kia chắc là "chằn ăn trăn quấn" lắm! Con mẻ nhìn tụi mình lom lom như hai con quái vật.

Trâm bĩu môi:

- Sao lại quái vật? Mụ ta mới là quái vật. Ganh tị đó em!

- Có một người không giống họ.

- Ai đâu?

- Người tên là Hồ Thiện, hồ cá gì đó. Ổng nói Nam như cậu Năm mình.

- Chắc là cán bộ nằm vùng?

- Em cũng nghi nghi vậy. Ổng tự nhiên lắm!

Trâm đùa:

- Nhưng không tự nhiên như người Hà Nội và có lẽ không "ăn chực, nói leo, ra về mang dép lộn"!

Hai chị em bật cười. Tiếng cười kéo dài. Trong phái đoàn, có kẻ tắm, người không. Những chiếc nón cối, dép râu dính đầy bụi đường. Hồ Thiện lái xe suốt mấy trăm cây số, mệt nhoài, nằm dựa ngửa trên sa-lông ngáy pho pho.

Anh Thư vừa chải tóc vừa nói với Vũ Khanh:

- Bọn nhà văn, ký giả ngụy đều như thế cả! Chỉ ăn và ngủ, khi tỉnh dậy cầm bút thì viết toàn truyện khiêu dâm, phản động. Làm báo, viết văn chẳng có đứa nào xuất thân từ trường Đại học Báo chí như chúng ta.

Vũ Khanh rất có cảm tình với Hồ Thiện vì Hồ Thiện thường bao anh ta ăn uống, nhậu nhẹt tại nhà mình. Vũ Khanh phục Hồ Thiện nhất về tài lái xe vừa nhanh vừa bay bướm. Toàn bộ ký giả, nhà văn miền Bắc Xã hội Chủ nghĩa không có được một người biết lái xe. Họ có xe riêng đâu mà biết lái! Công xa, quân xa đã có tài xế lái rồi. Trong năm đầu được nhận vào Báo Lao Động, Hồ Thiện còn lái xe riêng đến tòa soạn làm việc. Tuy chỉ là chiếc Dauphine cũ kỹ được sơn phết lại, nó cũng đã làm lác mắt cả bộ biên tập, người từ trong rừng về đến người ở Bắc vào Nam công tác. Cảm thấy mình bị dòm ngó, dèm pha quá, Hồ Thiện bán rẻ xe hơi mua xe gắn máy đi làm. Anh đang dự định bán chiếc Honda phụ nữ, sắm xe đạp cho yên thân, yên phận của một ký giả "gốc ngụy".

Vũ Khanh biện hộ cho bạn đồng nghiệp bất đắt dĩ:

- Đồng chí không nên quơ đũa cả nắm. Cũng có người vầy người khác. Hồ Thiện tự cải tạo rất nhanh. Bài vở của anh khá lắm nên được chọn đăng hằng tuần.

Anh Thư nhún vai:

- Tại đồng chí Hiển muốn có bài vở của ký giả Nam nên phải chọn đăng sau khi đã sửa chữa nát bấy bản thảo. Để rồi đồng chí xem sau đợt cải tổ tòa soạn, bộ phận miền Nam có còn bài vở thuộc loại nâng đỡ đó nữa không cho biết!

Muỗi vo ve đậu lên mũi, mắt Hồ Thiện. Anh giật mình quơ tay đập mạnh, càu nhàu:

- Mới giờ nầy máy bay đã bắt đầu oanh tạc rồi. Đúng là một nơi "muỗi kêu như sáo thổi, đỉa lội như bánh canh"!

Vũ Khanh chồm tới mỉm cười, hỏi:

- Anh vừa nói gì nghe lạ vậy? Lặp lại nghe thử!

Hồ Thiện ngồi lại ngay ngắn nhìn Anh Thư đang thắt lại hai bím tóc. Anh làm mặt ngơ ngác:

- Tôi có nói gì đâu? Cằn nhằn bị muỗi cắn ấy mà!

- Không, không! Câu gì nghe hay hay như là thơ vậy đó. Muỗi làm sao, đỉa làm sao?

Hồ Thiện lặp lại câu "muỗi kêu như sáo thổi, đỉa lội như bánh canh", giọng trầm trầm. Vũ Khanh gật gù:

- Muỗi kêu như sáo thổi, đĩa lội như bánh canh. Hay, hay nhỉ!

Anh ta lấy viết ghi câu ấy vào sổ, đoạn hỏi:

- Này, Hồ Thiện, địa phương còn câu gì ví von hay đẹp nữa không?

Hồ Thiện vươn vai, ngáp thật dài:

- Tôi là dân Sài Gòn không phải dân Cà Mau, cà chậm nhưng trước kia tôi đi chơi nhiều dưới nầy nên mê tỉnh Cà Mau lắm. Sơn Nam có viết quyển sách thật hay nhan đề "Hương Rừng Cà Mau", ở trang đầu, ảnh có ghi mấy câu thơ tiêu biểu cho đặc tính của người miền Nam như vầy: "Đi đâu gặp vật cũng lùa/ Gặp gian cũng giết, gặp chùa cũng tu".

Vũ Khanh vỗ tay:

- Hay! Hay tuyệt!

Anh Thư cau mày:

- Gì kỳ quặc thế chứ? Tôi chịu, không hiểu nổi!

Hồ Thiện nghiêm nghị:

- Đó là bản sắc đặc thù của dân miền Nam. Trong cuộc Nam tiến lịch sử, hàng hàng lớp lớp dân chúng từ miền Trung bất mãn chế độ vua quan khắc nghiệt, bọn nhà giầu độc ác đã bồng bế nhau bỏ nhà cửa, đất đai đi dần về hướng Nam, đương đầu với bao nhiêu gian nguy của thời tiết, của dân địa phương để sinh tồn. Họ có thể làm chuyện gian và sẵn sàng ra tay nghĩa hiệp cứu giúp kẻ yếu thế chống lại bọn mạnh ác; đồng thời, khi cần họ cũng có thể vào chùa thế phát quy y, bám chân Đấng Thế Tôn để trở thành thiện nhơn cứu độ, cải thiện mọi người chung quanh.

Anh nhìn vào mặt Anh Thư nói tiếp:

- Rồi đây chị Thư sẽ hiểu rõ hơn bản chất của nông dân miền Nam nếu chị được sống lâu ở miền đất lạ lùng nầy.

Vũ Khanh ghi ghi, chép chép hai câu thơ của Sơn Nam, gục gật đầu tỏ vẻ khoái trá.

Anh Thư vứt lược lên bàn, bĩu môi:

- Địa phương nào cũng có đặc thù cả. Miền Bắc chúng tôi cũng có, nhất là miền Bắc Xã hội Chủ nghĩa – nơi làm đầu tàu của cuộc cách mạng dân tộc và đã chiến thắng.

Hồ Thiện cãi lại:

- Nhưng Cà Mau là "nôi cách mạng". Chiến tranh thảm khốc đã kết liễu ở miền Nam và chiến thắng đã hình thành cũng tại miền Nam.

Anh Thư vừa định chống chế, Hồng Hiển từ bếp lên tới, hỏi:

- Có chuyện gì vậy hả các đồng chí?

Hồ Thiện tươi cười, lắc đầu:

- Dạ thưa anh Năm, hổng có chuyện gì quan trọng hết. Tụi tôi nói chuyện vui về Cà Mau.

Hồng Hiển trề môi:

- Chú biết gì về Cà Mau mà bàn với tán? Phải là tôi đây nè. Tuy tập kết ra Bắc quá lâu, tôi vẫn nhớ rõ từng con sông, gốc bần, bụi ô-rô, từng món ăn đặc biệt của Cà Mau. Tuy nhiên, ở bất cứ nơi nào trên đất nước ta cũng có cái riêng ngon, lạ, hay và đẹp. Không nên có tinh thần địa phương chủ nghĩa. Những đặc thù cả ba miền Nam – Trung – Bắc kết lại thành cái đặc thù của dân tộc Việt Nam.

Anh Thư liếc nhìn Hồ Thiện với ánh mắt cay cú. Đối với nàng, Hồ Thiện vẫn còn nặc mùi tư sản, ngoan cố, chưa thật sự giác ngộ Xã hội Chủ nghĩa.

Hồ Thiện đoán biết tim đen của nàng, nhưng anh không nao núng, lo sợ. Anh đã có "ông thần hộ mạng" Hồng Hiển. Anh đang là nhân vật quan trọng của chuyến công tác. Không có anh, ai lái chiếc công xa? Không còn ai khác trong phái đoàn thay thế anh. Anh cũng đoán biết thân phận anh rồi đây sẽ gặp nhiều sóng gió trong đợt cải tổ sắp tới. Sẽ không còn bộ phận biên tập miền Nam nữa. Tờ báo sẽ được thống nhất cơ cấu biên tập, chỉ còn một tòa soạn duy nhất đặt tại Hà Nội. Cơ sở Thành phố Hồ Chí Minh chỉ phụ trách công tác ấn loát toàn bộ bản thảo tờ báo đã được trung ương duyệt xét và phê chuẩn. Bài vở từ Nam gửi ra Bắc tuyển chọn, sửa chữa. Hồng Hiển sẽ chỉ còn là cán bộ quản lý, phát hành ở Nam mà thôi. Rất có thể Trần Quang hoặc một cán bộ biên tập từ Bắc chuyển vào Thành phố Hồ Chí Minh giữ trọng trách điều khiển các ký giả và tuyển lọc bài vở gửi về trung ương. Dù đã nghe phong thanh như vậy, Hồ Thiện vẫn bình tĩnh bám vào quyền hạn hiện tại của Hồng Hiển, được tới đâu hay tới đó.

Trần Quang, Lê Dần, Duy Vật tắm rửa xong, rủ nhau đi dạo quanh hè nhà, ngắm cây trái, cảnh vật. Cả ba trầm trồ, khen nức nở từng quày chuối già sai quả, từng gốc dừa quần trái rực màu lửa hồng, từng buồng cau đặc gật,…

Lê Dần tặc lưỡi:

- Đúng như lời đồn, khí hậu miền Nam thật thuận lợi cho cây trái. Dân miền Nam được thiên nhiên ưu đãi. Cây cối cắm đại xuống đất là đâm chồi, nảy lộc, đơm bông kết quả tốt tươi. Không như miền Bắc chúng mình nhỉ!

Duy Vật trỏ tay lên buồng cau:

- Các đồng chí thấy không, cau trong này cũng sai quả trông mà bắt mê. Ngoài ta, cau hiếm và đắt như vàng. Nhân dân mỗi lần cưới hỏi, gả bán phải mua cau tươi khó khăn đắt đỏ như tìm nước ngọt trên sa mạc. Có người bắt buộc biếu nhau cau khô!

Trần Quang bình luận:

- Bởi thế Bác và Đảng ta nhất quyết giải phóng cho bằng được miền Nam. Miền Nam là hậu phương lớn, mạnh của Hà Nội – trái tim, khối óc của cả nước, của tiền đồn Xã hội Chủ nghĩa toàn Đông Nam Á. Lấy được miền Nam rồi, thống nhất đất nước rồi, nhân dân hai miền sẽ không còn sợ đói kém nữa.

Duy Vật gật gù:

- Đúng lắm! Đồng chí luận đúng lắm. Chúng mình tưởng đâu đã lấy được miền Nam trong Tết Mậu Thân rồi. Đế quốc Mỹ vẫn ngoan cố níu lấy miền đất này nên chúng ta đã thất bại.

Lê Dần nói bâng quơ:

- Vì vậy mà Bác Hồ buồn rầu thọ bệnh! Nếu Bác còn sống thấy

được miền Nam lọt vào tay con cháu mình, chắc Bác sung sướng lắm!

Đi lần tới bờ ao, ba ký giả, phó nhòm ngây người trước cảnh đẹp trước mắt. Hoa sen và bông súng nổi lên trên mặt nước, đan vào nhau, lá to lá nhỏ phơi mình trông như những chiếc sàn gạo màu xanh lục, một vài giọt nước trong như kim cương đọng trên mặt lá lấp lánh ánh mặt trời chiều. Mấy chục hoa sen màu sắc rực rỡ vươn mình lên cao, ngạo nghễ, kiêu sa. Búp sen hình nón đong đưa, vô số hột sen nứt ra khỏi vỏ, nhô đầu đều đặn như chào gọi, mời mọc khách nhàn du.

Duy Vật reo lên:

- Giời ơi! Đẹp, đẹp tuyệt! Trông bắt thèm rỏ dãi!

Lê Duẩn hỏi trống:

- Làm sao hái ăn được nhỉ? Sen mới hái ăn ngọt lắm cơ!

Trần Quang bảo:

- Các đồng chí đừng có vội. Muốn ăn mình nói với đồng chí Hồng Hiển một tiếng là sẽ có ăn ngay.

Cá ăn móng khắp nơi, tiếng cá quậy đùng đùng. Ba người cứ tưởng mình đang lạc bước vào cảnh giới tưởng tượng nào đây. Họ reo lên:

- Ối chà! Cá là cá! Sao nhiều thế nhỉ?

- Ăn làm sao hết được nhỉ? Chắc là phải bán bớt đi thôi.

- Vô ý trượt chân té xuống nước chắc mình bị cá cắn chết quá. Coi kìa, xem kìa, cá, cá lội cả đoàn kìa!

Lê Dần trỏ tay chỉ trỏ theo bầy cá lóc kéo đoàn dưới mặt nước. Trần Quang, Duy Vật vỗ tay nhảy nhảy như trẻ con.

Duy Vật đề nghị:

- Hai đồng chí đứng đây nhé. Tôi vào lấy máy ảnh ra chụp vài bô làm kỷ niệm. Ít thấy cảnh trí như thế này lắm.

Chợt có tiếng Trâm từ phía sau vọng tới:

- Xin mời quý anh vô dùng cháo kẻo nguội hết. Dạ, đã sẵn sàng hết rồi.

Ba người cùng đáp một lượt:

- Vâng! Vâng ạ!

Duy Vật nói khẽ:

- Tớ đói quá rồi! Từ sáng tới giờ chỉ ăn độc có ổ bánh mì.

Lê Dần cười:

- Tớ cũng thế. Tòa soạn chỉ ứng trước một ít tiền nhuận bút, tớ không dám ăn nhiều. Ở Bắc Cần Thơ, tớ chỉ mua có một đòn bánh tét.

Trần Quang trấn an:

- Chuyến công tác này có đồng chí Hồng Hiển theo, bọn mình đừng lo thiếu hụt. Gia đình đồng chí sẽ bao tụi mình ăn và ở cho tới ngày về.

Trâm quay nhanh vào nhà. Ba cán bộ nhìn chòng chọc lưng nàng.

Duy Vật nói khẽ với Lê Dần:

- Cháu gái Hồng Hiển đẹp nhỉ! Không biết cô ta bao nhiêu tuổi rồi mà trông vẫn còn mướt mát quá!

Lê Dần phụ họa:

- Ừ nhỉ! Tớ cũng thấy như thế. Đàn bà, con gái miền Nam khác hẳn phụ nữ ngoài mình. Họ vừa xinh đẹp, duyên dáng vừa ăn nói lịch sự nghe mát lòng, mát dạ làm sao ấy!

Anh ta thở ra:

- Thảo nào!

Duy Vật pha trò:

- Cụ chưa vợ con, có muốn làm cháu rể của Hồng Hiển thì cứ việc mở lời đi. Trông cụ kiểng trai lắm cơ!

Lê Dần lắc đầu:

- Không dễ đâu! Gái Nam ít người chịu lấy chồng Bắc lắm, nhất là chồng làm cán bộ, đảng viên. Bọn tụi mình làm sao đủ khả năng…

Anh ta bỏ ngang câu nói. Duy Vật hỏi cắc cớ:

- Khả năng gì cơ? Xác thịt phải không?

Lê Dần nạt:

- Thôi đi, đừng nói bậy. Nhảm nhí vừa thôi nhé. Mình muốn nói khả năng vật chất cung phụng cho nhu cầu của họ.

Trần Quang quay lại, nghiêm giọng:

- Các đồng chí đừng vớ vẩn nữa. Đến nhà người ta chưa gì các đồng chí đã có ý nghĩ sàm sỡ rồi. Nên tập trung trí tuệ vào công tác của chuyến đi này. Hãy tỏ ra đứng đắn, nêu cao tinh thần cách mạng của cán bộ, đảng viên.

Giữ chức vụ Bí thư chi bộ và Công đoàn của tòa soạn, Trần Quang được mọi người nể nang, kể cả Hồng Hiển. Lê Dần, Duy Vật nín lặng, liếc mắt nhìn nhau tỏ vẻ lo ngại.

Trước khi vào nhà, Trần Quang đi thẳng tới chuồng heo. Lê Dần vào thẳng nhà, Duy Vật theo sau Trần Quang. Con heo nái đang thọc mỏ vào máng cám ăn xồng xộc. Bầy heo con nằm phơi mình ngủ say thật dễ thương. Chúng no tròn, da bóng lộn.

Trần Quang bình phẩm:

- Con nái này đẻ say quá. Vài tháng nữa, chủ nhà hốt bạc. Không biết nuôi chia với hợp tác xã hay nuôi tư đây?

Duy Vật nhận định:

- Nghe nói ở lục tỉnh đồng bào nuôi heo tư đông hơn nuôi chia với hợp tác xã. Ruộng lúa còn trúng mùa, cám dư dả, nông dân chăn nuôi còn tự do chưa chịu gia nhập hợp tác xã.

- Rồi cũng phải vào thôi. Cả nước sẽ đi vào quy hoạch để gia tăng sản xuất và ổn định vật giá.

Bỗng Duy Vật gọi nhanh:

- Đồng chí, trông kìa!

- Gì?

- Họ nuôi heo bằng cám, cơm và… rau muống.

- Thật à?

- Còn gì nữa?

Hai người bước tới sát cửa chuồng nhìn vào máng cám. Con heo nái ngóc lên vừa nhai vừa kêu "ột ột" ngó khách lạ. Từng hột cơm nấu nhừ, từng cọng rau muống sắt nhỏ rơi rớt khỏi mõm nó.

Duy Vật lắc đầu:

- Họ sang quá! Rau muống ngoài mình là thức ăn chính thường nhật của mọi người, cơm ăn chỉ vừa đủ no thôi. Trong này họ cho heo ăn rau muống trộn với cám, cơm! Hết ý!

Trần Quang cũng thấy tiêng tiếc trong lòng nhưng lại tỏ ra hiểu biết:

- Nhờ được nuôi đầy đủ như thế nên heo mới khỏe, đẻ say và heo con mới mập tròn, bóng lưỡng. Ngoài Bắc mà nuôi heo kiểu này, chủ heo chỉ có nước toi mạng trước khi heo đẻ và heo con lớn!

Duy Vật so vai:

- Thế mà bọn đế quốc, phản động tuyên truyền xuyên tạc nhân dân Việt Nam nghèo đói dưới sự lãnh đạo của Đảng ta. Cho chúng nó về đây chứng kiến cuộc sống dân địa phương, chỉ cần thăm gia đình này thôi, để chúng hết láo khoét cái mồm.

Hồng Hiển gọi hai người vào nhà. Nồi cháo cá bốc khói, thơm ngát. Giữa bàn, con cá hấp dồn thịt với bún tàu, nấm mèo nằm lòi ra khỏi miệng đĩa. Bún, rau ghém, nước mắm ngon, chanh, ớt vây quanh mặt bàn.

Có nhiều tiếng trầm trồ:

- Ối giời! Cháo thơm quá!

- Cá to thế. Xơi làm sao cho hết nhỉ?

- Cháo cá mà xơi với bún cơ à?

Hồng Hiển tươi cười:

- Không hết thì các đồng chí cũng phải rán cho hết. Trong Nam, khách ăn uống thiệt tình, ăn sạch các thức ăn, chủ nhà vui lắm. Khách ăn ít hoặc ăn còn dư nhiều, gia chủ buồn lắm!

Bà Giỏi đỡ lời em trai:

- Dạ thiệt vậy đó quý thầy. Em tui vẫn chưa quên bản tánh của người Nam tụi tui. Quý thầy ăn ngon miệng, ăn nhiều là tụi tui vui lắm. Nếu sợ mau no, quý thầy ăn cháo với cá và rau ghém thôi. Khỏi ăn bún cũng được. Để dành bụng ăn món khác.

Hồ Thiện đã ngồi vào bàn, với tay định múc cháo ra tô, Trâm giành lấy:

- Xin anh để tôi múc. Dạ, anh để tôi lo.

Nàng ân cần mời mọi người:

- Dạ, xin mời quý anh, chị ngồi vào bàn. Ăn liền kẻo cháo nguội mất ngon.

Hồng Hiển mời thêm lần nữa, mọi người mới kéo ghế ngồi vào bàn, chỉ còn Anh Thư đứng yên, ngó lung ra ngoài cửa cái.

Trâm hơi bực nhưng vẫn ôn tồn:

- Kìa, mời chị ngồi. Đi đường xa chắc chị hãy còn mệt? Ăn chén cháo, chị sẽ khỏe lại ngay.

Anh Thư cộc lốc:

- Không!

Trâm ngạc nhiên:

- Sao vậy? Chị không ăn à?

- Không phải!

Trâm dừng tay múc cháo, ngó mọi người. Hồ Thiện bất bình thái độ, lời nói của Anh Thư. Anh chọc tức:

- Chắc là chị Anh Thư chưa đói lắm. Hay là để chỉ vô buồng nằm nghỉ mệt, đợi tối ăn luôn vậy.

Anh Thư lườm Hồ Thiện, xẵng giọng:

- Tôi không mượn anh diễn dịch ý nghĩa của tôi. Đói thì cứ nuốt cho chóng no đi nào!

Hồ Thiện ngơ ngác:

- Coi kìa! Tôi có nói gì quá lắm đâu mà chị ấy mắng tôi?

- Tôi không thích anh xen vào chuyện riêng của tôi. Tôi mệt hay tôi chưa đói thì cũng mặc xác tôi. Tôi không cần anh phải khuyên bảo.

Mặt Hồ Thiện xám lại. Anh vụt đứng lên, hỏi Hồng Hiển:

- Anh Năm, theo anh chị ấy muốn gì chớ? Nếu tôi là cái gai làm xốn mắt chị ấy, tôi xin phép anh trở về Sài Gòn ngay bây giờ.

Vũ Khanh la hoảng:

- Anh bỏ về thế nào được! Rồi... ai lái xe đưa tụi này đi đó đi đây? Còn nhiều tỉnh khác nữa cơ mà!

Hồ Thiện gằn từng tiếng:

- Mặc kệ các anh. Làm sao được thì làm!

Hồng Hiển vẫn bình thản như không chuyện gì xảy ra. Anh khoát tay bảo:

- Anh ngồi trở xuống đi. Không chuyện gì phải nóng nảy.

Anh quay qua Anh Thư:

- Đồng chí cũng vậy, hãy bình tĩnh. Có gì bất bình, không hài lòng, chúng ta nên để trong đầu về cơ quan sẽ kiểm điểm, phê bình. Đây là chuyến công tác quan trọng cho số báo đặc biệt kỷ niệm sinh nhật của Bác, mọi người nên tập trung tim óc hoàn thành tốt công tác. Vả lại, ở đây là nhà của chị và các cháu tôi, hai người nên tôn trọng một chút xíu để không phụ lòng gia chủ.

Trần Quang cũng nhận thấy Anh Thư vô lý, anh nói khéo:

- Riêng tôi, tôi khuyên Anh Thư nên tỏ ra đứng đắn hơn nữa. Anh Thiện không có lỗi gì đáng cho đồng chí làm mất đoàn kết. Chúng ta nên kính trọng chị Ba – chị của đồng chí Hiển và hai cô Trâm, Nga.

Lời anh nghiêm nghị như một mệnh lệnh. Anh Thư ngoan ngoãn vâng lời. Nàng ngồi xuống ghế, mặt cúi gầm.

Bà Giỏi giục con gái:

- Trâm, múc cháo tiếp đi con! Mời quý thầy cô ăn kẻo nguội lạnh hết.

Hồng Hiển cười:

- Chị Ba, chị không nên gọi thầy, cô nghe kỳ lắm. Chị gọi cô, chú thân mật hơn.

Nhiều lời hoan nghênh tiếp theo luôn. Hồ Thiện đổi sắc mặt vui tươi nói với bà Giỏi:

- Riêng cháu, xin bác gọi cháu bằng con hay cháu được rồi. Tuổi cháu chỉ đáng con bác thôi.

Trần Quang, Duy Vật, Vũ Khanh, Lê Dần cùng hùa theo Hồ Thiện đòi bà Giỏi xưng hô với mình như Hồ Thiện vừa đề nghị. Mục tiêu trước mắt mọi người là Trâm và Nga.

Hồ Thiện gây không khí vui nhộn:

- Không, không được! Chỉ một mình tôi xứng đáng được bác gái xem như vậy thôi hà!

Mọi người lại tranh nhau:

- Không được. Tôi… tôi đây nè!

- Tôi, tôi nữa!

- Không một ai khác chỉ một mình tôi thôi!

Tiếng cười giòn tan. Chỉ một mình Anh Thư nín lặng, mặt mày nghiêm trang như cô giáo già. Nồi cháo vơi dần, con cá hấp chỉ còn vài miếng thịt và da. Đĩa bún hết nhẵn từ lâu. Có lẽ đã vài mươi năm dưới vòm trời Xã hội Chủ nghĩa, các văn nhân, ký giả chúng ta chưa được ăn một bữa cháo cá và nếm mùi vị cá hấp với thịt bằm, bún tàu, kim châm nấm mèo quá ngon như vậy. Có bao giờ họ trông thấy một con cá lóc to lớn như thế kia đâu! Giỏi lắm họ chỉ bắt được loại cá kèo cửng hoặc cá lóc đầu lớn, thân teo chỉ vài cái gắp đã hết sạch thịt.

Duy Vật xỉa răng, kê vào tai Vũ Khanh thì thầm:

- Cá to thật đấy nhưng tớ thấy mùi vị nó thế nào ấy. Thiếu chất thơm và ngọt của cá ngoài ta!

Vũ Khanh ngạc nhiên:

- Sao tớ không thấy như vậy. Thịt nó thơm và ngọt lắm cơ!

- Cậu quả là người bất tri kỳ vị. Chỉ biết ăn chớ không biết thưởng thức!

Lê Dần bắt đầu cà khịa:

- Cá ngon nhờ độn gia vị và thịt quá nhiều. Món cháo cũng vậy, chớ thực ra cá miền Nam to hơn cá miền Bắc nhưng thịt kém chất lượng hơn cá ở miền Bắc ta.

Như được cổ vũ, Duy Vật lớn tiếng:

- Đó, đồng chí Lê Dần cũng đồng nhận xét với mình, đồng chí Vũ Khanh thấy không?

Trần Quang lườm mắt:

- Suỵt! Các đồng chí câm mồm lại ngay cho! Coi chừng chủ nhà nghe được bây giờ.

Hồng Hiển, chị em Trâm – Nga và bà Giỏi đều vắng mặt. Bốn người đang ở dưới bếp lo tiếp các món nhậu.

Anh Thư phụ họa:

- Đúng vậy đó. Tôi cũng cảm thấy như vậy. Ở trong Nam, cái gì cũng lớn và nhiều nhưng hương vị kém xa miền Bắc ta. Hồi mới vào Nam công tác, tôi ăn chuối già, chuối xiêm dài và béo nhưng không thích bằng chuối ở ngoài ta. Nó làm sao ấy!

Nàng phê bình tiếp:

- Chỉ có tư sản mới có nhà cửa, cơ ngơi và đãi khách như thế này. Gia đình lao động, vô sản làm sao có được? Nếu tôi không lầm thì bà con đồng chí Hiển có móc nối chặt chẽ với địch.

Nhiều tiếng hùa theo:

- Tôi cũng nghĩ như vậy!

- Làm sao khỏi được? Chiến tranh ác liệt lẽ nào không ảnh hưởng tới gia đình này?

- Đế quốc Mỹ và ngụy thường ưu đãi những gia đình có công lao với chúng.

Hồ Thiện bất bình, anh cố dằn lòng, nói xa xa gần gần:

- Cũng giống như cách mạng mình thường ưu đãi những gia đình có công với cách mạng vậy thôi. Từ đây tới tối chủ nhà còn đãi tụi mình nhiều món ăn độc đáo của Cà Mau. Rượu dưới nầy ngon lắm!

Vũ Khanh tươi cười:

- Ừ nhỉ! Quên mất. Chủ nhà nghe được đem thức ăn vứt hết xuống sông, tống cổ chúng mình ra khỏi nhà thì nguy lắm!

Anh Thư nguýt Hồ Thiện:

- Lại chỉ nghĩ tới ăn và nhậu!

Hồ Thiện xỏ ngọt:

- Người Nam ăn ở có hậu hỉ. Ăn của ai, hột cơm còn dính kẽ răng, họ không bao giờ quên ân tình, đạo nghĩa của người đó. Thích nói thích, không nói không. Thích nói không thích, không thích nói thích, đó là xảo ngôn không hợp với bản chất của người trong nầy.

Anh Thư định đánh trả lại Hồ Thiện, Hồng Hiển từ bếp đã lên tới. Anh khệ nệ bưng một mâm đầy rùa luộc, phía sau anh, Trâm xách 2 lít rượu đế. Hồng Hiển đặt mâm rùa lên bàn:

- Đây, món ruột của Cà Mau. Hai mươi mấy năm trời, giờ tôi mới thấy lại món nầy. Rất tiếc không có than, chớ còn món rùa nướng mới thiệt là món nhậu có một không hai!

Hồ Thiện chạy tới đỡ lấy 2 lít rượu trên tay Trâm. Nga đưa lít rượu lên lắc mạnh, nói với Vũ Khanh:

- Anh xem nè, bọt quá chừng. Đúng là rượu nếp nguyên chất. Màu nước trong như mắt mèo!

Anh chạy tìm ly. Mọi người nhìn đăm đăm mâm rùa với ánh mắt tò mò, háo hức. Anh Thư nhăn mặt, le lưỡi. Hồng Hiển mỉm cười bảo nàng:

- Chưa ăn, chị sợ là phải nhưng khi nếm qua rồi, chị sẽ thấy không còn thứ nào ngon hơn rùa.

Anh Thư lắc đầu:

- Tôi xin đầu hàng. Trông tởm quá!

Các ký giả, phóng viên miền Bắc thắc mắc không hiểu ăn rùa bằng cách nào vì họ chỉ thấy cái mai cứng như đá, đầu rùa và bốn chân ló ra ngoài như năm đầu ngón tay cái.

Hồng Hiển vừa dùng mũi dao tách thân rùa ra khỏi mai vừa dẫn giải:

- Cái mai không ăn được, mình chỉ ăn cái vành chung quanh cái mai. Nó dòn dòn, ngon ngon như vành mai cua đinh. Gặp con cái thì ăn trứng, trứng ngon, béo tuyệt diệu. Gặp con đực thì mình ăn đầu và bốn chân nó. Chân nó dòn như gân, như sụn hoặc như dồi trường heo.

Anh vừa tách rùa vừa nuốt nước miếng. Anh lựa rùa cái đầy trứng vàng tươi đẩy tới trước mặt từng người; phần anh, anh chọn rùa đực. Các ký giả, phóng viên, phó nhòm ngây người trước lời dẫn giải. Anh Thư quay mặt chỗ khác. Nàng nghe toàn thân mọc óc.

Hồ Thiện rót rượu ra ly:

- Đây nè, coi nè! Đúng là rượu mừng. Bọt đeo miệng ly như hột xoàn. Rượu có bọt như vậy mới thiệt là rượu ngon nước nhứt, nước nhì.

Muối tiêu chanh bày ra. Hồng Hiển mời, chưa ai dám mở cuộc tấn công. Anh bắt đầu khai hỏa bằng cái chân rùa chấm vào muối tiêu chanh, bỏ vào miệng nhai ngấu nghiến:

- Ngon, ngon tuyệt! Nào, các đồng chí bắt đầu đi kẻo nguội mất ngon.

Hồ Thiện nốc một ngụm rượu, đánh "khà" một tiếng, chép miệng, lắng nghe mùi vị thơm tho bốc lên mũi. Anh gật gù:

- Tuyệt hảo! Đúng là rượu đặt!

Anh xắn một miếng trứng rùa đưa lên mũi:

- Thơm như trứng gà!

Bỏ trứng rùa vào miệng vừa nhai, anh vừa thều thào:

- Béo ác! Còn ngon hơn trứng rắn nữa!

Trần Quang, Vũ Khanh vừa nhai trứng rùa vừa rùng mình. Hai người nốc nhanh ly rượu cho bớt ớn sợ. Duy Vật, Lê Dần nhìn đăm đăm hai bạn chờ xem phản ứng. Anh Thư ôm mặt, le lưỡi.

Trần Quang chép chép miệng:

- Béo, béo lắm!

Vũ Khanh gật gù đầu:

- Ngon, ngon lắm! Như tròng đỏ trứng gà.

Lê Dần, Duy Vật bắt đầu nếm. Những người khác tiếp tục ăn trứng, giò cẳng và cả đầu rùa. Anh Thư nhìn mọi người với ánh mắt kinh dị. Cái ngon của họ chỉ làm nàng nghe ơn ớn, nổi da gà. Nàng liên tưởng con rùa ở miền Bắc mà nhân dân tôn vinh là một vị thần đã dâng bửu kiếm cho vua. Là Cộng sản, Anh Thư không tin truyền thuyết về thần Rùa. Đối với người Cộng sản, tuyệt đối không có thần thánh, Phật Chúa gì cả. Chỉ có Các Mác, Lê-nin, Hồ Chí Minh, Sít-ta-lin. Họ là những lãnh tụ anh minh đã cứu vớt và giải phóng nhân loại!

Hồng Hiển rời bàn tiệc đến bên Trâm:

- Cháu đem tôm nướng lên cho Anh Thư ăn kẻo tội nghiệp.

Trâm mỉm cười:

- Coi bộ cô ta cũng thèm rùa lắm nhưng chưa dám thử đó cậu. Cậu nên ép cổ ăn thử đi. Ăn được rồi, cổ sẽ đòi ăn dài dài cho coi.

- Kệ xác nó. Của ngon và hiếm có, không biết ăn, nó bị thiệt thòi. Bớt một miệng ăn cũng đỡ cho bọn cậu. Cháu đem thêm rượu ra đây. Cậu cho tụi nó quắc cần câu một bữa. Gặp món lạ miền Nam, tụi nó chỉ có nước "ô kê thau" thôi.

- Cậu cho họ uống nhiều, họ ói tùm lum chỉ có khổ cho tụi con thôi.

Vuốt tóc Trâm, Hồng Hiển ôn tồn:

- Con yên tâm, ói mửa để cậu lo. Con đem vài cái thau ra đây cho cậu. Vừa thấy đứa nào sắp ói, cậu đưa thau vô hứng liền. Rủi có rớt ra ngoài, cậu sẽ chịu trách nhiệm lau chùi sạch sẽ.

Anh trở lại bàn, món rùa đã gần sạch nhẵn. Hai lít rượu đế cũng đã cạn khô. Duy Vật, Lê Dần bắt đầu thấm đòn, miệng nhai nhóc nhách, mắt mở hết lên. Trần Quang, Vũ Khanh chưa đến nỗi nào, vẫn còn tiếp tục "chiến đấu" với món thịt rùa, trứng rùa và ba xị đế. Hồ Thiện tỉnh khô vừa ăn vừa lắng nghe hương vị món nhậu thẩm thấu vào vị giác, khứu giác.

Anh ước mơ:

- Thịt rắn tam vị nhậu với rượu đế mới chất anh hùng!

Có tiếng hỏi:

- Thịt rắn?

- Phải! Thịt rắn ngon hơn thịt gà gấp mười lần. Rắn hổ ri cá hay rắn hổ mang nướng bóp gỏi, nấu cháo hay xào lăn, ối chao ôi, ăn quên thôi! Nhậu tới khuya, ăn thêm món cháo ong vào thì ngủ ngon quên cả đầu, đít!

Vũ Khanh cau mày:

- Món gì mà gọi là cháo, là ong?

Hồ Thiện dẫn giải:

- Người ta đốt đuốc đuổi ong vò vẽ bay khỏi tổ, đoạn gỡ những tàng ong đem về giũ nhè nhẹ cho ong non rớt ra rồi rang với bơ mặn một mớ để nhậu, một mớ đem nấu cháo. Bỏ con ong non vào miệng cắn một cái, chất béo tươm ra miệng, ra môi. Trời ơi, nó béo béo, ngon tuyệt vời. Nó chỉ thua con đuông chà là, đọt dừa một chút thôi.

Anh chép chép miệng nuốt nước bọt đánh "ực" một cái, nốc cạn ly rượu còn thừa.

- Ở dưới này có món đó không?

- Sao lại không? Đó là đặc sản của Cà Mau.

Hồng Hiển tươi cười:

- Món đó phải về quê nội tôi ở Rau Dừa mới có. Ở đó còn có món nhậu đặc sắc khác nữa là món dơi quạ!

Anh Thư lè lưỡi:

- Ối giời! Ăn cả loài dơi nữa ư? Gớm nhỉ!

Hồng Hiển nghiêm nghị:

- Có phải dơi ăn muỗi mòng đâu mà gớm! Dơi quạ ăn toàn đọt dừa non hay mộng dừa. Thịt nó thơm phức, ngon hơn cả thịt gà. Mỗi con nặng bằng con gà giò.

Trâm, Nga đem tôm càng nướng và rượu lên. Thấy tôm, nhiều tiếng trầm trồ, ngạc nhiên cất lên:

- Ối giời! Tôm gì to thế nhỉ?

- Trông như tôm hùm vậy cơ!

- Thơm, thơm quá!

- Mình chưa từng trông thấy bao giờ! Miền Bắc chúng ta làm gì có thứ tôm to như thế!

Anh Thư ngồi thừ người nhìn đăm đăm hai con tôm càng đỏ ối nằm chần dần trước mặt. Dịch vị tươm ra trong miệng, nhưng nàng chưa dám "động thủ". Các đồng chí nàng đang thèm rỏ dãi. Suốt đời, họ chưa một lần trông thấy loài tôm to béo như thế và cũng chưa có dịp nếm qua một món ngon tuyệt kỹ như thế.

Trâm chỉ mở lời mời nhẹ nhàng, Anh Thư đã mở cuộc tấn công hai con "khủng long" kia. Gạch tôm dính đầy hai bên mép, Anh Thư không buồn để ý tới, nhanh tay gỡ vỏ tôm, dồn nhét thịt tôm vào miệng như sợ người khác giành mất phần ăn của mình.

Hồ Thiện xỏ xiên:

- Trông cô Thư ăn ngon lành quá!

Anh Thư nhún vai, tiếp tục dứt điểm con tôm thứ hai. Sau món rùa, tôm càng nướng được dọn lên. Mọi người tranh nhau thanh toán "chiến trường". Lít rượu đế thứ ba vừa còn, nhiều thực khách đã "rơi đài". Duy Vật, Lê Dần, Vũ Khanh gục ngã tại "chiến trường", ngủ ngồi trên ghế sa-lông, ngáy như sấm dậy! Trần Quang gắng gượng ngồi cho vững, vẫn loạng choạng, chân tay bắt đầu vụng về làm ngã đổ ly chén. Hồng Hiển, Hồ Thiện còn tỉnh, nháy mắt nhau, mỉm cười. Anh Thư ra ngoài dạo cảnh. Nàng bực mình trước các đồng chí không tự chủ giữ đúng tư cách của một đảng viên, ăn nhậu say sưa mất cả tác phong cách mạng!

Trâm, Nga đem lên hai ba cái thau mủ đặt trước mặt Hồng Hiển và Hồ Thiện.

Hồ Thiện cười ngất:

- Sống ở cõi tạm nầy, ai cũng là con người hết. Làm người, ai cũng thèm món ngon, vật lạ. Đừng ai nói thanh, nói tướng che giấu nhược điểm của mình!

Trần Quang nhừa nhựa:

- Ê, Hồ Thiện, mày… nói ai đó?

- Tôi nói chung, không nói riêng ai hết!

- Ồ! Ăn… nhậu… chẳng phải là… ưu điểm hay… nhược điểm mà đó là… cái thú của… con người phàm tục. Cũng như… Bác Hồ chúng ta… thích hút thuốc lá thơm Craven A không có cán vậy thôi! Kham khổ, cực nhọc quá rồi mà! Bây giờ… chiến thắng… tụi này nhậu say… một bữa có sao đâu…

Hồ Thiện muốn nói thêm, Hồng Hiển khoát tay ngăn lại. Anh cùng Hồ Thiện hì hục dìu những người say khướt vào buồng. Kẻ nằm trên giường, người lăn dưới nền gạch. Bốn năm "xác chết" ngáy như sấm, tiếng nôn ọe hòa lẫn với tiếng muỗi vo ve như sáo thổi.

Hồng Hiển, Hồ Thiện, Trâm, Nga và bà Giỏi thay phiên canh giữ từng chiến sĩ cách mạng đang bị men rượu hành hạ. Mỗi lần nghe tiếng nôn ọe, miệng thau đưa nhanh vào sát miệng người. Rùa, tôm, cá trào ra thau. Mùi hôi xông lên nồng nặc. Suốt một đời hy sinh cho Bác và Đảng, chưa lần nào họ được ăn ngon và nhậu nhẹt say mèm như vậy. Thiên đường mà họ mơ tìm bấy lâu nay không xa xăm diệu vợi lắm. Thiên đường của con người đích thực ở nơi đây, ở giờ phút này đây. Ở đây họ ăn thật no, ăn thật ngon và ngủ thật say.

***

Bà Giỏi bỏ thêm củi khô vào đống lửa ung khói xông muỗi. Càng về khuya, muỗi càng gia tăng hoạt động. Đã quen hơi người trong nhà, chúng không tấn công Trâm, Nga, bà Giỏi nhiều bằng Hồng Hiển. Anh đập, vuốt lia lịa vào mặt và đôi chân. Mỗi cái đập, vuốt, anh nghe nhám lòng bàn tay. Anh ngồi sát vào đống lửa. Khói trùm kín người anh. Muỗi vẫn bám chặt anh, tấn công anh tới tấp.

Bà Giỏi giục:

- Thôi, cậu nó đi ngủ đi. Ngồi lâu cậu bị muỗi hút hết máu đó.

Hồng Hiển ngáp dài:

- Chuyện đâu còn nguyên đó. Chờ thằng Kháng trở về Nam, mọi việc sẽ sáng tỏ tức thời.

Nga góp ý:

- Vậy chớ cậu không biết ảnh đã có vợ con chưa hay sao?

- Gần mười năm rồi, cậu không gặp nó và cũng không tin tức gì về nó. Cậu công tác ở Hà Nội, còn nó, nghe đâu công tác ở Thái Nguyên. Mười năm trước, cậu biết rõ chưa lập gia đình.

Bà Giỏi khuyến khích em trai:

- Biết được chuyện gì, cậu nên nói thiệt cho con Trâm nó hay để sau nầy tụi nó dễ giải quyết với nhau.

Bà thở ra:

- Đàn ông con trai khó lòng giữ chặt dạ chung thủy với vợ con khi sống một mình ở xa. Chỉ tội cho đàn bà thôi.

Hồng Hiển cố né tránh:

- Thực sự em… không biết rõ. Nếu biết rõ, em sẽ nói đại ra cho Trâm nó biết ngay. Em giấu để làm gì?!

Trâm nhìn vầng khói bốc lên từ đống lửa bập bùng, tâm tư nàng cũng đang bềnh bồng, trôi dạt như sương, khói:

- Con chỉ cần biết sự thật dù sự thật phũ phàng hay vẫn còn là mộng đẹp. Trong thơ đầu gởi về cho con, anh Kháng hỏi con vẫn còn chờ đợi ảnh hay đã có chồng rồi? Thơ thứ nhì, ảnh cám ơn con, kính trọng con, đề cao con và hứa sẽ đem đến cho con nhiều ngạc nhiên, bất ngờ. Con chưa hiểu ảnh muốn nói gì? Ngạc nhiên, bất ngờ nghĩa là sao?

Hồng Hiển mỉm cười:

- Thì… chắc là nó cũng như con, cũng chưa… vợ con.

Nga chêm vào:

- Có nên tin như vậy không hả cậu? Đàn ông nói láo hay lắm. Đàn bà con gái tụi con nhẹ dạ, dễ tin nên thường bị đàn ông dối gạt!

Hồng Hiển vuốt tóc Nga cười ngất:

- Giỏi lắm! Con nhỏ nầy coi vậy mà cũng thạo đời ghê. Nè, có phải vì có mặc cảm đầy người đối với đàn ông mà con chưa chịu lấy chồng không?

Nga nhún vai:

- Chưa hẳn đúng như vậy cậu ơi! Sở dĩ con chưa lập gia đình vì con chưa muốn xa má. Má con già yếu rồi, con muốn sống bên cạnh để săn sóc má con.

Hồng Hiển đùa:

- Cậu thấy đó không phải là ý muốn của má con. Nếu con nghĩ như vậy hóa ra tuổi già của cha mẹ là trở ngại ngăn cản hạnh phúc lứa đôi của con trẻ hay sao? Nè con, nếu con muốn lập gia đình, cậu làm mai cho. Con xem trong số nhà văn, ký giả theo cậu về đây có tên nào vừa con mắt con không? Coi bộ tụi nó lác mắt trước sắc vóc tụi con dữ lắm đó!

Nga trề môi:

- Còn lâu! Ưng mấy ổng đời con chỉ có nước lúa vàng thôi. Nhà văn với ký giả! Trong Nam trước đây, văn nhân ký giả sống tự do, viết văn, viết bài có lương hưởng khá còn chưa nuôi nổi vợ con, gia đình nữa kìa! Các cha nội cầm bút miền Bắc của cậu lãnh lương được bao nhiêu mà đòi cưới vợ miền Nam? Thôi, xin cậu thương đời con, tha cho con!

Hồng Hiển làm mặt ngạc nhiên:

- Trời đất! Con nhỏ nầy khi dễ văn nhân, ký giả Xã hội Chủ nghĩa dữ ta! Vừa thôi nghe con!

Có tiếng cười khúc khích vẳng tới. Mọi người giật mình cùng nhìn về phía cửa nhà trên ăn thông xuống bếp. Không thấy bóng ai, Hồng Hiển tiến nhanh tới cửa:

- Ai đó? Ai vừa cười vậy?

Một bóng người xuất hiện:

- Dạ tôi, tôi đây anh!

Hồng Hiển thở ra:

- Thì ra là chú! Sao không ngủ còn lò mò đi đâu đây?

Hồ Thiện tìm lối thoát:

- Tôi đi tiểu. Ăn mặn uống nước nhiều mắc đái hoài!

- Đi tiểu thì cứ đi sao chú lại cười?

- Dạ, nghe anh nói tôi nín cười không nổi!

- Mà tại sao lại cười chớ?

- Anh cố binh vực văn nhân, ký giả Xã hội Chủ nghĩa làm tôi mắc cười nín hông nổi.

Hồng Hiển nắm vai Hồ Thiện tra hỏi:

- Nói vậy từ nãy giờ chú mầy rình nghe lén hết trơn hết trọi rồi phải không?

Hồ Thiện chối dài:

- Dạ, dạ đâu có. Đừng nghi oan cho tôi. Tội chết!

- Vậy chớ sao chú mầy…

- Dạ, chỉ nghe được tới câu nói vừa rồi của anh thôi. Tôi cố dằn mà hổng dằn nổi nên cười đại.

Hồng Hiển buông vai Hồ Thiện ra lẩm bẩm:

- Mà đúng thiệt chớ phải không đâu! Lấy chồng cán bộ, đảng viên, vợ con chỉ có đói dài thôi. Con nhỏ sợ là phải.

Hồ Thiện đã nghe khá nhiều trong chuyện riêng của đời Trâm. Anh không chủ tâm rình rập nghe trộm. Anh mắc tiểu thật, định ra sau hè tiểu tiện nhưng vừa tới ngang cửa, chợt nghe người trong nhà đàm đạo sau bếp, anh dừng bước, nép mình vào bóng tối nghe ngóng. Chuyện riêng của gia đình Trâm đương nhiên lọt vào tai anh.

Từ lúc tới đây, anh đã chú ý Nga và Nga cũng nhìn Hồ Thiện với ánh mắt khác hơn nhìn các ký giả, phóng viên miền Bắc. Anh không biết Hồng Hiển có nói cho đứa cháu gái rõ anh là người của chế độ cũ không? Anh không muốn nàng hiểu lầm anh thuộc thành phần văn nhân, ký giả mà nàng vừa đánh giá nghiêm khắc ấy. Đối với cán bộ, đảng viên trong tòa soạn, Hồ Thiện không mang mặc cảm tự ti vì anh không phục khả năng sáng tác của họ. Đọc sách báo Xã hội chủ nghĩa, anh mỉm cười chế giễu. Chỉ toàn là những mỹ từ ráp nối khéo léo để tuyên truyền Đảng và ca ngợi, tôn vinh những cái hư ảo không hiện hữu trên thực tế. Bài báo, truyện ngắn, truyện dài không đi vào tim người đọc, không suy cảm được độc giả mà chỉ đào xới hận thù giai cấp, kích động đấu tranh đẫm máu, bốc thơm chế độ, tôn vinh chủ nghĩa và thần thánh hóa cá nhân.

Hồ Thiện tự hào với chính mình về khả năng sáng tạo vượt hẳn những người hí hửng vỗ ngực: "Chúng ông đã tốt nghiệp Đại học Báo chí!" Họ hỏi Hồ Thiện: "Các nhà văn, ký giả ngụy có học Đại học Báo chí không?" Hồ Thiện ngạc nhiên hỏi lại: "Muốn trở thành văn nhân, ký giả bắt buộc phải qua Đại học Báo chí sao?" Họ xác định: "Tất cả ký giả Xã hội Chủ nghĩa đều ở trình độ đại học". Hồ Thiện rùn vai: "Tuyệt đại đa số văn nhân, ký giả miền Nam đều từ nhân dân mà ra. Họ chẳng cần học tới cử nhân, tiến sĩ. Họ chỉ là những kỹ sư tâm hồn. Bài, truyện họ viết thấm sâu vào tâm cảm người đọc và được triệu triệu độc giả đón nhận, hoan nghênh. Đã có nhiều sinh viên tốt nghiệp Đại học Báo chí Vạn Hạnh tập sự nhiều tòa soạn lớn nhỏ, nhưng mười người bước vào bộ biên tập đã có chín người đi tìm ngành nghề khác kiếm ăn, chỉ còn một người được ở lại làm phóng viên hạng C!" Họ trề môi bình luận: "Bởi vậy cho nên báo chí trong Nam hỗn tạp, mạnh ai nấy viết không có đường lối, chủ trương rõ rệt, chỉ toàn là báo lá cải, hổ lốn, nhảm nhí thuần thương mãi, không dẫn dắt được dư luận quần chúng, không giáo dục được nhân dân và làm tay sai cho đế quốc, thực dân mới!"

Cái thế của Hồ Thiện không cho phép anh gân cổ biện cải cho nghề nghiệp của chính anh. Anh thầm bảo: "Viết lách như mấy cha nội, trong chế độ cũ, dù viết miễn phí cho một tờ báo chuyên môn bán bông giấy, cũng chẳng ai thèm mượn!"

Cái ngày bị đuổi ra khỏi tờ Lao Động, Hồ Thiện đã thấy rõ không còn xa lắm. Anh cố nén lòng ở lại chờ dịp tốt đưa đẩy anh bước ra khỏi cái lò đúc bài vở kia một cách an toàn không bị chính quyền địa phương làm khó dễ. Con đường trước mặt anh đã vạch sẵn. Cà Mau, Rạch Giá, Hà Tiên, những tỉnh ven biển là những cửa ngõ mở rộng cho dự định táo bạo của anh và một số bạn hữu đồng cảnh ngộ.

Anh mang nặng mặc cảm tự ti cả đối với đồng bào chung quanh anh. Ai đã biết anh chỉ vì hoàn cảnh phải chui đầu vào tòa báo Cộng sản, anh cảm ơn họ và cảm thấy vui sướng.

Có tiếng bà Giỏi hỏi:

- Ai vậy cậu Ba?

Hồng Hiển đưa Hồ Thiện tới trước mặt mọi người:

- Chú Thiện! Chú muốn đi tiểu.

Hồ Thiện lễ phép:

- Bậy quá! Tôi vô tình cắt ngang chuyện riêng của bác và… hai cô Trâm, Nga. Xin thông cảm và bỏ qua cho.

Trâm đã đoán chừng Hồ Thiện không phải cán bộ, đảng viên từ Bắc vào mà chỉ là người của Mặt trận Giải phóng. Giọng Nam đặc sệt của anh, dù gì cũng dễ gây cảm tình với Trâm, Nga và bà Giỏi. Phong cách tự nhiên của anh là đặc tính của người Nam. Trâm nhìn anh với ánh mắt thân thiện. Nga nhìn Hồ Thiện với ánh mắt trìu mến.

Bà Giỏi khoát tay tươi cười:

- Hổng có chi đâu! Thầy đừng ngại. Chuyện hổng có gì quan trọng hết!

Hồ Thiện dịu dàng:

- Con xin bác đừng gọi con bằng thầy, con ngại lắm! Bác gọi con bằng con hay cháu nghe thân mật hơn. Tuổi con đáng con, cháu bác thôi. Bác gọi con bằng thầy, con chết sớm hơn!

Mọi người cùng bật cười. Bà Giỏi ngó hai con gái phân bua:

- Tụi con có đồng ý với má, nghe cậu Thiện ăn nói chẳng giống mấy ông giải phóng, cán bộ cách mạng chút nào hết không? Cậu Thiện y như là người Sài Gòn vậy đó!

Hồng Hiển vỗ tay khen:

- Chị Hai không làm thầy bói mà đoán trúng phong phóc. Chú ấy là dân "Thầy Goòng" trăm phần trăm. Thiện là ký giả tên tuổi của làng báo ngụy và đang chuyển sang ngành tiểu thuyết thì miền Nam bị giải phóng.

Tiếng "bị giải phóng" được Hồng Hiển gằn giọng rõ mồn một. Mọi người ngạc nhiên nhìn anh. Không ai dám hiểu theo ý riêng của mình. Cũng không ai tin Hồng Hiển cố tình. Hồ Thiện nhìn Nga tươi cười và trong cái nhìn của Nga, Hồ Thiện thấy khá rõ một màu hồng sặc sỡ, một đốm lửa sưởi ấm lòng kẻ cô đơn.

Trâm ngạc nhiên:

- Nói vậy ông đây là... ký giả Sài Gòn?

Hồ Thiện ngó Hồng Hiển:

- Không nhờ anh Hiển che chở thì chắc là tôi cũng đã vào "hộp" chịu chung số phận của đa số văn nhân, ký giả hiện đang học tập cải tạo rồi.

Hồng Hiển nghiêm nghị:

- Nếu không bị trung ương bắt buộc hạn chế dùng người của chế độ cũ, cậu còn nhận thêm nhiều ký giả, phóng viên, nhà văn khác nữa. Họ rất nhạy bén, tiếp thu đường lối cách mạng nhanh chóng, bài vở của họ dễ cảm hóa độc giả trong Nam hơn bài vở của cán bộ miền Bắc.

Trâm cười khẩy:

- Theo thiển ý của con, sở dĩ trung ương ngăn chặn lấy người trong Nam vào các cơ quan nhà nước vì ganh tị và sợ thua kém đó thôi. Mặc cảm của kẻ chiến thắng mà cậu!

Nga chêm vào:

- Đọc báo cách mạng chán lắm. Bài nào cũng giống nhau như cái khuôn bánh. Cũng chỉ là khẩu hiệu, lời Bác, ý Đảng, rêu rao thành tích cách mạng, vẽ ra một thiên đường không tưởng và chửi bới Mỹ ngụy không tiếc lời. Đọc sách báo dưới chế độ cũ, con thích hơn vì đó là những sáng tạo tự do, là sự thật của xã hội.

Bà Giỏi ngăn hai con gái:

- Thôi đi, tụi con cứ nói bậy bạ hoài hổng sợ mích lòng cậu tụi con sao? Có ai nghe lọt thì nguy.

Hồng Hiển tươi cười:

- Không sao đâu chị Hai! Cứ để các cháu tụi nó phê bình nhận xét. Đó là tiếng nói trung thực của nhơn dân. Em cũng nhận thấy như vậy và em đang bị Tổng Công đoàn phê bình vì em muốn hướng nội dung tờ Lao Động theo ý kiến riêng của em cho thích hợp với cảm quan của độc giả trong Nam.

Anh thở ra, tiếp luôn:

- Áp đặt vào miền Nam cái khuôn của miền Bắc Xã hội Chủ nghĩa, theo em và rất đông cán bộ, đảng viên hồi kết là một điều sai lầm đáng tiếc. Nhưng, tụi em chỉ là kẻ thừa hành lịnh ở trên!

Hồ Thiện càng hiểu rõ thêm con người của Hồng Hiển. Anh quý mến người đảng viên ấy hơn. Nhiều lần tới nhà Hồng Hiển nhậu lai rai, Hồ Thiện có dịp nghe Hồng Hiển, lúc đã ngà ngà say, bộc bạch tình cảm và ý nghĩ của riêng anh về chủ trương, đường lối của Đảng. Hồng Hiển nói như trối với Hồ Thiện: "Dù sao tao vẫn là người Nam, miền Nam là quê hương, là cái nôi của tao, nhưng để rồi mầy xem nghe Thiện, bọn cán bộ, đảng viên Nam Bộ tụi tao sẽ lần hồi bị tụi Bắc chúng nó lấn áp và thay thế hết mọi quyền hạn chỉ huy. Miền Nam sẽ mệt mỏi và nhơn dân miền Nam sẽ ngạt thở dưới sự cai trị của cán bộ, đảng viên Bắc và Trung".

Hồ Thiện chỉ biết ngồi nghe. Anh không dám góp ý về hùa với Hồng Hiển. Bích – vợ Hồng Hiển chỉ trích chồng, cho rằng Hồng Hiển mang nặng đầu óc địa phương chủ nghĩa. Nàng là gái Bắc, thuộc thành phần vô sản, là đảng viên hiện giữ chức Bí thư chi bộ nhà máy gạch bông Phú Hữu. Thương chồng nhưng Bích không tán đồng lập trường cách mạng của chồng. Tính Hồng Hiển lè phè, khoái nhậu và ăn nói bừa bãi không cần giữ gìn ý tứ. Bích đã biết rõ thân phận của chồng trong một tương lai rất gần khi bộ phận miền Nam của tờ Lao Động được chấn chỉnh, kiện toàn. Bà con xa với vợ – Hai Khuynh – phụ trách ngành ấn loát xuất bản Thành phố Hồ Chí Minh, Bích vận động xin Hai Khuynh một nhiệm sở cho Hồng Hiển tại một ấn quán nào đó.

Hồng Hiển không màng tương lai của mình. Anh chỉ muốn được hưu trí non về vườn.

Trâm hỏi Hồ Thiện:

- Ông còn thích nghề báo lắm sao mà còn tiếp tục cầm bút vậy?

Hồ Thiện so vai:

- Hoàn cảnh không cho phép tôi gác bút.

Nga hỏi tiếp theo:

- Hoàn cảnh gì vậy hả… anh?

Hồng Hiển trả lời thay Hồ Thiện:

- Chánh trị đó con! Thiện là con của gia đình tư sản khá lớn và đã từng bỉnh bút cho một tờ báo "phản động". Muốn tránh học tập cải tạo, Thiện phải chui vào báo cách mạng. Cậu cố che chú ấy được tới đâu hay tới đó.

Hồ Thiện phân trần:

- Các bạn đồng nghiệp cũ chửi bới tôi thậm tệ, cho rằng tôi hèn hạ, đầu hàng Cộng sản. Tôi đành cắn răng chịu đựng để cứu lấy thân tôi và đỡ cho gia đình phần nào. Chỉ có anh Hiển hiểu được nỗi lòng tôi. Tôi vẫn biết rồi đây, khi anh Hiển không còn ở báo Lao Động nữa, tôi sẽ ra đi và… không biết tương lai sẽ ra sao?

Bà Giỏi gật gù:

- Khôn hay dại là ở thời kỳ tranh tối tranh sáng. Khôn cũng chết, dại cũng chết. Biết người, biết ta là sống.

Như được cảm thông và khuyến khích, biện hộ, Hồ Thiện nở nụ cười thật tươi trên môi, nhìn Nga với ánh mắt trìu mến.

Nga hỏi Hồ Thiện:

- Nghe nói anh viết tiểu thuyết mà có xuất bản quyển nào chưa?

- Quyển đầu tiên phát hành trước "giải phóng" một năm. Tôi sắp viết xong truyện thứ hai thì… miền Nam mất.

- Quyển đầu tên gì vậy hả anh?

- Dệt Mộng!

Nga cười:

- Chắc là lâm ly ghê lắm? Tên truyện đủ nói lên nội dung của tiểu thuyết rồi!

- Dạ, không hoàn toàn đúng như vậy. Tôi mộng mơ con đường sinh tồn cho dân tộc Việt Nam, dĩ nhiên, trong đó có tình yêu, chất liệu chủ yếu để lôi cuốn, hấp dẫn người đọc.

- Anh còn quyển nào không? Tôi… muốn đọc thử.

Hồ Thiện lắc đầu:

- Rất tiếc, tất cả đều bị tịch thu và đốt sạch. Bản thảo quyển thứ hai, tôi cũng tự xé đốt hết.

- Uổng quá!

Hồng Hiển ngáp dài:

- Tiếc của là mang họa vào thân. Cái của ta không còn thuộc về ta nữa. Tất cả phải khép vào nếp sống mới. Muốn hay không muốn không còn do ta định đoạt. Khôn dại, dại khôn do nơi ta.

Anh đi ngủ. Bà Giỏi về buồng riêng. Trâm giục em gái, Nga lững thững theo chị và mẹ, ngoái đầu nhìn Hồ Thiện đang dõi mắt theo nàng.

Tiểu xong, Hồ Thiện trở vào ngồi trầm mặc trên chiếc ghế của Nga khi nãy. Anh cố xua đuổi hình ảnh người con gái kia nhưng tâm trí anh không sao thoát ra khỏi vòng vây của nó. Bốn bề vắng ngắt. Chỉ nghe tiếng côn trùng rả rích và tiếng ngáy lúc trầm khi bổng vọng lên giữa đêm tĩnh mịch. Mặc cảm xấu hổ chợt dấy lên trong hồn anh. Đầu hàng, dù chỉ vì hoàn cảnh, vẫn là một tội lỗi, nếu không phải là tội lỗi đối với các bạn đồng nghiệp thì cũng là tội lỗi đối với chính bản thân anh.

Hồ Thiện càng thấy rõ con đường tự giải thoát vẽ ra từ lâu nay lộ diện rõ rệt trước mắt. Anh úp mặt vào đôi tay. Men rượu gần như tan biến trong mạch máu anh. Hai viên Aspirin uống trước khi nhập tiệc hóa giải men rượu trong người anh. Anh đã thấy những phóng viên, ký giả tự kiêu, hách dịch kia. Muốn đánh gục họ, anh phải chơi trò "ma giáo", kinh nghiệm "xương máu" của bợm nhậu trong những lần đụng độ, thách thức nảy lửa.

Chợt có tiếng hỏi:

- Sao anh không đi ngủ? Đã khuya lắm rồi.

Hồ Thiện giật mình, ngước lên thấy Nga trước mặt với nụ cười thật tươi. Anh đứng lên, ấp úng:

- Tôi… chưa buồn ngủ. Tôi muốn sống với cảnh… đồng quê ban đầu. Ít có dịp được hòa mình với thiên nhiên như vầy.

- Anh không say à?

- Dạ không!

- Tửu lượng anh dễ sợ!

Hồ Thiện đính chính:

- Dạ, đâu có! Tôi có bùa mà cô!

Nga ngạc nhiên:

- Bùa? Là sao?

- Dạ, tôi học của dân nhậu. Trước khi nhập tiệc, mình uống thuốc Aspirin, nhai vỏ cây gòn hoặc nốc vài muỗng thuốc xổ.

- Như vậy có ngon lành gì nữa đâu!

Hồ Thiện cười:

- Dạ, đâu cần ngon. Chỉ cần giữ cho mình khỏi say thôi.

- Anh làm vậy để chi vậy?

- Để cho tụi nó biết tay dân miền Nam, và cũng để giữ uy tín đối với… cô, chị Trâm, bác gái và… anh Hồng Hiển. Mới quen biết nhau, say sưa ăn nói bậy bạ sẽ làm mất tư cách.

Nga mỉm cười:

- Thì ra là vậy! Tôi cứ tưởng anh cũng thuộc bợm nhậu nhà nghề.

Kéo ghế mời Nga, Hồ Thiện mơn trớn:

- Dạ, đâu tệ như vậy, thưa cô. Cuộc đời còn nhiều thứ đam mê trong sạch khác hơn là rượu chè, hút sách, trác táng!

Ngồi xuống ghế, Nga hỏi:

- Chẳng hạn như thú đam mê nào?

- Chẳng hạn như là… tạo niềm vui, đem hạnh phúc đến cho người chung quanh.

- Trừu tượng quá! Tôi không hiểu.

Hồ Thiện ngó lung ra màn đêm. Anh vụt quay lại nhìn thẳng vào mắt Nga:

- Cô Nga, cô nghĩ gì về con người tôi?

Nga rùn vai:

- Tôi không hiểu gì cả! Tôi chỉ mới gặp anh từ trưa hôm qua.

- Đúng vậy. Hãy còn quá sớm. Tuy nhiên, nếu tôi không lầm, cô không cùng quan điểm, lập trường với Hồng Hiển – cậu cô, phải không?

- Tôi không thích chánh trị. Cậu tôi liên hệ với tôi về ruột thịt, máu mủ, cậu ấy có đời sống riêng, còn tôi, tôi có cuộc sống tinh thần của riêng tôi. Hồng Hiển là cậu tôi, còn Hồng Hiển là một cán bộ cách mạng hay một đảng viên Cộng sản không dính dáng gì tới gia đình nầy.

Hồ Thiện muốn hiểu rõ thêm:

- Như vậy có nghĩa là cô, chị cô và bác gái, mọi người đều không cùng chung con đường mà Hồng Hiển đã và đang theo đuổi?

Nga cười:

- Anh điều tra hơi kỹ như là… sắp sửa thổ lộ một điều gì bí mật lắm vậy!

- Đúng! Cô nhận xét không sai chút nào. Tôi muốn biết rõ quan điểm của gia đình nầy, nhứt là cô để…

Hồ Thiện bỏ ngang câu nói, chuyển hướng câu chuyện:

- Khuya rồi sao cô chưa ngủ?

Nga cúi mặt:

- Tôi chưa buồn ngủ. Vả lại, tôi muốn tìm hiểu… xin lỗi anh, tôi muốn tìm hiểu về con người dưới chế độ cũ theo về với chế độ mới, phục vụ chủ nghĩa mà họ chưa hiểu rõ hoặc đang tìm hiểu.

Hồ Thiện khẽ giật mình, nhưng anh lấy lại bình tĩnh ngay, vì anh chợt hiểu ra ý nghĩ của Nga trong câu nói có hai mặt ấy.

Hồ Thiện hỏi thẳng:

- Cô sẽ khinh tôi nếu tôi là một thứ lau sậy rạp ngã theo chiều gió, có đúng vậy không?

- Như má tôi nói khi nãy: Giữa thời buổi tranh tối tranh sáng, khôn cũng chết, dại cũng chết, chỉ có biết là sống. Tôi nghĩ rằng anh ở hạng người sau cùng ấy.

Hồ Thiện nghe dòng suối mát chảy vào hồn. Đôi mắt đẹp của Nga đang vuốt ve vết thương lòng anh, giọng nói dịu ngọt của Nga xoa bóp êm ái mặc cảm tội lỗi của anh ngày càng gò lớn trong tim óc anh từ khi anh bước vào tòa báo Lao Động – nơi đó, anh cảm thấy cô độc, buồn tủi và trơ trẽn.

Tim anh đập mạnh, anh muốn ôm chặt đôi tay người con gái đối diện hôn thật mạnh, thật đắm đuối để cảm ơn và bày tỏ cho nàng biết rõ tình cảm của anh, dù chỉ mới hình thành nhưng vô cùng dạt dào, say đắm.

Hồ Thiện nhắm mắt, cất giọng tha thiết:

- Cám ơn! Cám ơn Nga!

Đống củi ung khói bật cháy sáng. Nga trông thấy nước mắt Hồ Thiện lấp lánh qua ánh lửa. Nàng hơi ngạc nhiên, xong nàng hiểu kịp ý nghĩa giọt nước mắt của anh.

Nàng hỏi cho có hỏi:

- Hình như… anh vừa khóc?

Hồ Thiện chặm mắt, cười gượng:

- Không… không phải! Khói làm tôi… cay mắt.

Anh nhìn lên trần nhà nói bâng quơ:

- Có những hành động bị người ngoại cuộc đánh giá thật thấp và cáo buộc nặng nề mà kẻ trong cuộc không dễ gì bào chữa, tẩy xóa sạch được. Tôi đang là kẻ trong cuộc còn bạn bè tôi, thiên hạ chung quanh tôi là người ngoại cuộc.

Nga chạy chữa cho Hồ Thiện:

- Thời cuộc đột ngột đổi thay vượt quá sức tưởng tượng của mọi người. Võ lực của kẻ chiến thắng gieo khiếp đảm trên khắp vùng đất của người chiến bại. Mọi chống đối sẽ bị dập tắt và tiêu diệt tận gốc. Dĩ nhiên, có vô số người đầu hàng, chạy theo cách mạng để núp gió, trục lợi và trả thù cá nhân; nhưng cũng có hạng người vì hoàn cảnh phải theo về chế độ mới để tránh khổ lụy cho bản thân và gia đình. Duy chỉ có một điều rõ rệt nhứt để đánh giá từng hạng người, đó là tư cách của họ trong thời gian hợp tác. Hợp tác với chánh quyền mới để được yên thân hay để tăng công, nịnh bợ, luồn cúi, đành đoạn chỉ chọc, hãm hại bè bạn, bà con lối xóm. Trước mắt chúng ta, bọn cách mạng 30 đầy dẫy nhơ nhớp như ruồi muỗi, giòi rữa!

Hồ Thiện nghe hồn đắm đuối trước người con gái nước da bánh ích xinh xắn, mặn mòi ấy.

Miền đất cuối cùng của Tổ quốc Việt Nam sản sinh những đứa con mang nặng tính đặc thù của dân tộc: trai hiền hòa, bộc trực, gan lì, yêu nước nồng nàn, sẵn sàng hy sinh tất cả cho mọi người chung quanh; gái da ngăm đen, bàn chân hơi thô vì thích đi trần hơn mang guốc, dép, chèo thuyền giỏi như dân thành phố lái xe hơi, xe gắn máy, răng nạm vàng, bạc với hình cơ – rô – chuồn – bích, suốt đời tận tụy với chồng, con và đảm đương nuôi con thay chồng không một lời than thở. Hồ Thiện đã nghe nhiều về đức tính gái Cà Mau. Anh hằng mơ ước cưới vợ nơi đây. Bây giờ, trước mặt anh, người con gái Cà Mau đang ru anh vào vùng trời mộng ảo.

Anh ngồi ngây người như đang bị thôi miên. Những lời của Nga vẫn còn ngân nga trong tai anh. Một động lực vô hình thôi thúc anh bày tỏ tình yêu. Anh không dám, anh chưa dám. Tình yêu thật huyền diệu. Tình yêu không phải món đồ bày bán giữa chợ mà người qua kẻ lại có thể dừng bước hỏi mua. Tình yêu mầu nhiệm chỉ đến một cách tự nhiên khi hai tâm hồn cùng hòa hợp, cùng một nhịp đập của con tim.

Hồ Thiện đã từng dẫn giải về tình yêu trong tiểu thuyết của anh như thế. Giờ đây, nơi anh, anh nghe rõ tiếng đập của con tim nhưng anh chưa nghe thấy tiếng con tim trước mặt anh, mặc dù từ cửa đôi mắt Nga, nhấp nháy tiếng ánh sáng rực rỡ của tình cảm ngọt ngào.

Hồ Thiện thở ra:

- Dù sao tôi vẫn đang lẫn lộn trong hai hạng người Nga vừa nói. Trước mắt bạn hữu, đồng bào thất vọng, khổ đau, tôi vẫn là kẻ chạy theo, bám chân kẻ thù.

Nga hỏi một câu đột ngột:

- Anh có ý định sẽ làm gì để trong sạch hóa hiện tại của anh không?

Liếc nhìn lên nhà trên, Hồ Thiện đáp khẽ:

- Có!

- Như thế nào?

- Chỉ sợ khi ấy Nga không hay biết được thôi!

- Nga không hiểu. Anh nói rõ cho nga biết đi!

Nhìn Nga thật trìu mến, Hồ Thiện nói nhanh:

- Nếu ngày ấy Nga không hay biết gì, tôi sẽ ân hận suốt đời. Một dịp khác, tôi trở xuống dưới nầy nói rõ cho Nga biết. Nga hãy tin tôi.

Anh chồm tới định hỏi thêm, chợt có tiếng chân vọng tới. Duy Vật xuất hiện giữa khung cửa, tóc tai bù xù, mặt mày nhàu nát. Anh tròn mắt nhìn Hồ Thiện và Nga.

Hồ Thiện đứng lên tươi cười:

- Tỉnh rượu chưa… đồng chí?

Duy Vật dụi mắt nhìn cho rõ hơn hai bóng người trước mặt. Anh không tin đó là Nga và Hồ Thiện. Ngủ vùi một giấc, Duy Vật chưa hẳn đã tỉnh rượu nhưng anh vẫn còn đủ sức nhận ra chuyện lạ đối với chính anh. Ban chiều Hồ Thiện uống rượu không phải ít, còn nhiều hơn mọi người nữa. Vậy sao anh không say mèm như mọi người? Duy Vật càng ngạc nhiên hơn về sự thân mật quá nhanh giữa Nga và Hồ Thiện. Duy Vật hỏi thầm: "Tại sao hắn tài đến thế nhỉ? Uống rượu không say và còn làm thân được với gái nhanh vô địch nữa?!" Anh lảo đảo, chống tay lên cửa gượng đứng cho vững.

Hồ Thiện phóng tới nắm vai anh:

- Khéo đó! Coi chừng té!

Duy Vật hất tay Hồ Thiện ra:

- Anh xê ra! Không cần tới anh!

- Nhưng anh…

- Mặc xác tôi!

Hồ Thiện nhìn Nga mỉm cười. Nga gửi tới Hồ Thiện đôi môi rực rỡ nụ cười. Duy Vật trông thấy sự đổi trao ấy càng ngạc nhiên hơn và đâm ra ganh tị.

Anh quắc mắt hỏi Hồ Thiện:

- Anh làm gì dưới này? Nói nghe thử!

Hồ Thiện làm mặt ngạc nhiên:

- Anh hỏi tôi?

- Còn ai khác nữa? Chẳng lẽ tôi hỏi cột nhà?

Hồ Thiện hơi khó chịu nhưng chưa tin Duy Vật muốn gây sự với mình vì sự hiện diện của anh bên cạnh Nga.

- Tôi không hiểu ý anh muốn hỏi.

Duy Vật liếc nhìn Nga, quay lại nhìn thẳng vào mặt Hồ Thiện gằn mạnh từng tiếng:

- Tôi muốn biết anh làm gì dưới này với cô Nga?

- Chúng tôi trò chuyện với nhau.

- Chuyện gì?

Hồ Thiện nghe mặt mình nóng ran:

- Chuyện gì thì có ăn thua gì tới anh chớ! Sao anh hỏi kỳ cục vậy?

Duy Vật lầm lì:

- Tại sao lại không? Anh cùng đi công tác với phái đoàn, mọi việc anh làm đều ảnh hưởng tới mọi người.

- Lạ chưa? Anh nghĩ sao mà ăn nói vô lý vậy chớ? Tôi có làm gì sai quấy đâu!

Giọng Duy Vật sắc như dao cạo:

- Xấu hay tốt do anh hiểu lấy cần gì phải hỏi lôi thôi?!

Anh ta cười giòn, tiếp luôn:

- Hừ! Đang đêm mọi người đều an giấc, anh lò mò tán gái, làm chuyện mờ ám, bất chính. Như vậy có đúng tác phong, đạo đức của người cán bộ cách mạng hay không?

Hồ Thiện nổi nóng, trợn mắt bảo:

- Tôi cấm anh không được ăn nói hồ đồ, anh nghe rõ chưa?!

Nga đứng lên, chồm tới hỏi:

- Anh Thiện, có chuyện gì vậy hả?

Không để ý tới câu nói của Nga, Hồ Thiện nói như hét vào mặt Duy Vật:

- Anh không là thủ trưởng của tôi. Anh cũng như tôi, anh không có quyền kiểm soát tôi. Vừa thôi, nghe rõ chưa?!

Duy Vật hơi khớp trước phản ứng đột ngột của Hồ Thiện, nhưng cố bình tĩnh chống trả giữ thể diện trước mặt Nga:

- Tôi chỉ muốn giữ uy tín chung của phái đoàn thôi. Một con sâu làm sầu nồi canh.

Bước tới phía sau Hồ Thiện, Nga ngơ ngác:

- Mà anh Thiện có làm điều gì xàm bậy đâu mà ông phê bình, kiểm điểm? Chúng tôi chỉ… trò chuyện thân mật với nhau thôi.

Duy Vật bẽn lẽn:

- Thế à? Thân mật với nhau nhanh quá nhỉ!

- Ông nói câu đó là có ý gì chớ?

- Không… không có ý gì khác cả. Tôi phục tài… anh Hồ Thiện, chỉ có thế thôi.

Hồ Thiện đã thấy rõ tình ý của Duy Vật. Anh không nghĩ tới mình, uy tín và danh dự của bản thân. Anh chỉ muốn giữ gìn cho người con gái vừa mở cửa trái tim anh. Chuyến công tác này làm anh bực dọc hơn tất cả những lần trước đây, nhưng đem lại cho đời anh hương vị êm ái, ngọt ngào của tình yêu và từ đó, anh cũng đã trông thấy rõ hơn lối thoát thấp thoáng, ẩn hiện trước mắt. Toan tính từ bấy lâu, hôm nay tiến gần tới sát quyết định dứt khoát.

Anh hỏi gay Duy Vật:

- Nếu tôi không lầm thì anh ganh tị với tôi. Có phải vậy không? Anh có muốn học không?

Duy Vật trả đòn:

- Tôi là cán bộ, đảng viên. Tác phong, đạo đức cách mạng không cho phép tôi giống anh.

Hồ Thiện cười nhạt:

- Anh hay tôi, chúng ta đều là con người mà hễ là con người, ai cũng rung động trước sắc vóc của người khác giống. Nếu tôi không lầm thì anh cũng chú ý nhiều tới cô Nga và cũng muốn được như tôi, làm thân với Nga!

Duy Vật cố che đậy tình ý của mình:

- Hồi nãy anh bảo tôi ăn nói hồ đồ. Tôi hồ đồ đâu chưa thấy, còn anh mới vừa ăn nói hồ đồ thật trắng trợn.

- Cái nghĩa hồ đồ ám chỉ kẻ ăn nói không đúng sự thật, ăn đàng sóng nói đàng gió, chuyện có nói không, chuyện không nói có. Tôi nói trúng tim đen của anh thì sao lại là hồ đồ?

Duy Vật trợn mắt:

- Sao anh biết tôi chú ý nhiều tới cô Nga? Bằng chứng ở đâu?

Hồ Thiện so vai:

- Không tin hỏi cô Nga sẽ rõ.

Duy Vật quay sang hỏi Nga:

- Có đúng vậy không cô?

Nga liên kết với Hồ Thiện đẩy lùi Duy Vật vào chân tường:

- Có hay không, ông biết rõ hơn ai hết. Người trong cuộc mới biết rõ sự thật.

Hồ Thiện cười tỏ vẻ đắc chí. Duy Vật ngượng ngập vì điều Hồ Thiện đưa ra thật đích xác, đúng phóc tim đen anh ta.

Anh ta cố chống trả:

- Mà cho dù có thật như vậy đi nữa, tôi cũng không nham nhở, bất chính như ai đó. Chuyện này sẽ phải được mổ xẻ trong Ban Biên ủy. Từ đó, người ta rút ra được kinh nghiệm thực tiễn về tác phong và đạo đức của người cách mạng và dân vùng vừa được giải phóng.

Hồ Thiện nghe đầu căng ra như muốn vỡ tung, máu trong người sôi sục. Mắt anh rực lửa chiếu thẳng vào mặt Duy Vật.

Chợt có tiếng chân người từ nhà trên chạy xuống và tiếng Hồng Hiển hỏi nhanh:

- Có chuyện gì đó hả? Ai… ai gây gổ với ai vậy?

Hồ Thiện nghiến răng:

- Nếu không vì… tôn trọng uy tín của phái đoàn, tôi… tôi cho tên nầy một bài học rồi muốn ra sao thì ra.

Anh đưa nắm tay tới trước mặt Duy Vật. Duy Vật hơi ngả người ra sau, mặt tái mét.

Nga nắm tay Hồ Thiện, khuyên can:

- Thôi, bỏ qua đi anh. Đừng nóng, không nên.

Hồng Hiển trấn an Hồ Thiện, tìm hiểu chuyện gì đã xảy ra. Nga trình bày ngắn gọn đầu đuôi cuộc cãi vã giữa Hồ Thiện – Duy Vật, đoạn kết luận:

- Chuyện chỉ có vậy thôi cậu. Thật đáng tiếc!

Hồng Hiển vỗ vai Hồ Thiện, Duy Vật, ôn tồn:

- Chẳng qua là sự hiểu lầm nhau thôi. Khuya lắm rồi, mọi người nên đi ngủ lấy sức. Ngày mai ai nấy còn nhiều công tác phải hoàn thành tốt. Chúng ta hãy nghĩ tới thành công của chuyến công tác.

Hồ Thiện đánh một đòn chót vào Duy Vật:

- Đây chẳng phải là sự hiểu lầm mà là một sự kiện tiêu biểu đặc tính của hạng cán bộ, đảng viên còn mang tinh thần hủ lậu. Thứ nhứt là Duy Vật ganh tị với tôi vì tôi được cảm tình của cô Nga. Thứ hai là Duy Vật mang mặc cảm tự tôn của kẻ chiến thắng xem người trong Nam, tất cả, đều là hủ hóa, vô dụng, có tội với Tổ quốc và nhơn dân. Anh xét thấy giữa tôi và Duy Vật, ai là kẻ cần xây dựng, học tập để tạo tình đoàn kết?

Duy Vật không tỏ ra nao núng, vểnh mặt khinh khỉnh:

- Chắc chắn kẻ học tập không phải là tôi rồi đó!

Hồ Thiện trừng mắt:

- Vậy là tôi à? Tôi thách anh tìm cách cho tôi đi học tập đó. Đừng rung cây nhát khỉ. Trò hăm dọa cho đi kinh tế mới, đi học tập cải tạo đã xưa lắm rồi. Chẳng còn ai sợ đâu. Đừng có hòng!

Hồng Hiển can gián:

- Thôi, bỏ qua hết đi. Để rồi về cơ quan, nếu cần, chúng ta sẽ đem vấn đề ra mổ xẻ, xử lý.

Anh vỗ vai Hồ Thiện:

- Chú đi ngủ đi. Lái xe suốt ngày, bộ chú không mệt sao mà thức khuya dữ vậy? Ngày mai, tụi mình còn nhiều công tác lắm!

Hồ Thiện cay cú:

- Trâu cột ghét trâu ăn! Cách mạng có những hạng cán bộ ấu trĩ như thế đó, chẳng trách nhơn dân ta than!

Anh bỏ đi. Duy Vật hỏi lớn tiếng:

- Ê, mày vừa nói gì? Lặp lại nghe thử.

Hồ Thiện xoay người lại, trỏ tay vào mặt Duy Vật:

- Tao nói mầy đó! Rồi sao?

- Phản động!

- Tên phá hoại cách mạng. Bác Hồ là con bướm đẹp đẻ ra toàn lũ sâu bọ như mầy. Lũ sâu bọ phá hoại tan nát vườn hoa cách mạng!

Mọi người giật mình. Không ai có thể ngờ Hồ Thiện dám phun ra những lời nhục mạ Duy Vật nặng nề như vậy. Anh không muốn so sánh Hồ Chí Minh với con bướm đẹp nhưng tư thế "cán bộ 30" của anh bắt buộc anh phải so sánh Hồ Chí Minh như thế đó. Anh từng nghe một số đảng viên bất mãn chửi bới các đồng chí thối nát và so sánh họ với lũ sâu bọ. Anh để ý thấy rõ một điều: cán bộ, đảng viên chỉ trích từ các cơ sở hạ tầng như phường, quận lên tới tỉnh và kể cả trung ương nhưng họ không hề dám chạm tới Hồ Chủ tịch. Hồ Chí Minh đối với họ vẫn là một lãnh tụ anh minh, kẻ có công to lớn với Tổ quốc và dân tộc Việt Nam. Họ có thể bình tĩnh nghe dân chửi rủa, dù đối tượng có là Lê Duẩn, Trường Chinh, Phạm Văn Đồng,... nhưng họ không bằng lòng ai nói động tới Bác!

Hồ Thiện không dám làm khác hơn được, dù lòng anh đang rực lửa oán hờn. Hồng Hiển nhìn Hồ Thiện, nhìn Nga rồi quay sang ngó sững Hồ Thiện.

Duy Vật như vừa bị tạt nước vào mặt. Anh ta chới với, cầu cứu Hồng Hiển:

- Đồng chí... có nghe... nó chửi... bọn tụi mình không?

Hồ Thiện đi thẳng lên nhà trên. Nga nắm tay cậu bấm nhẹ. Hồng Hiển vỗ về Duy Vật một chặp, Duy Vật mới chịu trở vào buồng dành cho khách.

Anh ta hậm hực:

- Nó sẽ biết tay tôi. Nó sẽ trả một giá rất đắt. Tên phản động!

Đợi anh ta khuất dạng, Nga lắc tay Hồng Hiển:

- Cậu, liệu anh Thiện có bị trả thù không? Con lo quá!

Hồng Hiển thở ra:

- Rầu quá! Thiện nó cứng đầu quá chừng! Cậu nói nó hoài nó vẫn chứng nào tật nấy. Cậu che chở nó nhiều lần rồi. Đây rồi không khéo mai mốt nó nói luôn Bác Hồ là sâu bọ lên làm người nữa cho coi! Nó không được bình thường hay sao ấy!

Nga bác bỏ nhận xét sau cùng của Hồng Hiển. Hồ Thiện – dưới mắt nàng, chỉ là một người biết uốn mình theo hoàn cảnh mà không biết tự kiềm chế bản tính của mình để khỏi lụy vào thân. Nàng cho đó là một nhược điểm của anh, nhưng cũng là ưu điểm của con người anh. Từ ưu điểm đó, Hồ Thiện mới chiếm được tình cảm của nàng nhanh chóng.

Nàng mỉm cười hỏi cậu:

- Cậu Ba, như vậy mà có đúng không hả cậu?

- Đúng chuyện gì? Thiện nó có cơn không hả?

- Hổng phải. Con muốn hỏi cậu anh Thiện nhận xét về cán bộ, đảng viên Cộng sản như thế kia có đúng không?

Hồng Hiển trầm ngâm một chặp. Anh nhìn về phía sau quan sát, gật đầu:

- Đúng một phần lớn. Bọn cậu, đa số đảng viên miền Nam tập kết ra Bắc đều có nhận xét như vậy. Cách mạng, kháng chiến là một sự nghiệp cao quý của toàn dân và nhơn dân đã triệt để hy sinh để mưu cầu độc lập, tự do và hạnh phúc, no ấm cho Tổ quốc, dân tộc. Thời vàng son chín năm kháng chiến chống Pháp đã trôi qua và tan biến thành mây khói, chỉ còn lại đống tro tàn thành tích vì chiến công của những kẻ ái quốc trung kiên. Lũ ngụy hình cách mạng nảy nở lúc nhúc như sâu bọ đã và đang phá hại mùa màng, hoa quả, làm mất lòng dân và đưa đẩy đất nước nẩy lùi về thời tiền sử.

Nga khẽ giật mình. Nàng không ngờ cậu ruột mình – một đảng viên trên hai mươi tuổi đảng, lại nhận xét, công kích các đồng chí của mình gay gắt, hằn học như vậy. Hồng Hiển hoàn toàn mất tất cả niềm tin ở tương lai đất nước giữa lúc lửa chiến thắng Cộng sản vẫn còn cất cao ngọn và khí thế cách mạng vẫn còn sôi sục trong tim óc của dòng người từ Bắc tràn xuống miền Nam và từ rừng rú đổ ra thành phố.

Nga hỏi dò:

- Cậu nói với tất cả lòng thành của cậu hay là…

- Không chỉ riêng của cá nhân cậu mà là nỗi ưu tư, chán chường của hầu hết cán bộ miền Nam, của những người còn mang bầu máu nóng của chín năm kháng chiến.

- Vậy tại sao cậu và các đồng chí của cậu vẫn cắn răng chịu đựng mà không có thái độ hay phản ứng gì hết vậy?

Hồng Hiển thở ra:

- Đã lỡ rồi con à! Một con én hay bầy én bệnh hoạn không kéo nổi một mùa Xuân! Từ đỉnh cao, một bọn già nua, lớp vua quan mới đang khống chế với tiềm lực yểm trợ mạnh mẽ của Liên Xô. Chưa ai dám động tĩnh, manh nha một cuộc đổi thay. Bọn cậu chỉ là một đám công chức tay không, yếu đuối, cô thế. Người Bắc và Trung đang chia nhau nắm quân sự và chánh trị.

Tâm sự Hồng Hiển đã dàn trải trước mặt Nga quá rõ ràng. Nga không còn nghi ngờ gì nữa. Nàng ôm chặt tay cậu áp vào lòng, cất giọng trìu mến:

- Cậu, cậu Ba! Tội nghiệp cậu biết chừng nào. Tụi con đã nhìn cậu qua tất cả cán bộ, đảng viên khác. Cậu tha thứ cho con.

Hồng Hiển vuốt tóc Nga:

- Cậu không ngạc nhiên. Cậu hiểu được tâm tình của người dân Nam Bộ đối với kháng chiến và cách mạng. Mỗi chuyến công tác, cậu liên hệ với công nhơn, nông dân, cậu thường nói với các bạn chí thân: "Tụi mình đi nghe thiên hạ chửi vào mặt mình và nghe nhân dân ta thán rồi trở về tòa soạn nói láo, viết láo với độc giả!" Cậu đã chán ngán nghề báo rồi con à!

Nga muốn hôn cậu, cổ võ người cậu đã nhìn thấy con đường ông theo đuổi từ bấy lâu nay không đáp ứng ước vọng của ông, ước vọng của những người ái quốc.

Nàng khẽ hỏi bên tai cậu:

- Cậu nhận thấy ở anh Hồ Thiện có đặc điểm gì không?

Hồng Hiển bẹo má nàng, mỉm cười:

- Sao rồi đó cô nương? Hai người đã cảm thông được nhau rồi hả?

Nga đỏ mặt, chối quanh:

- Hổng có gì đâu cậu! Cậu đừng có hiểu lầm mà!

- Thôi, đừng chối nữa. Cậu của con biết hết rồi, chịu thiệt đi.

- Cậu này thiệt tình! Gì mà nhanh giữ vậy chớ? Muốn gì thì… cũng phải có thời gian tìm hiểu nhau chớ bộ!

Hồng Hiển nghiêm nghị:

- Hồ Thiện là cây viết có thực tài. Cậu đã đọc qua rất nhiều ký sự, phóng sự của nó đăng trong nhiều nhựt báo trước đây. Tiểu thuyết đầu tay của nó, quyển "Dệt Mộng" khá đặc sắc, hàm súc một tư tưởng tiến bộ đề cập đường đi mới cho dân tộc Việt Nam.

- Đường đi như thế nào hả cậu?

- Con đường Dân tộc Tự quyết thoát ra khỏi ảnh hưởng của các thế lực ngoại quốc mà Hồ Thiện lên án là bọn đế quốc luôn luôn nô lệ hóa dân tộc Việt Nam để trục lợi về mặt tài nguyên, hoặc ý thức hệ của chính họ.

Nga hỏi riết tới:

- Mà có đúng không hả cậu?

Hồng Hiển rùn vai:

- Đúng trên lý thuyết và về mặt tư tưởng, nhưng không sát thực với tình hình thế giới, nếu không muốn nói là… không tưởng.

Nga cổ võ:

- Ít ra tư tưởng của anh ấy cũng là ước mơ của dân tộc đau khổ nầy. Và ít ra ảnh cũng là… một người yêu nước đó cậu.

Hồng Hiển mỉm cười:

- Đồng ý với con, nhưng đối với Cộng sản, mọi con đường khác với chủ nghĩa Mác – Lê đều phản động đáng bị trừng trị. Cậu lo ngại nhiều cho tương lai của Hồ Thiện. Sớm muộn gì cũng bước ra khỏi tòa báo và bị theo dõi. Cậu đang bị trung ương dòm ngó vì cậu dùng nhiều ký giả, nhà văn miền Nam. Ngoài Hồ Thiện ra, trong tòa soạn còn có họa sĩ Chóe và ký giả Điệp Liên Anh. Chóe là một họa sĩ có tài, nó đã từng vẽ ca-ri-ca-tuya ba bốn cán bộ Cộng sản ốm nhom, răng hô đeo toòng teng trên lá đu đủ. Toàn bộ tranh hí họa của Chóe được cơ quan Juspao của Mỹ in thành tập. Còn Điệp Liên Anh thì đang cộng tác với đài truyền hình Nhật Bổn.

Nga nghiêm giọng:

- Ồ, đó là việc thuộc về quá khứ. Sống ở đâu, họ phải uyển chuyển theo đó. Họ không phải là cách mạng, là Cộng sản, tại sao bắt buộc họ vẽ, viết theo chủ trương, đường lối của cách mạng, của Cộng sản? Cách mạng, nếu tốt và có khả năng cải tạo thì cứ việc dùng họ, hướng dẫn họ vẽ, viết theo mình đi. Họ là những cái ly bằng pha lê. Cách mạng nghĩ rằng ly dính môi, miệng của tư bản, của Mỹ ngụy thì hãy lau chùi thật sạch mà dùng. Tại sao lại đem ra đập bể nát hết để chỉ dùng ly sành, ly đất mà thôi? Xem tất cả là có tội là sai lầm lớn của phe chiến thắng!

Nàng hậm hực, tiếp luôn:

- Nếu như miền Nam thắng, mọi người ở miền Bắc, trong có cậu nữa, bị kết tội thì cậu nghĩ sao?

Hồng Hiển lắc đầu:

- Riêng cậu, cậu không nghĩ và không làm như vậy. Cậu quan niệm: "Dụng nhơn như dụng mộc".

Anh cười nhạt:

- Cậu nói như… Bác Hồ!

- Nói là làm, hai việc khác lẫn nhau. Ai nói cũng được hết. Làm và làm thành công mới là quan trọng.

Cậu cháu chia tay nhau, trở về phòng. Mỗi người mang nặng trong lòng nỗi niềm riêng. Tiếng ngáy trong nhà hòa lẫn với tiếng côn trùng rả rích ngoài trời. Hồng Hiển thao thức. Hồ Thiện nằm nhìn nóc mùng, hình dung người con gái vừa đặt chân vào trái tim mình. Nga trăn trở mãi. Gã con trai vừa mới quen lởn vởn trong đầu. Nàng càng muốn đẩy lùi, cái tên Hồ Thiện càng bám riết vào tâm trí nàng. Duy Vật đang tìm đủ mọi cách dìm chết kẻ "phản động" đã to gan xem anh ta và đồng bọn như loài sâu bọ lên làm người!

Trâm vẫn còn thao thức. Nàng nhớ tới Kháng, mong đợi người xưa trở lại. Nàng lo sợ, run sợ lời thề nguyện ngày nào ở bến sông Cà Mau chỉ còn là kỷ niệm đau thương của kẻ ở – người đi!

5

Bé Tư cột xuồng vào chân chuồng heo, nhảy lên bờ, đứng nhìn dáo dác. Anh hỏi thăm nhà Trâm. Lối xóm chỉ anh ngôi nhà cổ kính còn sót lại của vùng Rạch Rập. Chưa bao giờ anh đặt chân tới đây, anh cũng đã quên mặt mũi Trâm – người chị dâu tương lai của mình. Ngày xưa, cách đây 23 năm, song thân anh qua Cà Mau hỏi cưới Trâm cho Kháng, anh hãy còn nhỏ, chỉ mới 10 tuổi đầu, không được tháp tùng theo. Anh chỉ gặp mặt Trâm đôi lần lúc Kháng đưa vị hôn thê về thăm quê chồng. Từ dạo ấy, Bé Tư không còn gặp lại Trâm nữa. Hai mươi mấy năm qua, thời gian đã đổi thay người và cảnh vật, Bé Tư nhớ mài mại nét mặt Trâm. Gặp nhau ngoài đường, không chắc gì Trâm và Bé Tư có thể nhận diện được nhau.

Hôm nay anh đến gặp Trâm chỉ với ý muốn tìm hiểu nàng vẫn còn là hôn thê của Kháng hay đã có chồng khác rồi. Nếu nàng còn chờ đợi kẻ ra đi thì Bé Tư còn lý do liên lạc với nàng; nếu nàng đã cất bước sang ngang, anh sẽ lặng lẽ ra về. Anh không có quyền trách móc gì cả vì anh thừa nhận định luật "xa mặt cách lòng", chuyện đàn ông, đàn bà xa nhau quá lâu không giữ được lời thề nguyện thủy chung, kẻ lấy vợ, người lấy chồng khác không có giá trị tuyệt đối của nó. Chiến tranh khốc liệt, lòng người tan nát, tả tơi trước bom đạn và tham vọng bẩn thỉu của bọn chính khách hèn hạ. Thủy chung chỉ còn là huy chương cao quý nhất dành cho những kẻ chung tình.

Bé Tư đứng trước cổng rào bông bụt nhìn vào nhà. Bên trong vắng vẻ, không một bóng người. Anh đẩy cửa, đi thẳng tới hàng ba. Cửa mở rộng nhưng anh không bước vào. Anh gõ cửa nhè nhẹ. Không có tiếng hỏi. Anh vừa bước ngang qua ngạch cửa, chợt có tiếng hỏi, giọng Bắc:

- Anh kiếm ai?

Đó là Trần Quang. Bé Tư chớp mắt nhìn cho rõ, thấy một người ăn mặc kiểu cán bộ: quần kaki, áo sơ mi trắng dài tay bỏ ngoài, chân mang dép râu, đầu hớt cua, đang ngồi tại sa-lông, tay cầm viết, quyển sổ đặt trên đùi.

Anh cúi đầu chào, lễ phép đáp:

- Dạ, tôi muốn hỏi thăm.

Trần Quang hất hàm:

- Hỏi thăm chuyện gì?

Bé Tư thoáng nghi ngờ gã đàn ông kia là chồng của Trâm. Anh đã muốn lui bước. Trần Quang lặp lại câu hỏi.

Bé Tư hỏi cho có hỏi:

- Xin lỗi, đây có phải là nhà của chị Trâm không?

- Trâm? Ạ, phải rồi! Đây là nhà của Trâm. Rồi sao nữa?

Bé Tư không ngạc nhiên hay khó chịu trước cử chỉ, lời lẽ hách dịch gần như vô lễ của cán bộ, đảng viên người Bắc. Anh đã từng chửi thề khi nghe cán bộ, đảng viên từ Bắc chuyển vào Nam công tác, hạch hỏi hay trả lời với người dân. Bé Tư lặng thinh. Anh đã không còn muốn kéo dài cuộc thăm viếng này nữa. Trước mắt anh, Trần Quang là kẻ đã thay thế anh ruột của anh trong cuộc đời của Trâm rồi.

Trần Quang đứng lên, giọng hơi khó chịu:

- Coi kìa! Sao đứng ngẩn tò te ra thế? Anh là ai? Hỏi thăm Trâm để làm gì?

Bé Tư lắc đầu:

- Dạ, dạ thôi. Được rồi. Tôi xin kiếu từ.

Anh vừa định quay gót, Trần Quang gọi giật ngược:

- Anh kia! Đứng lại bảo!

Bé Tư khoát tay:

- Dạ thôi! Không có chuyện gì hết. Tôi… về.

Trần Quang gắt:

- Đứng lại! Trả lời cho tôi biết anh muốn gì mà tới đây?

Bé Tư hơi bất bình. Bản chất Nam Bộ vùng dậy trong anh. Anh cảm thấy bị bắt nạt, nhất là kẻ bắt nạt anh lại là một cán bộ miền Bắc. Bỗng dưng anh rơi vào cái thế tự vệ bất đắc dĩ. Anh chợt nghĩ tới anh trai – kẻ bị phụ tình vì trong thư từ Bắc gửi về cho gia đình sau ngày "giải phóng", Kháng vẫn còn nhắc tới người con gái tên Trâm ở Rạch Rập Cà Mau, có nghĩa là Kháng vẫn nhớ tới vị hôn thê dù đã xa cách trên một phần năm thế kỷ! Nếu Kháng đã có vợ khác, anh còn nhắc tới người xưa làm gì nữa? Nếu gã đàn ông, theo Bé Tư nghĩ, là chồng của Trâm, không có thái độ, lời lẽ hỗn xược, bất lịch sự như thế kia, Bé Tư sẽ xem thường, rất thường. Chuyện Trâm sẽ bước sang ngang và người đàn ông thay thế Kháng, đối với anh, không có gì đáng oán trách hết.

Nhưng giờ đây, gã đàn ông kia lại giở trò hống hách, quát tháo, nặng nhẹ đối với anh, anh tự cho phép trả đòn:

- Ông kia, ai cho phép ông hạch sách, hạnh họe tôi kiểu đó chớ?

Sắc mặt, câu hỏi của Bé Tư làm Trần Quang giật mình. Người đứng trước mặt anh ăn mặc lam lũ: áo bà ba trắng đã bạc màu, cổ quấn khăn rằn ngả màu, mặc quần ống cao, ống thấp, chân trần, dám xẵng giọng với anh sao?

Anh đáp cộc lốc:

- Tôi là người của gia đình này! Được chưa?

Bé Tư cười nhạt:

- Tôi không ngờ gia đình nầy có một người thô lỗ như vậy!

- Ê, tên kia, mày nói ai? Mày có biết ông là ai không?

- Không cần biết. Ai cũng mặc kệ!

- Ơ hay! Muốn chết phải không?

Bé Tư chắp hai tay sau mông, hẩy người tới trước:

- Cái nầy nè!

Trần Quang giật mình, ấp úng:

- Mày… mày dám… khinh ông đến thế ư?

Bé Tư xăng tay áo:

- Cái đó còn đỡ nghen. Chọc giận thêm, tao cho bản mặt mầy nát như cái mền đó!

Anh bước tới. Trần Quang hốt hoảng thụt lùi ra sau. Bé Tư trỏ tay vào mặt Trần Quang, nghiến răng:

- Bắc Kỳ Cộng sản vô Nam đừng có tưởng ngon lành nghen. Cỡ mầy, tao vặn họng ra sau lưng dễ như cơm sườn. Đất địa nầy là của tụi tao, nghe rõ chưa thằng Bắc Kỳ Cộng sản chó đẻ?

Trần Quang hơi run, cố ngóc lên:

- Phản… phản động! Tao cho mày… đi học tập… mút mùa nhé! Tao là… cán bộ trung cao, nghe rõ chưa?

Bé Tư bước tới, trợn mắt:

- Cán bộ đánh theo cán bộ. Để coi mầy có cho tao đi học tập nổi không hay mầy chết như một con chó điên.

Anh phóng tới chộp cổ Trần Quang quật xuống. Trần Quang la bài hải:

- Ối giời ôi! Nó… nó giết tôi. Cứu… cứu tôi!

Ấn đầu Trần Quang xuống đầu gối, Bé Tư quát:

- Mầy biết tao là ai không hả? Vô trong nầy làm phách, mầy chỉ có nước bỏ xác thôi. Sanh Bắc tử Nam là giờ phút nầy đây!

Cả nhà đều đi vắng. Bà Giỏi và Nga đi chợ, Trâm có giấy mời của Ủy ban nhân dân thị xã, Hồng Hiển hướng dẫn phái đoàn phóng viên tham quan hợp tác xã tôm càng. Chỉ còn một mình Trần Quang ở lại nhà viết bài tường trình gửi trước về tòa soạn cho số báo tuần này.

Tiếng la cầu cứu của anh ta vô vọng! Bé Tư đưa nắm tay lên cao, nghiến răng:

- Tao giáng cho một quả thôi sơn, mầy chỉ có nước về chầu Diêm Vương. Mầy tưởng là cách mạng, đảng viên, mầy có thể ức hiếp được tao hả?

Trần Quang xuống nước:

- Tha… xin anh… tha cho tôi. Tôi… đã biết lỗi rồi!

- Bọn tụi bây thất thế rồi mới chịu hạ cái giọng phách lối. Còn xưng "ông" với tao nữa không hả?

- Dạ… hết rồi! Anh… tha cho tôi… cho con!

Bé Tư cười:

- Được nước thì xưng "ông". Xuống nước thì xưng "con". Bọn tụi bây hèn lắm!

Bỗng có tiếng Trâm hốt hoảng:

- Trời ơi! Chuyện gì… vậy hả?

Vừa về tới, bước vào nhà trông thấy cảnh tượng hãi hùng, Trâm kinh hoàng tột độ. Trần Quang đang trong cái thế chờ chết trước một thân hình Hộ Pháp. Bé Tư vẫn giữ chặt cổ Trần Quang, nhìn Trâm trân trối. Anh nhớ mang máng nét mặt người chị dâu tương lai. Tuy chưa nhận ra Trâm hoàn toàn, anh cũng đã nghi đó là người xưa của anh mình.

Trâm nghĩ rất nhanh tới một cuộc ám sát cán bộ, đảng viên và Bé Tư là kẻ chống đối cách mạng đang thi hành bản án.

Nàng khoát tay bảo:

- Đừng… đừng giết… cán bộ trong nhà tôi.

Bé Tư hỏi thẳng:

- Chị là ai? Có phải là… chị Trâm không?

Vừa khoát tay, Trâm vừa bước tới:

- Xin anh… buông tha cho anh ấy. Tôi xin anh!

- Có phải chị là Trâm không?

- Phải! Tôi… tôi là Trâm đây.

Ấn mạnh thêm đầu Trần Quang xuống, Bé Tư gằng giọng:

- Còn tên nầy là ai?

- Là cán bộ từ Sài Gòn về... công tác.

- Hắn có phải là chồng của chị không?

Trần Quang nghẹt thở:

- Không... không phải! Buông... buông tôi ra. Chết... chết...

Trâm tiến lại, nắm tay Bé Tư, dịu dàng:

- Anh... buông ảnh ra đi. Đừng... đừng... bạo động trong nhà tôi. Tội nghiệp tôi lắm!

- Nó hỗn láo, tôi cần cho nó một bài học. Nó ỷ là cách mạng, đảng viên muốn nạt nộ, hiếp đáp ai thì tha hồ. Nó tới số rồi nên mới gặp tôi.

Trâm vuốt ve:

- Được rồi! Chuyện đâu còn có đó. Anh buông ảnh ra đi. Dù sao...

Bé Tư cau mày:

- Chị nói sao? Dù sao là gì?

- Dù sao ảnh cũng là... khách của gia đình tôi và là đồng chí của cậu tôi.

Bé Tư nới tay một chút:

- Thì ra nó không phải là chồng của chị à?

- Ồ! Hổng phải đâu!

Bé Tư đẩy Trần Quang té nhào trên nền nhà:

- Nể chị Trâm, tao tha chết cho mầy keo nầy. Còn cái mửng hống hách, cà chớn như vậy nữa, có ngày mầy bỏ xác tại miền Nam nầy.

Trần Quang xoa bóp cổ họng, nằm nghiêng dưới đất, mặt mày nhăn nhó. Trâm cúi xuống, đỡ anh ta đứng lên:

- Thiệt đáng tiếc! Tôi không về kịp thì... nguy cho anh rồi đó. Mà tại sao ra nông nổi vậy hả?

Vừa lắc lư cổ, Trần Quang phân trần:

- Tôi có nói gì quá đáng đâu. Tôi chỉ hỏi ổng tới đây để làm gì thôi!

Bé Tư chồm tới quát:

- Chỉ có vậy thôi à? Mầy lặp lại nghe coi!

Trần Quang giật mình, lùi ra sau lắp bắp:

- Dạ... dạ tôi... muốn nói là tôi... không cố ý bắt nạt anh.

Bé Tư điểm ngón tay trỏ vào mặt Trần Quang:

- Nè, tao nói cho mà biết, nếu mầy là thường dân, tao không bắt bẻ thái độ mất dạy của mầy. Mầy là cán bộ, đảng viên mà ăn nói hách dịch, xấc láo, tao không thể bỏ qua được. Mầy có biết tao là ai không?

Trần Quang khép nép:

- Không... không biết!

- Không biết, tao nói cho biết. Bé Tư tự là Nguyễn Văn Thành, một cựu chiến sĩ đạt nhiều thành tích nhứt trong mặt trận chống Mỹ cứu nước của tỉnh Bến Tre – quê hương Đồng Khởi của Nam Bộ. Ê, huy chương chiến công đầy ngực nghe mậy. Mầy được bao nhiêu huy chương rồi, nói nghe thử?

Trâm nhìn Bé Tư trân trối. Nghe họ và tên thật của Bé Tư, nàng vụt nhớ tới Nguyễn Văn Kháng. Nàng lặp lại từng chữ:

- Nguyễn... Văn... Thành! Nguyễn Văn Thành!

Trần Quang bị dao động:

- Nói vậy... anh cũng là... cách mạng và... đảng viên như tôi?

Bé Tư cười:

- Cách mạng như mầy thì phải rồi, nhưng đảng viên thì không. Nói cho đúng hơn, tao chỉ là người kháng chiến, người yêu nước thuần túy, chống ngoại xâm, ước mơ đem lại độc lập cho xứ sở và tự do, hạnh phúc cho nhơn dân. Đảng viên? Không có mặt tao! Người yêu nước chân chính không cần phải vào Đảng, được đảng kết nạp. Óc bè đảng đưa tới tinh thần quan liêu, phong kiến, xem người ngoài đảng và nhơn dân như rơm rác, đối lập. Đó là hiện tượng ấu trĩ phổ biến và đã được mầy thể hiện trung thực nhứt mới vừa rồi.

Trâm nhìn đăm đăm khuôn mặt Bé Tư tìm kiếm nét hao hao giống với Kháng. Bé Tư giống Kháng quá, nhưng hơi xấu trai hơn anh. Kháng đẹp trai hơn, có nét trí thức hơn em.

Nàng nắm tay Bé Tư, dịu dàng hỏi:

- Anh… có họ hàng gì với… Nguyễn Văn Kháng không?

Bé Tư cười nhẹ, hỏi đố:

- Chị có quen một người tên Nguyễn Văn Kháng?

- Anh Kháng có ba em trai tên Chiến, Thành và Công, có phải vậy không?

- Và anh Kháng có người vợ sắp cưới tên là… Trâm!

Trâm để ngón trỏ trước ngực:

- Và anh là…

- Tôi là Thành, Nguyễn Văn Thành!

Trâm reo lên:

- Trời ơi! Nói vậy anh… chú là… chú Thành đây sao?

Bé Tư tươi cười. Nụ cười anh giống hệt Kháng. Dù xa nhau quá lâu, Trâm vẫn chưa quên môi, miệng, nụ cười rất tươi của Kháng. Hàm răng trắng, đều và một chiếc răng lòi xỉ duyên dáng của anh, Trâm không thể nào quên được. Nụ cười cởi mở, tươi tắn của anh đã là khởi điểm bắc cầu cho tình cảm bước vào trái tim Trâm.

Ổ kháng chiến Rạch Rập hoạt động hăng say làm điên đảo lực lượng thực dân Pháp tại thị xã Cà Mau, và tổ đặc công của Kháng bí mật đặt cơ sở tại nhà ông bà Giỏi đoạt rất nhiều thành tích rực rỡ, được Ủy ban hành chính Nam Bộ tặng thưởng nhiều huy chương, giấy khen. Kháng sống trong gia đình Trâm như đứa con nuôi với hai tổ viên Đoàn Bá Lộc và Lương Quang Minh. Ban ngày ba người trốn dưới hầm bí mật, đêm về, xuất hiện trên mặt đất, lội qua sông sang thị xã phá hoại đồn bót, các cơ quan địch. Trâm và Kháng để ý thương nhau. Hai tháng trước ngày tập kết ra Bắc, Kháng trở về Bến Tre đưa gia đình qua Cà Mau hỏi cưới Trâm. Ông bà Giỏi chấp thuận ngay ý muốn của Kháng vì bà rất thương anh, xem anh là người chồng lý tưởng của Trâm sau này.

Ngày tiễn Kháng lên tàu, Trâm chỉ khóc thầm, nàng không muốn người yêu mềm lòng trước cảnh chia ly. Nàng hãnh diện có người tình yêu nước chân thành. Hai năm xa cách, tuy chồng chất quá nhiều thương nhớ, chưa phải là một cuộc tình tan vỡ mà chỉ là thời gian vừa đủ cho hai người thử thách nhau. Ở ngày Hiệp thương, Tổng tuyển cử, Kháng và Trâm sẽ nối lại cuộc tình dang dở, đứt đoạn vì thời cuộc, vì quyền lợi cao cả của Tổ quốc.

Hai năm trôi qua, rồi 5 năm, 10 năm, 20 năm lặng lẽ trôi qua, Trâm vẫn còn là vị hôn thê trung kiên của Kháng; còn Kháng đã ra sao rồi ở miền Bắc Xã hội Chủ nghĩa? Trâm hoàn toàn không hay biết. Đã ba năm thêm nữa, bao nhiêu cuộc tình đã rõ trắng đen, bao nhiêu nước mắt vui mừng, hận tủi đã đổ ra ngay sau ngày kẻ đi xa trở về gặp người ở lại mỏi mòn đợi chờ. Trâm đã từng nghe và thấy nhiều cảnh trái ngang dành cho thân phận đàn bà. Trong số 10 đàn ông hồi kết có tới 9 người đã có vợ khác. Tuy Kháng bảo đảm mình vẫn còn chung thủy trong những bức thư gửi về Nam sau ngày 30 tháng 4, Trâm vẫn phập phồng, lo sợ cho thân phận mình. Nói dối là bệnh của đàn ông, dù đó là trí thức, là cách mạng!

Gặp lại Bé Tư, Trâm tưởng chừng như nắm được đầu mối của sự thật về Kháng. Còn ai biết rõ sự thật hơn Bé Tư – em ruột của Kháng?

Bé Tư vẫn giữ nụ cười thật tươi của Kháng trên môi:

- Chị quên em rồi, phải không? Em cũng không còn nhận ra chị nữa. Mấy chục năm chị em mình xa cách nhau rồi còn gì nữa!

Trâm chụp lấy tay Bé Tư, nghẹn ngào:

- Chú… chú Thành! Trời ơi! Gặp chú… tôi mừng quá!

Nàng khóc, khóc vì quá xúc động, vui mừng. Hình ảnh Kháng, máu thịt của Kháng đang hiện diện trước mặt nàng. Chỉ mới gặp lại Bé Tư thôi, Trâm đã choáng ngợp trong cơn xúc động mãnh liệt. Gặp lại Kháng bằng xương, bằng thịt, Trâm sẽ còn ra sao nữa?!

Trần Quang ngồi trên ghế, vừa xoa bóp cổ vừa nhìn Bé Tư và Trâm trân trối. Anh ta chưa hiểu rõ câu chuyện nhưng đã biết gã đàn ông vừa cho mình một bài học là người thân của gia đình này.

Trâm kéo Bé Tư ngồi xuống ghế. Nàng lau nước mắt, nhìn Bé Tư đăm đăm, nụ cười vui sướng nở trên môi.

Bé Tư dịu dàng:

- Lâu nay chị vẫn khỏe chớ?

Trâm gật đầu:

- Cám ơn chú. Nhờ Trời Phật thương, tôi vẫn khỏe.

- Hai bác sao hả chị?

- Ba tôi mất đã 10 năm rồi.

Bé Tư ngạc nhiên:

- Bác trai mất rồi? Bác mất vì bệnh hay là…

- Ba tôi chết vì bệnh già.

- Bác gái vẫn mạnh? Bác gái có nhà không để em…

- Má đi chợ. Chắc cũng sắp về tới rồi.

Bé Tư nhìn xuống nhà sau như có ý muốn kiếm ai:

- Chị Hai, còn… chị gì… em của chị nữa? Em còn nhớ mài mại…

Trâm tươi cười:

- Phải rồi, đó là Nga, em gái tôi. Nó đi chợ với má. Chút nữa chú sẽ gặp nó.

Bé Tư thở ra:

- Lâu dữ! Mới đây mà đã trên hai mươi năm qua rồi. Chắc là chị Nga đã có chồng, con lủ khủ.

- Chưa có gì hết chú à!

- Chưa có gì hết. Là sao hả chị? Chị Nga vẫn chưa có con?

Trâm cười:

- Nó có chồng đâu mà có con? Nó kén quá nên đã trên 30 tuổi đầu rồi vẫn còn ở vậy.

Bé Tư đùa:

- Chắc là chị Nga cũng có người đi tập kết nên chỉ… còn chờ đợi?

- Nó không có ai hết. Năm tập kết, nó chỉ mới 14 – 15 tuổi thôi. Nó theo tôi đưa anh Kháng lên tàu, lúc đó nó còn nhỏ xíu. Anh em bộ đội trêu chọc nó, nó hẩy, nguýt quê thấy mồ! À nầy, còn chú thì sao? Vợ con rồi chớ?

Bé Tư rùn vai:

- Em chỉ mới cưới vợ thôi. Vừa giáp năm là em có con đầu lòng. Em cũng không biết tại sao em lấy vợ nữa!

- Lớn tuổi rồi thì phải lập gia đình thôi. Mà vợ chú Bắc hay Nam vậy? Cán bộ hay là…

Bé Tư bĩu môi:

- Nữ cán bộ mà lại là người Bắc nữa thì… mèn ơi, có giết em, em cũng không dám lấy! Lấy họ, chồng con chỉ có nước tự vận, chết sướng hơn.

Chợt nhớ tới Trần Quang, Trâm nhìn sang anh ta. Câu nói của Bé Tư chạm mạnh tự ái anh ta. Anh ta cau mày ngó Bé Tư, nhưng không dám có phản ứng nhỏ.

Trâm nói trổng:

- Cũng tùy theo người. Tôi thấy các bà cán bộ người Nam cũng đanh đá, hách dịch không thua gì người Bắc đâu!

Bé Tư phất tay:

- Họ cùng học chung trường, chung thầy nên giống nhau hết. Nhiều cha nội cán bộ, đảng viên Nam Kỳ tập kết ra Bắc, hồi kết rinh về các bà vợ cũng cán bộ, đảng viên "chằn ăn trăn quấn", kêu trời như bọng. Chồng con lộn xộn, mấy bà giở trò hăm he, đe dọa đủ thứ rồi lôi chồng con ra chi bộ đảng phê bình, kiểm thảo tơi bời hoa lá. Mấy cha nội tức giận hộc máu cả chậu!

Trần Quang ngứa miệng, đánh liều phản đối nhẹ nhàng:

- Đồng chí quơ đũa cả nắm. Người cách mạng không nên có đầu óc địa phương chủ nghĩa. Đàn bà Bắc cũng có người vầy, người khác!

Bé Tư trợn mắt:

- Tôi không mượn ông can dự vào chuyện chị em tôi. Tôi không nói tới phụ nữ thường dân Bắc. Tôi chỉ ám chỉ nữ cán bộ, đảng viên Bắc Kỳ thôi. Nghe rõ chưa?

Trâm khuyên can:

- Thôi, cho tôi xin đi. Anh Quang, nếu không có gì trở ngại, tôi mời anh đi dạo chơi đâu đó một chút để tôi và chú Thành nói chuyện riêng. Mong anh thông cảm nghen.

Trần Quang đứng lên, giận dỗi:

- Được! Đồng chí Hồng Hiển sẽ chịu trách nhiệm về chuyện này. Cán bộ đi công tác bị hành hung, trưởng phái đoàn phải chịu trách nhiệm hoàn toàn.

Anh đi thẳng ra cửa. Bé Tư dợm có phản ứng, Trâm khoa tay, bảo khẽ:

- Thôi, thôi chú! Đừng nóng!

Bé Tư hậm hực:

- Phách lối, hách dịch! Coi người như cỏ rác. Cần giết sạch hạng cán bộ, đảng viên thúi nát đó thì mới mong chuộc lại tình cảm của nhơn dân như hồi chín năm kháng chiến!

Trâm thở ra:

- Họ coi như đã chiến thắng, thành công rồi nên không còn cần tới dân nữa. Đồng bào Nam Bộ ngày càng xa lánh cách mạng. Mọi người đều sợ cán bộ, đảng viên. Ra đường gặp công an, bà con mình cứ lấm lét như thấy hung thần. Hiện nay, chú công tác ở đâu?

Bé Tư so vai:

- Em đã "về vườn" từ khuya rồi chị à! Chanh đã vắt sạch nước rồi, họ đâu còn xài tụi em nữa!

- À nầy, còn hai chú Chiến, Công bây giờ ra sao?

- Anh Ba em hiện còn học tập cải tạo ở Long Giao. Thằng Công nó đang sống với má và vợ chồng em.

Trâm sơ suất quên bẵng bà mẹ chồng tương lai. Nàng xin lỗi Bé Tư và hỏi thăm sức khỏe của bà.

Bé Tư cất giọng buồn buồn:

- Má đã lớn tuổi rồi, tánh tình thay đổi nhiều. Má thương nhớ hai thằng con còn vắng mặt. Một đứa theo Quốc gia đang bị tù tội, một đứa theo Cộng sản vẫn còn biền biệt ở ngoài Bắc. Tâm trạng của má bị giằng co, trì kéo giữa bên nầy và bên kia.

Trâm hình dung người mẹ chồng khổ đau. Nàng cảm thông với bà, tội nghiệp bà và muốn gặp mặt bà, chung sống với bà để sẻ chia nỗi niềm của một bà mẹ Việt Nam bị xâu xé, dằn vặt bởi cái bất hạnh tuyệt đỉnh của Tổ quốc, dân tộc nhỏ bé này.

Nàng hỏi dò:

- Chú Tư, má có mặt ở Cà Mau không? Chú đưa tôi đến gặp má được không?

- Dạ có! Má ở chung ghe với thằng Công. Vợ chồng em ở một ghe riêng. Tụi em có nhắc tới chị, hai bác nhưng… má không muốn gặp gia đình sui gia.

Trâm ngạc nhiên:

- Tại sao vậy hả chú? Má giận tôi?

- Không phải! Tự ái thì đúng hơn.

- Tại sao lại tự ái? Tôi không hiểu gì hết.

Bé Tư thuật sơ qua cuộc "xuống dòng" của đồng bào tỉnh Bến Tre, đi tìm đất sống khác vì nghèo đói và không muốn bị chính quyền các địa phương ràng buộc vào chính sách hộ khẩu, thủy lợi và hợp tác hóa nông nghiệp.

Anh kết luận:

- Đó là một hình thức phản đối, bất hợp tác tích cực của đa số người đã đóng góp của cải, xương máu cho cách mạng, cho sự nghiệp đánh đuổi ngoại xâm, đem lại tự do, no ấm cho quê hương và dân tộc. Tụi em xem như bị phản bội, bạc đãi và khinh rẻ bởi lũ người "cờ gian bội bạc" đang say men chiến thắng, vỗ ngực tự xưng là anh hùng. Gia đình tụi em như mấy trăm gia đình bà con khác đang lận đận tìm miếng ăn ở nơi đây. Má em đầy mặc cảm, tự ti không muốn bị bên sui gia hiểu lầm.

Trâm ngồi lặng hồn nghe Bé Tư mô tả một hiện tượng thê thảm

của đất nước sau một vài năm "được giải phóng". Nàng tưởng tượng ra đoàn người, xe, ngựa trong một cuốn phim cao bồi Mỹ, bồng bế, đùm bọc nhau lặn lội đi tìm vùng đất mới, đất sống. Nàng cảm giác có từng giọt đắng, cay nhểu xuống lòng theo từng lời kể của Bé Tư. Nàng chợt nhớ lại hoàn cảnh của gia đình. Tuy nay không còn như trước 30 tháng 4 nữa, nhưng cũng còn hơn ngàn lần tình cảnh của đoàn người "xuống dòng" trong đó có mẹ và các em chồng nàng.

Nàng đã nghe phong thanh trên mặt sông Rạch Rập, Ông Đốc có nhiều ghe từ xa tới đậu dập dìu. Đường sá, chợ búa đông hơn trước, nhân công rẻ hơn và sinh hoạt đắt đỏ hơn. Nàng và cả nhà, không ai hiểu rõ chuyện lạ.

Nàng chân thành:

- Chú Tư, dù sao thì tôi cũng là dâu của má, là chị dâu của mấy chú. Tôi có lỗi với má nhiều lắm. Từ lâu, tôi quên bổn phận của đứa con dâu. Bây giờ, má và các chú đã có mặt ở đây, tôi sẽ xin phép má tôi rước hết về chung sống dưới mái nhà nầy. Dù sao tụi tôi cũng còn cựa quậy làm ăn kiếm ra tiền. Chú nghĩ sao?

Bé Tư nhìn người chị dâu với ánh mắt trìu mến. Trâm vẫn như xưa. Thời gian có làm nàng già hơn nhưng sắc vóc nàng vẫn còn quyến rũ. Tâm hồn nàng vẫn là cánh sen vươn mình lên khỏi ao bùn. Đặc tính gái miền Nam, Đồng Tháp vẫn còn thể hiện rực rỡ trong con người nàng. Bé Tư nghĩ tới Kháng, hồi hộp lo sợ anh trai mình đánh mất Trâm. Nếu Kháng đã có vợ khác, quả là một mất mát lớn của đời anh. Làm sao so sánh nổi một người vợ cán bộ miền Bắc với một phụ nữ đức hạnh, khéo léo đủ mọi mặt như Trâm? Bé Tư không dám ước mơ có được một người vợ như Trâm. Anh chỉ ước mơ anh mình sẽ không mất một người vợ như Trâm!

Trâm lặp lại câu hỏi:

- Chú nghĩ sao về đề nghị của tôi?

Bé Tư ôn tồn:

- Về em nói lại cho má biết. Tùy má quyết định. Riêng tụi em, tụi em muốn tiếp tục sống kiếp "gạo chợ nước sông", tuy thiếu tiện nghi nhưng khỏi bị ai làm khó dễ về hộ khẩu, hộ khiếc.

Anh cười nhạt, tiếp:

- Để coi anh Hai em về thấy gia đình trôi nổi như vầy, ảnh sẽ nghĩ sao cho biết!

Trâm lại hình dung ra Kháng. Bao nhiêu kỷ niệm, nhớ nhung cùng một lúc chợt đổ xô đến bủa vây tâm trí nàng:

- Người ta đã hồi kết hết rồi sao ảnh vẫn còn ở ngoài ấy chưa về? Chú biết rõ tin tức về ảnh không?

- Gia đình nhận được hai thơ. Một cái gởi về sau 30 tháng 4 một tháng, một cái tụi em vừa nhận được cách đây ba tháng. Còn chị, chị có được thơ từ gì của ảnh không?

- Cũng như bên nhà, tôi chỉ nhận được hai thơ của ảnh.

Bé Tư phỏng đoán:

- Ảnh không nói rõ trong thơ lý do ảnh chưa hồi kết sớm hơn nhưng theo em, có lẽ ảnh bị trù ếm dữ lắm!

Trâm mơ màng:

- Hay là… ảnh kẹt chuyện gì khác?

Bé Tư cau mày:

- Chuyện gì khác hả chị? Bộ ảnh có nói bóng gió, xa gần gì trong thơ gởi về cho chị hả?

- Không! Ảnh quả quyết sớm muộn gì ảnh cũng về Nam. Công tác quan trọng chưa cho phép ảnh hồi kết. Ảnh nói rõ miền Nam là quê hương yêu dấu của ảnh. Ảnh muốn thân xác ảnh được nằm dưới lòng đất miền Nam khi ảnh chết.

Bé Tư thăm dò:

- Anh Hai còn nói chuyện gì khác nữa không?

Trâm lắc đầu. Bé Tư nhìn dò xét vào mắt nàng:

- Ảnh có nhắc tới chuyện… giữa chị và ảnh không? À quên nữa, nãy giờ em quên hỏi thăm chị chuyện nầy.

- Chuyện gì?

Bé Tư ngó dáo dác trong phòng khách:

- Em hỏi thẳng chị chuyện nầy nghen, có gì không vừa ý, chị tha lỗi cho em. Dù gì đi nữa, em vẫn kính mến chị như thường.

Anh tươi cười. Trâm ngạc nhiên, cố tìm hiểu ý nghĩ của Bé Tư:

- Chuyện gì chú cứ hỏi thẳng ra đi. Tôi không giấu chú gì hết!

Ngập ngừng giây lát, Bé Tư hỏi khẽ:

- Chị đã có gì chưa?

- Có gì? Là sao?

- Chị đã có ai chưa?

- Ai chưa là sao? Ạ, thôi tôi hiểu ra rồi. Có phải chú muốn hỏi tôi đã có chồng chưa chớ gì? Có phải vậy không?

Bé Tư ngó lung ra đường:

- Đã hai mươi mấy năm rồi chớ bộ ít ỏi gì sao? Chị có quyền... quên anh Hai em!

Trâm bật cười. Bé Tư thắc mắc:

- Sao chị cười? Em nói không đúng sao?

Trâm kéo dài nụ cười. Nàng ngả người ra thành ghế:

- Nếu chú nghĩ rằng tôi có quyền quên anh Kháng đi lấy chồng khác, chú cũng cho rằng anh chú có quyền quên tôi đi cưới vợ khác ở Bắc phải không?

Bé Tư lúng túng:

- Em chỉ nghĩ... chung chung vậy thôi.

Trâm tiếp tục cười. Nàng ngưng bặt tiếng cười, nghiêm nghị:

- Chú đã phán xét như vậy thì... tôi nên nói thiệt cho chú biết. Tôi đã có... người khác rồi!

Bé Tư giật mình, trố mắt nhìn Trâm, miệng há hốc. Trâm cố nín cười, thản nhiên hỏi:

- Chú kinh ngạc hả?

Bé Tư vẫn bất động. Trâm gọi khẽ:

- Chú Tư!

Bé Tư hoàn hồn, lắp bắp:

- Dạ… dạ!

- Chú làm sao vậy?

- Không! Không có gì hết!

Anh đứng lên kiếu từ:

- Xin phép chị… tôi về!

- Coi kìa! Chú làm gì kỳ cục vậy hả? Sao lại về?

- Tôi… bận việc khác cần… phải đi ngay bây giờ.

Trâm ôm bụng cười ngất. Bé Tư như người vừa được gọi tỉnh giữa cơn mê:

- Sao chị cười? Chị…

Trâm vẫy tay:

- Chú ngồi trở xuống đi. Chú làm tôi mắc cười đau bụng quá!

Bé Tư thoái thác:

- Không! Tôi phải đi ngay kẻo… lỡ công chuyện hết!

Anh vừa quay gót, Trâm với tới nắm tay anh níu đứng lại:

- Chú Tư, chú làm gì nóng nảy quá vậy? Chú nghe tôi hỏi đây nè!

Bé Tư gieo người xuống ghế, mặt mày buồn thiu. Trâm hỏi:

- Tại sao bỗng dưng chú thay đổi thái độ với tôi vậy?

Bé Tư so vai:

- Tôi… không còn gì đáng nói với chị nữa hết.

- Tại sao? Tại vì tôi đã có chồng khác rồi phải không?

- Đó là… quyền của chị. Tôi không có ý kiến gì khác hết.

Trâm cật vấn:

- Nếu tôi không lầm thì chú giận và ghét tôi vì tôi đã quên anh của chú đi lấy người khác, nhưng tôi hỏi chú, nếu anh Kháng đã có vợ khác, chú sẽ có phản ứng gì đối với anh của chú?

Bé Tư đưa hai tay ra trước:

- Như vầy là huề. Kẻ có chồng người có vợ khác. Vậy là không còn gì để nói nữa hết!

Sắc mặt Trâm nghiêm nghị:

- Còn nếu tôi vẫn là vợ chưa cưới của anh Kháng và anh Kháng lại có vợ rồi thì chú sẽ nghĩ sao?

Bé Tư đáp không cần suy nghĩ:

- Nếu như vậy, anh tôi là kẻ có tội.

- Tội gì hả chú?

- Tội phản bội, bất chung, bất thủy đáng phỉ nhổ, khinh bỉ.

Trâm trỏ tay vào mặt Bé Tư:

- Chú nhớ lời chú buộc tội hôm nay trước mặt tôi nghen. Sau nầy nếu anh Kháng phản bội, bất chung bất thủy, chú phải có thái độ với anh ruột của chú. Chú có dám cam kết không?

Bé Tư ngơ ngác:

- Nhưng chị… đã… có chồng khác rồi… kia mà?

Trâm gằn giọng:

- Tôi vẫn còn là tôi, là vợ sắp cưới của Kháng!

Bé Tư sửng sốt:

- Chị vẫn… chưa có… chồng khác?

Trâm thở ra:

- Tôi đã chứng kiến một vài thảm kịch xảy ra sau ngày 30 tháng 4 trong đó người đàn bà ở lại miền Nam chờ đợi người yêu, ông chồng tập kết trở về, bị đặt để vào hoàn cảnh trái ngang, tàn nhẫn. Tôi vụt nghĩ tới hoàn cảnh của tôi, tôi lo sợ rồi đây chính tôi sẽ rơi tõm vào thảm cảnh kia. Đã có nhiều cán bộ, đảng viên cũng gởi thơ về trước cam kết mình chưa vợ con khác, đến chừng tình nhơn cũ, vợ con ngày xưa gặp lại mới ngỡ ngàng trước thực trạng của họ. Ở Cà Mau nầy, có rất nhiều cảnh huống đau lòng đó rồi chú à!

Bé Tư chồm tới:

- Chị Hai, chị nói thiệt chớ? Chị vẫn… chờ đợi anh của em?

Trâm chép miệng:

- Tôi lo sợ quá chú ơi! Tôi không hối tiếc gì cả. Tôi chỉ buồn cho tình đời đổi thay nếu tôi rơi vào cảnh ngộ đau lòng kia.

Bé Tư đưa nắm tay lên:

- Chị Hai, em nói thiệt nghen, nếu anh Hai em quên chị đi cưới vợ khác ở Bắc, em sẽ cho ảnh một bài học chị coi! Em nói thiệt như vậy. Chị hãy tin em!

Trâm cười nhạt:

- Dù có gì đi nữa, chuyện cũng đã dĩ lỡ rồi chú à! Chú làm gì đi nữa, sự việc vẫn không thay đổi.

Sắc mặt Bé Tư rắn lại:

- Em tức lắm. Em sẽ không để yên cho ảnh đâu. Để rồi chị xem!

Có bóng người thấp thoáng ngoài cửa rào. Trâm nhướng người nhìn ra. Lan ôm giỏ ny lông trước ngực nhón gót nhìn vào nhà.

Nhận ra Lan, Trâm xin lỗi Bé Tư đi nhanh ra ngoài. Lan liếc nhìn vào trong hỏi giọng lo âu:

- Mấy ông ký giả, phóng viên vẫn còn trong nhà hả dì?

Trâm lắc đầu:

- Không còn ai hết. Họ đi công tác hết rồi. Có chuyện gì vậy em?

Lan đưa giỏ ny lông tới trước mặt Trâm:

- Chị Hồng sai cháu đem tiền tới cho dì.

- Hồng có nói bao nhiêu không?

- Dạ, sáu chục ngàn. Chị Hồng nói sẽ gặp dì tính toán rõ hơn.

Trâm lấy gói tiền trong giỏ ny lông, vén áo nhét vào lưng.

- Hồng đã về rồi sao? Lúc nãy dì đi ngang qua sạp chưa thấy Hồng có mặt.

- Dạ, chị ấy mới vừa về tới, hối cháu đem tiền tới cho dì. Chuyến nầy trót lọt tốt đẹp. Ai ở trong nhà vậy dì?

Trâm quay lại thấy Bé Tư đang lững thững ra tới. Lan khẽ kêu lên:

- Cháu biết mặt ông đó dì! Nghe chị Hồng nói ổng ở Bến Tre qua Cà Mau kiếm sống. Dì quen với ổng hả?

- Em chồng của dì đó em!

Bé Tư đến bên Trâm, nhỏ nhẹ:

- Xin phép chị Hai em về. Có gì em sẽ trở lại gặp chị. Bác gái đi chợ về, chị nói lại em kính gởi lời thăm bác.

Anh ngó Lan đăm đăm. Anh nhớ mặt nàng và biết rõ nàng là người giúp việc của Hồng. Từ ngày sang sạp vải trong chợ, Hồng công khai giúp đỡ một số người trong đoàn "xuống dòng" gặp khó khăn. Cả nhà Bé Tư sống nhờ vào vốn liếng của sạp vải. Bé Tư không còn ác cảm với Hồng như trước đây nữa, nhưng anh vẫn chưa đánh giá tốt hành động của nàng. Hình ảnh Ba Hậu thoát ra cửa sau nhà bà Tám trong đêm anh đi rước mụ luôn luôn ám ảnh đầu óc anh.

Trâm cầm giữ anh:

- Chú ở lại dùng cơm trưa. Tôi còn nhiều việc cần bàn với chú.

Bé Tư thoái thác:

- Xin chị để cho lần khác. Tụi em còn trôi nổi ở đây lâu.

- Ghe má và hai chú thím đậu ở đâu? Tôi muốn đến thăm má và thuyết phục má về ở chung với gia đình tôi.

- Để em về thưa lại với má đã. Má bằng lòng, em sẽ trở lại rước chị tới sau.

Bé Tư chào Trâm và nhìn Lan với ánh mắt dò xét. Cái giỏ mây trong tay Trâm làm anh nghi ngờ sự liên hệ giữa Trâm và Hồng. Anh muốn tìm hiểu Trâm – Hồng quen biết nhau như thế nào, hai người có cộng tác làm ăn, buôn bán với nhau không? Anh đã biết từ lâu Hồng đi buôn hàng chuyến trên tuyến đường Cà Mau – Sài Gòn. Hồng không còn ở chung ghe với vợ chồng Bé Tư nữa. Chỉ nửa tháng sau ngày đoàn "xuống dòng" cập bến Rạch Rập, Hồng đã thuê nhà ở chung với mẹ chồng. Bà Tám phụ tiếp với Lan trông coi sạp vải khi Hồng vắng mặt.

Công an thị xã nghi ngờ Hồng buôn đồ lậu, đồ quốc cấm nhưng chưa bắt nàng tại trận. Chúng rình rập, theo dõi. Hồng biết rõ nguy cơ nhưng nàng đã có "bùa hộ mạng". Nguyễn Cơ Sanh (tự Ba Sanh) – Phó trưởng Ty Công an thị xã Cà Mau đã cắn phải câu của nàng. Ba Sanh – đảng viên hồi kết, chưa vợ con, dù đã gần 50 tuổi đầu, chết ngợp vì nhan sắc của Hồng. Mỗi chuyến từ Sài Gòn về, Hồng dâng nạp cho Ba Sanh đủ "lễ vật": thuốc thơm 555, rượu Martell, trà ngon Bảo Lộc và 5000 đồng. Mấy chuyến đầu, Ba Sanh còn nhận quà tặng của Hồng. Lâu dần, ông ta từ chối và còn hỏi thăm Hồng cần gì ở ông, ông sẽ sẵn sàng hết lòng giúp đỡ và thỏa mãn. Hồng từ chối tất cả vật chất mà chỉ cần ở Ba Sanh sự yểm trợ về mặt tinh thần. Dĩ nhiên Ba Sanh không thể nào cầm cự được lâu trước quyến rũ của một người đàn bà dày dạn kinh nghiệm chài cán bộ, đảng viên như Hồng. Ông ta buông thõng hai tay nhảy xuống vực sâu quyến rũ sắc dục.

Lần này, Hồng thâm độc hơn, không cho Ba Sanh chiếm ngay thân xác mình. Nàng hứa hẹn sẽ đi tới hôn nhân với ông, bắt ông phải kiên nhẫn chờ đợi đêm động phòng hoa chúc. Cơn thèm khát xác thịt ngày càng thiêu đốt Ba Sanh, ông càng dồn nỗ lực vào mọi nhu cầu của Hồng. Sự giao du thân mật giữa Ba Sanh và Hồng dần dà đẩy lùi toán công an xa dần công tác theo dõi, điều tra công việc làm ăn và sự xê dịch của Hồng. Nàng không lộng quyền nhưng nàng tiến sâu thêm vào kế hoạch lớn đã trù định từ lâu.

Bé Tư trở về chợ, tạt qua sạp vải của Hồng. Đi ngang qua nhà ngủ Minh Tân của Giáo Bố – vua cờ tướng ngày xưa, anh giật mình đứng lại khi có tiếng gọi:

- Ê, Bé Tư, Bé Tư!

Ký Đảm, Hai Tô, Sáu Ngàn và anh em thằng Bảo – thằng Vọng đang ngồi bệt trên nền đất trước hàng bánh cống của bà Ngọt – mẹ Lan. Nhiều cánh tay giơ cao vẫy gọi Bé Tư.

Ký Đảm đứng lên nắm tay Bé Tư:

- Ê, đi đâu vậy mậy? Ngồi xuống đây lai rai với tụi nầy.

Bé Tư nhìn xuống bàn tiệc bánh cống. Anh em thằng Bảo – thằng Vọng đã chếnh choáng, ba bốn xị rượu thuốc đã cạn nằm lăn lóc chung quanh.

Anh mỉm cười hỏi:

- Mới tảng sáng mấy cha nội đã nhậu rồi à? Ăn bánh cống mà nhậu được sao trời?

Hai Tô càu nhàu:

- Thời buổi nầy có con mẹ gì làm mồi được nữa đâu? Gà, vịt, cua, tôm, cóc nhái mắc thấy mồ tổ, tiền đâu mà ăn nhậu cho nổi. Thịt chó còn tương đối rẻ nhưng tới chiều quán của thằng Chín Cẩu mới mở.

Sáu Ngàn gọi thêm xị rượu và mấy cái bánh cống. Bà Ngọt vừa đong rượu vừa tươi cười:

- Mấy chú coi chừng quá chén đó. Bán đắt tui mừng nhưng sợ…

- Thím sợ gì?

- Chánh quyền rầy rà dữ lắm! Họ cấm rượu say ngoài đường.

Thằng Bảo vung tay:

- Kệ tía họ! Uống rượu trả tiền đàng hoàng chớ bộ uống chạy sao? Dân ăn uống cũng bị cấm nữa sao chớ?

Ký Đảm trấn an bà Ngọt:

- Thím đừng lo. Có tui ở đây không thằng nào dám cà chớn. Cấm dân ăn uống, nhậu nhẹt còn tụi nó ngày nào cũng tổ chức nhậu nhẹt tưng bừng hết. Vừa thôi!

Bé Tư ngồi lên ghế sát mặt đất, hỏi khẽ Ký Đảm:

- Bộ bữa nay có đứa nào trúng mánh sao mà hoa lá cành như vầy nè?

Ký Đảm kê sát tai Bé Tư:

- Của chị Hồng cho. Hồi nãy tụi nầy tạt qua sạp vải của chị gặp chỉ vừa mới về tới. Chỉ dúi vô tay mình 200 đồng. Mình từ chối, chỉ cứ nài ép hoài buộc lòng mình phải nhận.

Bé Tư nhìn vào chợ, hình dung người đàn bà mà anh đã hiểu lầm trước đây. Một số đông người đang sống nhờ vào sức lao động của nàng.

Ký Đảm nghiêm nghị:

- Thím Tám Thơm coi vậy mà có phước ghê. Có một con dâu như vậy thiệt là đáng. Bà con mình cũng được hưởng lây.

Hai Tô rót rượu ra ly đưa tới trước mặt Bé Tư:

- Vô, vô đi Tư! Mầy tới trễ phải uống gấp hai, ba để bằng với tụi nầy. Đừng có chơi trò "đá gà chết" đó nghen.

Bé Tư cười:

- Tao có được mời đâu mà tụi bây bắt tội tao đến trễ!

Sáu Ngàn phân trần:

- Hồi nãy, trước khi nhập tiệc, tụi nầy có ý kiến đi kiếm chú mầy. Hai Tô nó chạy kiếm mầy khắp nơi hổng thấy mầy đâu hết. Có phải vậy không anh em?

Thằng Bảo, thằng Vọng múa tay múa chân, la lớn:

- Đúng, đúng vậy đó chú Tư!

- Thiếu mặt chú, tụi cháu ăn uống mất ngon!

Bé Tư cú đầu hai đứa nó:

- Xạo vừa thôi hai thằng nhái con. Uống mất ngon mà đã gần "ô kê thau" rồi!

Ký Đảm pha trò:

- Nếu có mầy từ đầu, tụi nó đã sỉn từ lâu rồi!

Tiếng cười vang lên.

- Vô, vô anh em!

- Một hơi thôi nghen. Cấm khè đó. Đứa nào khè, nhổ nước miếng bị phạt đó! Uống, uống cho lăn lóc đá, cho mê mẩn người!

Bé Tư khoa tay:

- Suỵt! Suỵt! Vừa thôi! Tụi bây đừng có la lối om sòm. Ăn uống bên lề đường, kẻ qua người lại, tụi bây hổng sợ thiên hạ chê cười sao?

Thằng Vọng lừ nhừ:

- Chưa thấy quan tài chưa đổ lệ! Rượu trong chai chưa uống mà say. Hột tiêu chưa cắn mà bay… mùi nồng!

Hai Tô vừa nhai nhồm nhoàm vừa ngâm nga:

- Tuổi trẻ xả thân đi cứu nước

Trở về già bán nước nuôi thân!

Em Lan ơi! Tội tình chi mà em phải… ư hư… đọa đày? Tứng tưng, tứng tửng, tưng từng…

Bà Ngọt hốt hoảng:

- Úy, mèn ơi! Mấy chú đừng… ca hát bậy bạ coi chừng… bị bắt hết bây giờ!

Thằng Bảo bồi thêm:

- Chú phỉnh tôi rồi chính phủ ơi

Chiến khu tiền của chú khiêng rồi!

Thi đua sao cứ thua đi mãi

Kháng chiến lâu ngày khiến chán thôi.

Sáu Ngàn vỗ tay bôm bốp:

- Hay, hay thiệt! Sao mà đúng vậy ta?!

Mặt mày bà Ngọt tái mét. Bà ngó dáo dác về hai phía xem chừng có bóng dáng công an, bộ đội, cán bộ không. Bà năn nỉ:

- Tội nghiệp mà mấy chú. Cả nhà tui còn có chút xíu nầy sống nữa thôi.

Người qua kẻ lại dừng bước, bu quanh bàn nhậu, nghe bọn Bé Tư, Ký Đảm kể chuyện tiếu lâm thời đại, văn thơ trào phúng dân gian. Họ cùng bật cười khoái trí với người trong cuộc.

Như được cổ vũ, khuyến khích, Hai Tô tiếp tục kể:

- Bà con biết không, ở miền Bắc Xã hội Chủ nghĩa chúng ta các kiến trúc sư Việt Nam xây một cao ốc ba tầng thiệt là tối tân, hiện đại. Cố vấn Liên Xô được mời tới trong buổi khánh thành. Xem qua tầng trệt, cố vấn Nga lấy làm lạ hỏi nhà thầu Giao Chỉ: “Ủa, sao không thấy có cầu tiêu gì hết vậy? Tầng này dành cho ai ở?” Nhà thầu Giao Chỉ bèn đáp: “Dạ thưa đồng chí cố vấn, tầng này dành cho trẻ em ạ!”

Cố vấn thắc mắc: "Trẻ em cũng ăn ỉa thế tại sao không xây cầu xí cho chúng nó? Rồi chúng nó ị ở đâu?" "Dạ thưa, chúng nó ị ở bô hết ạ, nên cần gì xây cầu cho tốn công quỹ? Phân trẻ em tinh khiết sẽ được đem bón rau cỏ, tốt ghê lắm thưa đồng chí cố vấn". Các đồng chí cố vấn gật đầu khen: "Hay, hay tuyệt! Các đồng chí quả thật cao kiến!" Lên tầng lầu nhứt, các đồng chí cố vấn vĩ đại cũng chẳng thấy có một cầu tiêu nào, bèn hỏi: "Tầng này dành cho ai mà cũng không có chỗ bài tiết vậy?" Kiến trúc sư da vàng mũi tẹt khép nép tâu: "Dạ thưa đồng chí cố vấn, tầng này dành cho học sinh, sinh viên nội trú ạ!" Cố vấn Liên Xô ngạc nhiên hỏi: "Học sinh, sinh viên ăn uống phải ỉa kia mà? Tại sao không xây hố xí cho họ?" Dân Giao Chỉ Xã hội Chủ nghĩa thản nhiên đáp: "Dạ bẩm cố vấn, tụi nó có gì ăn đâu mà ỉa ạ?!"

Tiếng cười rộ lên. Có cả tiếng vỗ tay nữa. Một người chồm tới hỏi Hai Tô:

- Chuyện có vậy rồi hết sao hả anh?

Hai Tô làm mặt nghiêm nghị đáp:

- Chưa hết! Còn nữa!

- Còn thì kể nữa nghe đi anh. Hay quá xá!

Hai Tô tằng hắng, kể tiếp:

- Các cố vấn vĩ đại nổi da gà, ùn ùn chạy lên tầng chót quan sát tiếp. Họ vẫn không tìm ra chỗ nào dùng cho một trong tứ khoái của cuộc đời, bèn hỏi: "Còn tầng chót này dành cho ai ở? Tại sao vẫn không có chỗ chứa phân chuồng cho kế hoạch tăng gia sản xuất hoa màu vậy?" Kiến trúc sư đại tài Xã hội Chủ nghĩa ôn tồn giải thích: "Dạ thưa, đây là chỗ ở của các cán bộ trung cao ạ!" Cố vấn Nga ngạc nhiên hỏi: "Bộ không có gì ăn sao mà không ỉa chớ?" Bằng một giọng ấm ức, kiến trúc sư ta đáp: "Dạ có chớ, nhưng họ đã ỉa vào miệng lẫn nhau rồi mỗi khi họ bàn cãi về nghị quyết của Đảng nên tôi khỏi xây cầu tiêu cho họ, thưa đồng chí!"

Mọi người cười bò ra. Bà Ngọt đang run sợ cũng phải bật cười.

Vừa cười, Ký Đảm hỏi Hai Tô:

- Mầy… học ở đâu mà… kể chuyện hay quá trời vậy hả?

Mặt mày thản nhiên, Hai Tô đáp:

- Chuyện tiếu lâm từ miền Bắc nhập cảng vào miền Nam mà! Còn nhiều chuyện vui khác nữa.

Bé Tư ngăn lại:

- Thôi đi Tô! Vừa thôi! Tùy theo chỗ nơi mà kể chuyện tiếu lâm. Đụng đâu kể đó có ngày mang họa đó nghen tía nó!

Ký Đảm hoang mang:

- Không sao đâu Tư! Để nó kể tiếp nghe. Vui quá! Khoái quá!

Có tiếng "tuýttt" ré vang và tiếng quát tháo:

- Giải tán, giải tán ngay lập tức. Chuyện gì vậy hả?

Đám đông vội vàng tản mác. Hai công an viên áo vàng, nón cối, dép râu, võ trang AK và K54 xông tới. Bọn Bé Tư, Ký Đảm vẫn ngồi yên dưới đất tiếp tục nhậu. Anh em thằng Bảo – thằng Vọng đã say mèm, dựa đầu vào nhau ngáy pho pho.

Dụ – công an viên trợn mắt nói với Thẩm – bạn đồng đội:

- Mày xem kìa, tụi nó nhậu nhẹt say sưa phá rối trật tự công cộng kìa!

Thẩm gằn giọng:

- Còng đầu tụi nó đem về đồn ngay lập tức!

Bà Ngọt hốt hoảng thu xếp chai không nằm ngổn ngang trên nền đất. Bà hối thúc bọn Bé Tư:

- Công an… tới kìa mấy cậu ơi! Về đi mấy cậu. Tôi… hổng muốn… bán rượu cho mấy cậu… uống say thiệt mà!

Cả bọn Bé Tư vẫn thản nhiên như không có chuyện gì xảy ra. Ký Đảm bảo Hai Tô:

- Còn chuyện gì vui kể nữa nghe đi Tô!

Hai Tô nốc cạn ly rượu, đánh "khà" một tiếng:

- Giờ tao kể cho anh em nghe chuyện rung cây nhát khỉ. Còn vui hơn chuyện "cầu tiêu" vừa rồi!

Dụ trợn mắt:

- Mấy người kia, cho xem giấy tờ!

Không ai buồn đáp. Hắn nổi nóng, lên cò súng quát:

- Có nghe không hả?

Vẫn không một ai trả lời. Thẩm móc khẩu K54 chĩa vào tai Ký Đảm:

- Mày có nghe hỏi không hả?

Ký Đảm rờ tai, hất hất mũi súng ra, hỏi trổng:

- Cái gì làm nhột tai vậy cà? Cái gì vậy tụi bây?

Bé Tư nghiêng đầu ra sau, quắc mắt hỏi Dụ:

- Anh hỏi ai vậy?

- Tao hỏi tụi bây chớ còn hỏi ai nữa? Tất cả đứng lên trình giấy.

- Giấy gì?

- Chứng minh nhân dân.

Sáu Ngàn cố dằn, cười nhạt bảo hai công an viên:

- Hai chú mầy ngồi xuống đây cùng nhậu với tụi nầy có lẽ tốt hơn. Làm khó dễ chẳng ích lợi gì đâu, bậu nó!

Thẩm quát:

- Trình giấy tờ cho xem, có nghe rõ không?

Hai Tô thúc vào hông Sáu Ngàn mỉm cười hỏi:

- Ê, mầy có giấy tờ không, mau trình cho các sếp xem đi kẻo bị bắn vỡ sọ bây giờ kìa.

Sáu Ngàn thọc tay vào quần xà lỏn, móc móc đáp:

- Tao chỉ có cuộn giấy tròn tròn, dài dài nầy thôi.

- Thì móc đại ra cho họ coi đi.

- Móc con mẹ gì được? Nó dính cứng dưới nầy nè. Giật đứt ra tao mất giống sao?

Hai Tô giục bà Ngọt:

- Dì đong cho xị nữa đi rồi tính tiền luôn.

Bà Ngọt lắc đầu lia lịa:

- Thôi, thôi! Tôi... hổng bán nữa đâu. Đủ rồi quý cậu ơi! Tội nghiệp tui mà!

Dụ trợn mắt bảo bà Ngọt:

- Bà không được bán rượu nữa nghe chưa?

Bà Ngọt run rẩy:

- Dạ... dạ đâu có... bán nữa... thưa ông! Tui... tui cản tự nãy giờ mà... mấy cậu cứ... đòi hoài.

Thẩm gằn mạnh:

- Tôi cấm bà bán rượu từ đây về sau. Chỉ được bán bánh cống không thôi. Nếu bà tái phạm, tụi tôi sẽ dẹp quán bà, nghe rõ chưa?

Bé Tư đứng lên nhìn thẳng vào mặt Thẩm:

- Tại sao lại cấm dân mua bán chớ? Lịnh nào vậy hả?

Hai công an viên ngạc nhiên trước thái độ của bọn người mà họ chỉ mới gặp mặt lần đầu. Họ đã đụng đầu với nhiều trường hợp tương tự vì dân chúng ở quanh đây đều thuộc gia đình cách mạng có bà con, thân nhân làm lớn, bé trong chính quyền hiện hữu nhưng chưa lần nào họ chạm trán với hạng người ương ngạnh như vầy.

Dụ sừng sộ:

- Anh là ai mà hạnh hỏi tôi như vậy chớ?

Bé Tư rùn vai:

- Tôi chỉ là dân thôi. Dân không có quyền nêu thắc mắc với nhơn viên công lực sao?

Thẩm can thiệp:

- Dân đang phạm pháp không có đặc quyền ấy.

- Tụi tôi phạm tội gì?

- Phá rối trật tự công cộng.

- Ai nói vậy chớ?

- Tụi này trông thấy. Dân chúng bao vây mấy người làm nghẽn lưu thông.

Bé Tư làm mặt ngạc nhiên:

- Ai làm nghẽn lưu thông? Tụi tôi hay là dân chúng? Coi kìa, tụi tôi ngồi ăn uống đàng hoàng tử tế. Tụi tôi có mời gọi dân chúng tới đây đâu?

Dụ buộc tội:

- Nhưng mấy người là động cơ lôi kéo thiên hạ kéo tới đây.

Ký Đảm vịn Bé Tư đứng lên bảo:

- Nhưng đám đông đã tan hàng rồi, mấy ông còn muốn gì nữa?

Anh trỏ tay ra đường lộ cười:

- Coi kìa, đường phố trống trơn rồi kìa! Có nghẽn lưu thông gì nữa đâu, thưa hai quan lớn?

Bên kia đường, người hiếu kỳ đứng đông nghẹt nhìn sang. Dụ điểm vào mặt Bé Tư, Ký Đảm:

- Nhưng mấy người ăn nhậu say sưa ngoài đường. Tụi tôi có bổn phận bắt mấy người về đồn.

Thẩm trỏ tay về phía Hai Tô:

- Tên kia có ý làm nhục nhân viên chính quyền đang thừa hành nhiệm vụ.

Hai Tô ngạc nhiên:

- Coi kìa! Tui làm gì mà nói là... làm nhục nhơn viên chánh quyền?

Thẩm chồm tới nạt:

- Câm miệng lại đi! Vậy chớ mày móc móc cái gì trong quần đùi chớ?

Hai Tô phì cười:

- Ạ, tao định móc cuộn giấy tờ cuốn tròn tròn, dài dài trình cho mầy đó mà!

Một thanh niên từ bên kia đường chạy sang, nói lớn:

- Các đồng chí, tụi nó kể chuyện tiếu lâm kiêu ngạo cách mạng đó. Tôi nghe từ đầu chí cuối.

Hắn là Tường – công an chìm của Ty Công an. Hắn nghe trộm và theo dõi bọn Bé Tư, Ký Đảm.

Dụ hỏi:

- Tụi nó nói gì hả đồng chí?

Tường thúc giục:

- Bắt cả bọn về cơ quan. Tôi sẽ thuật hết cho thủ trưởng nghe hành vi phản động của chúng nó.

Ký Đảm chụp ngực hắn, trừng mắt:

- Thì ra mầy là con chó săn đội lớp dân. Tao nhớ mặt mầy mà. Hồi nãy mầy cũng cười sặc sụa kia mà! Có phải vậy không?

Tường vùng vẫy:

- Buông, buông tao ra! Tao hổng có cười. Đừng nói láo!

Ký Đảm giở hắn hổng hai chân, quát:

- Không cười thì mầy khóc à? Tao vật mầy như vật con nhái nghe rõ chưa!

Dụ chĩa súng vào bụng Ký Đảm, đe dọa:

- Buông ra không tao bắn lòi ruột bây giờ!

Vẫn nắm chặt áo ngực Tường, Ký Đảm la lớn:

- Bắn, bắn đi! Tao có ngán đâu mà đe dọa!

Tường cố vùng vẫy vẫn không vuột ra khỏi tay Ký Đảm. Thẩm bắn chỉ thiên mấy phát. Ký Đảm vẫn không buông Tường. Dân chúng lùi dần sát vào lề đường bên kia, có người lủi trốn tránh tai bay vạ gió.

Anh em thằng Bảo – Vọng giật mình, vừa đứng lên đã té ngồi xuống đất. Bé Tư vỗ vai Ký Đảm, cười bảo:

- Tha hắn đi mầy. Làm quá nó đái trong quần bây giờ!

Ký Đảm càng siết áo ngực Tường mạnh hơn:

- Để coi tụi nó dám bắn tao chết không cho biết. Đánh giặc từ nẳm tới giờ tao chưa nếm mùi "kẹo đồng". Hôm nay tao muốn thử nếm coi đạn nó có mùi vị gì lạ không!

Anh trợn mắt quát vào mặt hai công an viên:

- Thằng nầy đã từng đầu đội bom Mỹ, chân đạp mìn ngụy, vào sanh ra tử như cơm bữa còn chưa sợ hồng lẽ lại ngán bọn lòng tong, lục chốt như tụi bây sao?

Dụ ấp úng:

- Nói vậy… mấy người là… cách mạng sao?

Sáu Ngàn cười sằng sặc, khôi hài:

- Muốn nhìn bà con, dòng họ rồi đó tụi bây ơi! Có đứa nào nhận mình là cách mạng hay "cạn mách" hay "cán mạch" gì đó thì lên tiếng đi.

Một chiếc Jeep lùn từ xa chạy tới. Trên xe, ngoài người tài xế ra, một cán bộ ăn mặc chỉnh tề, đầu trần, ngồi bệ vệ bên cạnh.

Xe chạy ngang qua cuộc giằng co, cán bộ vẫy tay bảo bác tài:

- Tú, ngừng xe lại.

Tú vội vàng thắng xe. Cán bộ nhảy xuống, tiến lại hỏi hai công an viên:

- Có chuyện gì đó các đồng chí?

Dụ đoán chừng người vừa hỏi không phải là cán bộ tầm thường. Tướng tá, cách ăn mặc của ông ta phải vào hạng cán bộ trung cao. Chiếc Jeep lùn và người tài xế riêng cũng đã đủ cho hắn không nhìn lầm. Hắn phân bua:

- Tụi tôi thi hành phận sự bị mấy người này… hành hung đó, thưa đồng chí.

Ký Đảm chưa chịu buông Tường ra, hỏi trổng:

- Sếp lớn tới can thiệp rồi đây, có phải vậy không?

Sáu Ngàn đùa:

- Rồi, phen nầy chạy trời cũng không khỏi nắng. Tù rục xương hết cả đám!

Cán bộ nhìn bọn Bé Tư hỏi:

- Mà họ làm chuyện gì mà các đồng chí bị hành hung chớ?

Thẩm báo cáo:

- Họ nhậu nhẹt say sưa làm cản trở lưu thông.

- Tôi chưa hiểu. Họ uống rượu giữa đường hay sao mà cản trở lưu thông? Họ uống ở đâu?

Hai Tô phì cười:

- Làm quá tụi nầy là xe hơi ăn ban giữa đường làm cản trở lưu thông vậy đó! Thiên địa quỷ thần giáng xuống đây nghe họ nói coi được hay không? Uống trên lề đường, tại đây nè mà nói là cản trở lưu thông! Ăn với nói hổng sợ thụt lưỡi, đẻ con hổng có lỗ đít!

Cán bộ mỉm cười. Lối đối đáp của Hai Tô đặc sệt bản tính nông dân Nam Bộ khi bất bình muốn ăn thua đủ với đối phương. Lâu lắm rồi ông mới có dịp nghe và thấy lại mẫu người thân thương ấy.

Ông hỏi Ký Đảm:

- Tại sao anh thộp ngực người này như muốn ăn tươi nuốt sống anh ta vậy?

Ký Đảm đưa nắm tay vào mặt Tường, nghiến răng:

- Tôi đập cho nó một trận không còn cái răng ăn cơm. Cái thứ công an thiệt ít dễ ghét bằng đồ ăng-ten, điềm chỉ, ăng-phọt-ma-tơ.

Cán bộ gỡ tay Ký Đảm:

- Anh buông hắn ra đi. Để tôi hỏi hắn coi.

Ký Đảm xô mạnh, Tường ngã ra sau té ngồi dưới đất. Cán bộ nắm tay hắn kéo đứng lên, ôn tồn hỏi:

- Anh là ăng-phọt-ma-tơ?

Tường nhăn nhó:

- Không, tôi là công an.

- Từ bao giờ?

- Trên… ba năm nay rồi!

- Trước đây anh làm gì?

- Lơ xe đò!

Hai Tô cười gằn:

- Vậy là "cách mạng 30"! Chính bọn mầy đã dạy cán bộ, đảng viên hống hách, hà hiếp nhơn dân. Và cũng chính chúng nó hủ hóa cán bộ, đảng viên, trực tiếp phá hoại cách mạng, làm nhơn dân ngày càng xa lánh cách mạng.

Từ nãy giờ Bé Tư lặng thinh, nhìn đăm đăm người cán bộ. Anh mơ hồ nhận thấy nơi người cán bộ ấy có nét hao hao giống Kháng – anh ruột của mình. Giọng nói ông ta hơi cứng, pha trộn nhiều giọng Bắc. Vóc dáng ông ta cao hơn, mập hơn Kháng một chút, nhưng Bé Tư cảm thấy giữa hai người có một cái gì thiêng liêng bắt anh phải chú ý tới.

Cán bộ quay sang hỏi Dụ và Thẩm:

- Hai đồng chí là đảng viên nhiều tuổi đảng?

Thẩm e ấp đáp:

- Tụi tôi làm việc ngay từ… 30 tháng 4.

Ký Đảm cười gằn:

- Vậy cũng thuộc dân "cách mạng 30 tháng 4" nữa rồi! Tụi bây đụng nhầm dân cách mạng thứ thiệt mà không hay nên ê càng là đáng lắm. Tụi nầy vàng thiệt đâu có sợ lửa!

Cán bộ tươi cười:

- Thôi đi, cùng là đồng chí với nhau cả, nên giảng hòa với nhau thì hơn. Đừng làm mất đoàn kết, nhân dân chê cười.

Bà Ngọt thu dọn hàng quán, chuẩn bị rút lui. Mặt mày bà ủ dột, buồn xo. Cứ mỗi lần thực khách có chuyện gây gổ, ẩu đả nhau, bà phải nghỉ bán một tuần theo lệnh của công an khu vực. Đã xảy ra hai lần khách ăn nhậu say sưa đấu đá với nhau tại đây rồi và bà phải nghỉ bán mất hai tuần. Lần thứ hai, bà bị công an khu vực cảnh cáo, nếu còn một lần nữa, bà phải dẹp cửa hàng vĩnh viễn. Nghỉ bán một ngày, cả nhà bà ăn thâm vào vốn liếng. Nghỉ một tuần, vốn liếng tiêu sạch. Đi bán lại, bà phải nhờ Lan mượn vốn của Hồng. Lần thứ ba này, bà tin chắc rồi đây công an khu vực sẽ cấm bán vĩnh viễn. Bà nghĩ tới đó, nước mắt bà muốn tuôn ra.

Ký Đảm quay sang hỏi bà Ngọt:

- Sao dì lại dẹp? Xong hết rồi, dì tiếp tục bán đi chớ!

Bà Ngọt rưng rưng:

- Hết bán được nữa rồi… cậu ơi!

- Tại sao vậy?

Bà nhắc lại lời hăm he của công an khu vực. Mọi người có mặt quanh bà ngạc nhiên và lộ vẻ bất bình.

Cán bộ nhìn thẳng vào mặt Dụ, Thẩm:

- Hai anh về nói lại với đồng chí công an khu vực để yên cho bà đây buôn bán như thường. Bà không có lỗi gì hết. Tại khách ăn uống, say sưa kiếm chuyện với nhau chớ không phải do người bán. Dân chúng nghèo khổ phải tảo tần mua bán kiếm chén cơm cho bản thân và gia đình. Cấm đoán là thất sách.

Dụ phân trần:

- Bả bán bánh cống còn bán rượu nữa. Rượu là nguyên nhân sinh ra cãi vã, đánh lộn đánh lạo làm mất trật tự an ninh phường, khóm.

Cán bộ tươi cười:

- Chưa có lệnh cấm bán rượu. Nhà nước còn sản xuất đủ thứ rượu kia mà? Sản xuất ra thì phải có người tiêu thụ. Cấm dân uống rượu, mặt hàng quốc danh này đem đi đổ à? Còn nơi sản xuất, còn người uống thì còn kẻ bán.

Ông nhìn bọn Bé Tư, Ký Đảm:

- Người uống rượu nên biết tự kiểm soát lấy mình, uống vừa đủ đừng để quá chén say sưa kiếm chuyện, gây gổ với nhau. Có hai loại dân nhậu: quân tử rượu và tiểu nhân rượu. Uống rượu để tiêu sầu khác với uống rượu để làm nư và tự tử. Tôi đây cũng nhậu được lắm, nhưng không bao giờ để say. Dân Nam Bộ mạnh rượu lắm. Hồi còn ở ngoài Bắc, tôi hạ nhiều tay tửu lượng cao.

Ông cất tiếng cười giòn. Ký Đảm, Sáu Ngàn tỏ vẻ bất bình. Lời lẽ ông như nhắn khéo với bọn anh và dạy đời bọn anh. Riêng Bé Tư, anh thừa nhận điều ông đưa ra thật xác đáng. Anh vẫn không rời gương mặt có nhiều nét làm anh thắc mắc. Anh cảm thấy giữa mình và người cán bộ kia có mối liên hệ thiêng liêng. Anh mơ hồ liên tưởng tới Kháng. Có phải là Kháng không? Bé Tư chưa dám quả quyết. Hai mươi mấy năm xa cách, thời gian đã đổi thay quá nhiều hình vóc, sắc diện con người.

Ký Đảm vỗ về bà Ngọt:

- Dì cứ yên tâm, tiếp tục buôn bán. Công an khu vực không dám cấm dì đâu. Ông đây đã bảo đảm cho dì rồi. À , tụi tôi ăn và nhậu hết bao nhiêu hả gì?

Bà Ngọt vẫn chưa hết lo sợ. Bà thở ra:

- Mấy cậu trả bao nhiêu cũng được.

- Bậy hà! Dì cứ tính kỹ đi. Tụi tôi có dư tiền trả cho dì mà!

- Cậu cho 50 đồng được rồi!

Ký Đảm móc xấp tiền trong túi đếm trao qua tay bà Ngọt 100 đồng:

- Đây, dì cầm hết đi. Tụi tôi vừa trúng mánh!

Nghe nói "trúng mánh", hai công an viên nhìn Ký Đảm với ánh mắt nghi ngờ, dò xét.

Hiểu ý Dụ và Thẩm, Ký Đảm cười gằn:

- Tiền lương thiện chớ không phải hối lộ, thụt két, biếu lậu hay cướp giựt đâu mà mấy người nghi kỵ. Bọn nầy không biết ăn cắp của dân!

Mặc cho bà Ngọt từ chối nhiều lần, Ký Đảm ép bà phải nhận đủ 100 đồng. Anh muốn an ủi người đàn bà nghèo khổ đã vì bọn anh mà đang buồn lo, sợ sệt. Tiền do Hồng cho, anh chia sẻ bớt cho đồng bào cùng cảnh ngộ. Đạo nghĩa giang hồ không cho phép anh giữ riêng cho mình tiền của kiếm được không do mồ hôi nước mắt mình tạo nên.

Bọn anh không cần tìm hiểu đồng tiền Hồng kiếm được do đâu mà có, có bằng phương tiện gì? Hồng đi buôn, trúng mối. Hồng tốt bụng giúp đỡ bọn anh, bà con trong cuộc "xuống dòng". Chỉ cần biết vậy thôi. Tò mò, moi móc đời tư của Hồng, bọn anh và tất cả bà con chung quanh cho là hành vi thiếu tư cách, không công bằng gần như phản bội Hồng.

Công an rút lui. Chỉ còn lại bọn Bé Tư, Ký Đảm, Sáu Ngàn, Hai Tô, anh em thằng Bảo – thằng Vọng và người cán bộ. Bà Ngọt tiếp tục chiên bánh cống, mắt láo liếc nhìn về hai bên đường. Bà phập phồng chờ đợi bóng dáng tên công an khu vực xuất hiện. Nồi cơm của gia đình bà luôn luôn bị chính quyền địa phương đe dọa.

Cán bộ tươi cười hỏi mọi người:

- Anh em còn muốn tiếp tục lai rai nữa không? Nếu các bạn còn sức, tôi xin mời tất cả vào quán mần một chầu.

Ký Đảm không thích cán bộ, đảng viên tại chức. Lòng anh mặc cảm với họ. Hiện tại của họ nhắc anh nhớ tới dĩ vãng và thực tại của đời anh. Anh không thù oán gì họ cả. Đối với anh, họ là khuôn mặt của chính quyền hiện hữu – một chế độ có sức mạnh vũ bão gây khiếp đảm cho nhân dân. Nó là vòng rào kẽm gai vĩ đại giam nhốt nhân dân vào giữa. Ai động tĩnh, toan tính vượt qua sẽ bị bắt bớ, tù tội hay bị bắn chết tại chỗ. Niềm tin lớn của anh đã chảy ra thành tro bụi ngay khi anh còn hoạt động chống lại kẻ thù. Giờ đây, trong trái tim anh, tình yêu Tổ quốc vẫn còn nồng nàn, nhưng anh không muốn cộng tác với những kẻ chiến thắng đang giữ vai trò cai tù của một trại giam khổng lồ tại miền Nam – quê hương anh.

Anh nói với các bạn:

- Thôi đủ rồi tụi bây. Về nhà nghỉ ngơi sướng hơn. Ngày mai mình còn phải kiếm mánh mà sống nữa!

Thằng Bảo đứng không còn vững nữa. Nó bá vào cổ Sáu Ngàn nghêu ngao nhừa nhựa:

- Ngày nào trúng mánh, ngày đó huy hoàng!

Ngày nào trật mánh, ngày đó lang thang!

Thằng Vọng cố mở đôi mắt nặng trịch, phụ họa:

- Đời Khổng tan tành tại Bé Trên[1]

Cau Mà cán mạch chết lềnh khênh[2]

Quê hương kháng chiến rồi khiến chán!

Hộ khẩu, hậu khổ xin đừng khóc với rên!

Ký Đảm nói xéo cán bộ:

- Thôi đi hai tía non! Nói bậy bạ coi chừng bị bắt ủ tờ mút mùa Lệ Thủy bi giờ!

Ông cán bộ nhìn Ký Đảm mỉm cười. Ông "nhập bầy" bằng hai câu nói lái:

- Bảng Đỏ sao vàng thế mới hay

Còn theo cán mạch ngủm có ngày!

Ông tiếp luôn:

- Nam Kỳ khởi nghĩa tiêu Công Lý

Đồng Khởi vùng lên mất tự do!

Hai Tô tròn mắt:

- Ủa, ông cũng dám… ăn nói như vậy sao?

Cán bộ rùn vai:

- Tôi học thuộc lòng nhiều câu ngộ lắm. Ở ngoài Bắc, nhân dân sáng tác cả tập dày toàn những câu châm biếm duyên dáng và những mẩu chuyện tiếu lâm cười ra nước mắt. Mới về Nam không đầy hai tuần, tôi đã đầy một bụng chuyện tiếu lâm thời đại.

Ông vỗ vỗ lên bụng, cười thành tiếng. Nụ cười của ông bắt Bé Tư càng chú ý tới ông hơn. Giống Kháng quá! Duy chỉ có hàm răng trên của ông hơi khác với Kháng. Răng của Kháng ngày xưa trắng và đều. Răng của ông cán bộ này màu ngà và sún một bên.

Ký Đảm, Sáu Ngàn, Hai Tô và anh em Vọng – Bảo không nhận hảo ý của người cán bộ, kéo nhau đi vào chợ. Chỉ còn một mình Bé

(1) Đời Khổng: Đồng Khởi; Bé Trên: Bến Tre.

(2) Cau Mà: Cà Mau; Cán mạch: cách mạng

Tư đối diện với ông.

Ông tươi cười hỏi:

- Anh đồng ý đi với tôi?

Bé Tư lặng thinh nhìn đăm đăm ông ta.

- Coi kìa, sao anh ngó tôi lom lom vậy hả? Bộ muốn thôi miên hay sao đây?

Bé Tư càng thấy người đối diện tiến gần sát tới anh ruột của mình. Anh đánh bạo hỏi, giọng run run:

- Xin lỗi… có phải ông… tên là… Kháng không?

Người cán bộ giật mình:

- Hả? Sao… anh biết tên tôi?

Mặt Bé Tư tái lại:

- Ông… anh là… Kháng?

- Phải, tôi là Kháng. Sao anh biết tên tôi?

Bé Tư lắp bắp:

- Nguyễn… Văn… Kháng là… anh?

- Giỏi thiệt! Biết cả họ của tôi nữa!

Bé Tư gồng cứng hai tay, gọi to:

- Anh, anh Hai!

Người cán bộ nổi da gà. Hai tiếng "anh Hai" quá xa lạ mà thật thân thương. Trên hai mươi mấy năm trời, Kháng chưa từng nghe ai gọi mình bằng hai tiếng trìu mến, máu thịt ấy. Một cái gì thiêng liêng, mầu nhiệm đổ chụp lên tâm hồn anh. Người đứng trước mặt anh lộ hiện từng xương cốt, từng hột hồng huyết cầu, từng thớ thịt, đường gân giống hệt anh. Như có sức hút mãnh liệt lôi kéo anh về phía Bé Tư. Mắt Bé Tư ửng đỏ. Nước mắt ứa ra, đoanh tròng. Hình ảnh đứa em trai từ từ hiện ra, mờ ảo rồi sáng dần và rõ nét trong tiềm thức Kháng.

Lúc anh đi tập kết, Bé Tư chỉ được 10 tuổi đầu, ngây thơ, bé tí. Giờ đây, trước mắt anh, một gã đàn ông vạm vỡ, chững chạc, dày dạn phong trần. Thằng Bé Tư ngày xưa với Bé Tư ngày nay hoàn toàn khác.

Kháng trỏ tay vào mặt Bé Tư ấp úng:

- Có phải là… Thành không hả?

Bé Tư nghẹn ngào:

- Em là… Thành là… Bé Tư đây!

Kháng đưa hai tay ra trước gọi lớn:

- Thành! Bé Tư! Em…

Bé Tư tức tưởi:

- Anh! Anh Hai!

Hai anh em ôm nhau, vòng tay siết chặt. Cả hai cùng khóc. Tình máu mủ bốc thành lửa sưởi ấm cơ thể hai anh em.

Kháng hôn lên tóc Bé Tư. Bé Tư áp mặt lên vai anh rên rỉ:

- Anh về Nam… hồi nào hả?

Kháng cũng không giữ nổi giọng nói mình bình tĩnh:

- Mới về… anh mới trở về… quê hương… hai tuần nay!

Anh vỗ nhè nhẹ lên lưng Bé Tư âu yếm:

- Em… em trai của anh!

Nắm hai vai Bé Tư đẩy nhẹ ra, Kháng chớp mắt nhìn trìu mến gương mặt đứa em trai, tươi cười hỏi:

- Em đã lớn… dữ vậy sao Thành?

Bé Tư cười mếu:

- Anh khác… ngày xưa… nhiều quá! Em… nhận không ra!

Giọng Kháng sắc bén:

- Mấy chục năm trời xa cách, đời anh chẳng khác nào một con chó em biết không? Sống tới ngày nay, anh cho rằng thiệt là vô lý. Em biết không, nhiều lần anh muốn chết nhưng phải cố gượng sống để chờ đợi cái ngày này.

Bé Tư cười nhạt:

- Anh chờ ngày chiến thắng phải không?

- Anh chờ ngày trở về quê hương, thấy lại miền Nam yêu dấu và được chết ở đây, thân xác anh sẽ được chôn dưới ba tấc đất của quê cha, đất Tổ. Được như vậy, em ơi! Anh đã thỏa mãn rồi!

Sực nhớ tới điều mình mong đợi hiểu rõ, anh cau mày hỏi:

- Thành, má và thằng Chiến, thằng Công đâu?

Người qua đường trông thấy Kháng – Thành hoặc dừng bước hoặc đi chậm rãi quan sát, tò mò tìm hiểu. Bà Ngọt vừa chiên bánh vừa nhìn chừng hai anh em. Bà đã nghe hai người đối đáp nhau, bà đã rõ phần nào câu chuyện "châu về Hợp Phố".

Bé Tư buồn thiu:

- Má và thằng Công đang ở bên cạnh vợ chồng em.

Kháng ngạc nhiên:

- Ủa, em có vợ rồi hả?

- Em đã có con. Tụi em mới cưới nhau được một năm.

- Còn Chiến đâu?

- Đi học tập.

- Học tập? Tại sao?

- Sĩ quan Quốc gia!

Kháng cúi đầu thở ra, lẩm bẩm:

- Gia đình ta lại rơi vào ngang trái. Anh cách mạng, em đi lính cho đối phương!

Đôi mắt Bé Tư vụt ngời sáng:

- Anh cũng cho đó là bất hạnh sao?

Kháng lắc đầu:

- Không phải bất hạnh cho anh mà thực sự là thảm kịch của chiến tranh Việt Nam. Nó là hiện tượng phổ biến trong hiện tính xã hội Nam – Bắc, và nó cũng là vết thương lở lói làm đau nhức thân xác Mẹ

Việt Nam! Anh không trách Chiến, nó không có tội lỗi gì hết.

Bé Tư nhìn nền đất, lắng nghe cảm giác đôi chân mình cọ sát vào sỏi cát của vùng trời xa lạ, nơi anh và gia đình đang ăn tạm ở nhờ. Thân thế lạc loài gặm nhấm tâm tư lữ khách. Người Cà Mau ruột thịt đối xử nồng hậu với tất cả khách vãng lai vẫn không an ủi, vỗ về nổi từng cơn quặn thắt của lòng anh mỗi khi anh nhớ tới hình ảnh Cái Mơn, An Hóa, Phước Thạnh, những địa danh của Bến Tre – quê hương Đồng Khởi.

Kháng vỗ nhẹ lên vai em, bảo:

- Thôi, tụi mình về nhà thăm má đi em! Anh sốt ruột muốn gặp lại má liền bây giờ.

Bé Tư se sẽ lắc đầu:

- Tụi em… không có nhà!

- Cái gì? Không có nhà? Vậy, má và tụi em ở đâu?

- Ở dưới ghe!

- Tại sao lại ở ghe?

- Mọi người "xuống giòng".

Kháng thở ra:

- Anh hiểu rồi. Xuống dòng! Xuống dòng! Thì ra là vậy.

Bé Tư ngước lên, đôi mày giao vào nhau:

- Anh đã hiểu? Hiểu chuyện gì?

Tú – tài xế của Kháng lùi xe lại chờ thủ trưởng mình. Kháng kéo Bé Tư lên xe:

- Thành, lên xe đi. Rồi anh sẽ thuật cho em nghe tại sao anh đã hiểu mọi người bỏ làng "xuống dòng" ra đi.

Bé Tư thoái thác:

- Không, em đi bộ được rồi. Em… không quen ngồi xe… nhà nước.

Hiểu ý em, Kháng nhìn Tú mỉm cười:

- Xe cộ nó không có tội tình gì hết em à! Chỉ là phương tiện di chuyển cần thiết thôi. Anh cũng chẳng hãnh diện gì ngồi chễm chệ trên công xa.

Anh vỗ vỗ lên mui xe, rùn vai tiếp:

- Nó là vật sở hữu của chính quyền cũ. Chính quyền mới chẳng có khỉ khô gì hết! Có phải vậy không Tú?

Tú gật đầu:

- Dạ, dạ phải, thưa thủ trưởng!

Kháng nhăn mặt:

- Lại thủ trưởng, thủ dĩ rồi! Anh dặn hoài chú mày vẫn cứ quên. Cứ gọi tên anh hoặc nếu ngại miệng, chú mày gọi thứ của anh. Tao ghét hai tiếng "thủ trưởng" đó lắm. Nhớ chưa?

Tú cười gượng, ấp úng:

- Dạ, dạ thưa nhớ, nhưng… có mặt… người lạ, em phải xưng hô cho đúng cách…

Ôm vai Bé Tư, Kháng tươi cười:

- Đây là em ruột của anh chớ phải đâu người lạ!

Tú cúi đầu chào Bé Tư:

- Dạ, chào anh Ba. Hân hạnh được biết anh là em ruột của… anh Hai.

Anh chìa tay ra đợi Bé Tư. Bé Tư chỉ khẽ gật đầu chào không bắt tay Tú. Anh không quen chào hỏi nhau kiểu dân thành thị. Tú hơi ngượng, vẫn chưa rút tay về.

Kháng đỡ cho anh:

- Vậy đủ rồi. Thành là em thứ nhì của anh. Nó thứ Tư, gọi theo người trong Nam mình là thằng Tư. Lúc nhỏ, nó lâu lớn nên ba má đặt tên nó là Bé Tư thành ra chết cái tên Thành, tên cúng cơm của nó.

Tú cười theo Kháng:

- Dạ… dạ anh Tư… anh Bé Tư! Hân hạnh được biết anh… Bé, Bé Tư!

Kháng nài nỉ đôi lần, Bé Tư mới chịu lên xe, ngồi ở băng sau. Liếc thấy nhiều người dòm ngó, Bé Tư ngượng ngùng, tưởng tượng mình đang như một tội phạm bị bắt giải về đồn bót.

Ngồi phía trước, Kháng quay lại hỏi:

- Ghe đậu ở đâu em?

- Bên bờ kia Rạch Rập, gần Cầu Mới.

- Vậy là gần đây.

Tú hỏi trống:

- Có đường chạy xe qua bển không?

- Có! Nhưng hơi ngộp một chút.

Tú ngơ ngác:

- Vậy là sao?

Kháng cười:

- Chạy xe qua bển, chú mày sẽ chết chìm ngay. Cà Mau chỉ toàn đường sông. Xe gắn động cơ chỉ dùng được bên này thị xã. Nghe nói chú mày không biết lội. Xuống miệt này chú mày coi chừng thành thằng chỏng đó!

Tú rùng mình, le lưỡi. Anh liếc nhìn sông nước bên cánh trái dập dìu thuyền ghe xuôi ngược. Đàn bà, con gái chèo xuồng đong đưa, nhịp nhàng né tránh nhau. Anh tưởng chừng họ là những tài xế khéo tay đang lái xe đảo lượn giữa đường phố tấp nập, đông đúc. Sống ở đây, nghề nghiệp lâu năm của anh trở thành vô dụng. Chiếc Jeep lùn này chỉ là thứ động vật vô địch trên bờ. Vùng sông nước Đồng Tháp chỉ dành riêng cho loài vật nổi và sống trên mặt nước bao la. Tú suy ngẫm chuyện đời phức tạp ngộ nghĩnh: mỗi thứ có đất dụng võ riêng của nó tùy theo hoàn cảnh không gian và thời gian thích hợp. Đem áp dụng hay ép buộc áp dụng thực tiễn vào môi trường khác biệt với nó, kết quả đã không tốt mà ngược lại sẽ tác hại dài lâu không đo lường trước được!

Xe lăn bánh nặng nề qua đường phố loang lổ đầy ổ gà đọng nước tiến dần tới đầu cầu quay.

Kháng hỏi Bé Tư:

- Lâu nay em và Công làm gì trong Nam?

Bé Tư lạnh lùng:

- Tụi em hì hục làm công việc của con dã tràng!

- Em muốn nói gì?

- Đại dương hùng vĩ trước mặt réo gọi tụi em ngày đêm với triệu triệu lớp sóng cuồn cuộn bổ vào bờ cát trắng. Tụi em bền bỉ xây thành lũy cho chính mình và cho cả tập thể dã tràng. Từng đợt sóng chạy vào phá hủy thành lũy vừa xây. Mấy chục năm cặm cụi, nỗ lực và hy sinh rốt cuộc chỉ còn là bãi cát nhẵn mịn, bằng phẳng.

Kháng nắm tay Bé Tư nắn bóp:

- Anh hiểu ý em. Đời chúng ta ở mảnh đất nghèo khó, lạc hậu này chỉ là loài dã tràng xe cát. Tòa lâu đài hạnh phúc, độc lập, tự do của Việt Nam chỉ được xây trên cát. Những lượn sóng từ trùng dương đuổi nhau chạy vào bờ phá tan trong nháy mắt tòa lâu đài ấy. Chỉ bao giờ biển không còn sóng nữa, dù xây trên cát, tòa lâu đài kia mới thôi, không còn bị phá vỡ nữa!

Bé Tư trầm giọng:

- Đến bao giờ?

- Không biết tới bao giờ! Có lẽ đến ngày tận thế!

Bé Tư nhìn anh trai. Từ trong ánh mắt, lời nói của Kháng, Bé Tư thấp thoáng thấy dáng dấp, hình bóng một chiến sĩ yêu nước nhiệt thành giấu kín sau lớp áo cán bộ, đảng viên Cộng sản. Anh hãnh diện và nghe vọng lại lời trăng trối của ông Tư Thịnh trước mặt Tiếng tại bệnh viện ngày nào: "… Thái độ kia là biểu tượng của một xã hội mới thiếu đạo nghĩa. Trật tự xã hội miền Nam xây dựng trên tinh thần đạo nghĩa giữa người với người. Chủ nghĩa mới đẻ ra một chế độ cai trị khắc nghiệt đẩy lùi nhơn dân qua khỏi lằn ranh của cán bộ và đảng viên, giống như triều đại La Mã chỉ ưu đãi thành phần quý tộc, xem dân như cỏ rác, bẩn thỉu hôi tanh; nghèo khó, dân còn có thể sống được, còn đã nghèo mà còn bị bức hiếp nữa, dân chỉ còn có hai đường: hoặc chịu đựng để chết dần chết mòn, hoặc nổi dậy làm cuộc cách mạng mới". Những người đi trước anh, sau anh, trên đường tranh đấu mưu cầu hiện thực khẩu hiệu: "Độc Lập, Tự Do, Hạnh Phúc" cho dân tộc bán khai này đều là loài dã tràng, vẫn là vỏ chanh bị một thiểu số người bệ vệ trên chóp bu lãnh đạo vứt vào sọt rác sau khi đã vắt hết nước! Anh hài lòng với chính mình từ hành động đến ý nghĩ rời xa cách mạng Việt Nam.

Kháng lảng sang chuyện khác:

- Thành, chắc má đã già lắm rồi hả em?

- Không những già, má còn thay đổi tánh tình nữa.

- Cũng dễ hiểu thôi. Người ta nói: già sinh tật, đất sinh cỏ mà!

- Đó là định luật thiên nhiên, ai cũng vậy nhưng riêng má, má có nhiều ngang trái trong cuộc đời. Chồng chết sớm, thân góa bụa tảo tần nuôi dạy bầy con. Con lớn lên, tất cả bỏ mẹ già trơ trọi theo tiếng gọi của lý tưởng riêng tư. Đứa bên nầy, đứa bên kia, tình cảm của má bị chia sẻ, trì kéo bởi hai bên. Những gì má đóng góp cho kháng chiến, cho cách mạng đều tan ra mây khói. Chánh quyền hiện hữu vẫn buộc tội má để con theo Mỹ ngụy. Giờ đây, thân phận của má nổi trôi, gạo chợ nước sông, ăn gởi ngủ nhờ nơi xứ lạ, quê người!

Kháng đấm lên kiếng xe:

- Khốn nạn! Chó má!

Lái xe qua bên kia dốc Cầu Mới, Tú hỏi:

- Đã tới chỗ chưa, anh Tư?

Bé Tư nhìn quanh:

- Đậu xe ở đây cũng được. Mình đi đò qua bên kia sông.

Kháng xuống xe, bảo Tú:

- Chú đem xe gửi vào cơ quan nào đó rồi theo anh.

Tú giãy nãy:

- Dạ, đâu có được anh Hai.

- Tại sao không được? Công xa gửi vào công sở, ai cấm?

- Dạ, em sợ họ chọt mất bình ắc-quy hoặc khóa rút hết xăng thì… khổ thân em. Còn gì… thân em, anh Hai?

Kháng phất tay:

- Mất bỏ! Cần chó gì xe với cộ? Em cứ gửi đi. Anh chịu hết trách nhiệm.

Nhìn quanh, Tú trông thấy ngọn cờ đỏ búa liềm bay phấp phới gần đó, trỏ tay nói lớn:

- Chắc là cơ quan chính phủ gì đó. Để em đem xe đi gửi.

Bé Tư đã xuống xe. Tú rú ga, phóng xe về phía cột cờ. Bé Tư, Kháng lặng thinh. Hai anh em cùng đuổi tâm hồn về câu chuyện của đời bà Chợ.

Bé Tư khẽ hỏi:

- Anh Hai, hiện anh làm gì và ở đâu?

- Anh chuyển về Nam dạy trường Đảng Nguyễn Ái Quốc 7 ở Thủ Đức. Anh hiện ở nhà tập thể.

Nhìn thẳng vào mắt Kháng, Bé Tư nghiêm nghị:

- Anh Hai, em hỏi câu nầy, anh phải nói thiệt, không được giấu em. Anh dám hứa không?

Kháng cười:

- Câu gì? Tại sao anh phải giấu em chớ?

Bé Tư nhìn mặt sông sóng gợn. Một chiếc tàu tuần của công an đường sông vừa lướt qua. Thuyền ghe xuôi ngược bị nhồi mạnh, nhảy múa liên hồi; nón cối, màu áo vàng, mũi súng đại liên, cờ búa liềm phấp phới, những gương mặt đằng đằng sát khí, tất cả làm Bé Tư muốn lợm giọng.

Bé Tư ấp úng:

- Anh… đã có vợ khác chưa?

Kháng mỉm cười:

- Anh đoán chừng em sẽ hỏi anh câu đó.

- Rồi sao?

- Em có gặp lại Trâm không?

- Em vừa ở nhà chị Trâm ra.

- Trâm chưa có gì thay đổi?

Giọng Bé Tư quả quyết:

- Chị Trâm vẫn chờ đợi anh và… vẫn tin tưởng nơi anh.

Anh nghe lọt tiếng thở dài se sẽ của Kháng. Sắc mặt Bé Tư sạm lại. Anh linh cảm người anh trai yêu dấu của mình đã phản bội người đàn bà trung kiên kia rồi!

Anh nắm tay Kháng lắc mạnh:

- Anh Hai, sao hả anh? Anh đã…

Anh không dám nói ra một điều từng làm anh run sợ và khinh bỉ. Kháng nhăn mặt:

- Anh là kẻ… thô bỉ, đáng chết!

Bé Tư kêu lên:

- Trời ơi! Anh Hai, anh… đã… có vợ khác… rồi sao?

Kháng siết chặt đôi tay, cắn môi, gắt gỏng:

- Phải! Anh là thằng tồi, tên phản bội ghê tởm!

Bé Tư hơi cong người lại, nhăn mặt, tức tưởi:

- Trời ơi là trời! Tội nghiệp… chị Trâm! Chị Hai ơi… chị Hai!

Kháng nắm tay em:

- Thành! Nghe anh…

Bé Tư giằng ra, trợn mắt quát:

- Dẹp anh đi! Anh không xứng đáng… làm anh của tôi! Anh đê tiện quá! Anh… anh…

Anh vùng vằng bỏ đi ra sát bờ sông. Kháng đuổi theo:

- Thành! Thành em! Hãy nghe anh phân trần, giải thích!

- Anh còn phân trần, giải thích sao được nữa chớ? Người ta can đảm đợi anh mấy chục năm trời để rồi ngày giờ nầy… chị Trâm bị anh… phản bội! Uổng công tình quá trời mà!

Kháng nắm tay Bé Tư lắc nhẹ:

- Thành, anh bị bắt buộc lấy vợ. Anh có thương yêu gì người ta đâu. Tổ chức giới thiệu rồi tổ chức ép anh phải lấy Thắm. Giữa anh và Thắm không có một chút gì gọi là tình yêu. Em hãy tin anh.

Đôi mắt Bé Tư sáng quắc:

- Tại sao anh không nói rõ cho họ biết anh đã có vợ rồi chớ? Dù anh yêu hay không yêu, anh cũng là kẻ bạc tình, người đã có vợ con rồi!

Kháng cố thoát ra ngõ bí:

- Nhưng anh và Thắm chưa có con với nhau. Anh tránh không để có con với Thắm.

- Vậy rồi sao? Để làm gì chớ?

- Có con với nhau, vợ chồng khó thôi bỏ nhau lắm!

Bé Tư gằn giọng:

- Cái gì? Anh định bỏ bà Thắm nào đó à?

Kháng so vai, ngó lung về phía chân cầu cuồn cuộn cơn xoáy nước:

- Ăn ở với nhau không có hạnh phúc, thà ly dị nhau còn hơn. Cố gượng ép sống chung nhau, gia đình chỉ là địa ngục. Vợ Bắc đã là nỗi khổ của chồng rồi, vợ lại là đảng viên nữa, thằng chồng, mẹ cha ơi! Thằng chồng chỉ còn là một thứ đồ dùng trong nhà thôi. Mười năm ăn ở với Thắm, anh bị lôi ra chi bộ kiểm điểm, phê bình cả chục lần. Bả nói có chồng người Nam, đàn bà chịu không nổi về tính nết và xã giao. Đàn ông Nam Bộ chúng mình bạch tuộc, coi thường mọi thứ, ăn xài lớn và không biết chiều vợ con!

Bé Tư nghiêm nghị:

- Anh đừng mơ mộng bỏ vợ để trở về với chị Trâm. Người đàn bà miền Nam trung hậu, đảm đang, có thể chết cho người yêu, cho chồng con, nhưng họ đầy mặc cảm tự tôn, thà cam chịu phận bạc chớ không để đàn ông phản bội quay về năn nỉ, ỉ ôi, hòng hàn gắn lại tấm kiếng bể hay hốt đầy ly nước đổ!

Kháng nhăn nhó khổ sở:

- Tội nghiệp anh mà Thành! Em không thương hại anh sao?

- Không, không bao giờ em tha thứ việc làm thiếu tình nghĩa của anh. Dân miền Nam trọng tình nghĩa. Anh đi tập kết, anh học hỏi được gì tốt đẹp nơi Đảng Cộng sản? Có phải anh đã học được bản chất phản bội, xử sự không tình, không nghĩa?

Kháng cúi đầu, cắn răng chịu đựng những lời nhiếc mắng của em. Anh không phiền giận Bé Tư, ngược lại, anh công nhận Bé Tư có lý và có quyền nặng lời với anh. Nghĩ tới Trâm, anh liên tưởng tới con dốc một ngọn núi chọc trời mà sức anh đã kiệt không tài nào đặt chân lên tới đỉnh. Bé Tư bực tức đến thế, Trâm sẽ còn căm hờn đến bậc nào nữa?

Anh thở dài, lầm bầm:

- Anh vẫn còn là anh. Anh chưa mất gốc. Anh vẫn là đứa con của miền Nam.

Tú chạy tới cắt đứt câu chuyện:

- Dạ, gửi xe xong rồi thủ trưởng… ý quên… anh Hai. Mấy cha nội hỏi đủ thứ chuyện đã đời rồi mới cho gửi. Có hai bố nài nỉ em cho xị xăng để dành đổ ống quẹt; kẹt quá, em phải bố thí cho họ hai xị xăng. Em khóa cẩn thận nắp bình xăng rồi thưa anh Hai.

Kháng lặng thinh, nhìn lơ đãng dòng sông. Bé Tư lắc đầu, chép miệng thở dài. Thấy lạ, Tú hết ngó mặt Kháng, quay sang ngó Bé Tư. Anh đánh bạo hỏi:

- Có chuyện gì vậy hai anh? Anh Hai, anh làm sao vậy?

Kháng thở ra:

- Không, không có chuyện gì hết!

6

Chiếc đò ngang cập bến. Một vài khách sang sông nhảy lên bờ. Bé Tư, Kháng, Tú và một vài người khác xuống đò. Cô lái đò ngoáy nhẹ tay chèo, con đò lùi ra khỏi bến, từ từ quay mũi về phía bờ bên kia. Động tác của nàng nhẹ nhàng, khoan thai không biểu lộ mảy may cố gắng, vậy mà con đò chở nặng rẽ mặt nước lướt đi thoăn thoắt. Một bước tới, một bước lui thật đều đặn, nhịp nhàng. Người nàng tràn về phía trước, giật về phía sau, mái chèo khuấy động mặt sông nhấp nhô như từng nhịp thở, vòng ngực căng tròn, nước da bánh ích, đôi chân trần thô kệch, tóc bới cao, nụ cười cởi mở với đôi chiếc răng vàng chạm hình cơ – rô – chuồn – bích; tất cả hình ảnh ấy đủ tiêu biểu nét đặc thù của gái Cà Mau.

Tú ngồi quay mặt về phía cô lái đò, hai tay vịn cứng thành ghe. Mỗi lần đò lắc lư theo từng nhịp tay chèo khuấy mạnh mặt nước, anh khẽ giật mình. Nước sông như muốn tràn qua thành đò. Không biết lội, Tú miên man nghĩ tới chuyện xui xẻo. Rủi đò chìm, anh sẽ là người chết đuối đầu tiên. Cầm lái xe hơi, anh phóng nhanh hàng trăm cây số giờ trên những con đường gồ ghề, quanh co nguy hiểm, anh không sợ. Bây giờ, ngồi trên chiếc ghe chỉ với tốc lực ba bốn cây số giờ, anh hồi hộp, lo sợ muốn đứng tim.

Anh nhìn cô lái đò cùng nghề với mình, thầm phục nàng và cảm thấy hổ thẹn. Lái đò hay lái xe, mỗi nghề có chuyên môn riêng, đặc sắc riêng. Tú không dám ví mình ngang tài với người con gái ấy.

Ghe thuyền ngược xuôi tấp nập. Hình ảnh cô lái đò dập dìu trước mắt Tú. Ở thành thị, đường phố giăng mắc xe cộ có động cơ hay không động cơ. Trên sông nước Hậu Giang, ghe thuyền lui tới không ngừng; phương tiện lưu thông duy nhất và đặc sắc của dân miền đất cuối cùng này ngàn đời vẫn là ghe tam bản, vỏ lãi, tắc ráng. Trước 30 tháng 4 năm 1975, trong số mười nhà, đã có tám chín nhà sắm máy đuôi tôm thay thế sức người chèo chống. Ngày đêm tiếng nổ động cơ vang rền trên khắp mặt sông, rạch. Sau ngày "giải phóng miền Nam", thứ tiếng văn minh, hiện đại đó bớt dần rồi gần như mất hẳn. Thiếu nhiên liệu, xăng dầu bị quản lý, bán chợ đen, máy đuôi tôm biến mất vì sở hữu chủ túng quẫn phải bán đi hoặc bị tịch thu, trưng dụng cho công ích, công lợi.

Bà con quay về với sức lao động của mình, dùng phương tiện trời cho chèo chống xuồng, ghe giao dịch với nhau, đi tìm cái sống khổ nhọc trên sông nước bạt ngàn. Văn minh, hiện đại bị ngăn trở, đẩy lùi để con người tự động trở về với nếp sống bán khai, hủ lậu!

Sông dài, rạch ngắn, ngày đêm im vắng trong nhịp thở đứt quãng của người dân; tai không còn bị tiếng nổ xì xầm, giòn tan của động cơ xoi xỉa nữa. Dạ dày teo thắt lại và lòng chất ngất hờn tủi, đắng cay! Chiếc nôi cách mạng đã bị vứt vào xó bếp. Đứa con cách mạng đã lớn và trở thành "anh hùng"!

Tú trông thấy vài chiếc ghe trôi ngang, bên trong người đàn bà ngồi bật ngửa, tay ôm cần lái, hai chân chòi đạp hai mái chèo, mui ghe uốn cong phủ chụp lên một phần ba khoang thuyền.

Anh hỏi người bên cạnh:

- Ghe gì lạ vậy hả anh?

- Ghe gì đâu!

Tú trỏ tay theo chiếc ghe vừa trôi ngang qua đò. Khách đồng hành thản nhiên:

- Thuyền chài, dân chúng đi câu, đi đánh cá kiếm ăn đó mà!

Một ghe khác ngang qua. Sau lái, bà vợ ngồi dựa ngửa, hai chân đạp mái chèo, một tay đút cơm cho con, một tay đẩy củi vào bếp lửa; trước mũi ghe, ông chồng đứng chênh vênh quăng lưới trải rộng trên mặt sông, thằng con đang đùa giỡn với con chó lông vàng óng ánh.

Tú tò mò:

- Sao cách chèo ghe không giống với nhiều người khác vậy?

- Ạ, đó là đồng bào Bắc di cư. Cách chèo ghe khác với dân địa phương. Mỗi miền có cách chèo ghe, đánh cá khác nhau.

Tú thắc mắc:

- Họ sống được ở dưới này à?

Một khách đồng hành bên cạnh góp ý:

- Tại sao lại không? Họ cũng là người Việt Nam chạy giặc tìm đất sống. Họ có làm gì thiệt hại tới quyền lợi của dân địa phương đâu? Họ khác với người Bắc 75. Họ là dân Bắc 54. Cũng là tay làm hàm nhai, nghèo khổ thấy mồ!

Kháng quay lại nhìn anh ta. Anh ta thấy Kháng trong y phục cán bộ tỏ vẻ hơi khớp sợ, đánh trống lảng:

- Nhưng cũng… tùy người. Có kẻ tốt… người xấu!

Kháng tươi cười:

- Tôi là người Nam! Đúng vậy, có hai loại người Bắc. Bắc 54 và Bắc 75.

Anh chêm thêm một câu làm mọi người trong chuyến đò ngang giật mình:

- Dân Nam Bộ gồm từ vĩ tuyến 17 trở xuống với đồng bào Bắc di cư 54 là người Việt Nam. Còn ai khác còn lại theo Cộng sản không phải là người Việt!

Bé Tư nhìn anh trai. Tú nhìn thủ trưởng của mình. Hai ba khách sang sông nhìn Kháng. Mọi người ngơ ngác không hiểu Kháng muốn nói gì?

Kháng tươi cười:

- Đồng bào miền Nam không thể chấp nhận một xã hội đặt trên nền tảng xã hội ngoại lai muốn chi phối và biến chất nề nếp sinh hoạt cổ truyền của mình. Đạo nghĩa là cơ bản của họ. Xin ai đừng manh tâm biến đổi nền tảng đạo nghĩa đó. Chỉ có thất bại mà thôi!

Khách đồng hành che tay lên miệng hỏi Tú:

- Ông ấy là ai vậy?

Tú đáp giọng bình thản:

- Cán bộ, đảng viên trung cao!

- Ổng nói chơi hay thiệt hả?

- Hỏi ổng đi!

Khách qua sông le lưỡi:

- Ai dám hỏi cha nội! Tôi nghi ổng muốn thử lòng tụi mình đó. Cán bộ, đảng viên gì mà ăn nói phản động vậy chớ?

Tú cười gằn:

- Đố ai dám động tới lông chơn ổng. Ổng không ưa mấy cha nội cán bộ, đảng viên Bắc Kỳ. Giải phóng đã ba bốn năm rồi ổng mới được về Nam. Ổng bị đì dữ quá nên ổng hận.

Một chiếc ca-nô tuần tiểu xả hết tốc lực chạy thẳng tới. Nhiều tiếng la hoảng trên đò dậy lên. Tú cuống cuồng, thủ thế sẵn sàng nhảy xuống nước tự cứu mình.

Nhớ lại mình không biết lội, anh níu áo Kháng, khẩn khoản:

- Nhớ… cứu em anh Hai ơi! Em không… biết lội anh ơi!

Kháng đứng lên trỏ tay về phía chiếc tàu tuần, quắc mắt. Chiếc ca-nô vẫn giữ nguyên tốc độ. Nhiều ghe thuyền bị chao động dữ dội. Có người nhảy xuống sông kiềm chặt cho ghe khỏi chìm.

Kháng rút súng lục trong người lên đạn, chỉ thiên về mũi ca-nô bắn liên tiếp hai phát. Tàu tuần giảm tốc lực. Một hai công an lao xao, nép mình vào mạn tàu quan sát tình hình. Gần tới đò, chiếc ca-nô lềnh bềnh, nhấp nhô trên sóng nước.

Có tiếng quát hỏi:

- Ai vừa bắn đó? Tên nào bắn hả?

Kháng vẫn đứng yên trên đò, tay cầm khẩu súng còn bốc khói, nhìn chòng chọc vào hai tên công an bên kia tàu tuần, mặt mày tái xanh như tàu lá chuối. Ca-nô cập sát vào đò. Câu hỏi vừa rồi được lặp lại.

Kháng giơ tay cầm vũ khí lên, đáp:

- Tao! Chính tao vừa bắn đây. Có tên nào trúng đạn chưa?

Mấy tên công an giật mình vội vàng thụp xuống thành tàu. Kháng cười ngất, quay lại nhìn mọi người trong đò. Bé Tư vẫn ngồi lặng thinh, không lộ vẻ gì bị dao động trước biến động vừa xảy ra. Anh chỉ liếc nhìn Kháng, bằng lòng thái độ của anh trai. Nếu có súng trong tay, anh cũng đã phản ứng như vậy.

Tú tin tưởng nơi thủ trưởng mình nên anh tỏ ra bình tĩnh, còn mấy khách qua đò bối rối, lo sợ bị liên can, chịu chung số phận với kẻ sinh sự, kiếm chuyện gây hấn với viên chức của chính quyền cách mạng.

Kháng gọi:

- Ê, mấy tên kia. Đứng lên xem nào!

Một nón cối rồi hai nón cối ngóc lên. Chúng đứng lom khom, nhìn lấm lét tay cầm súng của Kháng. Kháng hất hàm:

- Tụi bây định giết người phải không?

Một tên đáp:

- Đâu, đâu có! Tụi tôi… có giết ai đâu?

- Thế tại sao chạy bắt ông bắt cha gì mà xả hết tốc lực vậy chớ? Có phải tụi bây muốn đâm nát con đò này không?

- Dạ hổng phải! Tụi tôi có công tác khẩn nên phải… tranh thủ thời gian. Tụi tôi thấy đò mà!

Kháng trỏ tay chỉ về phía mấy chiếc ghe còn đang nhảy sóng đằng xa:

- Tụi bây trông kìa. Xuồng ghe muốn chìm hết kia kìa. Có người phải nhảy xuống sông kiềm giữ cho xuồng ghe khỏi bị chìm, tụi bây có đui không hả? Nếu tao không nổ súng chắc là tụi bây đâm nát con đò này rồi.

Trông thấy y phục, tướng tá của Kháng, bọn công an đường sông đã biết anh là ai, thuộc hạng cán bộ gì rồi. Chúng khép nép:

- Dạ, xin đồng chí thông cảm bỏ qua cho. Tụi tôi không bao giờ tái phạm nữa.

Kháng cười gằn:

- Đã biết lỗi tao tha cho lần này. Còn chơi cái mửng ấy nữa, lần sau tao bắn chết không kịp ngáp. Chạy trên khúc sông có nhiều ghe thuyền của đồng bào phải giảm tốc lực. Đó là luật, hiểu chưa?

Hai tên công an gật đầu, lễ phép đáp rồi đưa hai tay lên chào Kháng. Chiếc ca-nô đợi con đò lướt qua mặt đã xa mới tiếp tục chạy tới. Nó lướt nhẹ, êm trên mặt sông, nhưng chỉ được một quãng, nó bắt đầu làm dậy sóng, bao nhiêu ghe, thuyền đậu hai bên bờ chao động dữ dội. Tiếng chửi bới, la hoảng vang dậy một vùng.

Kháng chửi to tiếng:

- Tiên sư mấy thằng này. Dè vậy hồi nãy tôi cho mỗi đứa một viên là xong chuyện. Tác phong bê bối, tồi bại. Cần phải sửa trị cứng rắn mới được. Hiện tượng thối nát!

Bé Tư cười khẩy:

- Không còn là hiện tượng ấu trĩ cách mạng nữa. Đó là bản chất của bọn sâu bọ lên làm người. Dân chỉ còn lạ đối tượng cai trị của họ và phương sách trị dân là bạo lực, hống hách và khiếp đảm.

Cô lái đò thản nhiên tiếp tục công việc hằng ngày của mình. Sắc mặt nàng lạnh lùng. Ngày ngày đưa khách sang sông, nàng đã từng chứng kiến biết bao lần cảnh tàu tuần gây khiếp đảm cho ghe thuyền xuôi ngược hoặc đậu hai bên bờ sông này. Mỗi lần nghe tiếng động cơ từ xa vọng lại, nàng đã thủ thế sẵn sàng đối phó. Hoặc cố sức chèo thật mạnh đưa con đò tiến nhanh vào bến hoặc lái con đò xuôi chiều với tàu tuần, kiềm chặt mái chèo giữ nó thăng bằng trên mặt sông dậy sóng.

Khách đồng hành phân trần với Tú:

- Thiệt tình! Mấy tía tôi lái tàu chạy mút chỉ luôn. Mỗi lần qua đò, tui sợ muốn đứng tim luôn. Gặp tàu tuần chạy qua, mồ tổ ơi, tui kể như sắp chết chìm.

- Đò chìm tôi còn có thể lội vô bờ chớ còn bị tàu tuần táng vô ngang hông đò thì chỉ có nước theo ông theo bà. Năm nào cũng có người chết đuối vì nạn tàu tuần xả hết tốc lực chạy ngang qua. Khúc sông nầy có huông đó!

Tú góp ý:

- Tôi mà sống dưới này, mỗi lần qua đò, nhất định tui đem theo ruột xe hơi.

- Để chi vậy?

- Để lỡ đò bị nhận chìm tôi đeo phao lội vô bờ chớ!

- Bộ anh hổng biết lội sao?

Tú cười:

- Biết chớ, nhưng tôi lặn thì giỏi hơn. Ba ngày nổi lên ngon lành!

Mọi người cùng cười. Kháng cũng cười theo. Chỉ có Bé Tư lặng yên, mặt mày buồn thiu, dõi mắt vào bến đò.

Có tiếng đề nghị:

- Cho chuồn chuồn cắn lỗ rún anh sẽ biết lội ngay hà!

Tú nhăn mặt:

- Thôi tía! Đừng xúi bậy nữa. Lỡ nghe theo lời đồn đại, tôi đã cho chuồn chuồn cắn sưng lỗ rún bằng trái banh mà khi nhào xuống hồ tắm, người tôi chìm lỉm làm uống nước thấy mồ tổ!

Tiếng cười lại vang lên. Cô lái đò nhìn anh, mỉm cười. Một chiếc răng vàng chiếu sáng qua đôi môi nàng. Tú bỗng thấy lòng hồi hộp như vừa bị hớp hồn. Anh nghe tiếng trái tim mình đập mạnh. Anh đặt tay lên ngực, nhìn cô lái đò không nháy mắt. Mặt cô gái đỏ bừng. Nàng cúi đầu, quậy mạnh mái chèo. Con đò tiến nhanh vào bến.

Mọi người bước lên bờ. Tú vẫn còn ngồi thừ người, dán mắt vào môi mắt cô lái đò. Nàng cười bẽn lẽn, quay mặt tránh né đôi mắt ngây ngật của Tú. Kháng gọi, Tú giật mình, vội vàng rời con đò nhưng vẫn chưa muốn rời xa thiếu nữ. Anh trợt chân té ngồi xuống ván cầu bến đò.

Kháng cười hỏi:

- Tú, em làm sao vậy hả?

Tú lắc đầu lia lịa:

- Dạ, dạ có… sao đâu anh?

- Dóc! Thú thiệt đi cho rồi!

- Dạ, thú thiệt chuyện gì?

- Cô lái đò!

Tú lúng túng:

- Dạ… dạ đâu có! Em có…

- Đừng có chối nữa! Anh biết hết rồi! Nè, có vợ con rồi nghe không? Lộn xộn bị đốt như cô Hường hoặc bị tạt ắc-xít như Cẩm Nhung đó nghen. Vợ em coi bộ không hiền đâu!

Tú ngượng ngập:

- Dạ, hổng có gì đâu, anh Hai. Thấy cổ có duyên quá mạng, em… em chiêm ngưỡng dung nhan một chút vậy thôi hà! Đồ chua ai thấy cũng thèm mà anh Hai! Con gái Cà Mau mặn mòi, quyến rũ quá tay!

Kháng làm mặt nghiêm nghị:

- Gái Cà Mau trung thành, thủy chung lắm, nhưng khi họ nổi xung lên thì hãy coi chừng. Họ không tha thứ lỗi lầm của người họ thương…

Anh ngưng bặt. Hình ảnh Trâm thân yêu vụt hiện rõ mồn một trong tâm trí anh. Anh vừa kéo chính anh vào thực trạng của đời anh, vào niềm tin yêu chờ đợi của Trâm.

Bé Tư nhìn Kháng. Anh mím môi, gục gật đầu, gián tiếp xác nhận điều Kháng nói xác đúng với tình cảm của phụ nữ Cà Mau, của phái yếu miền Nam. Bé Tư dẫn đường Kháng về ghe bà Chợ và Công. Kháng lặng lẽ theo em. Hồn đầy cứng lo âu, mặc cảm.

Tú lẽo đẽo theo sau. Anh hỏi, nói huyên thiên. Kháng lặng thinh. Bé Tư lủi đi, không buồn để ý tới mọi người chung quanh. Anh thương Kháng, hờn dỗi Kháng. Người anh trai yêu quý làm mất ở anh niềm tin. Những gì còn sót lại trong lòng anh đối với Kháng là tình máu mủ, ruột thịt, là nỗi nhớ thương cô đọng thành khối, đúc kết trong hơn hai chục năm trời xa cách, là một thoáng hào khí miền Nam còn lại trong người Kháng dù Kháng đã là cán bộ, đảng viên Cộng sản, là thái độ bất mãn gần giống với anh và một số đông phục viên người Nam. Ngoài những đặc điểm đó, Kháng chỉ là một thằng đàn ông phản bội, tồi bại trong lĩnh vực tình yêu, đạo nghĩa phu thê! Dù Trâm và anh chỉ mới dìu nhau bước vào ngưỡng cửa hôn nhân, chưa thành vợ chồng, hai người cũng yêu nhau, thề nguyện đá vàng với nhau và chỉ còn một bước ngắn nữa, cả hai sẽ là phu thê của nhau rồi. Truyền thống đạo đức Á Đông muôn đời vẫn đẹp, vẫn ràng buộc trai, gái Việt Nam vào khuôn vàng thước ngọc chung thủy và trung thành tuyệt đối. Con cái hết lòng, hết dạ yêu kính mẹ cha và ngược lại cha, mẹ thương yêu đùm bọc con cái dù tuổi hạc đã cao, dù trong bất cứ tình huống nào. Trong bầy con, đứa nào nghèo khổ hơn dĩ nhiên được song thân dòm ngó, chăm lo nhiều hơn đứa khác khả dĩ đã yên thân yên phận. Tây phương nuôi con tới 18 tuổi – tuổi thành niên, quăng nó ra ngoài đời, nó phải tự lập thân và nuôi thân, cha mẹ đã hết trách nhiệm. Ngược lại, con cái cũng thế, không còn biết tới cuộc sống của cha mẹ. Ông bà già lủi thủi bước vào "nhà hưu trí", trại dưỡng lão sống với người đồng cảnh ngộ. Có tiền, ông bà già ở nhà riêng cô độc, hẩm hiu với cuộc sống hoàng hôn. Con cái thỉnh thoảng ghé thăm hoặc gọi điện thoại canh chừng ổng hay bả còn sống hay đã cưỡi hạc quy tiên, hồn theo Chúa mất rồi!

Nghìn, triệu trường hợp đau lòng đã xảy ra trong xã hội Tây phương: cha hay mẹ già yếu, bệnh tật ngã chết trong bồn tắm, nhà bếp, buồng ngủ, thân thể sình thối rồi mà con cái vẫn không hay biết. Được tin, chúng nó kéo về, không hẳn để khóc thương, mến tiếc kẻ đã mang nặng đẻ đau ra chúng mà chỉ để giành giật, cắn xé nhau vì căn nhà ở chung cư, vì biệt thự lộng lẫy, vì của chìm, của nổi!

Người Việt Nam vì mất tự do, vì không thể nào chịu đựng nổi nữa bàn tay lông lá lởm chởm móng vuốt sắc máu của chế độ mới, đã bồng bế nhau, thách thức chết chóc và tù ngục, đi tìm không khí tự do để thở nơi xứ lạ quê người. Giữa vũng lầy văn minh với nghìn triệu vật chất nhơ nhớp, bẩn thỉu có sức mạnh khủng khiếp cuốn hút con người của thế kỷ XX vào tham vọng sát nhân, tội ác tày trời tự giết mình và "hạ thủ bất lưu tình" bè bạn, anh em, Việt kiều còn chút lòng ái quốc, thương nòi, vọng tưởng về quê hương yêu dấu bên kia biển Thái Bình, ngày ăn không ngon, đêm ngủ không yên, cầu nguyện ơn trên cho "Tổ quốc tôi", "dân tộc tôi" sớm thoát ra khỏi cảnh diệt giống, tuyệt nòi, đồng hóa với dân tộc diệt chủng Mán, Hời!

Kẻ ly hương, vong quốc, dù tự ý, tình nguyện cựa quậy, lúc nhúc như giòi tửa, sâu bọ, vứt bỏ nguồn gốc da vàng, mũi tẹt chạy chọt, van xin quốc tịch bản xứ; dù họ có nói tiếng xứ người như đầm, tây; dù ăn học đỗ đạt Tiến sĩ, Thạc sĩ – họ phải nhớ cho kỹ điều này: cho đến đời chắt của họ, họ vẫn là Lưu Nguyễn lạc thiên thai, đứng bên ngoài là vườn Địa Đàng của xã hội, của chính giới Tây phương.

Đáng trách hay nên thông cảm những gia đình tị nạn, trong đó bậc làm cha mẹ hãnh diện, sướng run lên khi con cái mình bắt đầu bặp bẹ nói lõm bõm tiếng nước người và nói trôi chảy với giọng Tây, đầm?! Họ trò chuyện với các con bằng tiếng mẹ đẻ, con cái hiểu ý họ nhưng lại đối đáp bằng ngoại ngữ! Muốn cho con mau giỏi ngoại ngữ để theo kịp chúng bạn ở trường, họ quay mặt lại với Mẹ Việt Nam, đàm thoại với con, với vợ, với bè bạn thân, sơ và nhìn vào gương nói với chính bản mặt họ bằng tiếng Pháp, Anh, Đức,…

Trẻ em Việt Nam nào có tội tình gì trước hiểm họa mất gốc kia! Chúng ngây thơ quá! Chúng sống nhiều ở trường, với bạn bè, thầy cô ngoại quốc hơn sống với gia đình, cha mẹ chúng. Dĩ nhiên, chúng cần giỏi ngoại ngữ để học và hiểu bài vở, sự giảng dạy bằng ngoại ngữ ở học đường. Đúng, đó là nhu cầu tất yếu của trẻ con ngoại quốc ở nơi chúng nó gửi thân và tìm kế sinh nhai ở tuổi trưởng thành. Trách móc chúng nó ư? Tội lắm và thật bất công! Vậy, ai là kẻ lãnh đủ trách nhiệm và đáng bị chỉ trích? Cha mẹ chúng! Những kẻ sinh ra chúng, mang chúng ra khỏi "địa ngục" Việt Nam đã gián tiếp hoặc trực tiếp lôi kéo chúng rời nguồn, xa cội!

Chúng nó không chịu theo học chữ Quốc ngữ trong lớp dạy Việt ngữ do các hội đoàn ở địa phương tổ chức với ước mơ của những người "ăn cơm nhà đi vác ngà voi" cố níu giữ hình ảnh bà mẹ Việt Nam trong hồn người Việt ly hương; phụ huynh không thể giải thích, ép chúng theo học được sao? Một việc nhỏ, ta còn tỏ ra bất lực thì còn nói chi tới chuyện gì lớn khác?! Ngụy biện, đổ thừa là bệnh của hạng người vô trách nhiệm đối với người khác và đối với chính bản thân mình.

Hãy can đảm nhận trách nhiệm và tự kiểm điểm ta. Hãy gắn bó với bản chất và bản sắc Việt Nam của ta. Nhập tịch ngoại quốc, từ bỏ quốc tịch của tổ tiên ta chưa phải là vấn đề chủ yếu có tính cách quyết định về tội quên cội nguồn. Nhập tịch để thuận lợi cho mưu sinh, cho sự di chuyển, nhất là trở về thăm quê hương đỡ nguy hiểm hơn còn mang trong người giấy tờ tị nạn,… Điều cơ bản để buộc tội hay bị buộc tội mất gốc thể hiện ngay trong thái độ khi được nhập tịch và chính trong cách giáo dục, hướng dẫn con cái. Bạn bè có vui lây với cặp vợ chồng tị nạn mở tiệc ăn mừng tờ căn cước quốc tịch Pháp, Mỹ, Úc, Đức, Gia Nã Đại,… với cái tên họ mới Berger Francois, Antony Dog, Hoffmann Schneider hoặc Paul Lành. Cha mẹ Việt Nam nào sung sướng run lên trong ngày cưới của thằng con trai mang tên họ Robert Putin hay của đứa con gái mang tên họ Marie Fontaine chào khách của ba má nó bằng tiếng Pháp, Mỹ, Đức không? Có chớ sao không! Hỡi hồn thiêng đất nước! Hỡi Tổ quốc thân yêu! Hỡi Mẹ Việt Nam đau khổ! Tụi chúng con – những người Việt ly hương, vong quốc xin quỳ xuống, dang rộng hai tay bị đóng đinh trên cây thánh giá chịu tội cho cộng đồng chúng con đã, đang và sẽ quên câu hát tuyệt vời: "Việt Nam mến yêu".

Chế độ nào rồi cũng đổi thay, dù 10 năm, 20 năm, nửa thế kỷ hay tồn tại vững bền tới ngàn năm. Thời gian có làm sông cạn, đá mòn, đời người nối tiếp nhau qua đi, nhưng ngàn đời nước Việt Nam vẫn còn đó: Sài Gòn, Huế, Hà Nội vẫn còn đó; dãy Trường Sơn nối liền Trung – Nam – Bắc vẫn sừng sững, ngạo nghễ đối diện với biển Thái Bình bát ngát vẫn còn đó; Gia Định, Biên Hòa, Vĩnh Long, Đồng Tháp mãi mãi là tên gọi thân thương trên đầu môi chót lưỡi của đồng bào Nam Bộ; Đà Lạt, Ban Mê Thuột, Pleiku, Kon Tum,… vĩnh cửu với thời gian và luôn luôn là đất đai của người Việt cao nguyên; Bình Thuận, Khánh Hòa, Nha Trang, Đà Nẵng, Huế, Thừa Thiên, Quảng Trị,… không bao giờ thuộc ai khác ngoài đồng bào ruột thịt của Cố đô. Và ai có thể lấp vùi được những địa danh thân thương của nhân dân miền Bắc: Hải Phòng, Nam Định, Hải Dương, Lạng Sơn, Thái Nguyên… với Hà Nội 36 phố phường?

Toàn bộ hình ảnh kia của bà mẹ Việt Nam vẫn lồng lộng rực rỡ, hiện hữu và trường tồn. Năm châu, bốn biển còn, nước Việt Nam còn. Nếu tận thế là lời phán xét cuối cùng của Đấng cứu thế có thật, Việt Nam mới cùng chung số phận của thế giới đầy tội lỗi và hận thù này! Bỏ xứ sở ra đi, sống tạm, ở nhờ trên nước người – kẻ nào có đủ can đảm buông ra câu nói phũ phàng, ghê tởm: "Kể từ nay, tôi quên hết quá khứ đau đớn, tủi nhục của đời tôi. Tôi không còn dính dáng tới Việt Nam nữa. Tôi vui sống ở đây và sẽ chết ở đây. Tôi không làm chánh trị, xin đừng đem chuyện dân tộc, Tổ quốc nói với tôi. Tôi sống an phận rồi. Tôi không còn là người Việt nữa, tôi đã thành Mỹ, Pháp, Đức, Canada, Ăng-lê. Tôi đã khai tử tên họ thật của tôi. Bây giờ tôi là Francoise Nguyễn, Marie Trần, Bernard Concorde, Reagan Elizabeth,… Các con tôi nói tiếng ngoại quốc như người bản xứ, nó đã đỗ Tú tài, Cử nhơn, Thạc sĩ, Tiến sĩ,… Chúng nó đã là công dân Mỹ, Pháp, Đức, Anh. Chúng tôi 'xăng-phú'cái xứ Việt Nam lạc hậu, chậm tiến!"

Bé Tư đã nghe rất nhiều vụ vượt biển thành công, thất bại ở Bến Tre, Cần Thơ, Hà Tiên, Rạch Giá và tại Cà Mau. Anh thắc mắc tự hỏi: "Tại sao họ lại trốn đi? Đất nước hòa bình, độc lập, thống nhứt rồi sao không ở lại chung hưởng cảnh non nước thanh bình, thịnh vượng?!"

Dần dà, anh bắt đầu hiểu ra nguyên nhân nào thúc bách dân chúng ồ ạt ra đi. Rồi anh tự giải thích: "Họ ra đi là phải. Họ có lý, họ có quyền chọn lựa đất sống. Nghèo ra đi bị mang tiếng vì kinh tế. Còn giàu ra đi vì cái gì? Có phải vì kinh tế hay vì tự do?!"

Chợt đến khi cả làng, cả xã "xuống dòng", anh hiểu rõ hơn nữa nguyên nhân cao trào vượt biển ngày càng sôi nổi trong miền Nam và ngay cả ở miền Bắc – nơi được tôn vinh là "thành trì cách mạng Xã hội Chủ nghĩa", tiền đồn của chủ thuyết Các Mác, Lê-nin vùng Đông Nam Á! Anh nhủ thầm: "Chúng mình cũng ra đi, dù chưa rời khỏi nước nhà, vẫn là phản ứng, là thái độ chống lại sự áp đặt một nề nếp xã hội mới; ngoại lai không thể, và không bao giờ ăn khớp với truyền thống, lề thói của xã hội miền Nam. Cuộc 'xuống dòng' của quê hương Đồng Khởi là một chứng minh cụ thể, hùng hồn. 'Xuống dòng' không giống với vượt biên, nhưng cả hai có chung một ý nghĩa và nhu cầu đòi hỏi: quyền sống tối thiểu của con người và không khí tự do để thở. Tự do là dưỡng khí, thiếu dưỡng khí động vật, thực vật còn chết, đừng nói tới loài người!"

Bé Tư không bao giờ nghĩ tới vượt biển và tìm hiểu vượt biển phải làm gì, làm thế nào? Thân phận "văn ngu, chữ dốt", một tiếng nước ngoài không biết, nghề nghiệp, chuyên môn cũng không, làm sao anh sống ở xứ người đặng! Anh nghĩ: "Chỉ có nước đi ăn xin thôi, nhưng nghe nói ở các nước tư bản văn minh không có ăn xin, ăn mày. Vậy, ở những nơi đó, còn thứ gì để hạng người như mình kiếm sống nữa không? Vả lại, trước đây mình tham gia kháng chiến đánh Tây, chống Mỹ, tư bản đã không thèm nhận mà còn bắt bớ, tù tội, bầm thây xẻ thịt mình nữa!" Thôi thì ở lại quê hương mình cho yên thân, tuy đói khổ, thiếu tự do, dân chủ, mình vẫn sống. Sống với niềm hy vọng, ước mơ một cuộc đổi thay nào đó và anh sẽ tham gia với niềm hy vọng, ước mơ như thuở nào. Ở lại để chịu đựng chung với toàn dân nỗi bất hạnh lớn nhất trong lịch sử Việt Nam – cơn thịnh nộ trừng phạt nặng nhất của Thượng đế dành cho một dân tộc mang tội làm diệt chủng các dân tộc Chàm, Hời.

Đứng trên bờ, Bé Tư trỏ tay xuống chiếc ghe mui bằng lá rách nát nói với Kháng:

- Nhà cửa của má và tụi em đó. Anh muốn xuống thì xuống.

Kháng kêu lên:

- Trời ơi! Nhà... chúng ta đó sao?

- Chỉ còn chừng ấy thôi. Không còn gì khác nữa!

- Còn ngôi nhà ở Bến Tre?

- Chủ bỏ đi thì người ta tịch thâu nhà. Có gì khó hiểu đâu?!

Kháng nghe đôi mắt cay cay. Chiếc ghe nhấp nhô, cây sào lắc lư theo từng đợt sóng nhỏ vỗ vào bờ. Manh chiếu rách che không đủ kín một mặt mui ghe. Kháng thoáng trông thấy một hình người ẩn hiện bên trong. Anh biết chắc đó là bà Chợ – người mẹ yêu quý của anh. Xa mẹ quá lâu, Kháng không hình dung ra nổi hôm nay bà như thế nào rồi. Bà còn mập mạp, phốp pháp như ngày xưa hay chỉ còn xương bọc da? Có một điều anh chắc chắn nhất là mẹ đã già và yếu như cành khô. Chỉ cần một cơn lốc nhẹ, cành khô sẽ gãy rụng dễ dàng! Chất cay xót của đôi mắt biến thành dòng lệ lăn dài trên đôi má kẻ trở về.

Tú lắc đầu, thở ra:

- Ghe nhỏ xíu xìu xiu! Cỡ này ra biển là chìm liền.

Bé Tư quay qua nhìn Tú. Anh hiểu nhanh ý nghĩ của Tú nhưng

anh không buồn cật vấn. Kháng vịn sào nhảy xuống ghe, quỳ một gối nhìn qua lỗ chiếu. Bà Chợ nằm nghiêng, co quắp, mặt quay vào vách. Bà run se sẽ. Mái tóc bạc trắng bỏ xõa, trải rộng trên mặt gối ngả màu.

Kháng hất tung manh chiếu, bò vào, gọi lớn:

- Má! Má!

Bà Chợ lặng thinh, run rẩy. Kháng nghe rõ tiếng đánh bò cạp. Anh chụp nắm tay mẹ. Cánh tay xương xẩu, da nhăn nhúm, những đường gân nổi vòng như cọng dây dừa đen sẫm đan trên vách lá buông.

Kháng cảm giác đang nắm trong tay khúc xương và từ khúc xương đó, tình mẫu tử như ngọn thủy triều dâng lên cao ngất nhận anh chìm lỉm xuống vực thẳm đại dương.

Anh chói ngộp, gọi to hơn:

- Má! Má ơi!

Anh kéo bà Chợ ngửa ra. Bà Chợ giằng lại, run bần bật:

- Lạnh… lạnh quá…

Kháng nhìn quanh, thấy chiếc mền cũ nát tuột khỏi đôi chân mẹ. Anh chồm tới kéo mền đắp kín người bà Chợ, ôm chặt vào lòng, mếu máo:

- Má ơi! Má! Con… con về đây rồi nè… má ơi!

Bà Chợ đánh bò cạp, run trong vòng tay con trai. Bà chưa biết nó là đứa con nào của mình. Bà đang lên cơn sốt. Người bà nóng hừng hực. Bà phát lạnh, cơn lạnh như bứt lìa ruột gan bà.

Áp đầu vào mái tóc bạc phơ của mẹ, Kháng khóc muồi mẫn:

- Má ơi! Con có tội… lớn đối với má! Con đã bỏ… ba má… anh em ra đi… biệt tăm, biệt tích. Con… đã làm được gì cho đời con, cho… ba má… cho mọi người chung quanh? Không… con… chẳng làm… được gì hết mà! Bất hiếu… con là thằng con… đại bất hiếu… má ơi!

Anh siết chặt hơn cái xác khô run rẩy. Nước mắt thấm ướt tóc trắng. Cơn mưa rào vừa đổ xuống đại dương. Lòng biển cả đang chao động. Vầng mây bé nhỏ đang chụp xuống một góc đại dương. Ngọn gió ấm áp thổi nhẹ qua vùng trời bao la buốt giá!

Cơn tức tưởi gào thét giữa không trung vắng ngắt:

- Má ơi! Con… con đã trở về quê hương của con. Con sẽ ở cạnh bên má… suốt đời con. Con không bao giờ… xa má nữa đâu! Không còn ai, sẽ không còn bất cứ một ai… dụ dỗ, dối gạt con được nữa. Hết… hết rồi má ơi… má ơi!

Từ ngoài mui ghe, tiếng Bé Tư vọng vào:

- Má làm cử đó. Không sao đâu! Cách một ngày là tới cử. Má bị chói nước.

Kháng quát:

- Không sao à? Sốt rét chết dễ như chơi, ở đó mà không sao, không sao!

Giọng Bé Tư bình thản:

- Còn biết sao nữa bây giờ?

Vẫn ôm cứng bà Chợ, Kháng gắt:

- Tại sao không cho má uống thuốc men gì hết vậy?

- Có uống chớ sao không! Nhưng bịnh má không thuyên giảm.

- Sao không đưa má đi nhà thương? Ở đó, người ta có đủ thuốc men trị liệu, còn lỡ có gì, người ta cũng có dụng cụ chuyên môn cứu má chớ!

Bé Tư vẫn bình tĩnh:

- Nếu anh muốn thì cứ việc chở má đi nhà thương đi!

- Còn mầy thì sao? Mầy muốn để má chết ở… nhà đây à? Đồ con bất hiếu! Còn thằng Công đâu? Nó cũng bỏ bà già nằm một mình chờ chết à?

Mặt Bé Tư cau lại:

- Anh nói ai bất hiếu?

- Tao nói mầy, mầy và thằng Công!

- Còn anh thì sao? Chỉ có anh là thằng con có hiếu à?

Kháng lúng túng. Anh vừa hụt chân té xuống bãi lầy. Anh gượng gạo:

- Nhưng… dẫu sao mình cũng phải chạy chữa cho má chớ. Hổng lẽ để má nằm đây chờ chết sao?

Bé Tư bò ra đằng lái ghe, nhúm lửa nấu nước sôi pha trà cho mẹ. Anh nói trổng:

- Sanh con, nuôi con lớn lên trong thời loạn lạc, nhiễu nhương, cha mẹ vô phước lắm. Con cái mỗi đứa mỗi nơi, đuổi theo ảo ảnh, chạy theo những tay quỷ thuật với tham vọng đặt chơn vào cảnh giới thiên đường! Hứ, chỉ là lọn cỏ non treo trước miệng ngựa, bọt xà bông chiếu đủ màu sắc của ánh mặt trời!

Bà Chợ bớt run. Bà nằm im trong vòng tay Kháng một lúc, hỏi giọng mệt nhọc:

- Đứa nào… ôm tao vậy?

Kháng cúi xuống hôn mẹ:

- Con, con đây má!

- Tại sao ôm tao?

- Vì má làm cử, phát lãnh. Con… sưởi ấm má!

Bà Chợ tỉnh dần. Bà ngỡ mình nằm trong vòng tay của Bé Tư hoặc Công. Bà lấy làm lạ. Chưa bao giờ Bé Tư và Công ôm bà, sưởi ấm bà mỗi lần bà làm cử rét. Hai đứa chỉ đắp mền cho bà, ngồi canh chừng bà, cho bà uống thuốc cảm thôi. Bỗng lần này, có đứa ôm bà và hôn lên trán bà nữa.

Kháng dịu dàng hỏi:

- Má đã khỏe lại chưa hả?

Nghe giọng nói hơi khác, bà Chợ ngóc đầu lên, nheo mắt nhìn bếp lửa, thấy Bé Tư đang ngồi xếp bằng ngó bà.

Tưởng lầm là Công đang ở cạnh mình, bà Chợ hỏi:

- Ủa, bữa nay không đi gặt lúa cho người ta sao vậy Công?

Kháng đính chính:

- Không phải Công đâu má! Con... là Kháng con của má đây!

Bà Chợ khẽ giật mình. Bà gượng ngồi lại ngay ngắn, đôi tay Kháng vẫn nắm vai bà. Bà lẩm bẩm:

- Kháng... Kháng... con tôi?

Bà quay phắt lại, chống hai tay ra sau, ngả người, nhíu mày nhìn Kháng. Kháng tươi cười, chồm tới sát mặt mẹ:

- Má! Má nhận ra con không? Con là Kháng đây nè!

Mắt bà Chợ đứng tròng. Bà ngả người ra sau một chút, tập trung tâm trí khai quật hình bóng ngày xưa của thằng con trai yêu quý trên nét mặt xa lạ của người đàn ông đối diện. Bà chưa nhận ra Kháng. Bà chưa tìm thấy nơi Kháng nét mặt của Kháng con bà. Kháng ngày xưa khác quá nhiều với Kháng bây giờ, Kháng ngày nay!

Bà còn nhớ rõ, không bao giờ bà quên được mặt mũi con bà lúc bà khóc muồi mẫn tiễn chân nó lên tàu tập kết. Tuy nó đã 19 – 20 tuổi đầu, chiến đấu gian nguy khắc sâu trong ánh mắt thâm đen vì thiếu ngủ, Kháng vẫn còn là đứa con đầu lòng yêu quý của bà. Bà đứt ruột đứt gan khi phải lìa xa nó dù trong nhiều năm tháng qua, Kháng vẫn sống xa nhà, nhưng nếu nó còn sống và còn hoạt động trong Nam, nó vẫn thỉnh thoảng lén tạt về nhà thăm bà, cho bà thấy mặt nó. Tập kết ra Bắc, đối với bà, Kháng đi xa quá, xa như đi ngoại quốc, xa như tử biệt không còn bao giờ gặp lại bà nữa!

Bà nào biết Bắc là ở đâu? Bà chỉ biết miền Bắc cũng là Việt Nam như miền Trung, Huế gì gì đó cũng là Việt Nam, nhưng bà cảm thấy những miền đất nước đó quá xa đối với làng, thôn nơi bà đang ở. Sài Gòn chỉ cách Bến Tre trăm ngoài cây số mà từ nhỏ tới lớn, bà còn chưa lên tới Thủ đô cho biết với người ta! Cả đời bà chỉ quanh quẩn giữa rừng dừa bạt ngàn, cặm cụi vất vả, sớm nắng chiều mưa nuôi chồng, nuôi con.

Trên hai mươi năm bặt tin, bà những tưởng con trai bà đã chết ở Bắc. Bà đã từng khóc chồng sớm bỏ vợ con trở về với cát bụi, bà lại khóc con, khóc từng thằng con cũng bỏ bà đi biệt. Ngày đoàn tụ chợt đến giữa lúc bà sắp kiệt sức đợi trông. Mừng khóc hết nước mắt khi Thành, Công còn sống sót từ chiến khu Đ trở về, bà lại khóc hết nước mắt đi thăm Chiến trong trại cải tạo Long Giao.

Trái tim bà nứt rạn, vỡ đôi. Một nửa cho bên này của đám con: Kháng, Thành, Công; một nửa cho Chiến – đứa con bất hạnh, kẻ chiến bại!

Bà lắp bắp:

- Kháng... Kháng là...

Kháng với nắm vai mẹ, lắc nhè nhẹ:

- Là con của má. Má... con đã... về rồi đây má!

Nước mắt bà Chợ lại ứa ra, giọt nước mắt kẹo lại, dòng lệ còn sót lại như một con suối sắp cạn nguồn. Giọng bà run run:

- Con... đó sao? Con là Kháng... của má đó sao?

Kháng lết tới, ôm chầm lấy mẹ, khóc rấm rứt:

- Má ơi! Xa má mấy chục năm trời... con nhớ má quá. Ở chiến khu con hay tin ba chết, con không về... thọ tang được. Những ngày... gởi thân trên đất Bắc... nghiệt ngã, con buồn nhớ má, các em, con khóc hoài. Con lo cho sức khỏe, tuổi già của má, không biết con còn... gặp lại má trước khi má... theo ba không?

Bà Chợ như một cây khô trụi lá vừa được tưới vào gốc một thùng nước mát. Lòng bà tựa hồ sa mạc khô cháy vừa đón hứng một cơn mưa rào. Bà muốn khóc thật nhiều cho hả cơn tủi buồn, vui mừng gặp lại đứa con đầu lòng bà yêu quý nhất, nhưng nước mắt không còn nhiều nữa.

Bà ôm mặt Kháng trong hai tay, nhìn chòng chọc gương mặt thân thương ấy. Kháng chống hai tay, chồm tới trước để mẹ nhìn rõ mắt mũi mình hơn.

- Con... khác trước... nhiều quá!

Kháng mỉm cười:

- Con già rồi má à! Ngày ra đi, con chỉ hai mươi ngoài. Nay con đã 45 tuổi rồi. Hai mươi mấy năm trôi qua, con đã thành người lớn.

Bà Chợ vuốt tóc con, thấy một nửa mái đầu Kháng đã muối tiêu. Bà gượng cười nói đùa:

- Con giống ba con như hai giọt nước. Gặp con ở ngoài đường, bà con quen biết tưởng đâu ba con sống lại. Mới đây mà con đã gần bằng tuổi ba con lúc ông qua đời!

- Má, ba đau chết hay là bị giặc giết vậy hả má?

- Ông chết vì rượu. Tụi con đi hết trơn hết trọi, ông buồn mượn rượu giải sầu. Nhậu li bì, ông đau gan. Ông không chịu trị bịnh, tiếp tục uống rượu miết cho đến ngày ngã quỵ! Sao con không dìa Nam sớm như số đông dân tập kết khác mà tới bây giờ mới dìa?

Kháng cau mặt lại, trừng mắt nhìn ra sông, chửi đổng:

- Quân khốn kiếp! Bọn chó má!

Bà Chợ ngơ ngác:

- Con chửi ai vậy?

- Bọn đầu trâu mặt ngựa chơi xỏ con không cho con hồi kết sớm như mọi người. Chúng nó ghét con vì con chửi bới nó luôn luôn, chúng nó nại lý do nhu cầu công tác và chuyên môn của con, ép con tiếp tục công tác vài năm nữa mới thả con trở về quê quán. Con xin đi phép về thăm gia đình, chúng cũng không cho. Đôi lần con trốn về, chúng biết được cho người theo con kè kè không rời nửa bước.

Bé Tư châm trà rót ra ly cho mẹ rồi lặng thinh bò ra khỏi mui ghe lên bờ.

Kháng gọi:

- Thành, em đi đâu vậy?

Bé Tư đáp trổng:

- Lên bờ thở một chút cho khỏe!

Kháng hỏi mẹ:

- Má, tánh tình thằng Thành khó hiểu quá vậy má? Thường ngày nó có kỳ chướng vậy không?

Bà Chợ lắc đầu thở ra:

- Từ ngày có vợ tới giờ, nó thay đổi hung lắm. Nó sợ vợ dữ lắm!

- Bộ vợ nó dữ dằn lắm sao?

- Dữ thì không thấy đâu, nhưng con vợ nó không ưa má, tâu vô nói ra, đầu độc thằng Thành.

- Nó tâu vô nói ra giống gì?

- Nó méc với chồng nó là má ăn hiếp nó, không thương nó, cảnh mẹ chồng nàng dâu làm nó khổ đủ thứ hết.

- Bộ Thành nó nghe lời vợ nó sao? Nó có hỗn ẩu với má không?

Bà Chợ chép miệng:

- Hỗn ẩu nó hổng dám, nhưng…

- Nhưng sao?

- Nó không dám rầy vợ nó gì hết. Mỗi khi có chuyện hục hặc giữa má và con vợ nó, nó làm thinh, đứng giữa không binh má!

Kháng mỉm cười. Anh nhìn ra mũi ghe, cảm thông nỗi khổ tâm của thằng em trai bị giằng co giữa bên tình bên hiếu.

Bà Chợ hỏi một câu làm Kháng bối rối:

- Gặp lại con, Thành nó có mừng lắm không?

Kháng lúng túng:

- Dạ… dạ mừng lắm chớ, nhưng…

- Nhưng sao? Nó làm gì con?

Kháng đánh trống lảng:

- Má, Công nó đâu rồi?

- Nó đi gặt mướn cho người ta. Nó giỏi lắm. Nhờ nó, má ăn no, khỏi ăn độn!

- Ăn độn?

Bà Chợ hớp ngụm trà nóng. Mùi trà hơi mốc, nhưng bà nghe thơm ngát trong lòng. Trà do Hồng mua tặng bà cách nay một tuần. Nghe bà đau, nàng đến thăm, đem theo ít thuốc cảm, trà, dầu nóng Hồng Kông và ít tiền; Bé Tư, Công áy náy không muốn nhận tiền, nhưng Hồng nài ép mãi. Đối với bất cứ ai trong đoàn "xuống dòng" đau ốm, Hồng đều giúp đỡ hoặc ít hoặc nhiều. Vai trò của nàng nổi bật và mọi người xem nàng như một ân nhân!

Bà Chợ hỏi lại Kháng:

- Con mới về Nam, bộ chưa thấy cảnh bà con trong nầy ăn độn bắp, khoai và có gia đình phải ăn bông cỏ thay cơm, cháo hay sao?

Kháng gật đầu:

- Dạ, dạ có!

- Vậy sao con hỏi tại sao nhà mình phải ăn độn?

Kháng đấm tay lên ván ghe:

- Trời ơi! Miền Nam là kho lúa gạo của cả nước mà bây giờ nhơn dân phải ăn độn bắp khoai và nhịn đói nè trời!

Bà Chợ cười mỉa:

- Cũng tại tụi con hết. Hồi còn Quốc gia, hai bên đánh nhau dữ tợn ngày đêm, ruộng lúa lúc nào cũng đầy đồng, gạo thóc dư thừa, dân trong nước ăn hông hết, chánh phủ đem xuất cảng ra nước ngoài. Tụi con ở trong bưng, trong biền cũng có cơm ăn đầy đủ. Vậy mà bây giờ cả nước thiếu gạo ăn, người dân phải ăn độn, ăn cháo trừ cơm. Tôm cá dưới ruộng, dưới sông rạch ngày càng ít đi. Heo gà, vịt ngỗng mắc mỏ vì bà con không dám nuôi nhiều sợ bị kiểm kê, sợ bị thu mua theo giá chánh thức, không đủ thực phẩm cho chúng nó. Luôn trái cây, rau cỏ, giống gì cũng khan hiếm. Thiên hạ chặt cây, đốn cây ăn trái làm củi chụm để khỏi bị đóng thuế sản xuất.

Bà lắc đầu thở ra, tiếp luôn:

- Cái nạn thủy lợi, hợp tác xã nông nghiệp là hai nguyên nhơn phá hoại mùa màng, làm cho lúa cao, gạo kém, củi quế gạo châu đó con!

Kháng cắn chặt răng, mím môi lắng nghe lời bình giải của mẹ. Chính sách nông nghiệp của chính phủ miền Bắc đã từng làm anh run sợ khi anh tin chắc rằng rồi đây, chính sách ấy sẽ đem áp dụng vào miền Nam – quê hương anh. Còn bị "giam hãm" ở Xã hội Chủ nghĩa, đọc báo thấy những thành tích thi đua thủy lợi, hợp tác hóa nông nghiệp, Kháng phì cười, quả quyết đó chỉ là những bài báo nói láo, tuyên truyền trắng trợn và toàn là thành quả tưởng tượng nhằm cổ xúy, thúc đẩy nhân dân Nam Bộ rơi vào quốc sách, chủ trương đường lối của Đảng, nhà nước.

Sống mấy chục năm trời ở giữa "đoàn xiếc nhà nước", anh còn lạ gì những trò ảo thuật mà mắt khán giả nữa! Anh lo và sợ, nhưng anh không thể tránh được cho nhân dân miền Nam cái trò mà mắt ấy. Người ta bắt miền Nam phải học tập gương sáng của miền Bắc Xã hội Chủ nghĩa – thành trì cách mạng thế giới, đỉnh cao trí tuệ của nhân loại, nâng miền Nam lên ngang bằng với miền Bắc!

Kháng từng kêu lên: "Vậy là chết rồi! Miền Bắc Xã hội Chủ nghĩa có gì đâu mà bắt miền Nam phải tiến lên ngang bằng với nó? Thằng Tí vừa nghèo lại vừa dốt. Bắt thằng Tèo giàu có, thông minh phải tiến lên ngang bằng với thằng Tí thì còn ai hiểu ra sao nữa?!"

Kháng ôm mặt, tức tưởi:

- Miền Nam đã tới hồi mạt vận rồi! Người ta đem cái khuôn miền Bắc đặt vào miền Nam… đúc hai miền giống hệt với nhau! Chết… chết đói hết!

Bà Chợ lặng thinh. Bà nhìn thằng con trai đang mặc đồng phục cán bộ, mang chức sắc đảng viên, đại diện cho một chính quyền khắc nghiệt, dữ tợn như con rắn hổ mang đang ngóc cao đầu sẵn sàng mổ chết bất cứ ai động tĩnh!

Bà muốn biết máu huyết đứa con còn thuộc dòng họ Nguyễn hay đã bị thay thế bởi máu huyết dòng họ Hồ rồi? Nó còn nguyên vẹn là Kháng – con đẻ của bà hay nó đã biến chất thành con người Cộng sản mất rồi?! Khí phách ngang tàng, bộc trực, ngay thật, nóng nảy mà đầy đạo nghĩa của người miền Nam có còn luân lưu trong mạch máu của nó không, hay nó đã hóa kiếp thành những kẻ "nói thương mà ghét, nói ghét mà thương", xảo trá, điêu ngoa, xem tình nghĩa như trò đùa cợt, thủy chung như ngu xuẩn, dại dột; cha mẹ, chồng vợ như bạn bè, quen biết và sự chào đời của một hài nhi chỉ là kết quả của một phút tình dục kích thích giữa trai và gái!

Bà tìm hiểu Kháng còn nghĩ tới bổn phận của nó đối với cha mẹ, anh em, lối xóm láng giềng không hay là nó chỉ tôn thờ mỗi một người, tuyệt đối trung thành với một đảng và trên đầu cổ nó chỉ đội có một siêu cường?

Kháng lắc đầu thở ra:

- Má ơi! Đã hết rồi má ơi! Mẹ Việt Nam chúng ta… đang hấp

hối. Còn phương cách gì chạy chữa, cứu gỡ nữa đâu! Hỡi hồn thiêng Tổ quốc! Hỡi anh linh của muôn triệu chiến sĩ yêu nước của chín năm kháng chiến! Hỡi quê hương Đồng Khởi, nôi cách mạng Cà Mau! Con thề… con phải làm một cái gì xứng đáng cho Tổ quốc, dân tộc con!

Bà Chợ mỉm cười:

- Con chỉ là một con én, con én quê, con làm sao kéo nổi một mùa Xuân mà con thề với thốt?!

Kháng đưa nắm tay ra trước, gằn giọng, mắt sáng quắc:

- Một con én không làm nên một mùa Xuân, nhưng nhiều cánh én, muôn triệu cánh én sẽ kéo nổi một mùa Xuân. Con sẽ tung cánh lên bầu trời trước nhứt, réo gọi những bè bạn, đồng chí khác, rời bỏ thực tế đông giá, buốt lạnh cùng bay lên kéo mùa Xuân ấm áp huy hoàng về cho quê hương, Tổ quốc nầy.

- Con dám làm không?

- Con đã dám làm trước đây, tại sao lại hèn nhát không dám hy sinh đời mình thêm một lần nữa chớ? Ai cũng chết, chết chỉ một lần và chết cho lý tưởng của mình, thưa má, cái chết ấy có đáng tiếc rẻ không?

Bà Chợ vuốt má con:

- Má tin con và tự hào về con. Con còn là con của má, của dòng họ Nguyễn nầy. Nhưng còn chuyện vợ con của con thì sao?

Đang hăng tiết, Kháng vung tay:

- Con đạp bỏ hết. Mẹ cha là cao quý tuyệt đối, con đã bỏ tất cả ra đi vì chuyện nước non thì sá gì vợ với con?

- Dù sao con cũng phải giải quyết chuyện hôn nhơn giữa con và Trâm chớ? Nó còn chờ đợi con hay nó đã có chồng khác rồi, con phải biết rõ để lo chuyện khác.

Nét mặt Kháng vụt biến đổi. Cơn lốc đang gào thét cuốn bay bụi cát bỗng lắng xuống, im lìm. Bà Chợ giục:

- Sao hả Kháng?

Tiếng gọi từ trên bờ vọng xuống cứu Kháng ra khỏi cơn bối rối:

- Bé Tư ơi! Bé Tư!

Bà Chợ ngước nhìn lên:

- Gì vậy? Ai gọi thằng Thành vậy cà?

Chiếc ghe tròng trành, một người vừa nhảy xuống mũi ghe, hỏi giọng gấp rút:

- Mầy đâu rồi hả Tư? Tư ơi, Tư.

Bà Chợ đã nhận ra người vừa chui vào ghe. Bà ngạc nhiên:

- Ủa, Nhiều, con đi đâu đây? Con kiếm…

Trông thấy Kháng, Nhiều ngưng lại, miệng há ra. Hiểu ý Nhiều, bà Chợ bảo:

- Hổng sao đâu con! Kháng – con của bác, anh ruột của thằng Thành đó con!

Nhiều ấp úng:

- Là… là anh ruột của… Bé Tư?

- Phải, Kháng nó từ ngoài Bắc vừa về tới. Có chuyện gì mà con kiếm thằng Thành tở mở vậy hả?

Nhiều bò vào trong, nói khẽ vào tai bà Chợ. Mặt bà tái mét, cắt không còn chút máu. Bà run rẩy:

- Trời ơi! Tại sao vậy hả?

Nhiều lại thì thầm bên tai bà Chợ. Kháng theo dõi hai người nhưng anh chưa hiểu ra chuyện gì. Bà Chợ chụp tay Kháng lay gọi:

- Kháng, con! Đi cứu em con, mau đi. Trời ơi là trời!

Kháng giật mình, quay sang hỏi Nhiều:

- Chuyện gì vậy anh? Cứu… cứu ai? Thành em tôi…

Bà Chợ đập tay vào mui ghe, gào khóc:

- Trời ơi là trời! Con tôi… thằng Công… bị người ta bắt rồi, trời ơi, trời!

Kháng cau mặt lại, trừng mắt hỏi Nhiều:

- Ai… ai bắt Công, em tôi? Tại sao… tại sao nó bị bắt chớ?

Anh chụp ngực Nhiều lắc mạnh:

- Nói, nói mau! Ai… ai dám bắt… em tôi hả?

Nhiều bị sức mạnh giật tới, lui. Anh lắp bắp:

- Hổng… hổng phải tui… bắt nó mà! Hổng phải tui…

Kháng càng lắc người Nhiều mạnh hơn:

- Vậy, vậy chớ ai hả? Nói, nói mau lên!

- Công… công an xã… bắt nó mà! Buông… buông tôi ra coi! Có phải tui đâu mà… ông làm dữ vậy chớ?

Bà Chợ mếu máo:

- Tui… chỉ còn mỗi mình nó… nuôi sống thôi… người ta lại bắt nó rồi, nè trời! Rồi… ai nuôi tui nữa đây…

Buông áo Nhiều ra, Kháng thúc hối:

- Tại sao Công nó bị công an xã bắt, anh nói lẹ ra cho tui biết đi. Mau lên!

Nhiều kéo lại ngay ngắn áo bà ba đen, vuốt tóc, thuật lại tai biến đã xảy tới cho Công.

Gặt xong sào ruộng cuối cùng, Công gánh lúa về cho chủ – ông bà Hà Văn Ngoạn. Giữa sau nhà đang diễn ra cuộc thu mua lúa của Ủy ban nông nghiệp xã.

Cảnh – con trai ông bà Ngoạn và Vui – em gái Cảnh đứng quan sát, canh chừng cán bộ nông nghiệp cân lúa nghĩa vụ và lúa "bán chịu" cho nhà nước. Canh chừng không chỉ có nghĩa sợ dư, thiếu cân lượng, số thuế quy định mà còn sợ cán bộ nông nghiệp gian lận số bao, số ký-lô, đồng thời khỏi bị lộ tẩy mánh mung của khổ chủ: trộn lẫn vào lúa nào là trấu, nào là cát, sạn, nào là những gì có thể tăng thêm trọng lượng!

Mỗi lần cân xong một bao lúa, hai bên – người nộp thuế và kẻ thu thuế ghi vào sổ của mình số bao và số ký. Vui vừa nghe tên cán bộ đọc số khác với anh trai, dừng tay xúc lúa vào bao, phản đối: "Hổng đúng! Sai rồi". Cán bộ hất hàm: "Sao? Cái gì không đúng?"

Vui gạt mồ hôi trên trán:

- Được 27 bao và tất cả là 2 tấn rưỡi rồi!

Cảnh gật đầu:

- Đúng rồi, 27 bao tức là vạ.

Cán bộ nông nghiệp nạt:

- Đừng nói bậy. Chỉ mới có 26 bao thôi, tức là... Đừng có ăn gian, biểu lộn!

Vui nhất quyết:

- Tui nói 27 và 2 tấn rưỡi. Hổng tin, ông đếm lại đi.

Cảnh phụ họa:

- Đây nè, sổ của tui ghi đây, ông coi đi!

Tên cán bộ cũng chìa ra sổ của hắn:

- Quyển sổ của tôi đây nè, mấy người coi đi! Tôi ghi rõ ràng 26 bao!

Cảnh giật mạnh quyển sổ trong tay:

- Tôi cũng ghi rõ ràng 27 bao!

- Không! Nhất định chỉ mới 26 bao thôi!

- Không! Nhất định đã 27 bao rồi!

Hai bên cãi vã, mới đầu nhỏ tiếng, dần dần to tiếng, gắt gỏng rồi muốn dẫn tới cuộc ẩu đả. Người nói 27, kẻ nói 26, không ai chịu thua ai.

Công bước tới can thiệp. Anh chỉ đống bao lúa trước mặt:

- Cần gì phải cãi lẫy như vậy? Cứ đếm số bao kia kìa thì biết ngay kẻ nào biểu lộn, gian dối.

Vui quăng cái xẻng lên đống lúa, tru tréo:

- Còn nguyên đâu mà đếm với không đếm. Ông cho nhơn viên của ông chở xe ba bánh về xã hết phân nửa rồi.

Công ngó tên cán bộ:

- Sao lại chở đi? Đợi đủ rồi chở đi không được sao?

Tên cán bộ trợn mắt hỏi:

- Mày là ai, là gì của nhà này mà hỏi lôi thôi thế kia hả?

Công rùn vai:

- Tôi chỉ là dân. Dân thấy chuyện vô lý ra miệng binh vực lẽ phải không đặng sao? Chở đi lúc chưa có tổng số là sai nguyên tắc nếu không muốn nói là có gian ý. Ai có tật thì nhúc nhích!

Ba bốn gia đình đang chờ tới lượt dâng nộp mồ hôi nước mắt của mình, ngó lom lom tên cán bộ. Họ lo sợ cho Công và lo sợ cho chính mình. Lỡ bị ăn gian, số lúa còn lại cho gia đình theo luật định sẽ không đủ ăn tới vụ mùa sau. Ủy ban nông nghiệp đã tính toán thật kỹ mỗi đầu người trong hộ ăn vừa đủ no ngày hai bữa cơm độn trọn một vụ mùa ba tháng. Còn dư bao nhiêu phải nộp nghĩa vụ và bán chịu cho nhà nước. Hộ nào ăn mạnh hoặc tiếp khách, bà con thân nhân sẽ thiếu gạo và phải tự túc bằng cách xoay sở mua gạo giá chợ đen. Ai không làm thêm gì khác có tiền ăn gạo chợ đen, phải hoặc sáng cháo, chiều cơm hoặc độn khoai lang, khoai mì, bắp súc vật hay ăn bông cỏ thay cơm vậy! Nhà nước không có trách nhiệm gì trong chuyện ăn no, ăn thiếu, ăn độn của dân. Nhà nước Xã hội Chủ nghĩa anh minh đã tính toán đâu vào đó cho dân rồi!

Muốn đảm bảo phần nào bao tử của bản thân và gia đình, nông dân phải tìm lối thoát: lúa chưa chín, họ đã tuốt một nửa vào ban đêm đem cất giấu dưới hầm bí mật, trên máng xối, nóc nhà bếp rồi tới mùa gặt khai báo thất thu để xin miễn thuế, miễn đóng góp nghĩa vụ. Đêm đêm, họ lấy ra từng ký lúa, vã lén, xay lén đủ cho cả nhà, chồng vợ con cái ăn vừa no trong ngày; nếu không làm vậy, bà con trộn trấu, cát, đất, sỏi đá nhuyễn vào lúa hay tưới nước lên trên cho thêm trọng lượng. Làm sao cho một vụ lúa thành vụ mốt, vụ hai. Thêm được chút nào hay chút nấy. Nhà máy xay lúa cũng trổ mánh gần giống như vậy. Họ xay lúa ra gạo, tấm, cám. Dầu chạy máy chỉ được nhà nước cấp phát với giá chính thức vừa đủ hoạt động kiếm đồng lời sinh sống. Muốn xay thêm, chủ nhà máy phải mua xăng, dầu giá chợ đen. Dân đem lúa tới xay hoặc trả tiền công tính theo vựa lúa hay vạ gạo hoặc chia phần trăm với chủ. Có nhà máy chỉ lấy phần cám và tấm tùy theo điều kiện giao ước từ trước giữa khách và chủ.

Chủ nhà máy không ngần ngại mở rộng bộ phận xay nghiền cho hột lúa lọt qua dễ dàng không bị bóc vỏ hoặc rải thêm vào lúa vài ký đá, sỏi, cát, sạn. Xay lúa cho dân, họ "chơi mánh" ít hơn. Xay lúa cho hợp tác xã, họ lạnh lùng "chơi mánh" thẳng tay. Số gạo, tấm, cám thặng dư, họ chia đôi với cán bộ phụ trách.

Trải qua nhiều giai đoạn "mánh mung", gạo tới miệng nhân dân qua tổ lương thực phường, khóm với giá chính thức, chỉ là thứ gạo pha trộn xà bần. Cơm nấu chín màu xám xịt, nhai không khéo cắn nhầm hột đá, hột sạn gãy răng như chơi! Mỗi khi nhai nghe "cốp" một cái, thực khách ôm miệng nhăn mặt, chủ nhà mỉm cười, pha trò:

- Xin lỗi, sạn nấu thiệt lâu mà vẫn chưa chín!

Ông già, bà cả ở không đâm ra buồn chán, ngày ngày đem gạo hợp tác xã ra sàng, đãi, lượm thóc, cát, đá, sạn. Gà, vịt quen cử kéo tới vây quanh chờ thóc thảy ra mổ lia lịa, no tới gần bể bầu diều!

Tên cán bộ nghe Công xiên xỏ cảm thấy nhột nhạt. Hắn đã ghi sụt một bao. Hắn đã thấy một số bạc nằm gọn trong túi. Hắn trỏ tay vào mặt Công, trợn dọc:

- Mày… mày to gan dám nói ông gian lận ư? Bằng cớ ở đâu chớ?

Công bình thản:

- Bằng cớ ở chỗ ông cho chuyển trước gạo thóc về cơ quan khi tổng số chưa được kiểm nhận lần cuối cùng.

Liếc thấy một người đang xách thùng nước tới cạnh đống lúa của một gia đình sắp làm "nghĩa vụ", tên cán bộ hét lên:

- Ê, thằng kia! Mày làm gì đó hử? Định tưới nước vào lúa cho thêm ký phải không?

Đặt thùng nước xuống đất, người kia làm mặt ngơ ngác đáp:

- Dạ, dạ đâu có! Tui… xách nước chờ chút nữa… rửa tay đó mà!

- Câm mồm lại đi. Mánh mung của tụi bây, ông biết hết rồi. Đừng hòng qua mặt ông!

Hắn quay sang, đe dọa Công:

- Chuyện không dính dáng gì tới mày. Đi chơi chỗ khác cho cán bộ làm việc.

Công nghiêm nghị:

- Tôi chỉ đi chơi chỗ khác chừng nào ông sửa con số 26 thành 27.

Hắn lại liếc thấy một người ở bên trái xách một cái bao vải len lén tới cạnh đống lúa. Hắn quát tháo:

- Tên kia! Xách cái bao gì đó hả? Định quăng cát, đá, sỏi vào lúa phải không?

- Dạ, đâu có! Bao đựng lúa mà! Tôi phòng hờ không đủ chỉ tiêu nghĩa vụ sẽ… bỏ thêm vô cho nó đủ!

Tên cán bộ vẫy tay:

- Đem, đem tới đây xem. Không phải lúa mà là cát, sạn, mày sẽ chết!

Công cứu người nọ:

- Sao, ông có chịu sửa số 26 thành 27 không để tôi còn đi chơi chỗ khác!

Tên cán bộ nói nhỏ vào tai thuộc hạ. Tên thuộc hạ ngó Công, gật đầu rồi cắm đầu chạy ra cổng nhà ông bà Ngoạn.

Vui tới sát bên Công, thì thầm:

- Ổng kêu lính tới đó anh. Trốn đi! Hổng sao đâu, mất một bao, tụi tôi đành chịu vậy. Anh đi đi, mau lên. Ngày mai, anh trở lại, tụi tôi trả hết tiền gặt cho anh.

Công vẫn đứng yên, nói lớn cốt cho tên cán bộ nghe lọt:

- Tôi cóc có sợ. Tôi ở đây chờ lính tới. Tôi sẽ làm sáng tỏ vụ gian lận nầy. Cai trị dân không cho thêm dân thì thôi sao lại còn ăn gian, ăn lận của dân? Nếu đây không phải chủ trương của chế độ thì là tác phong thiếu đạo đức cách mạng của viên chức tham ô, thúi nát.

Tên cán bộ xốc tới:

- Mày nói ai… tham ô, thối nát?

Công đẩy ngực hắn ra:

- Ê, xê ra nghe cha nội! Cà xốc nước đau đòn đó.

- Mày… mày dám… đánh ông không?

- Muốn biết dám hay không, ông thử chạm tới người tôi đi. Mà cũng không cần chạm tới người tôi nữa, chỉ cần ông chửi tôi một tiếng, ông sẽ thấy ngay thằng Năm Công nầy dám hay không liền hè!

Cảnh, Vui khuyên can Công. Tên cán bộ thất sắc, nhưng cố nói rán rửa mặt với mọi người chung quanh:

- Chống lại cán bộ đang thừa hành phận sự là chống lại cách mạng. Chống cách mạng là chống lại nhân dân, chống lại Đảng, phá hoại Chủ nghĩa Xã hội. Phá hoại Chủ nghĩa Xã hội là phá hoại phong trào vô sản giải phóng loài người, làm tay sai cho Mỹ, ngụy, cho đế quốc tư bản.

Công bật cười. Tên cán bộ trừng mắt:

- Sao mày cười? Tao nói vậy không đúng sao?

Ôm bụng cười một chặp, Công lắc đầu thở ra:

- Nghe ông nói sao tôi thấy giống con két hay một đứa học trò trả bài chánh trị quá! Thôi đi tía nó ơi! Bọn tụi nầy đã nghe mòn cái lỗ nhĩ từ khuya rồi. Đừng lặp lại nữa, tụi nầy ói ra bây giờ.

Tên cán bộ ngơ ngác:

- Ô hay! Đó là lời Bác Hồ dạy cơ mà!

Công rẩy rẩy bàn tay, cười khẩy:

- Thôi, thôi! Đừng đem bác với chú ra đây dọa tụi nầy nữa.

Anh ngửa mặt lên trời, gọi to:

- Bác ơi Bác! Bác chết rồi, hồn Bác có linh thiêng không? Bác có nói kháng chiến sau nầy sẽ trở thành Cộng sản không? Bác có chủ trương đem bọn Bắc Kỳ vào miền Nam ngồi trên đầu trên cổ nhơn dân Nam Bộ không và Bác có biến vùng đất nầy trở thành địa ngục trần gian không? Bác có muốn tôi giết thằng Bắc Kỳ nầy không?

Có tiếng cười và vỗ tay vang lên. Tên cán bộ giật mình, lùi nhanh ra sau. Hắn lắp bắp:

- Ạ, rõ ràng là… phản động rồi đây mà! Bọn Va-sinh- tông! Bọn Va-sinh-tông![3]

Công định nhào tới hạ đo ván hắn, nhưng Cảnh đã ôm chặt anh, can gián:

- Thôi, thôi đi Công! Bỏ qua đi! Đừng liều lĩnh không có lợi.

Công gằn mạnh:

- Vô đất nước linh thiêng nầy, tụi nó đừng có hòng hốt của cải đem về ngoài vinh thân phì gia, cũng đừng tưởng bở đè đầu, đè cổ dân Nam Bộ nầy. Ăn dọng mồ hôi nước mắt của dân, chúng nó phải trả một giá rất đắt. Đừng mơ mộng áp đặt cái thứ xã hội ngoại lai vào cơ cấu xã hội miền Nam nầy. Còn lâu! Còn khuya!

Có tiếng chân người chạy rần rật từ cổng rào vào trong sân. Một toán công an, du kích võ trang tận răng, hùng hổ xáp tới vây bắt Công.

Tên cán bộ hò hét:

- Các đồng chí! Trói tên phản động ấy lại ngay. Nó là CIA, tay sai Mỹ ngụy vừa chửi bới cách mạng, Bác và Đảng!

Công cố vùng vẫy không thoát ra được vòng tay của ba bốn du kích. Anh lĩnh mấy cái tát như trời giáng và vô số quả đấm túi bụi vào người. Máu mũi anh phun ra, mặt mày bầm tím.

Công an, du kích lôi xếch anh đi. Vui ôm mặt khóc ngất. Bà con chung quanh rưng rưng nước mắt nhìn theo anh. Cảnh trợn mắt nhìn đổ lửa vào mặt tên cán bộ nông nghiệp. Còn hai tên du kích ở lại bảo vệ hắn. Hắn cười khoái trá rồi nghiêng mặt lớn tiếng:

- Vậy ai còn dám chống đối nữa không? Đối với cách mạng, kẻ có tội bị trừng trị, người có công sẽ được tưởng thưởng xứng đáng. Cách mạng thật công bằng, liêm chính. Ai làm nghĩa vụ tốt sẽ được ban khen. Nào, tiếp tục bổn phận công dân tốt đi!

(3) Va-sinh-tông: Washington (Thủ đô Mỹ), ý muốn nói CIA – gián điệp Mỹ.

Nhiều kết luận:

- Công nó cứng cỏi quá nên bị bắt bớ, đánh đập tơi bời! Vừa hay tin, tôi hối hả chạy đi kiếm Bé Tư cho nó hay!

Bà Chợ mếu khóc:

- Trời ơi là trời! Con tôi bị đánh đập. Con tôi bị bắt!

Kháng hét:

- Đúng, Công em tôi có lý! Nó xứng đáng mang dòng máu họ Nguyễn, xứng đáng làm người dân Nam Bộ. Đúng nói đúng, trật nói trật. Thương nói rằng thương, ghét cứ nói là ghét. Không nói ghét thành thương. Không nói thương thành ghét![4]

Bà Chợ rên rỉ:

- Làm sao… cứu em con… bây giờ!

Kháng vung tay:

- Con sẽ cứu nó và sẽ kiện lên Trung ương. Con thừa sức làm chuyện đó. Má hãy yên tâm.

Anh quay sang hỏi Nhiều:

- Anh biết chỗ giam em tôi không?

- Dạ biết. Ở trụ sở Ủy ban nhơn dân xã.

- Được. Anh dẫn tôi đi ngay bây giờ. Nhanh lên!

Hai người bò ra khỏi mui ghe, phóng lên bờ. Bà Chợ nhìn theo, nước mắt đoanh tròng. Tai biến lại xảy đến cho gia đình bà, đời bà. Quá nhiều điều cay đắng làm bà khóc đã nhiều. Còn nước mắt đâu nữa khóc cho chuyện đau thương liên tục xảy đến cho đời bà, cho đời người dân Nam Bộ nữa?! Đứa con út nhờ cậy nhất, nó là chén cơm của gia đình, là người an ủi còn lại của bà. Công tuyệt đối có hiếu với mẹ, hết lòng thương yêu anh em, đối với bà con, chòm xóm, anh là tấm gương sáng, là tình thương, là bản chất tiêu biểu trung thực nhất của người Nam.

---

(4) Lấy ý từ bài thơ *Lời mẹ dặn* của nhà thơ Phùng Quán: Yêu ai cứ bảo là yêu/ Ghét ai cứ bảo là ghét/ Dù ai ngon ngọt nuông chiều/ Cũng không nói yêu thành ghét/ Dù ai cầm dao dọa giết/ Cũng không nói ghét thành yêu.

Tú đang tán cô lái đò. Anh thoáng thấy bóng Kháng vừa lướt ngang qua con hẻm dẫn xuống bến đò. Anh vội vàng đuổi theo nhưng Kháng gắt gỏng bảo anh ở lại không được theo. Anh không hiểu sao thủ trưởng kính mến của mình có cử chỉ, lời lẽ gắt củ kiệu như vậy. Chuyện gì đã xảy ra? Anh mù tịt.

Lững thững trở xuống bến đò, anh nhìn theo thiếu nữ đang đưa con đò ra giữa dòng sông. Nàng vừa chèo vừa ngoái lại ngó anh, cười duyên. Tú ngây ngất, say đòn!

Anh chép miệng:

- Gái Cà Mau sao mà mặn mòi, có duyên quá chừng vậy hổng biết nữa! Nước da bánh ích, miệng cười đổ lửa, đủ thứ cơ – rô – chuồn – bích, thân hình chắc nịch. Mẹ cha ơi, thấy thèm quá cỡ thợ mộc!

Sực nhớ tới vợ con, anh thở dài:

- Kẹt giò rồi, mình đã có vợ con rồi! Con vợ mình vừa xấu lại vừa dữ như chằn tinh gấu ngựa. Nó cứ đánh mình hoài. Nó ghen như quỷ. Hổng nhờ "giải phóng", mình dễ gì xa nhà được một đêm!

Anh ngồi bên cầu ván đò chờ đợi. Chiếc đò đầy khách sắp cập bến bên kia. Bóng cô lái đò thu nhỏ lại trước tầm mắt Tú. Tú nhắm mắt tưởng tượng vòng tay mình ôm gọn thân xác bé nhỏ, rắn chắc vào lòng. Anh siết vòng tay trước ngực, hít hà. Một đứa bé đứng trước mặt anh, nhìn anh trân trối.

Tú vẫn nhắm mắt, mở rộng vòng tay rồi hốt không khí vào, siết chặt trước ngực mình. Thằng bé lọt vào tay anh, anh kéo mạnh, nó té nhào vào lòng anh. Tú rên rỉ:

- Em, em Phụng yêu quý của anh. Anh yêu em…

Anh giật mình, mở mắt, ngơ ngác hỏi:

- Cái gì… vậy nè?

Thằng bé hốt hoảng:

- Ái, ái! Chú… chú làm gì kỳ cục vậy hả?

Tú nắm tóc nó, hỏi:

- Mầy làm gì ở đây?

Thằng bé hỏi lại:

- Chú… làm gì vậy hả? Sao chú… ôm tui?

Tú đẩy nó ra:

- Vô duyên! Đi chỗ khác chơi. Đồ cà chớn!

Thằng bé lùi ra sau trả treo:

- Chú cà chớn chớ ai cà chớn? Khi không dồi, ôm người ta hè!

Tú khoát tay đuổi:

- Đi chỗ khác chơi. Giỡn mặt chánh quyền Cộng sản khó làm việc.

Thằng bé xuống sát cầu đò, lấm lét ngó Tú. Nó lẩm bẩm:

- Điên rồi chắc?

Tú nhìn sang bờ bên kia. Con đò đang lắc lư rời bến quay mũi ra dòng sông. Anh tin chắc cô lái đò đang dõi mắt nhìn anh ở bên này. Anh đưa tay lên vẫy chào.

Một người khách sau lưng anh, bảo:

- Cần gì phải vẫy gọi. Đò sẽ qua đây mà!

Tú ngoái lại, lầm bầm:

- Lại vô duyên nữa rồi! Ai gọi, réo gì con đò đâu! Biết nói, hổng biết thì thôi!

Khách sang sông mỗi lúc thêm đông. Tú bực mình, nói trổng:

- Bộ kéo đi ăn giỗ sao mà đông như kiến vậy nè? Còn tâm tình gì được nữa đâu. Mẹt-xa-lù!

Người đứng bên cạnh hỏi:

- Ông nói gì?

- Không, hổng có gì hết.

- Tôi mới nghe rõ ràng ông nói cái gì mẹt-xa-lù mà!

Tú cười nói cho qua tang lề:

- Ờ ờ, tôi vừa nói tiếng Tây!

- Ông biết tiếng Tây?

Tú so vai:

- Đủ xài thôi chớ không nhiều lắm. Gặp Tây, tôi đủ chữ xài xể nó sương sương.

Người nọ bắt chuyện rất nhanh:

- Vậy là ông cũng biết tiếng Pháp? Tôi đố ông cắt nghĩa được câu nầy tôi phục ông sát đất.

- Câu gì nào, nói ra nghe thử.

Chờ đò hơi lâu, vì Phụng giữ con đò giữa dòng sông chờ chiếc tàu tuần đang xả hết tốc lực chạy qua, khách đi đò vây quanh Tú nghe chuyện vui.

Người nọ tằng hắng châm một tràng:

- Mông xừ, mông xừ. Đoỏng-nê mỏ cái lặc lìa lặc lọi, để mỏ ảnh-lê tủng tủng, xè xè.

Đoạn, ông ta hất hàm bảo Tú:

- Đó, ông dịch ra tiếng Việt nghe coi!

Tú nghe lỗ tai nổ lùng bùng, mặt mày tím ngắt. Anh chẳng hiểu được một tiếng nào.

- Sao? Dịch đi chớ!

Tú cười gượng:

- Ông nói tiếng Mọi, Mường hay chà và ma tí te ní gì chớ đâu phải tiếng Tây?!

- Cái gì? Đó là tiếng Pháp đó!

- Đâu ông lặp lại câu đó lần nữa coi!

Người nọ chậm rãi đọc lại câu đố:

- Mông xừ, mông xừ. Đoỏng-nê mỏ cái lặc lìa lặc lọi, để mỏ ảnh-lê tủng tủng, xè xè!

Tú lắc đầu:

- Chịu thôi. Tôi chưa hề nghe câu nói như vậy bao giờ!

Người nọ lên mặt:

- Học tiếng của thực dân Pháp mà không định nổi câu đó thì chết nửa cuộc đời.

Mọi người nhìn chòng chọc vào mặt Tú làm anh ngượng cứng cả mình mẩy. Có tiếng đề nghị:

- Chịu thua đi để ổng dịch ra cho mà nghe.

Tú lắc đầu:

- Tôi chịu thua, không tài nào hiểu nổi câu tiếng Tây kỳ cục đó.

Người ra câu đố, nghiêm mặt:

- Đây nè, nghe tôi dịch cho mà nghe. Nó có nghĩa như vầy: ông ơi, ông ơi. Đưa cho tôi cái chìa khóa tôi đi ỉa ỉa và đái đái!

Tiếng cười vang lên. Tú phản đối:

- Hổng đặng, hổng đặng. Vậy là ăn gian. Đó là tiếng bồi gì chớ hổng phải tiếng Tây.

Người nọ cố nín cười bảo:

- Bồi hay hổng bồi gì không biết chớ còn Tây nó hiểu được như thường. Hồi nẳm, Tây còn ở xứ mình, tui nói ra câu đó là nó hiểu liền. Tui từng làm bồi cho Tây đầm hồi xửa hồi xưa mà!

Ông ta bá vai Tú kéo đi ra khỏi đám đông:

- Xin lỗi nghen. Đời chán quá, nói bậy nói bạ cười cho vui vậy mà. Đừng giận tôi nghen.

Tú cười:

- Bắt lỗi bắt phải làm chi cho mệt. Là người Nam với nhau, tôi coi như bà con, anh em.

Người nọ nhìn từ đầu tới chân Tú, thăm dò:

- Xin lỗi, ông là dân địa phương hay là…

Tú bông đùa:

- Tôi là dân cà chậm chớ hổng phải là Cà Mau.

- Cà chậm? Tỉnh, quận, huyện nào đâu vậy cà?

Tú cười:

- Tôi nói đùa cho vui vậy thôi chớ có tỉnh nào tên kỳ cục vậy đâu! Tôi là dân Gia Định, sanh đẻ tại cầu Ông Lãnh gần Cầu Muối, nhưng làm ăn lương thiện chớ không có đá cá lăn dưa, đào hầm khoét vách như thiên hạ đồn tiếu về dân Cầu Muối, cầu Ông Lãnh.

- Ông xuống Cà Mau để làm gì?

Tú hơi ngạc nhiên, ngắm nghía người lạ mặt. Anh sinh nghi hỏi lại:

- Còn ông là gì?

Người nọ so vai:

- Tôi chỉ là dân thôi!

- Nếu tôi không lầm thì ông… không có vẻ gì dân nhà quê hết. Ông ở đâu tới đây, phải không?

Có vài người bước xuống bờ cầu đợi đò đang trôi vào. Tú không nghe người nọ trả lời, lặp lại câu hỏi:

- Ông ở đâu tới đây?

Người lạ mặt lặng thinh liếc nhìn chung quanh. Hai tên bộ đội đùa cợt với nhau, một Bắc, một Nam:

- Tớ về Bắc chuyến này xin chuyển vào công tác trong Nam, tại tỉnh Cà Mau này. Tớ mê ở đây quá!

- Mầy mê bến đò nầy thì đúng hơn. Có về ngoải thì vô mau mau kẻo mất người đẹp đó nghen. Tao thấy ong bướm dập dìu, rình rập dữ lắm.

- Tên nào phỗng tay trên tớ, tớ sẽ cho nó xơi kẹo đồng ngay.

Tên bộ đội Nam cười khẩy:

- Hoa chưa có chủ, ai dê giỏi thì chiếm được, ai cà chớn, cà chua thì nàng cho de. Mầy có là gì của nàng đâu mà nói cái giọng bố láo đó?

Tên bộ đội Bắc kênh kiệu:

- Công trình tớ đeo đuổi suốt mấy tháng trời nay không lẽ nàng lại lọt vào tay tên khốn nạn nào đó hay sao?

- Đeo đuổi, tán tỉnh, dê đạo lộ là một việc còn cô nương kia có yêu mầy hay không lại là một việc khác. Gái trong Nam khó dụ dỗ lắm các bố ơi!

Tú lắng tai nghe câu chuyện của hai bộ đội, mặt anh nóng bừng, tay chân anh lạnh dần. Anh không chịu đựng nổi nữa, kiếm cách khiêu chiến. Anh cất tiếng cười giòn. Anh cố kéo dài tiếng cười, cà hướt cà hướt bắt chước tiếng gà lôi. Hai tên bộ đội, thoạt đầu không chú ý, chỉ liếc nhìn Tú rồi tiếp tục câu chuyện, nhưng vẫn nghe Tú cười úc ắc dễ giận, tên bộ đội Bắc thúc cùi chỏ vào hông anh bạn, lầm bầm:

- Ê cậu, tên kia cười nghe dễ ghét quá! Chắc nó điên đấy!

Tên bộ đội Nam nhận định:

- Chẳng phải điên khùng gì đâu. Nó muốn chọc quê tụi mình đó.

Tên Bắc quay sang ngó Tú. Tú che miệng, cong người lại cười úc ắc. Tên Nam quả quyết:

- Nó muốn "kênh" tụi mình rồi đó. Nên cho nó một bài học là vừa.

Hắn bước tới vỗ lên vai Tú:

- Ê! Ê!

Tú vờ không hay, không nghe, tiếp tục làm tiếng gà lôi kêu. Tên Nam lặp lại:

- Ê! Ê!

Tú vẫn thản nhiên. Tên Nam liếc nhìn tên Bắc:

- Chắc là nó điếc?

Hắn đập hơi mạnh lên vai Tú, lớn tiếng:

- Ê, anh kia!

Tú làm bộ giật mình, quay sang hỏi:

- Con gì kêu vậy?

Người lạ mặt đoán biết Tú muốn gây sự với hai tên bộ đội, anh kề sát vào tai Tú thì thầm:

- Nè ông, liệu sức mà chơi với họ nghen. Nghe nói ở dưới nầy bộ đội kiêu binh dữ lắm!

Sắc mặt Tú không thay đổi. Anh búng nhẹ lên vai, chỗ tên bộ đội Nam vừa đập lên.

Tên Nam nghiêm nghị định cướp tinh thần "đối phương":

- Ê, anh định khiêu khích phải không? Tại sao tôi gọi anh không trả lời?

Tú chống hai tay vào hông, hất hàm:

- Ai gọi ai? Anh gọi tôi hay kêu xích lô, xe kéo? Nghe anh nói giọng Nam, tôi còn nương cho đó. Gặp giọng Trung Kỳ hay Bắc Kỳ 75, nãy giờ đã có chuyện lớn rồi đó tía non! Bi giờ muốn gì đây?

Tên bộ đội Bắc cà xốc nước:

- Chúng ông muốn biết cậu cười cái gì và cười chế giễu ai thế?

Con đò đã đâm mũi vào bến. Thấy Phụng đang nhìn mình với nụ cười duyên, Tú sướng run lên. Ánh mắt, nụ cười đó chẳng khác nào mũi kim kích thích tố đâm vào mông con chiến mã ở thao trường, vừa làm nó đau mà cũng vừa tăng thêm sức chiến đấu mãnh liệt cho nó. Tú thấy cần cho kẻ xâm lăng một bài học và cho chúng nó biết thế nào là hào khí anh hùng thứ thiệt của dân miền Nam, đồng thời biểu diễn đai đen đệ nhị đẳng Thái cực đạo của anh, từ lâu nằm kẹt cứng trong hộc tủ của thời cuộc.

Ngày nào ở Bộ Tư lệnh Hải quân, Tú chỉ mong cấp bậc Trung sĩ huấn luyện viên Thái cực đạo, nhưng là thầy dạy võ của nhiều sĩ quan cấp úy, cấp tá. Nghề chuyên môn hoa tiêu của anh không được sử dụng nữa, thượng cấp cho phép anh "cà nhỏng chống xâm lăng", mỗi ngày hai giờ làm việc, sung sướng một đời lính tráng. Sau ngày Sài Gòn đau đớn mất tên như Tú xót xa mất "người yêu bé nhỏ" – nữ quân nhân Mộng Tuyết đẹp như Thẩm Thúy Hằng, Tú rút về vườn ở Thủ Đức sau 3 ngày học tập; nuôi heo, gà, vịt, làm rẫy nuôi vợ dại, con thơ. Mộng Tuyết là nữ cán bộ Cộng sản nằm vùng, mang quân hàm Thượng úy, tìm gặp anh trong lớp cải tạo hạ sĩ quan ở Gò Vấp. Nàng mỉm cười nhìn anh đang ngồi trên nền đất cùng với các bạn đồng đội nghe nữ giảng viên dạy đường lối Xã hội Chủ nghĩa. Anh không dám nhìn mặt mũi người tình bé nhỏ bây giờ đằng đằng sát khí, thao thao bất tuyệt lên án Mỹ ngụy, ca ngợi Bác Đảng, tôn vinh xã hội Xã hội Chủ nghĩa. Anh cúi đầu giấu mặt mũi kẻ chiến bại, "người tình thù" đau khổ. Bạn bè cùng khóa, không ai biết được tâm trạng của anh lúc bấy giờ. Còn đâu những lời mật ngọt của Mộng Tuyết thỏ thẻ bên tai anh với tiếng rên rỉ trong giờ phút hai người chìm đắm giữa biển tình! Giờ đây, tai anh nổ lùng bùng với lời lẽ đanh thép, gai góc, chát chúa thốt ra từ đôi môi của nữ cán bộ, Thượng úy Mộng Tuyết.

Mộng Tuyết của anh không còn nữa! Lớp áo nữ quân nhân được thay vào bằng bộ quân phục với quân hàm 3 sao nằm trên một đường gạch bạc trắng trên cổ áo kaki – yêu thương ngày nào lùi nhanh ra phía sau lo sợ, khiếp đảm. Cuộc đời rõ ràng là áng mây trôi. Hình thù thay đổi chỉ trong cái chớp mắt. Giữa bạn và thù chỉ là một gạch nối ngắn ngủn!

Tú không còn nhớ Mộng Tuyết nữa. Thực tại của đời anh với một vợ và ba con bắt anh từ bỏ trò chơi cút bắt với ái tình. Lao động tốt để kiếm sống cho gia đình và tránh dòm ngó của an ninh phường khóm và mắt chồn cáo của lũ "cách mạng". Người quen giới thiệu anh vào lái xe cho trường Đảng Nguyễn Ái Quốc 7 ở gần nhà. Mãi bị loài sâu bọ đeo đuổi làm khó dễ, Tú đành muối mặt làm tài xế cho các đảng viên thầy của đảng viên. Giữa mùa Vu Lan, cô hồn các đảng lểnh nghểnh, nhiễu nhương khắp nơi, Tú mượn lưỡi Ông Tiêu dán trên trán để yên thân. Kháng chuyển vào công tác ở trường đảng, thấy Tú là đồng hương với mình, xoay sở đem Tú về làm tài xế riêng. Hợp nhau tính tình, bản chất, hai người xem nhau như anh em kết nghĩa. Tú nhận thấy nơi Kháng nhiều đặc điểm khác hẳn số đông cán bộ đảng viên Trung, Bắc. Ở Kháng, nét đặc thù của dân Nam Bộ tỏa làn hơi bất mãn thoát ra khỏi nồi áp suất Cộng sản qua kẽ hở của nắp đậy kín mít.

Đặc tính hào hoa phong nhã của áo lính mỏ neo vẫn còn khơi động tâm hồn dễ rung động của anh mỗi khi mắt anh đập vào kỳ hoa dị thảo. Phụng – cô lái đò đơn sơ, mộc mạc của dãy đất cuối cùng Việt Nam, đánh thức con bướm trắng tưởng đã ngủ yên suốt đời trong một góc vườn hoa sau cơn bão tố.

Tú nhìn tên bộ đội Bắc 75 như đang đối diện với một giống người ở một hành tinh nào khác vừa đặt chân tới giang san cẩm tú của anh. Không hiểu sao anh không thấy ở hắn có màu da vàng máu đỏ như trong người anh, không cùng huyền thoại "Bà Âu Cơ đẻ ra trăm trứng", không cùng tổ tiên Lạc Long Quân, không có chung thời đại Hùng Vương với anh?!

Anh tưởng tượng hai tên mặc quân phục Cộng sản kia như loài cô hồn các đảng hiện hình giữa mùa Vu Lan, rằm tháng Bảy, đang lè lưỡi nhát anh. Anh thấy cần đem lưỡi Ông Tiêu ra trừ yếm chúng nó, xua đuổi chúng lui về địa ngục A Tỳ miền Bắc.

Anh cười nhạt trả lời câu hỏi của hắn:

- Trời cho con người hai đặc tính: cười khi vui, khóc lúc khổ. Cười khóc là đặc quyền của con người. Loài cầm thú không biết cười và không biết khóc. Luật pháp của bất cứ quốc gia nào, dù văn minh tân tiến hay man di mọi rợ đều không thể cấm cười và cấm khóc.

Cán bộ Bắc hơi lúng túng:

- Nhưng… cậu cười khiêu khích bọn ông cơ!

Tú điểm vào mặt hắn:

- Cấm xưng ông với tao, mầy nghe rõ chưa? Muốn xưng ông thì mầy về ngoài kia mà xưng. Ở trong nầy, xưng hô lớn lối coi chừng sưng mỏ đó!

Tên cán bộ Nam cười gằn:

- Vậy là tên nầy muốn sanh sự chớ có trách mỏ sự sanh.

Tú xoay người múa một vòng, thủ thế, thách thức:

- Muốn ăn đòn Thái cực đạo cho biết mùi thì nhào vô kiếm ăn. Vas-y!

Khách lên đò, xuống đò dừng bước theo dõi cuộc đấm đá nhiều hứa hẹn hào hứng. Hai tên bộ đội ngó nhau. Không tên nào dám động thủ.

Tên bộ đội Bắc hù Tú:

- Tụi tôi là… bộ đội cách mạng… ông biết không?

Tú gằn mạnh từng tiếng:

- Bộ đội đánh theo bộ đội. Cách mạng ăn đòn theo cách mạng. A lè, nhào vô đi, còn chờ đợi gì nữa. Chuông hiệp đầu đã gióng lên rồi đó!

Hai tên bộ đội xúi nhau:

- Mầy nhào vô đi!

- Cậu vô trước đi!

Tú trở mình, múa tít một thế khác, hét lớn:

- Tên nào muốn chết trước thì cứ nhào vô! Chấp đánh vài ba đòn trước đó. Tao đếm tới năm, chưa đứa nào động thủ, buộc lòng tao phải ra tay "hạ thủ chẳng lưu tình"! Một, hai, ba…

Bỗng có tiếng Phụng gọi:

- Anh, anh Tú!

Giọng nói, đôi mắt hiền lành của Phụng như có sức thu hút cực mạnh của đá nam châm. Tú chỉ còn là cây đinh nhỏ xíu. Anh muốn dừng lại, hạ đôi tay đang gồng cứng với thế tấn công vũ bão, nhào tới ôm chầm người con gái đã hớp mất hồn anh. Nhưng anh đã lỡ ăn thua đủ với bọn kiêu binh, anh không thể lùi được nữa. Anh thấy cần phải dạy chúng một bài học dù sau có ra sao cũng mặc. Đã cưỡi lưng cọp rồi, ngồi yên cũng chết, bước xuống cũng chết. Phụng xuất hiện, càng kích thích khí phách giang hồ mã thượng của anh hơn.

Tú khoa tay bảo:

- Em không can dự vào chuyện nầy. Để yên cho anh dạy tụi nầy một bài học thích đáng. Bọn cà chớn chống xăm lăng! Lũ đầu trâu mặt ngựa. Chúng nó tưởng bở, giở trò hống hách ăn hiếp dân lành!

Anh nhấp thử đôi tay. Hai tên bộ đội giật mình lùi ra sau, mặt tái mét.

Có tiếng cổ vũ:

- Quánh gãy răng tụi nó đi! Đồ cà chớn!

- Đụng thứ dữ rồi. Cho chúng nó chừa cái tật ỷ chúng hiếp cô!

Phụng năn nỉ:

- Thôi, anh cho em xin đi. Nhịn mấy ổng đi, anh Tú.

Tú gắt:

- Không phải nhịn. Bộ sợ chúng nó sao? Nếu chúng nó chịu nhận lỗi, anh sẽ tha cho chúng nó.

Anh lại nhấp nhấp hai nắm tay cuộn tròn trông cứng như hai thỏi sắt thép:

- Sẵn sàng chưa? Tao ra tay đây.

Tên bộ đội Nam phân trần:

- Tụi tui có làm gì quá đáng đâu mà anh… giận dữ quá vậy? Cùng là người Nam với nhau mà!

Tú trợn dọc hai mắt:

- Mầy nhận đồng hương với tao à? Không, mầy chỉ còn nói giọng Nam thôi còn bản chất của mầy đã trở thành Bắc Kỳ 75 rồi! Một thằng đàn ông con trai Nam Kỳ thuần túy không phải như mầy vậy đâu. Nó anh hùng, nó có khí phách, dám chết vì lẽ phải trước bạo ngược và nó cũng biết đứng yên cho kẻ khác tát mạnh vào mặt khi nó đã biết lỗi lầm.

Anh trỏ tay vào mặt hắn:

- Đi, đi mau về miền Bắc mà ở. Láng cháng ở trong nầy có ngày mầy lãnh tật, lãnh thẹo với bản chất ngoại lai đó!

Có tiếng khích lệ từ trong đám đông chờ qua đò:

- Hay, hay quá là hay! Nghe bài giảng sao mà đã lỗ tai quá xá!

Phụng tới sát bên Tú thì thầm:

- Anh à! Họ sợ rồi, anh đừng liều mạng nữa. Có chuyện xảy ra, tụi công an, bộ đội cũng binh bọn họ thôi. Huyện binh huyện, tổng binh tổng.

- Không sao đâu, em đừng sợ. Anh cũng biết sức của anh. Sếp của anh thuộc cán bộ trung cao có máu mặt nên anh mới dám ăn thua đủ với chúng nó. Nể tình em, anh tha chúng nó phen nầy.

Phụng tươi cười, nói lớn:

- Bà con qua đò đi. Còn chuyến nầy nữa, tui nghỉ ăn cơm. Mau lên, bà con!

Hai tên bộ đội nhìn Tú lấm lét, từ từ xuống đò. Tú điểm mặt hai đứa:

- Không có cô Phụng xin cho, tụi bây đã lãnh thẹo rồi. Cuốn gối về Bắc mau lên kẻo có ngày dân chúng nổi điên bóp cổ chết hết đó!

Mọi người mỉm cười ngó Tú, lần lượt leo lên đò. Họ vừa chứng kiến một lớp giảng dạy hào hứng, sôi nổi. Tú đóng vai một giáo sư nghiêm khắc trừng phạt nặng nề hai tên học trò mất dạy, hỗn láo.

Phụng chèo ngược, con đò lùi ra khỏi cầu gỗ. Nàng vẫy tay chào Tú, kèm theo nụ cười xinh như mộng! Tú nghe lòng phơi phới. Trên bến đò chỉ còn ba người: Tú, người lạ mặt và Hai Tô. Từ nãy giờ, Tô có mặt và nghe, thấy những gì đã xảy ra. Anh khâm phục Tú, nhận thấy nơi Tú nét đặc thù được nhà văn Sơn Nam tô đậm trong tác phẩm đặc sắc "Hương Rừng Cà Mau". Hai câu thơ tuyệt tác, nồng nàn địa phương tính của dân Nam Bộ: "Đi đâu gặp vịt cũng lùa/ Gặp gian cũng giết, gặp chùa cũng tu", vừa toát ra từ hành động của Tú.

Hai Tô không cần tìm hiểu Tú thuộc thành phần xã hội nào, dân hay cán bộ, có gốc cổ thụ để dựa hay thế cô! Người Nam Bộ, theo quan niệm của Tô, nóng nảy, bộc trực, nghe nhiều hơn nói, không thích khoe khoang, giỏi nhẫn nhịn nhưng khi tức nước vỡ bờ đến độ không còn chịu đựng nổi nữa, họ trả đũa tức khắc. Họ giống như cánh cung, cây sào dẻo dai, có thể uốn cong đến mức tối đa. Buông nó ra, nó bung thật mạnh và thừa sức làm vỡ trán, đôi mắt, nứt sọ kẻ đã áp đảo, ép chế nó.

Họ không phải loại lau sậy ngã rạp theo bốn hướng gió thổi. Họ là cây ngay giữa rừng, loài danh mộc đứng thẳng. Họ dễ tin, nhìn người bằng ánh mắt thiện cảm, ngay thật, tưởng tượng kẻ mới gặp, mới quen cũng ngay thật như mình nên họ dễ bị lầm lỡ, gạt gẫm. Nhiệt tình yêu nước, thương dân của họ đã bị lợi dụng và lạm dụng. Hiện tại của họ sau ngày "giải phóng" đã chứng thực bản chất của họ. Họ đã bị phản bội và bạc đãi!

Hai Tô thấy khoái trong lòng. Tú vừa thể hiện nét đặc thù của người Nam Bộ. Ở địa vị, hoàn cảnh Tú, anh cũng sẽ tỏ thái độ như vậy mà thôi.

Người lạ mặt vỗ vai Tú:

- Tuyệt diệu! Tôi khoái quá chừng.

Tú so vai:

- Có gì đâu! Lâu ngày không có dịp múa máy chơn tay, tôi ngứa ngáy quá! Sức tôi muốn cho hai đứa nó đo ván ngay chưởng đầu tiên.

Người lạ mặt nhìn Hai Tô cười ngất:

- Anh làm tôi nhớ tài tử Tàu Lý Tiểu Long và Trần Tinh quá trời! Anh ra được nước ngoài, sang Hồng Kông đóng phim chưởng hốt bạc ngon lành.

Xốc lại cổ áo, Tú kênh mặt:

- Trước ngày mất nước, tôi được hai đạo diễn Lê Mộng Hoàng và Lê Hoàng Hoa mời quay phim võ hiệp Việt Nam. Nếu hổng có "giải phóng", "giải phóng" thì tôi cũng là… tài tử xi cà la ma rồi chớ bộ!

Hai Tô bước tới sát bên Tú, tươi cười:

- Tôi chịu thái độ hành hiệp của anh quá chừng. Đứng ngoài coi và nghe anh chơi hai tên mắc dịch mắc gió kia, tôi cũng thấy ngứa ngáy chơn tay.

- Ủa, nói vậy ông anh cũng biết võ nghệ hả?

- Có võ, có nghệ gì đâu! Thấy chuyện bất bình, tôi nhào vô mần thịt đứa gian ác như thường. Gan với lì là thắng.

Tú khoái chí, lớn tiếng:

- Đúng vậy. Ở đời hổng có cái gì qua gan với lì. Mấy cha nội Việt Cộng cũng nhờ hai đặc tánh đó mà thắng trận. Chính thằng cha Thượng tá Dương Văn Nhựt – em của tên Đại tướng đầu hàng Dương Văn Minh cũng khẳng định nhờ lì mà Việt Cộng thắng miền Nam chớ hổng phải tài giỏi con mẹ gì hết!

- Chính miệng ổng nói như vậy?

- Lái xe cho mấy ông đảng viên dạy trường Đảng Nguyễn Ái Quốc 7, tôi có dịp tới lui làng đại học Thủ Đức gặp và nghe ông Thượng tá họ Dương đó tán dóc với các đồng chí đàn em của ổng như vậy. Một mình ông chiếm giữ trọn vẹn ngôi biệt thự rộng lớn, lộng lẫy của giáo sư dưới chế độ cũ.

Hai Tô gật gù:

- Nhận xét của ông cũng đúng phần lớn trong cuộc chiến Nam – Bắc. Tài sức, chánh nghĩa, lòng dân, thiên thời, địa lợi giữ một phần quyết định; lì lợm, giả câm điếc trước dư luận quốc tế, khai thác triệt để các phong trào phản chiến khắp nơi vẫn là chiến lược giành lấy thắng lợi sau cùng.

Tú phản đối nhẹ nhàng:

- Phải nói cho đúng hơn là sự phản bội trắng trợn, đê hèn của đồng minh Hoa Kỳ. Tên đồ tể Kissinger đã ngã giá món hàng đắt giá với đế quốc Tàu Cộng để đổi lấy thị trường trên một tỷ khách tiêu thụ hàng hóa Mỹ quốc.

Người lạ mặt đã rõ Tú là ai và hiện đang làm gì. Anh mừng thầm, muốn bàn chuyện riêng với Tú nhưng sự có mặt của Hai Tô làm anh e ngại, khó chịu.

Anh vờ nắm tay Tú, bấm nhẹ:

- Thì ra anh là tài xế của nhà nước. Tôi muốn nhờ anh giúp cho một việc gia đình. Tôi có người bà con ở Chợ Nhỏ, đường vô trường Đảng Nguyễn Ái Quốc 7 Thủ Đức.

Anh kéo Tú rời xa Hai Tô. Hai Tô đứng yên nhìn theo hai người. Ngó chừng Hai Tô, người lạ mặt nói khẽ bên tai Tú:

- Tôi tên là Thuận, kỹ sư làm việc trong hàng không Việt Nam trước đây. Chắc anh còn nhớ cơ sở ấy chớ?

Tú cười:

- Hàng không Việt Nam là hãng con Rồng Bay hay rồng… nằm gì đó chớ gì?

- Anh muốn nói rồng gì cũng được miễn là đừng nói tới con rồng kia!

Hai người đập tay lên vai nhau cười xòa. Thuận chỉ trỏ về phía cái quán cóc gần bến đò:

- Tụi mình lại đằng kiếm cái gì lai rai ba sợi đi. Nghe nói đế dưới nầy ngon ác liệt lắm!

Tú lắc đầu:

- Thôi, tôi không nhậu đâu. Sếp tôi cấm. Ổng hăm tôi mẻ răng.

- Ồ, sếp anh đâu có mặt ở đây mà anh sợ? Anh đang nghỉ phép mà.

Ngó lung về phía bến đò bên kia sông, Tú thấy Phụng đang quạt hai mái chèo trở đầu con đò. Anh thoái thác:

- Tôi đang công tác chớ hổng phải đang nghỉ phép. Tôi được lịnh thủ trưởng chờ ổng tại đây, không được đi đâu hết.

Hơi thất vọng, Thuận thở ra, nói bóng gió:

- Uổng biết chừng nào! Dịp may hiếm có.

Tú chau mày:

- Anh vừa nói gì? Uổng chuyện gì? Dịp may gì?

Liếc nhìn Hai Tô đang dán mắt về phía mình, Thuận nói khẽ:

- Nếu anh muốn đi, tôi sẽ giúp anh cái một.

- Đi? Đi đâu?

- Đi tìm tự do!

- Vượt biên?

- Suỵt! Anh nói nho nhỏ vậy. Coi chừng người kia kìa!

Tú quay lại ngó Hai Tô, Hai Tô nhe răng cười. Thuận cảnh giác:

- Tụi B2 thả chó săn đi đánh hơi kiếm bắt người có ý định trốn ra nước ngoài. Cà Mau hiện là cửa ngõ tốt nhứt của những con tàu vượt biển, nhưng cũng là trại tù lớn nhứt giam giữ bà con trốn đi ngoại quốc. Rủi ro kẹt ở dưới nầy, mỗi người lãnh ít nhứt là… 3 cuốn lịch!

Bỗng Hai Tô bước tới, mỉm cười bảo:

- Cho tui đi với!

Thuận, Tú cùng giật mình, tưởng chừng như Hai Tô có "thiên lý nhĩ" nghe được chuyện ở xa ngàn dặm. Hai anh trò chuyện khe khẽ và đứng cách xa Hai Tô ba bốn thước, vậy mà Hai Tô nghe lọt hết. Sao kỳ lạ vậy?

Thuận hỏi giọng khó chịu:

- Đi đâu? Anh muốn đi đâu với tụi tôi?

Hai Tô cười mơn trớn:

- Thôi mà, đừng có giấu tôi mà! Tui biết hết trơn hết trọi rồi!

Tú vẫn bình tĩnh nhưng Thuận đã xám mặt, ấp úng:

- Biết… anh biết… chuyện gì?

- Thì chuyện đó… đó!

- Chuyện đó… đó là… chuyện gì?

Tú thở ra:

- Tôi chẳng dính dáng gì tới chuyện đi với…

Thuận hốt hoảng chặn lại:

- Ê, ê! Đừng… đừng có nói… bậy bạ nghen. Ở… tù rục xương đó!

Hai Tô chưng hửng:

- Ủa, hai anh… bàn tính chuyện gì vậy hả? Vậy chớ hổng phải… đi dìa Thành phố Hồ Chí Minh sao?

Thuận, Tú ngó nhau, quay sang nhìn chòng chọc vào mặt ngơ ngác của Hai Tô.

Thuận vội đánh lạc hướng nghi ngờ của Hai Tô:

- Ừa, ừa! Vậy… vậy đó! Tụi tôi bàn tính chuyện… đi dìa Sài Gòn. Có phải vậy không anh… anh…

Anh chưa biết tên Tú. Tú so vai đáp giọng chán nản:

- Ừa, phải! Tên tôi là Tú. Tôi không muốn đi đâu hết!

Anh quay gót, lững thững trở xuống sát mé nước, đưa tay vẫy chào cô lái đò đang khoan chặt, nhịp nhàng khuấy động hai mái chèo trên, dưới mặt sông màu trắng đục. Mỗi lần mái chèo chém xuống, nước bắn tung lên, lấp lánh trong ánh sáng mặt trời rực rỡ. Con đò chở nặng lao tới trước. Mũi đò chẻ đôi mặt sông làm thành đợt sóng nhỏ chạy nhanh về hai bên, tan biến vào đợt sóng kế tiếp.

Tú không còn chú ý tới Thuận, Hai Tô nữa. Anh cũng không cần biết Hai Tô là ai, là gì? Thường dân, binh sĩ cũ hay công an biên phòng giả dạng hoặc điềm chỉ viên? Thuận muốn lợi dụng anh để tổ chức vượt biên hay có cảm tình với anh, sẽ cho anh cùng trốn ra nước ngoài? Anh bất cần! Anh chưa muốn rời bỏ quê hương, xứ sở này. Khổ đau, nghèo đói đã mò tới, gặm nhấm xác thân và cuộc đời của bà con, lối xóm chung quanh anh. Chính gia đình, vợ con anh cũng bắt đầu thấm đòn cách mạng, giải phóng rồi. Nhưng anh vẫn chưa tìm thấy một lối thoát mở ra từ cửa Biển Đông. Cửa lòng anh vẫn còn mở rộng chào đón kỳ hoa dị thảo, trong đó, Phụng – cô lái đò – đóa hoa đồng nội đang réo gọi hồn khách đa tình.

Tú liếc nhìn ra sau xem thử Thuận, Hai Tô có để yên cho anh nghênh đón người đẹp của lòng anh sắp sửa qua sông, bước vào cửa vườn thượng uyển hay không? Hai người đã khuất dạng. Anh chỉ thấy hai ba đứa bé đang lỏ mắt nhìn anh đăm đăm. Anh le lưỡi, trợn mắt nhát, chúng nó thụt lùi ra sau, mặt mày nhớn nhác, quay đầu bỏ chạy. Có đứa khóc ré lên!

Tú cười rũ ra! Con đò sắp cập bến. Phụng kiềm chặt hai mái chèo, hãm bớt tốc độ. Khách đứng thẳng người chuẩn bị lên bờ. Tú nghiêng người qua mặt sang trái vẫn không thấy được người đẹp của lòng mình. Anh nhón gót tìm kiếm giai nhân, nàng mất hút trong đám đông.

Chợt có tiếng hỏi bên tai anh:

- Anh muốn kiếm ai dưới đó vậy?

Tú nhận ra Bé Tư, bẽn lẽn đáp:

- Tôi… kiếm người… quen.

Ngó xuống đò, Bé Tư hỏi tiếp:

- Ai? Mà anh… có quen ai ở dưới nầy? Hình như là anh… mới xuống Cà Mau lần đầu tiên mà?!

Tú ngượng ngập, cố thoát ra ngõ bí:

- Tôi vừa trông thấy… một người ở dưới đò, hình như là… một người quen ở trên Sài Gòn.

- Họ đâu rồi?

Bí lối, Tú nói ngang:

- Kệ tôi. Xin lỗi, đây là… chuyện riêng của tôi.

Xét thấy mình hạch hỏi vô lý, Bé Tư tươi cười, vỗ lên vai Tú:

- Xin lỗi, tôi hơi tò mò. À nầy, anh Hai tôi đâu rồi?

Được nước, Tú làm mặt nghiêm nghị:

- Ảnh đi đâu tôi hổng biết. Hồi nãy, tôi đòi theo, ảnh hông cho.

Bé Tư chau mày. Kháng đã rời ghe và mẹ. Anh đi đâu? Bé Tư không tin Kháng đang trên đường đi tới gặp lại Trâm vì anh vừa từ nhà Trâm trở về tới đây. Anh đã cùng khóc với chị dâu và cũng như Trâm, anh lên án, nguyền rủa thậm tệ kẻ đã quên lời thề nguyện. Cả nhà Trâm cùng đau xót, đắng cay cho đời nàng. Bà Giỏi, Nga và luôn cả Hồ Thiện bất ngờ có mặt trong câu chuyện Bé Tư thuật hết lại cho Trâm nghe, tất cả mọi người nuốt từng ngụm xót cay và đổ thật nhiều nước mắt.

Bé Tư hỏi Tú:

- Anh ở lại đây hay đi kiếm anh Kháng với tôi?

Tú đã thấy Phụng đang tát nước giữa con đò. Người khách cuối cùng vừa nhảy lên cầu.

- Anh Tư… đi trước, chút xíu nữa, tôi sẽ… về ghe sau.

- Cũng được. Nếu gặp anh tôi, anh biểu ảnh nên trở về Sài Gòn đi, đừng ở dưới Cà Mau nầy nữa. Có người sắp đâm ảnh lòi phèo đó!

Bé Tư bỏ đi thật nhanh. Tú giật mình, trố mắt:

- Hả, cái gì? Ai… ai sắp đâm ảnh lòi phèo?

Mặt mày Tú sạm lại. Anh nhìn theo Bé Tư đi thoăn thoắt lên đường làng. Câu đe dọa của Bé Tư còn vang vọng trong tai anh. Phụng vừa tát nước vừa tươi cười ngó anh. Anh không để ý tới người con gái trước đây một phút, còn làm tâm tư anh đê mê, ngây ngất.

Tú nhìn đăm đăm dòng sông gợn sóng. Ghe thuyền xuôi ngược. Tiếng rao hàng lảnh lót của ghe bán tạp hóa. Tiếng trẻ tắm gần bến đò vang dậy. Tú không nghe, không thấy rõ gì hết. Lời cảnh cáo của Bé Tư át hẳn những gì đang xảy ra chung quanh anh.

Cái chết đâm của Kháng làm anh lo sợ. Anh lo sợ luôn cả cho bản thân anh!

7

Phái đoàn báo Lao Động chuẩn bị trở về Sài Gòn. Nhóm ký giả, phóng viên còn muốn ở lại thêm một ngày nữa, viện cớ cần tham quan sâu, sát hơn hoạt động của các cơ sở công đoàn địa phương và thu lượm thêm nhiều tài liệu đặc biệt; nhưng Hồng Hiển quyết định chấm dứt chuyến công tác Cà Mau vì anh cảm thấy không còn gì đáng tham quan, thu lượm nữa. Ngoài ra, anh đã sợ thay cho gia đình người chị ruột về mọi chi phí ăn, ở miễn phí của phái đoàn. Người nào người nấy ăn uống như Tạ Hầu Đôn, như tằm ăn lên. Ngay từ ngày đầu, cả bọn đã quá tự nhiên như người thân của khổ chủ; qua ngày thứ hai, họ tiến thêm một bước tự nhiên hơn nữa bằng cách vòi vĩnh, xin xỏ được hầu tiếp như thượng khách. Phong cách phổ biến của dân "ăn chực nói leo, ra về mang dép lộn" không những làm cả nhà Trâm bực mình, tức ấm ách mà còn khiến ngay cả Hồng Hiển áy náy, khó chịu nữa. Ở trong chăn, anh thừa hiểu chăn miền Bắc Xã hội Chủ nghĩa đều có rận, anh nói xa nói gần để bọn dưới tay mình tốp bớt cái lỗ miệng của dân "ăn chực nói leo, ra về mang dép lộn", nhưng họ vẫn bô bô tái diễn phong cách phổ biến kia mỗi khi được ăn ngon, uống say.

Nét đặc thù của người đảng viên Cộng sản "ăn như thầy tu, ở như tù làm như phu, nói như lãnh tụ" bắt buộc họ phải hành xử với mọi người như vậy, dù đối với ngay cả ân nhân của họ. Hồng Hiển cảm thấy nhột nhạt, hổ thẹn và một chút bất mãn.

Hồ Thiện đến cạnh Hồng Hiển thì thầm:

- Anh Ba, chừng nào mình trở xuống Cà Mau lần nữa?

Hồng Hiển mỉm cười điểm mặt Hồ Thiện:

- Ê, nên đổi cách xưng hô đi nghen.

Hồ Thiện ngạc nhiên:

- Sao? Không được kêu anh là… anh Ba à?

- Hổng phải! Nên gọi cho đúng vai vế.

- Em chịu thôi, không thể nào hiểu nổi!

Hồng Hiển vỗ nhẹ lên vai Hồ Thiện:

- Nên gọi Hồng Hiển nầy bằng cậu Ba và xưng cháu cho thiệt là ngọt.

Hồ Thiện ngơ ngác:

- Gọi bằng… cậu Ba và xưng… cháu?

Hồng Hiển so vai:

- Vậy mới đúng theo vai vế trong giòng họ, theo tập quán cổ truyền Á Đông!

Cau mày ngẫm nghĩ một phút, Hồ Thiện phì cười:

- Hiểu rồi! Hiểu ra rồi!

- Hiểu rồi thì xưng hô ngay với cậu Ba đi nào!

- Sao biết vậy… anh… cậu Ba?

Hồng Hiển vênh mặt:

- Hồng Hiển nầy có cặp mắt tinh vi như mắt thần. Con ruồi bay qua, Hiển biết ngay ruồi đực hay ruồi cái. Hai đứa bây làm cái gì, cậu Ba đều biết.

Hồ Thiện bối rối:

- Cậu… nói gì ghê quá vậy? Tụi… cháu có làm gì… bậy bạ đâu?

- Ai nói tụi bây làm gì bậy bạ đâu? Tụi bây đã cảm nhau và… thề non hẹn biển với nhau, phải vậy không?

Hồ Thiện nhìn mơ màng ra sân. Trời chuyển mưa. Gió thổi mạnh. Lá cành khô lắc lư, chuyển động, rơi rụng, bay bay, như cánh bướm.

Hồng Hiển giục:

- Sao? Có phải thế không?

- Có cái gì đó hợp nhau giữa cháu và Nga, nhưng…

- Nhưng sao?

Kháng bước vào cổng rào, cắt ngang câu chuyện. Thấy cách ăn mặc của Kháng, Hồng Hiển, Hồ Thiện biết ngay anh là cán bộ cỡ trung cao. Vóc dáng anh cao lớn với bộ đồ cán bộ sạch sẽ, thẳng nếp, dù không nón cối, dép râu, anh vẫn không bị lầm với hạng cán bộ tầm thường.

Kháng đi thẳng vào nhà. Nữ ký giả Anh Thư vừa bước ra với túi áo quần trong tay và cái xách da đeo lủng lẳng bên vai. Nàng chạm mặt Kháng, ngước lên hỏi:

- Đồng chí muốn kiếm ai?

Kháng nhận diện được "nữ đồng chí" của mình ngay. Tóc thắt bím, áo bà ba trắng lòi mông, quần đen hàng nội hóa, đôi dép sản xuất ở miền Bắc Xã hội Chủ nghĩa – Anh Thư tiêu biểu rõ nét thời trang của người phụ nữ của "đỉnh cao trí tuệ loài người".

Kháng khó phân biệt vợ mình với số đông đàn bà miền Bắc đã và đang được Bác, Đảng cổ vũ, khích lệ, xúi giục, mê hoặc đòi quyền lực ngang hàng với phái nam, từ bỏ thiên chức làm vợ và làm mẹ. Anh chỉ có thể không lầm vợ mình với vợ người ở nét mặt và vóc người khi hai người đối diện nhau. Nếu đứng phía sau đám đông cán bộ nữ, chắc chắn Kháng không sao nói trúng ai là vợ của mình!

Kháng ngó đôi tay Anh Thư. Anh vụt nhớ lại những bích chương to lớn dựng lên ở các góc đường quan trọng của Thành phố Hà Nội trước kia và của Thành phố Sài Gòn đã đổi tên ngày nay với những câu quảng cáo khai thác tận cùng sức lao động của con người: "Tay bạn chai, mặt bạn nám. Đó là sắc đẹp của loài người!"

Kháng nghĩ, nếu sống ở các nước Tây phương, đàn ông đàn bà gặp nhau chào nhau bằng cái hôn má, bằng cái bắt tay siết chặt, người ta sẽ hửi thấy mùi khét nắng và nghe lòng bàn tay mình nhám xàm với dấu chai cứng của phụ nữ Xã hội Chủ nghĩa!

Anh nghiêm nghị đáp:

- Tôi không kiếm ai cả. Tôi là thân nhân của gia đình nầy. Đồng chí là ai?

Nghe giọng Nam, Anh Thư tin ngay mối liên hệ gia đình giữa Kháng và Trâm. Nàng rùn vai đáp:

- Chúng tôi là khách của nhà này. Chúng tôi là phóng viên đi công tác Cà Mau.

Kháng mỉm cười:

- Thì ra là nhà báo. Ồ, nhà báo không phải là… nói láo ăn tiền, tô sơn, trét phấn sự thật!

Anh Thư cau mặt:

- Cái gì? Ông vừa nói gì thế?

- Tôi muốn độc giả biết sự thật thay vì sự thật bị bưng bít.

- Ý ông muốn bảo rằng nhà báo chúng tôi che giấu sự thật ư?

Kháng nhún vai:

- Đã đến lúc mọi sự thật ngoài xã hội, trong chánh quyền, ở nội bộ đảng cần được mổ xẻ và phơi bày ra trước dư luận quần chúng. Đóng vai trò người dân, tôi tha thiết muốn các cơ quan ngôn luận phản ánh cái xấu và cái tốt. Vai trò phóng viên, ký giả, nhà văn, nhà thơ, tất cả những ai cầm bút với thiên chức dẫn dắt dư luận và giáo dục quần chúng hãy trở về với chức năng sáng tạo chính thống của họ. Hãy tách xa khỏi lớp vỏ ốc của cán bộ báo chí, văn hóa, văn nghệ công cụ tuyên truyền của Đảng và chánh quyền trong thời chiến. Nên nhớ rằng chúng ta đang bước vào giai đoạn xây dựng ở thời bình.

Mặt mày Anh Thư đỏ bừng. Nàng tưởng chừng như vừa ăn một tát tai nảy lửa.

Duy Vật bước tới, trợn đôi mắt ốc bươu:

- Đồng chí dạy chúng tôi làm báo đó ư? Đồng chí thuộc ngành nghề nào mà lên mặt dạy đời thế nhỉ? Ơ hay!

Hồng Hiển vội vàng can thiệp:

- Các đồng chí để đó cho tôi. Sửa soạn hành lý mau lên. Chúng ta phải lên đường ngay, không chần chờ được nữa. Đã trễ rồi đó.

Hồ Thiện thấy khoan khoái trong lòng. Kháng vừa nói thay cho anh, thay mặt văn nghệ sĩ tự do dạy cho những người làm công tác truyền thông, văn học, nghệ thuật Xã hội Chủ nghĩa một bài học về thiên chức của người cầm bút. Anh muốn chạy tới siết tay Kháng cảm ơn và khen ngợi. Không để ý tới lớp vỏ cán bộ, đảng viên của Kháng, Hồ Thiện nhìn xuyên qua lớp vỏ đó, thấy sâu trong con người Kháng một tâm hồn trong sạch và ý đồ phản kháng. Anh mỉm cười. Anh Thư bắt gặp nụ cười của anh. Đôi mày nàng nhỏ như sợi chỉ uốn cong giao vào nhau.

Nga hỏi khẽ bên tai Hồ Thiện:

- Chuyện gì vậy anh?

- Anh không biết!

- Ai vậy?

- Cũng không biết luôn!

Nhìn đăm đăm gương mặt người đàn ông vạm vỡ đang "nghênh chiến" với bầy sư tử, Nga chưa nhận ra Kháng. Dù đã biết đó là anh rể tương lai của mình ngày nào, Nga cũng không thể nhận ra được Kháng. Sau hơn hai mươi mấy năm cách biệt, Kháng đã thay đổi hình dạng rất nhiều. Trước mắt Nga, Kháng hoàn toàn xa lạ, Kháng chỉ là một cán bộ đảng viên nào đó.

Hồng Hiển nhớ mang máng đã gặp Kháng ở đâu đây ngoài Bắc. Ở Hà Nội, Hải Phòng hay Thái Nguyên? Anh không thể xác định và cũng không thể nhận ra Kháng là ai?

Hồng Hiển hỏi nhỏ:

- Anh là ai?

Kháng hoàn toàn không biết Hồng Hiển là ai.

- Tôi là tôi! Đồng chí là gì của… đám người kia!

- Tôi là thủ trưởng của họ. Tôi chủ trương bộ phận miền Nam của tờ Lao Động.

Kháng gật gù:

- Thì ra đây là Ban biên tập của tờ Lao Động ở Nam. Có, tôi có đọc qua một vài số báo. Một vài bài ký tên phóng viên người Nam khá lắm. Kỳ dư, vẫn là lối viết rập khuôn theo đường lối biên tập cũ.

Lê Dần vừa định nói gì, Hồng Hiển khoát tay nhăn mặt bảo:

- Các đồng chí sửa soạn nhanh lên. Chúng mình lên đường ngay bây giờ.

Lê Dần hậm hực quay gót theo Anh Thư, Duy Vật bước ra hàng ba.

Hồng Hiển tiếp tục câu chuyện dở dang:

- Xin lỗi, đồng chí hiện công tác ở đâu?

- Trường Đảng Nguyễn Ái Quốc 7.

- Từ bao giờ?

- Hai tuần.

- Còn trước đó?

Kháng cười nhẹ:

- Vẫn còn bị lưu đày ở ngoài kia!

Hồng Hiển phì cười. Hai tiếng "lưu đày" nghe quen thuộc trong giới đảng viên miền Nam tập kết. Chính bản thân Hồng Hiển, anh cũng đã từng dùng hai tiếng ấy với bạn bè thông thích đồng hương.

Anh ngó Kháng mỉm cười, gật đầu nhè nhẹ:

- Lưu đày! Lưu đày! Đúng vậy!

Tuy mới gặp nhau và sau vài câu đối đáp, hai người đã thấy gần nhau hơn. Tình đồng chí không còn là nhịp cầu giao cảm giữa hai người cùng đứng chung trên một chiến tuyến. Ở đây, nhịp cầu đó là tình đồng hương, đồng cảnh, nhất là cảm nghĩ chung về thân phận của đa số cán bộ, đảng viên người Nam trước cường độ thắng thế của lớp cán bộ, đảng viên Trung, Bắc trong mọi lĩnh vực, địa hạt và môi trường.

Hồng Hiển gợi thêm nơi Kháng nỗi oán hận:

- Tại sao anh không hồi kết sau 30 tháng 4?

Kháng nghiến răng:

- Bọn khốn kiếp muốn tôi lưu đày biệt xứ. Một sự trả thù hèn hạ, bỉ ổi.

Anh nhìn về hướng Bắc, tiếp:

- Tôi thề không bao giờ trở lại địa ngục trần gian đó nữa dù chúng nó đòi chặt đầu, mổ bụng tôi. Gần nửa đời người bị chôn vùi ở ngoải rồi! Tôi muốn thân xác được vùi dưới ba tấc đất ở quê hương tôi!

Tất cả phóng viên đã sẵn sàng lên đường. Họ tề tựu trước sân nhà. Chỉ còn thiếu mặt Hồng Hiển và Hồ Thiện. Kẻ rảo bước xem cây trái, phong cảnh hữu tình trên sông Rạch Rập tấp nập nghe thuyền xuôi ngược; người đứng lặng yên nhìn lom khom Kháng và Hồng Hiển. Ký giả nữ Anh Thư, nhiếp ảnh gia Duy Vật to nhỏ chỉ trích Kháng và phê bình thủ trưởng mình.

Hồng Hiển cảm thông lời lẽ, thái độ của kẻ đối diện. Nếu ở vào hoàn cảnh của Kháng, chắc anh sẽ như Kháng. Anh trầm giọng:

- Tôi may mắn hơn đồng chí một chút, được cho trở về Nam ngay sau 30 tháng 4, nhưng tôi vẫn có chung với đồng chí nỗi niềm chua xót của thân phận đảng viên Nam Bộ. Có dịp gặp lại nhau, chúng ta nói sâu hơn về nỗi niềm nầy. À nầy, tôi có được phép biết quý danh của đồng chí không?

Chưa bao giờ Kháng nghe một câu hỏi lịch sự, lễ phép như vậy suốt gần một nửa đời người sống trên đất Bắc. Lịch sự, lễ phép của một con người, của một xã hội văn minh đã bị lấp vùi dưới tác phong kiêu ngạo, cộc cằn, thô lỗ. Hai tiếng "cảm ơn", "xin lỗi" đã chết hẳn trên đầu môi, chót lưỡi của dân, quân, cán, chính dưới xã hội Xã hội Chủ nghĩa. Hỏi thăm đường, xin lửa mồi thuốc hút, nhận quà, ăn tiệc mời,… không hề kèm theo sau một lời cảm ơn, qua cử chỉ lịch sự!

Kháng không muốn mình hòa tan vào cái thế giới vô ơn, bạc nghĩa kia. Anh vẫn gìn giữ căn bản truyền thống của một dân tộc hiếu hòa, đạo nghĩa, cởi mở và lịch sự, lễ phép. Trong tâm tưởng anh, câu "tiếng chào cao hơn cỗ" hoặc "tiền tài như phấn thổ, nhân nghĩa tựa thiên kim". Dù sống giữa vòng vây của hàng hàng, lớp lớp người đi lùi trước trào lưu văn minh tiên tiến của thế giới, luôn luôn thắp sáng soi đường anh đi. Hai tiếng "xin lỗi", "cảm ơn" lúc nào và bất cứ trong trường hợp nào cũng thoát ra khỏi môi anh. Anh muốn giáo dục mọi người chung quanh, muốn họ làm như mình, giống mình, nhưng họ, chẳng những không bắt chước anh mà còn tỏ ra ngạc nhiên mỗi khi anh "cảm ơn", "xin lỗi". Thậm chí, họ còn buộc tội anh lập dị hay vớ vẩn, kỳ cục!

- Tên tôi là Kháng, Nguyễn Văn Kháng!

Hồng Hiển giật mình:

- Hả? Anh… là Kháng?

Anh chụp tay Kháng lắc mạnh. Kháng ngạc nhiên:

- Đồng chí biết tôi?

- Có phải Kháng ở khu gang thép Thái Nguyên không?

- Trước khi đổi về dạy học ở Thái Nguyên, tôi công tác ở tỉnh Nam Định.

Hồng Hiển chỉ còn một chút hoài nghi:

- Và… có phải anh là… chồng sắp cưới của Trâm trước khi tập kết?

Kháng nhìn Nga đang đứng bên cạnh Hồng Hiển, tươi cười hỏi vọng tới:

- Có phải Nga đó không hả?

Nãy giờ, Nga đã thoáng nghe tên, họ Kháng. Nàng khẽ giật mình:

- Chết tổ! Ảnh đã tới rồi!

Hồ Thiện ngạc nhiên:

- Ai? Ảnh nào?

Nga vừa định chạy trở xuống bếp báo tin cho mẹ và chị hay, chợt nghe câu hỏi của Kháng. Nàng lắc đầu:

- Không, hổng phải!

Đoạn nàng xoay người. Hồ Thiện nắm tay nàng giữ lại:

- Nga chuyện gì vậy em?

- Buông, buông tôi ra.

Nàng giằng ra khỏi tay Hồ Thiện chạy nhanh xuống bếp. Hồ Thiện ngơ ngác ngó theo, quay lại nhìn Kháng đăm đăm.

Kháng hỏi Hồng Hiển:

- Nga đã có gia đình chưa vậy đồng chí?

Hồng Hiển đưa hai tay vỗ lên đầu:

- Vậy là chết rồi! Tiêu tùng rồi!

Kháng kinh ngạc trước cử chỉ, thái độ của cậu cháu Hồng Hiển:

- Đồng chí vừa nói gì vậy? Cái gì chết và… tiêu tùng?

Hồng Hiển lắc đầu thở dài:

- Tôi… không còn giấu được nữa! Cậu liệu mà đối phó với con Trâm cháu tôi.

Kháng lúng túng:

- Nói vậy cậu là… cậu ruột của… Trâm, Nga? Cậu là… cậu Ba Hiển phải hông?

- Tôi gặp cậu một lần ở Thái Nguyên cách đây 10 năm lúc tôi lên thăm khu gang thép viết phóng sự về công đoàn cơ sở cho tờ Lao Động. Tôi đã biết Kháng có gia đình rồi.

- Và rồi cậu đã nói thiệt hết cho Trâm biết?

- Trời ơi! Tôi đã giấu hết mọi người trong nhà. Tôi biết con Trâm nó điên lên được nếu nó biết Kháng đã có vợ khác. Hổng biết ai vừa nói cho nó hay tin đau đớn hổng biết nữa. Nó vừa bỏ nhà đi đâu mất tiêu rồi. Tôi muốn ở nán lại đi tìm nó nhưng phái đoàn đã đến thời điểm trở về Sài Gòn rồi!

Kháng rụng rời. Tai anh nổ lùng bùng như vừa nghe hàng loạt bom của phi tuần B52 rắc xuống miền Bắc trước đây. Anh lắc mạnh vai Hồng Hiển:

- Cậu không nói thì ai nói? Làm sao Trâm… biết được tôi đã…

Anh vụt nhớ tới Thành:

- Chắc là nó? Chính nó chứ không còn ai khác.

- Ai? Nó là ai?

- Thành!

- Thành nào? Ai vậy?

- Em tôi… thằng em ruột của tôi! Nó nói chứ không còn ai khác nữa.

- Sao ác dữ vậy trời?

Kháng chạy nhanh xuống bếp. Hồng Hiển lắc đầu:

- Thêm một thảm kịch nữa rồi! May mà mình không dan díu với ai từ trước. Nếu không thì ngày giờ nầy mình cũng thấy ông tiên nhơn tổ đường!

Hồ Thiện bước tới bên cạnh:

- Cậu Ba, chuyện gì xảy ra vậy?

Hồng Hiển rùn vai:

- Chuyện tội lỗi của bọn mày râu, chuyện khổ đau của hạng đàn bà đức hạnh, trung kiên.

- Tôi không hiểu gì hết.

- Hiểu sao nổi mà hiểu? Kẻ mới yêu và đang yêu như con thuyền vừa tách bến ra khơi chưa biết ngoài kia có sóng to gió cả. Năm tháng là thước đo lòng người. Phản bội hay thủy chung được xác định từ trong thời gian cùng nhau tranh đấu vượt qua khó khăn, gian khổ nhứt của cuộc đời và trong chuỗi tháng năm xa cách nhớ thương. Đàn ông chúng ta, phần đông dễ phạm tội hơn đàn bà. Nhu cầu xác thịt, tiền của là nguyên nhơn của phản bội. Thôi, chúng mình về đi. Không còn ở lại dưới nầy thêm được nữa.

Hồ Thiện nhăn nhó:

- Nhưng còn chuyện…

- Chuyện con Trâm, thằng Kháng không còn ai giải quyết được. Tự tụi nó giải quyết với nhau.

Hồ Thiện muốn từ giã Nga lần chót nhưng Hồng Hiển đã móc ba lô lên vai, kéo anh theo ra cổng rào. Phái đoàn báo Lao Động xa dần ngôi nhà đang âm ỉ bốc khói trái bom nổ chậm. Phóng viên, ký giả Bắc tiếc rẻ phải ra về không còn thưởng thức được nữa những món ăn ngon thuộc đặc sản của vùng Cà Mau, Đồng Tháp; họ sẽ tiếp tục nuốt cơm trộn sạn, cát với rau muống luộc lấy nước làm canh, với tàu hủ kho lộn với thịt ba rọi hoặc cá lòng tong làm món mặn; họ ăn theo kiểu tập thể, mỗi người một mâm gỗ có ba cái lỗ trũng: lỗ đựng cơm, lỗ đựng món mặn và lỗ chứa canh "không người lái"[5]. Ăn xong, họ phải tự rửa đũa, chén, mâm cây xếp vào một nơi cố định của nhà bếp. Chị nuôi chỉ có việc nấu nướng, múc cơm, thức ăn vào mâm cây dọn lên bàn trong nhà ăn tập thể. Hồng Hiển có óc tiến bộ, nghĩ ra ăn lối ăn bằng mâm gỗ cá nhân vì anh nhận thấy ăn chung không "khoa học" chút nào. Người ăn mạnh, ăn mau tranh hết cơm, thức ăn của các đồng chí khác. Kẻ ăn chậm hay "ti mít" một chút, chỉ có nước ăn đói hoặc ăn cơm lạt!

Lần đầu tiên, họ tận hưởng thú ăn nhậu "tuyệt cú mèo" của miền Nam. Những món ăn địa phương của Cà Mau ngây ngất tâm hồn những kẻ từ phương trời "không có gì! không có gì!" kéo vào một phương trời "có đủ món ngon, vật lạ trên đời". Từ chỗ không đến chỗ có, con người vô sản cần bám chặt, thật chặt miền Nam với bất cứ giá nào, dù phải hy sinh đến đảng viên cuối cùng.

Hồng Hiển, Hồ Thiện, nhất là Hồ Thiện, bước đi như kẻ mất hồn. Thảm kịch của đời Trâm chi phối tâm tư Hồng Hiển. Cuộc tình vừa chớm nở xây thành trì kiên cố giam nhốt tâm hồn Hồ Thiện không chừa một kẽ hở!

Không biết Trâm đi đâu, đang làm gì và đã ra sao? Ngay sau khi Bé Tư đến gặp nàng lần thứ nhì và ra về, Trâm uất nghẹn tưởng không còn thở được nữa. Nàng ngồi chết lặng dưới nhà bếp, nhìn trừng trừng mặt ao trải thảm lá sen và bông súng xanh biếc. Một đóa sen cao nhất, thẳng tắp đong đưa trong gió. Trâm mơ hồ thấy hồn mình đã thoát ra khỏi thân xác trần tục này nhập tịnh vào giữa đài sen tinh khiết ấy. Sự thật ghê rợn, hôi tanh vừa vung gươm bén ngót xả đôi người nàng. Nàng không khóc được nữa. Hạch nước mắt bị bít chặt và lệ chua xót, đau thương dội ngược, ầm ầm đổ xuống vực thẳm tâm hồn.

(5) Không người lái: không có thịt, cá; chỉ toàn rau với nước.

Bà Giỏi vỗ về, an ủi nàng. Nàng nín lặng. Nga khóc thay chị, nguyền rủa thay Trâm. Nàng vẫn nín thinh. Nếu không có tiếng thở nhè nhẹ, người ta ngỡ rằng Trâm đã chết ngồi trên ghế, đã hóa đá tự bao giờ rồi! Trong lúc cả nhà lăng xăng tiễn đưa phái đoàn phóng viên, ký giả lên đường, Trâm lén bỏ nhà đi biệt tích.

Kháng hay tin, chạy kiếm nàng khắp nơi ngoài thị xã như một người điên vẫn không tìm ra nàng. Anh là kẻ xa lạ làm sao biết được Trâm hiện ở đâu? Anh đi dọc theo bờ sông, nhìn xuống dòng nước chảy xuôi, tấp nập ghe thuyền qua lại, nghĩ tới cái chết của Trâm. Anh lo sợ chín nhừ tâm trí. Nếu biết đích xác nàng đã tự trầm, anh sẽ theo nàng về bên kia thế giới. Gặp Trâm, hồn anh sẽ phủ phục dưới chân nàng chịu tội và chịu chết một lần nữa!

Rã rời quay trở về ngôi nhà tang tóc, Kháng gieo người rơi xuống ghế, ôm đầu rên rỉ:

- Trời ơi là trời! Vì đâu nên nỗi?! Tội lỗi nầy là của ta, do ta gây nên.

Lâu lắm rồi, từ ngày rời bỏ gia đình đuổi bắt lý tưởng cao đẹp của người con trai thời loạn hôm nay, bây giờ Kháng mới khóc lần đầu tiên. Càng khóc, anh càng nghe lòng nặng thêm mặc cảm tội lỗi nhầy nhụa, hôi tanh.

Anh ngước lên trông thấy bức ảnh bán thân của Trâm treo trên vách gỗ. Đôi mắt ướt sáng, chiếc mũi dọc dừa, nụ cười duyên dáng mời gọi, mái tóc mây đen nhánh lòa xòa hai bên tai… tất cả hình ảnh kiều diễm của người xưa chập chờn, khi đổ xô tới sát mặt anh hiện ra to lớn phủ chụp lên người anh; lúc rút lại, lùi ra xa, thật xa, chỉ còn bằng cái chấm gần vuột khỏi tầm mắt anh.

Kháng gục xuống, ôm mặt tức tưởi:

- Trâm ơi! Hãy tha thứ cho anh. Anh là… đứa khốn kiếp… bẩn thỉu… ghê tởm!

Nghe tiếng chân nặng nề, gấp rút, Kháng ngước lên thấy Nga đang đi về phía mình, khẽ gọi:

- Nga! Em!

Nga trừng mắt hỏi trống:

- Sao chưa về đi, còn trở lại đây làm gì nữa?

- Tội nghiệp anh mà em!

Nga cười gằn:

- Anh còn nói được hai tiếng tội nghiệp nữa sao? Anh chưa vừa lòng à?

- Anh muốn gặp Trâm, giải thích cho Trâm hiểu rồi… có ra sao cũng được.

Nga to tiếng:

- Không, không được! Chị tôi không cần nghe bất cứ một lời giải thích nào của kẻ phản bội. Tôi tưởng anh là dân kháng chiến, yêu nước có tâm hồn cao đẹp. Thiệt sự chúng tôi đã lầm. Các anh chỉ là hạng người chỉ còn biết tới Bác và Đảng. Tình cảm của con người không còn nghĩa lý gì đối với các anh nữa hết.

- Tội nghiệp anh mà em! Nếu hiểu được hoàn cảnh của anh, những người bị cám dỗ, ép buộc như anh, em và Trâm sẽ tha thứ cho anh.

Sắc mặt Nga càng cau lại:

- Anh nói gì? Bị ép buộc phản bội người yêu, vợ sắp cưới à?

- Gần đúng như vậy đó Nga.

- Không, không ai tin được. Chuyện nghe sao giống tiểu thuyết, cải lương quá! Mắc cười thiệt! Đàn ông, con trai thời buổi nguyên tử, hạch tâm lại bị ép buộc… cưới vợ! Sao ngược đời vậy cà?

Nàng gằn mạnh:

- Nè, anh! Các anh đừng lầm tưởng tụi dân trong Nam nầy nhẹ dạ, dễ tin rồi muốn nói sao thì nói, làm gì thì làm. Họ đã lầm to rồi, đừng hòng họ bị lầm chuyện nhỏ nữa. Nghệ thuật nói láo, nói dóc của mấy người đã lỗi thời rồi!

Bà Giỏi, từ cửa phòng khách, nói vọng tới:

- Nga con! Không nên quá nặng lời với anh Hai con!

Nga quay phắt lại, nhăn nhó:

- Má nói sao? Người nầy là anh rể của con?

Bước tới, bà Giỏi trầm giọng:

- Chuyện đâu còn có đó. Quyền quyết định là của chị Hai con!

- Đúng, má nói đúng. Chị Hai có quyền quyết định tối hậu, nhưng chỉ đã quyết định rồi má à! Không còn gì nữa đâu mà má cho người ta hy vọng vô ích.

Nàng nắm tay mẹ, lay gọi, nhăn mặt:

- Má, người ta đã có vợ con rồi, má quên sao má còn… coi họ là… rể của má nữa? Chị Hai con… có thể đã… tự vận chết rồi đó… má ơi!

Nga buông xuôi hai tay, gục đầu khóc.

Bà Giỏi lắc đầu thở ra. Lời lẽ của Nga thật vững, không để một kẽ hở nào cho Kháng chui qua. Bà cũng nhận thấy Kháng không còn lối thoát nào khác nữa. Kháng đã tự ý hay bị ép buộc cưới vợ khác, quên vị hôn thê mỏi mòn chờ đợi ngày sum họp, vẫn là kẻ phản bội, tên tội đồ tình yêu đáng trừng phạt.

Bà nhìn Kháng với ánh mắt thương xót. Bà tiếc rẻ cuộc tình duyên dang dở của con gái bà. Hình ảnh người con trai yêu nước ngày xưa, giờ đây trở thành kẻ phản bội. Bà còn thấy ở Kháng lớp áo của một người phản bội khác ngoài lĩnh vực tình yêu như đồng bào miền Nam nhìn chung tất cả cán bộ đảng viên sau ngày 30 tháng 4.

Bà biện hộ nhẹ nhàng cho Kháng:

- Nếu không có cuộc qua phân lãnh thổ, chắc Kháng không đến nổi như vậy đâu!

Kháng nhìn mẹ vợ hụt với ánh mắt trìu mến. Anh thầm cảm ơn bà Giỏi. Lòng anh vơi đi một chút mặc cảm tội lỗi.

Nga đau xót hỏi mẹ:

- Má, ở địa vị của chị Trâm, má có tha thứ được anh ấy không?

- Má cũng không biết phải làm sao bây giờ?!

- Con đi kiếm chị Hai. Chị con có bề gì, họ lãnh đủ trách nhiệm!

Nàng ném cái nhìn oán trách vào mặt Kháng, đi nhanh ra ngoài. Kháng đứng lên gọi:

- Nga! Chờ anh đi với. Anh em mình cùng đi kiếm Trâm.

Không dừng bước, Nga xẵng giọng:

- Không cần! Không cần đến anh. Gặp lại anh, chị tôi sẽ cắn lưỡi tự tử cho coi!

Kháng đứng lặng người ngó theo Nga thoăn thoắt rời cổng rào. Anh cảm thấy mình như một tên tử tội đang bị cột chặt vào trụ gỗ xuôi tay chờ bản án hành quyết của tòa án lương tâm.

Bà Giỏi nhỏ nhẹ:

- Biết tính sao bây giờ đây, hả con?

Như vừa được khơi động quyết tâm mà anh đã chọn lấy trước khi trở về Nam, Kháng gằn giọng:

- Má, xin má cho phép con tiếp tục gọi má bằng má. Con đáng tội chết trước mặt Trâm. Nếu được Trâm tha thứ, con sẽ tự giải quyết chuyện gia đình con.

- Giải quyết bằng cách nào?

Không do dự, Kháng đáp thẳng:

- Con sẽ xin ly dị!

Bà Giỏi giật mình:

- Sao? Ly dị?

- Ngay sau khi nhận được thơ đầu tiên của Trâm và biết Trâm vẫn kiên tâm chờ đợi con, con đã khóc thầm và tự hành hạ thân con. Những chiều đi bên hồ Hoàn Kiếm, con muốn tự vẫn hoặc uống thuốc độc tự tử. Nhưng con muốn thấy lại hình bóng người con gái đã hy sinh trọn đời chờ ngày hạnh ngộ với vị hôn phu. Con đã nghĩ ra một lối thoát cho đời tội lỗi của con. Con sẽ xin ly dị với người đàn bà Bắc – đảng viên mà tổ chức đã giới thiệu và ép gả cho con.

Bà Giỏi thấy rõ đôi mắt của Kháng đỏ chạch, ươn ướt. Bà xúc động, càng thương Kháng hơn:

- Nhưng còn con cái nữa chi?

- Con không có con với người đàn bà ấy. Con đã phạm tội phản bội, con tự nguyện không sanh con đẻ cái. Có con, sau nầy, muốn gì, tụi con khó lòng giải quyết dứt khoát với nhau.

- Đảng viên, cán bộ như con xin ly dị được sao?

- Được chớ má! Tuy kéo dài và thiệt thòi luôn luôn thuộc về người chồng nhưng vẫn có quyền đệ đơn xin ly dị.

Một trẻ, một già đứng lặng người giữa cơn bão tố ác liệt của tình yêu gãy đổ vì thời cuộc, vì đau thương của đất nước, quê hương. Bất hạnh của dân tộc này là bất hạnh của ngàn, triệu uyên ương tạm xa nhau ngóng chờ ngày đoàn tụ, thống nhất Tổ quốc. Còn dân tộc nào khổ đau hơn dân tộc Việt Nam – vật thí nghiệm của ý thức hệ, của chủ nghĩa, của tham vọng cuồng điên siêu cường? Ngoại nhân tham tàn, độc ác không để yên một ngày cho quốc gia bé nhỏ này. Huyền thoại "dân tộc anh hùng" thắng Pháp, làm nhục Mỹ – tiền đồn vững chắc của thành trì Cộng sản, đỉnh cao trí tuệ nhân loại,… mê hoặc tập đoàn lãnh đạo, kích thích họ đưa dân tộc Việt Nam vào lò thí nghiệm, phân chất vô sản và tư bản.

Bà Giỏi xót xa cho thân phận, duyên số của con gái và bà cũng thương xót cho nghịch cảnh của Kháng. Bà không nghĩ ngợi, phân tích xa xôi nguyên nhân sự tan vỡ của hai người. Bà moi tìm gần nhất, cạn nhất cái lõi của vấn đề: nguyên ủy tan vỡ ngàn đời vẫn đúng trong tình yêu, đó là thời gian. Ngàn trùng cách trở dễ đưa tới lãng quên, bội bạc. Bà nhớ tới câu ví von của người xưa: "Đàn ông đi biển có đôi/ Đàn bà đi biển mồ côi một mình!", bà thấy đúng quá. Đàn bà, nhất là đàn bà Á Đông, luôn luôn cam chịu thua thiệt cuối cùng trong tình trường!

Bà Giỏi áy náy thay Kháng:

- Con à, con ly dị, tội nghiệp vợ con lắm. Dù sao thì… con cũng đã ăn ở với người ta rồi. Lại thêm một người đàn bà đau khổ nữa!

Kháng nghiêm nghị:

- Thưa má, con đã dứt khoát tư tưởng với Thắm từ lâu rồi. Lấy

Thắm, con chỉ làm vừa lòng tổ chức và con đã tính lầm một nước cờ trong đời con. Thắm là con gái của một Ủy viên Trung ương Đảng, Thứ trưởng Bộ Nội vụ. Con có ý đồ lợi dụng thanh thế gia đình Thắm để tiến thân. Con không thật lòng yêu thương người đàn bà ấy và con thấy con có lý vì Thắm cũng không hết lòng yêu thương con. Hơn nữa, con người Thắm đã gắn chặt vào bản chất Cộng sản, tâm trí Thắm chỉ nghĩ tới Bác và Đảng. Chồng đối với Thắm chỉ là một phương tiện giải tỏa mặc cảm gái xấu, gái già, gái ế.

- Nhưng cô ấy sẽ bám chặt theo con. Liệu con có thể xa cổ được không?

- Thắm nhứt định không chịu theo hắn con về sống trong Nam một mai hòa bình lặp lại. Miền Bắc đối với Thắm, dù sao chăng nữa, vẫn là thành trì cách mạng vô sản, là quê hương yêu dấu của cô ta. Thưa má, má hãy tin con, bao giờ con cũng yêu Trâm, mong mỏi trở về Nam sum họp với Trâm.

Anh nắm tay bà Giỏi van nài:

- Má, má hãy giúp con thuyết phục Trâm. Trâm là đứa con có hiếu, má nói vô chắc Trâm sẽ xiêu lòng. Má giúp con, tụi con nghen má?

Lặng thinh một lúc, bà Giỏi đáp:

- Trâm nó có hiếu, không ai chối cãi đặng nhưng lòng dạ của nó cứng cỏi, ngang bướng như đàn ông, ai ai đều biết. Thời gian nó còn son trẻ, có biết bao nhiêu người danh giá, giàu có, chức phận thương nó, xin hỏi cưới nó, nó đều từ chối. Người ta dùng tới biện pháp mạnh nài ép, đe dọa gia đình, nó cũng không nao núng. Sau ngày 30 tháng 4, có nhiều cán bộ, đảng viên uy quyền gắm ghé nó, nó cũng thoái thác viện cớ chồng nó tập kết ra Bắc sắp sửa hồi hương.

Kháng đau đớn như bị gươm dao xẻo từng miếng thịt. Anh cắn chặt răng, siết cứng tay, rên siết:

- Trời ơi là trời!

Giọng bà Giỏi trầm trầm:

- Má biểu nó chết chắc nó không từ nan nhưng biểu nó phải trở lại với con, má sợ… không kết quả. Má không dám hứa chắc với con.

Má chỉ cố làm hết sức của má. Con nên nhớ rằng chuyện hôn nhơn hết sức quan hệ của một đời người. Trâm nó đã đứng tuổi rồi, nó có quyền tự quyết định lấy hạnh phúc của đời nó. Hai, con hiểu dùm má!

Kháng kiệt sức, lùi ra sau, để người rơi nặng nề xuống ghế salông. Anh ôm đầu, lắc nhè nhẹ:

- Thiệt đáng cho đời tôi. Lỗi tại tôi… tại tôi hết!

Anh ngả ngửa ra sau, nhắm mắt, thở hổn hển, lệ ứa ra khóe mắt, lăn dài xuống má. Bà Giỏi đứng lặng yên nhìn anh. Bà cũng không cầm được nước mắt. Bà khóc cho cả hai: Kháng và Trâm. Nước mắt của bà mẹ già đã chảy nhiều trước bao nhiêu biến cố, tai ách của nước non, giờ đây lại chảy thêm ra khóc cho tình duyên dở dang, ngang trái của rể, con!

8

Hồng giao cửa hàng cho Lan trông coi, đưa Trâm về nhà. Vừa thấy mặt mày ủ dột, nhàu nát của Trâm, Hồng đoán ngay Trâm vừa chạm trán với một chuyện chẳng lành. Nàng hạch hỏi liên miên, Trâm vẫn lặng thinh, thở dài từng chặp. Trâm không nhỏ một giọt nước mắt, sắc mặt nàng rắn lại biểu tỏ một sức dồn ép cao độ căng cứng nội tâm. Hồng nài ép mãi, Trâm chỉ thốt ra một câu ngắn gọn:

- Mình muốn chết quá! Chỉ có chết mới giúp mình giải thoát mà thôi!

Hồng dìu Trâm đi nhanh về nhà, một căn phòng trên tầng lầu thứ nhất nhà ngủ Minh Tâm. Dãy phố này nay thuộc quyền quản lý của Ủy ban nhà đất thị xã. Một số người thuê nhà bị đuổi, nhường chỗ lại cho cán bộ, đảng viên từ miền Bắc vào, từ trong rừng ra. Hồng không dễ gì thuê được nếu không có sự can thiệp của Ba Sanh – Phó trưởng Ty Công an Minh Hải. Dĩ nhiên, Hồng có đút lót riêng cho cán bộ phụ trách ủy ban nhà phố.

Mỗi lần đi buôn Sài Gòn về, Hồng sắm sửa một ít đồ đạc, tiện nghi mới: tủ lạnh, tivi, bàn ghế, sa-lông, tủ búp-phê chất đầy rượu tây, giường nệm,… Hiện tại, trong nhà Hồng chỉ còn thiếu bếp ga nữa là trọn vẹn, đầy đủ nhất. Nàng thừa sức mua bếp ga nhưng ga chỉ dành cho gia đình cán bộ cao cấp, cho bệnh viện. Dân không được phép xài ga, nếu mua lậu được thì phải xài lén. Lỡ chính quyền biết được, gia chủ sẽ bị hạch hỏi lôi thôi và bị gán ghép vào nhiều tội: tội mua đồ lậu, tội xài đồ quốc cấm, tội xa xỉ,…

Thiên hạ đồn đãi Hồng xài sang nhất thị xã, nhiều tiền nhất thị xã. Công an chìm, nổi theo dõi nàng ngày đêm nhưng nàng phớt tỉnh. Lá bùa "bà Phó Ty Công an tương lai" đẩy lùi đám cô hồn các đảng đàn em của Ba Sanh.

Vừa trờ tới cầu thang, Hồng thấy hai công an ăn mặc thường phục đi tới lui, mặt mày nghiêm nghị, lạnh lùng. Nàng hỏi thầm trong đầu: "Lại có chuyện gì nữa đây? Theo dõi nữa sao đây?" Trâm hơi khựng, Hồng kéo nàng bước lên cầu thang, cố ý nói hơi lớn tiếng cho hai tên công an nghe lọt:

- Lên nhà em nghỉ ngơi. Em cạo gió cho. Chị muốn cảm rồi đó.

Một trong hai tên công an cúi đầu lễ phép chào Hồng:

- Thưa bà Đại úy!

Hồng hơi ngạc nhiên. Nàng lấy lại ngay bình tĩnh, tươi cười đáp:

- Chào anh.

Tên thứ nhì góp lời lấy lòng Hồng:

- Đại úy tụi em đợi bà từ nãy giờ đã lâu. Dạ… dạ… mời bà mau lên lầu. Dạ… dạ…

Hồng kiêu ngạo, tươi cười, bảo đùa:

- Vậy à? Hai chú đi chơi đi. Khỏi cần canh gác. Không ai ám sát đại úy đâu mà phải canh với giữ.

- Dạ… dạ, bổn phận và trách nhiệm, dạ, tụi em hổng dám xao nhãng. Đại úy tụi em, dạ, khó tính lắm!

Hồng dìu Trâm lên cầu thang. Rác rưởi vung vãi khắp nơi. Lâu ngày không quét dọn, từng bậc thang dính đầy bùn, đất đóng cứng thành từng mảng dày. Trâm không muốn bước lên nữa:

- Thôi, để chị đi nơi khác. Em có khách.

Hồng ôm vai Trâm, cười giòn:

- Khách khứa gì đâu chị. Đại úy bạn thân của em đó.

Nàng kề vào tai Trâm tiếp luôn:

- Hắn là con mồi béo bở vừa lọt vào bẫy của em. Lần nầy, em chơi một vố lớn cho chị xem.

- Nhưng ổng đang đợi em ở trển?

- Em sẽ tống cổ hắn đi. Chị đừng lo. Em có cách. Nó mê em dữ lắm. Cần bỏ đảng, nó cũng không từ nan đâu. Cá dính câu rồi chị ơi!

Nàng cất tiếng cười khanh khách. Trâm chỉ mỉm cười. Nàng cũng biết sơ sài về sự liên hệ giữa Hồng và Ba Sanh. Nhờ vậy mà Hồng buôn bán dễ dàng, thuận lợi và đem lại cho Trâm từ mấy tháng nay một số lời khá lớn. Tính tình Hồng vui vẻ, hoạt bát, cởi mở, nàng làm ăn sòng phẳng không sai chạy một đồng. Mới quen biết nhau không lâu lắm mà hai người đã thân thiết nhau, xem nhau như hai chị em ruột.

Trâm bảo khẽ:

- Dù sao em cũng nên cảnh giác tối đa kẻo có ngày mang họa vào thân.

Hồng rùn vai:

- Em chẳng sợ. Đời em có sao chăng nữa cũng kể như bỏ đi rồi. Em cố tạo niềm tin yêu và hy vọng cho mọi người chung quanh. Em có chết, hồn em cũng ngậm cười. Em hằng cầu nguyện ơn trên phò hộ, độ trì em thực hiện tốt đẹp điều em mong ước bấy lâu nay.

Hai người lên tới bậc thang chót, chạm mặt Nguyễn Cơ Sanh (tự Ba Sanh) đang đứng chực sẵn tự bao giờ. Hồng gửi đến ông ta một nụ cười quyến rũ, ngả ngớn hỏi:

- Anh đó à? Chờ em có lâu lắm không?

Có mặt Trâm, Sanh hơi bỡ ngỡ:

- Cũng không lâu lắm.

Đến trước mặt ông ta, Hồng trìu mến:

- Em xin lỗi anh nghen. Em phải chờ giải quyết xong công việc ở cửa hàng mới ra về được. À quên nữa, em xin giới thiệu với anh, đây là chị Trâm, chị nuôi của em đó. Còn đây là anh Ba Sanh – Đại úy Phó Ty Công an bạn chí thân của em.

Nàng ôm vai Trâm siết mạnh. Trâm dịu dàng:

- Chào Đại úy. Phó Ty!

Sanh cười gượng gạo:

- Nên gọi nhau bằng tên nghe… thân mật hơn. Kêu tôi đại úy hay phó ty, tôi… thấy nó làm sao ấy!

Hồng phụ họa:

- Ừa, phải đó chị Trâm. Chị là chị của em, anh Ba là bạn thân của em thì chị và anh Ba là bạn của nhau. Có phải vậy không anh?

- Phải, phải! Người ta thường nói: bạn của bạn là bạn mình, thù của bạn là thù của mình. Vả lại, trước lạ… sau quen!

Hồng lắc nhẹ vai Trâm:

- Đó, chị có nghe anh Ba nói hôn? Ảnh cởi mở, vui tánh lắm.

Sắc mặt Trâm thản nhiên. Điều Hồng nói, kể cả Sanh nói không mảy may lay động được lòng nàng. Lớp áo cán bộ, đảng viên đã và đang làm nôn mửa, đau thắt trái tim, rã rời thể xác. Nàng có cái nhìn chung lớp người ấy. Họ đều giống nhau từ cách ăn mặc đến hành động và thái độ cư xử đối với người chung quanh. Họ không có tình cảm, nếu có, tình cảm của họ chỉ dành cho một người họ kính yêu hơn cả cha mẹ, chồng vợ, con cái họ. Tình yêu đôi lứa của họ chỉ là sự giao hợp giữa hai giống cái và giống đực. Sau đó, họ quy hướng tâm hồn họ về nẻo thiên đường không bao giờ hiện hữu trên cõi trần tục đầy tội ác này.

Trâm không trả lời câu hỏi của Hồng, gián tiếp không chấp nhận tình bạn Ba Sanh vừa gợi ý.

Sanh thăm dò:

- Nếu tôi không lầm thì chị Trâm là người địa phương này?

Hồng đáp thay:

- Phải rồi! Chị Trâm là dân Cà Mau chính hiệu con nai đó à! Chỉ sanh trưởng ở đây và… sẽ chết ở mảnh đất cuối cùng của Việt Nam.

Ba Sanh cười:

- Nếu quả thật như vậy thì chị Trâm đáng được tuyên dương. Là người Việt Nam ai lại bỏ xứ sở, Tổ quốc mình trốn ra nước ngoài liếm gót giày của bọn tư bản đế quốc? Nước nhà độc lập, thống nhất rồi, sao họ không ở lại mà hưởng cảnh thanh bình, thịnh vượng của một dân tộc anh hùng từng đánh bại hai tên đầu sỏ tư bản, đế quốc Pháp – Mỹ?

Ông ta rùn vai tiếp luôn:

- Ta về ta tắm ao ta. Dù trong dù đục, ao nhà đã quen. Sông có cạn, đá có mòn, song chân lý ấy không bao giờ thay đổi.

Hồng nắm tay Ba Sanh lắc mạnh, châm biếm:

- Anh nói nghe sao giống Bác Hồ quá mạng! Dại dột mới trốn ra nước ngoài. Ở lại đây, dù có ăn cơm độn cát, sạn, dù áo quần có rách tả tơi, dù sống có khổ như trâu bò, mình vẫn thấy sung sướng và hãnh diện.

Nàng liếc nhìn Trâm, mỉm cười. Ba Sanh gật gù:

- Em nói đúng lắm. Mình rán chịu đựng một thời gian nữa, tình hình sẽ sáng tỏ hơn. Chiến tranh do bọn đế quốc chủ trương kéo dài trên ba mươi năm, làm sao trong một thời gian ngắn mình có thể xây dựng lại theo ý mình mong muốn? Hơn nữa, hiện nay, đế quốc Mỹ vẫn còn đeo đuổi phá hoại chúng ta. Vết thương quá nặng cần có thời gian chữa trị và lành lặn.

Trâm muốn đánh đổ luận điệu ngoan cố, rập khuôn kia, nhưng nàng cố nín nhịn. Nói ngược lại đã không ích lợi gì mà còn làm cho Ba Sanh phật ý để tâm nghi ngờ, theo dõi.

Hồng mở cửa, đẩy nhẹ Trâm vào trong:

- Chị vô trong nằm nghỉ chờ em cạo gió, đánh dầu cho. Chị kiệt sức rồi đó.

Ba Sanh gọi khẽ:

- Hồng em! Còn chuyện của…

Hồng khép kín cửa lại, đưa tay lên môi:

- Suỵt! Đừng nói lớn.

Nàng nắm tay Sanh kéo ra đầu cầu thang. Ba Sanh ghị đứng lại:

- Em làm như vậy… rồi còn… cái hẹn của tụi mình… tính sao đây?

Hồng nghiêm nghị:

- Bộ chị Trâm ở luôn đây sao mà anh nóng nảy dữ vậy chớ? Chuyện ở đời với nhau chớ bộ chuyện qua đường hay sao? Bọn đàn ông các anh giống nhau quá. Hễ có dịp là lợi dụng ngay. Thấy ghét quá!

Ba Sanh vỗ về:

- Thôi em! Đừng giận anh nữa. Tại em xếp đặt trước nên anh chuẩn bị đâu vào đó để gặp riêng em. Bao nhiêu công tác quan trọng của ty, anh phải gác lại hết.

Hồng làm mặt giận:

- Em có đổi ý đâu? Tại vì chị Trâm đau bất tử, em phải đưa chỉ về đây săn sóc đó thôi. Bớt đau, chỉ về nhà chỉ rồi anh muốn gì cũng được hết. Em chẳng tiếc gì với anh!

Ba Sanh nghe suối mát chảy êm trong lòng. Ông ta ôm ngang vai Hồng siết mạnh, cười híp mắt:

- Xin lỗi cưng của anh. Em giết anh chết dần mòn. Mỡ cứ đưa tới miệng mèo hoài, anh thèm chết được! Anh nhớ em đêm ngày, nhớ cả trong bữa ăn, trong giấc ngủ, nhớ luôn trong giờ làm việc.

Ông ta cúi xuống hôn lên tóc, trán, mặt Hồng. Hồng xô nhẹ ông ta ra nũng nịu:

- Xí, khó tin lòng dạ đàn ông lắm. Yêu như lửa rơm rồi quên như… nước chảy qua cầu, bóng câu qua cửa sổ! Em nghe người ta nói cán bộ, đảng viên các anh không còn trái tim dành cho ai khác hơn ngoài Bác và Đảng. Nếu không còn tình cảm, tình yêu dành cho ai khác thì… khi gần đàn bà, các anh chỉ nghĩ tới lạc thú xác thịt mà thôi!

Ba Sanh nghiêm giọng:

- Hừ! Đó là luận điệu xuyên tạc của bọn đế quốc tư bản xuẩn động. Người cán bộ, đảng viên Cộng sản tụi anh cũng biết yêu đương đắm đuối như mọi người vậy. Bác, Đảng ở một bên; tình yêu trai gái một bên khác. Mỗi thứ có riêng mức độ của nó, giống như con cái thương yêu cha mẹ mà cũng yêu thương chồng, vợ của mình.

Hồng không thấy bị kích động chút nào. Nàng kéo Ba Sanh rơi

sâu thêm vào mê hồn trận:

- Anh nói vậy chớ em nghe nhà thơ Tố Hữu ví von về tình yêu giữa Bác và cha mẹ như vầy: "Thương cha, thương mẹ, thương chồng/ Thương con chỉ một, thương Ông thương mười!"

Ba Sanh phì cười:

- Hơi sức đâu nghe mấy cha nội thi sĩ đó! Thơ với thẩn! Trên thực tế, con người vẫn là con vật có thú đam mê nhất trong muôn loài. Tình yêu trai gái ngàn đời vẫn là trái cấm của ông A-đam và bà Ê-và!

- Úy, Cộng sản đâu có tin truyền thuyết đó. Anh nói coi chừng có ngày… ra khỏi đảng đó nghen.

Ba Sanh áp má vào tóc Hồng. Mùi nước hoa đắt tiền từ da thịt Hồng tỏa ngát hương thơm nhè nhẹ vào mũi ông ta. Ông ta nhắm mắt rên rỉ:

- Em ơi! Được sống bên em, dù anh có bị khai trừ ra khỏi đảng hay thế nào chăng nữa, anh cũng vui sướng, thỏa mãn. Anh… yêu em quá, Hồng ơi!

Hồng ngửa mặt, gọi khẽ:

- Anh!

Ba Sanh mở mắt:

- Gì em?

Môi Hồng hé nở, đôi mắt nàng như sức hút đá nam châm cuốn tâm hồn Ba Sanh vào cơn xoáy dục vọng. Nàng chờ đón nụ hôn môi của ông ta. Ông ta không hề biết cách hôn Tây phương đó. Ông ta mài mũi vào da mặt Hồng, hít thật lâu gần đứt thở! Vòng tay ông siết mạnh suýt làm gãy xương Hồng!

Hồng nói hơi khó khăn:

- Anh, anh! Coi chừng… người ta thấy…

Ba Sanh hổn hển:

- Mặc kệ! Anh bất cần đời! Anh… sung sướng quá… Hồng, em ơi!

Từ nhỏ tới lớn, từ khi “cạo đầu quy y” dưới chân Các Mác, Lênin theo đạo Cộng sản tới ngày nay, Nguyễn Cơ Sanh mới có được một lần bơi lội, vẫy vùng giữa biển tình bao la, bát ngát. Vòng biển tình ái ở miền Nam sao mà ấm áp, mê đắm quá! Ba Sanh chưa quên lần tắm lội trong vũng nước yêu đương ở xứ Bắc. Người nữ bộ đội tên Diệp cứng đờ như khúc gỗ giữa cuộc mây mưa, quay mặt qua một bên nhớ tưởng tới Bác, Đảng, ôn nhớ nghị quyết, bài giảng khóc chỉnh huấn… Sanh hỏi gì, nàng cũng lặng thinh. Sanh âu yếm, nàng vẫn trơ trơ như kẻ mất hồn. Sanh bảo hôn, nàng hôn; Sanh bảo nằm, nàng ngả lưng lên cỏ; Sanh hỏi: “Đồng chí có hạnh phúc không?”, nàng đáp gọn: “Có!”; Sanh đã xong, nàng ngồi dậy gài lại khuy áo. Hai người chia tay nhau, nàng bỏ đi thẳng về trại, Sanh dặn với theo: “Hôm sau chúng mình gặp lại nhau, cũng ở đây nhé!”, nàng gật đầu: “Vâng, cũng ở đây!” Ba Sanh cảm thấy mình chẳng khác gì một người thợ máy vụng về vừa phát động một cái máy dầu cặn giữa mùa tuyết đổ buốt giá. Vũng nước yêu đương đó dấy bùn, đất vào tâm tưởng, lên thân xác mình. Nó làm ông ta mệt mỏi, chán chường.

Giờ đây, vừa đặt chân xuống mặt nước vùng biển tình ái trong xanh, ông ta đã nghe ấm lòng và bị nhấn chìm xuống tận đáy lạc thú cuồng nhiệt. Ông ta ôm gọn vào lòng điều mà ông cho là “chân hạnh phúc” của tình yêu. Người đàn bà miền Nam mà ông ta từng nghe chế độ Xã hội Chủ nghĩa bôi bác là “dâm loạn”, “hư hèn”, “mất đạo đức”,… đối với ông, là quyến rũ, thủy chung, là nguồn an ủi tuyệt vời của đàn ông, của chồng, con. Những tấm gương trung trinh, tiết hạnh của bao nhiêu vợ đợi chồng tập kết, người yêu đợi người yêu trở về sau mấy mươi năm xa cách, chị nuôi, mẹ chiến sĩ cắn răng chịu tù tội, đánh đập, cửa nát nhà tan để che giấu, bảo vệ, nuôi dưỡng bộ đội, du kích, cán bộ các cấp trong suốt hai thời kỳ cách mạng. Ba Sanh và tất cả đồng chí của ông ở Ty Công an đều có đầy đủ hồ sơ từng cá nhân, từng gia đình. Ông ta cũng biết rõ quân lính Mỹ và đồng minh ở miền Nam chỉ lấy được gái điếm, gái lăng loàng, trắc nết ham mê vật chất mà thôi. Gái nhà lành, phụ nữ đức hạnh không ai chịu làm me Mỹ, me Tây!

Hồng thỏ thẻ:

- Anh Ba, liên hệ với em, anh không sợ sao?

Ba Sanh ngạc nhiên:

- Sợ gì? Sợ ai?

- Sợ đảng, sợ bị kết tội yêu thương đàn bà, con gái ngụy!

Ba Sanh cười ngất:

- Anh sợ cái chó gì chớ? Bộ tất cả đàn bà, con gái trong Nam này đều là vợ, con của ngụy hết sao?

- Nhưng em là vợ ngụy mà!

- Nhưng chồng em đã chết rồi. Chuyện dĩ vãng bỏ đi, quên đi! Mà em có tội tình gì chớ?

Hồng hôn đại lên má Ba Sanh. Nàng thỏ thẻ:

- Anh à! Em nghe thiên hạ nói cán bộ đảng viên hổng được yêu và cưới vợ ngụy. Các anh lấy vợ phải chọn lựa thiệt kỹ đối tượng, thành phần xã hội,…

Ba Sanh nói liều:

- Ồ! Chuyện đó cũ rích rồi! Hồi trước khác, bây giờ khác.

Hồng điểm mặt ông ta:

- Ừa, đừng có liều mạng! Coi chừng có ngày anh bị khai trừ, đuổi ra khỏi đảng và mất chức Phó Ty à nghen!

Ba Sanh rùn vai:

- Nếu có như vậy đi nữa, anh cũng cóc cần. Hai cái, anh sẽ chọn một.

- Cái nào?

Ba Sanh hôn đắm đuối lên mắt, mũi Hồng, nhừa nhựa:

- Cái này nè! Em chịu không?

Hồng nghe mở hội trong lòng. Nàng lôi con cá đã cắn câu vào bờ:

- Em sợ quá hà!

- Sợ gì nữa chớ?

- Em sợ anh hổng giữ lời!

- Này, anh không biết thề nhưng nếu em bắt anh thề, anh sẽ thề thật độc cho em tin.

- Thôi, thôi. Đừng có thề thốt. Mấy ông Cộng sản có tin Trời, Đất, Phật, Chúa gì đâu mà thề? Em chỉ cần anh hứa một câu danh dự, đủ rồi!

- Hứa sao?

Có người đi lên cầu thang. Một cán bộ đội nón cối, mang dép râu, quần kaki, áo sơ mi bỏ ngoài, tay xách một túi ny lông, lầm lũi tiến lên. Chợt trông thấy Ba Sanh, Hồng, anh ta khựng lại, nhìn đăm đăm.

Ba Sanh hất hàm:

- Kìa, đồng chí làm gì đứng chết trân ra thế?

Tên cán bộ lúng túng:

- Không, không có gì ạ! Tôi… tôi…

Hồng đã nhận ra hắn. Hắn tên Hội – cán bộ phục vụ tại Ty Xây dựng tỉnh Minh Hải, có vợ, hai con, cùng ngụ chung với Hồng ở dãy phố lầu này. Tuy có vợ con, Hội vẫn "hảo ngọt", thấy đàn bà, con gái là nhìn rớt mắt không hay, nuốt nước bọt ừng ực, mặt mày hừng hực lửa dục tình. Từ ngày Hồng dọn về đây, Hội bám sát theo nàng nhưng chưa lần nào hắn dám buông lời chọc ghẹo. Trông thấy Hồng, hắn đứng nhìn theo cho đến khi nàng khuất dạng. Một hôm, hắn lén dòm lỗ khóa, rình xem Hồng thay đồ. Đoán biết có người nhìn trộm, nàng vờ không để ý, nấu nước sôi tạt qua song cửa. May nhờ chiếc nón cối, nếu không hắn đã bị phỏng lột cả da đầu! Hồng la lớn đuổi theo bước chân trốn chạy của hắn:

- Lần sau bà chọc đuôi mắt cho coi, nghe con!

Hồng mỉm cười nhìn Hội làm hắn ngượng cứng mình mẩy. Nàng bảo khẽ:

- Tôi với ông có xa lạ gì với nhau đâu mà coi bộ ông… sững sờ ra vậy? Ông còn nhớ vụ tạt nước sôi hôm nọ không?

Hội đỏ mặt, bỏ đi thẳng. Hồng che miệng cười ngất. Ba Sanh ngạc nhiên:

- Vụ tạt nước sôi gì vậy em?

Hồng thuật sơ lại câu chuyện, kết luận:

- Bị chơi một vố đau điếng như vậy rồi, hắn vẫn chưa chịu buông tha em. Gặp em, thấy em, hắn làm như thể mèo thấy mỡ vậy đó.

Ba Sanh lắc đầu mỉm cười:

- Toàn là thứ chết đói không thôi! Lần sau, em lấy cái gì nhọn nhọn xuyên qua lỗ khóa chọc đuôi mắt nó cho anh.

- Anh khỏi biểu. Em đã hăm mẻ răng hắn rồi. Còn dòm lỗ khóa nữa, em nhứt định cho hắn chột một mắt. Thôi, bỏ chuyện đó đi. Trở lại câu chuyện khi nãy.

Ba Sanh chau mày:

- Ờ, lúc nãy tụi mình nói tới đâu rồi nhỉ?

- Tới chỗ anh hứa với em.

- Hứa với em? Được rồi, em muốn anh hứa gì nào?

Nhìn đắm đuối vào mắt Ba Sanh, Hồng cướp mất hồn vía ông ta:

- Anh có dám hứa mai nầy, dù anh có bị phê bình, kiểm thảo cách nào, anh cũng không bỏ em, quên em. Anh dám không?

Kéo tay Hồng đưa lên mũi hôn thật mạnh, Ba Sanh cam kết:

- Không một trở lực nào có thể ngăn chặn được anh, bắt anh phải xa em, kể cả tù tội, chết chóc. Em đã là một phần thân thể của anh. Em đã hiểu và tin lòng anh chưa?

- Kể cả trường hợp anh phải rời khỏi đảng?

Hồng liếc nhìn chung quanh xem chừng có ai trông thấy không, câu cổ Ba Sanh, kéo đầu ông ta xuống, vừa hôn vừa thỏ thẻ:

- Giữa em và đảng, anh sợ mất ai và sẽ phải chọn ai?

Ba Sanh đáp như đang bị thôi miên:

- Thà mất đảng, anh không thể mất em. Anh sẽ chọn em cho đời anh.

- Chắc hôn?

- Chắc!

Hồng nũng nịu:

- Anh không giữ lời hứa hôm nay, vì đảng bỏ em, em sẽ tự vận chết cho coi!

Ba Sanh quên hết mọi việc, mọi vật trên đời, chỉ còn biết có Hồng trước mặt, bên cạnh và hiện hữu trong đời ông thôi. Hương sắc của Hồng như ma túy thấm nhập vào máu của Sanh. Ông ta đã ghiền quá nặng. Một ngày thiếu vắng ma túy, ông ta buồn bã, ngầy ngật, ngáp dài ngáp vắn, cau có với tất cả mọi người chung quanh. Ông ngắm cơ thể căng tròn, khiêu gợi của Hồng, dục vọng cuồn cuộn dâng lên như ngọn sóng thần trong từng thớ thịt ông. Ông như du khách lạc đường trên sa mạc, đang đói và khát lả người. Ông ao ước được Hồng ban cho một lần trao thân rồi ngay sau đó, dù có bị đem ra hành quyết, ông cũng vui sướng.

Hồng dư hiểu cơn thèm khát của Ba Sanh. Nàng cố tình thổi hồng thêm mãi ngọn lửa khao khát ấy mỗi lần gặp gỡ ông ta. Càng thèm, ông ta càng lao sâu vào cạm bẫy.

Ông ta van xin như một tên hành khuất:

- Hồng ơi! Đến chừng nào em mới cho anh… đi vào đời em?

Hồng giả bộ ngây thơ:

- Đi vào đời nghĩa là sao?

- Là em… cho phép anh… làm chồng em.

- Coi kìa! Anh nói gì kỳ cục vậy? Chưa cưới em mà anh đòi làm chồng em à? Anh nầy thiệt tình!

- Trước sau gì anh cũng cưới em thôi. Nếu em muốn, ngay ngày mai anh sẽ cưới em.

Hồng đẩy Ba Sanh ra, cười ruồi:

- Thôi đi, anh làm như thể em là đồ đạc dùng trong nhà vậy đó, hễ cần là bỏ tiền ra mua sắm bất cứ lúc nào cũng được hết! Chuyện cưới xin đâu có dễ như vậy, thưa đồng chí Đại úy?

Ba Sanh lúng túng:

- Vậy chớ còn phải làm sao khác nữa?

Hồng làm mặt nghiêm trang:

- Phải có thời gian tìm hiểu nhau thật kỹ lưỡng. Cho đến chừng nào thật sự hiểu rõ nhau rồi, quyết tâm rồi, chừng đó mới cưới hỏi nhau, ăn đời ở kiếp với nhau. Ví dụ như hồi đó, trước khi vô đảng, được kết nạp vào đảng, anh cũng phải có quá trình hoạt động, anh suy nghĩ chín chắn, tổ chức xét ra sau nầy anh không phản thì đảng mới kết nạp anh chớ. Có phải vậy không?

Ba Sanh rùn vai:

- Chuyện đảng phái khác xa với tình yêu. Em không nên so sánh như thế.

- Em thấy cũng tương tự như vậy thôi. Thiệt ra, đối với các anh, Đảng và Bác còn thiêng liêng, quan trọng hơn tình yêu, hơn luôn vợ con, người yêu nữa. Các anh có thể bỏ vợ con, cha mẹ, anh em, gia đình, kể luôn tình nhơn, chớ còn Đảng và Bác thì còn khuya, các anh mới bỏ được!

Ba Sanh ở giờ phút này như trái banh đang bị Hồng nhồi đá tơi bời. Lần đầu tiên, ông ta nghe nói tới những tiếng lạ tai "bỏ Đảng", "bỏ Bác". Trước đây, có ai cả gan buông ra những tiếng phản bội ấy, ông ta sẽ nổi sung thiên nhảy tới tát vào mặt, đấm đá chí mạng và tố cáo ngay tới chi bộ đảng cho hắn ở tù rục xương hoặc bị xử bắn tức khắc. Giờ đây, chính môi miệng người tình yêu quý thốt ra những tiếng ấy, Ba Sanh đã không thấy khó chịu mà còn quan niệm đó là lời thách thức tình cảm chân thiết của ông đối với nàng, là chất ắc-xít, là ngọn lửa cao độ thử độ vàng y!

Ông ta khẳng định:

- Nếu bị cản trở, anh sẽ dứt khoát lập trường ngay. Chuyện nước non, anh đã xả thân hy sinh quá nhiều rồi, gần như trọn cả một đời trai trẻ của anh. Bây giờ, anh phải nghĩ tới anh một chút. Cũng công bằng, hợp lý thôi!

Hồng tát yêu lên má ông ta:

- Thôi đi, xạo vừa thôi. Em hổng tin đâu. Cộng sản nói láo dữ lắm! Họ thay đổi ý kiến, lời hứa như trở bánh phồng tôm!

- Nếu người Cộng sản hay nói láo thì anh là một ngoại lệ. Anh hứa là anh thực hiện cho bằng được. Không gì cản nổi anh. Em hãy tin tưởng tuyệt đối nơi anh, nơi trái tim anh.

Ông ta nắm tay Hồng đặt lên ngực, đè thật mạnh. Hồng nghe rõ tiếng đập của tim ông. Rõ ràng, ông đang xúc động, hồi hộp.

Hồng tấn công thêm:

- Nói vậy chớ hổng phải vậy đâu. Tổng thống Nguyễn Văn Thiệu có nói: "Đừng nghe những gì Cộng sản nói, mà hãy nhìn kỹ những gì Cộng sản làm". Em thề không ưa tên đó đâu, nhưng phải khách quan thừa nhận câu nói của ổng rất đúng. Em đợi chừng nào anh hành động, em mới dám tin.

Ba Sanh cười:

- Đểu thật! Tên Thiệu làm chết tên tuổi người Cộng sản. Hắn bị bắt chắc là bị xử lăng trì!

Hồng tìm đủ mọi cách khêu dậy dục tính ẩn ức của Ba Sanh, bắt ông phải sốt ruột chờ đợi "một đêm với nữ hoàng Cleopatra" cho tới một thời điểm nào đó cần thiết cho kế hoạch lớn của mình, nàng sẽ cho ông ta thỏa mãn. Đàn bà là me chua, bầu chín kích thích dịch vị mãnh liệt của đàn ông. Thượng đế ban cho giống đực đặc tính tình dục mạnh mẽ. Họ là cây gậy của người mù! Đàn bà, con gái khôn ngoan cần né tránh cây gậy đó nếu muốn người mình yêu trọng và yêu mình đến ngày trọng đại của mình; nhẹ dạ cho họ hưởng trước, tự mình lao vào một cuộc phiêu lưu mạo hiểm và kẻ chịu thiệt thòi, không phải hắn mà chính là mình.

Hồng đã từng trải trong nhiều chuyến phiêu lưu, nhờ có ít nhiều kinh nghiệm, nàng đã làm cho những "anh hùng" thân bại danh liệt, tán gia, bại sản, ôm hận suốt đời. Một con thiêu thân đang bay quanh ngọn lửa, sớm muộn gì nó cũng tự thiêu!

Nàng chia tay Ba Sanh kèm theo một lời hứa khác. Lần hẹn sau, nàng sẽ không tiếc gì với ông ta. Ba Sanh vừa mới tuyệt vọng, hăm hở hy vọng trở lại, nôn nóng chờ đợi mau đến ngày giờ hò hẹn. Hình ảnh "một đêm với nữ hoàng" ám ảnh tâm trí ông ta như bị quỷ ám, ma hành. Ông ta sẵn sàng đánh đổi cả ngai vàng, điện ngọc lấy một đêm hoang lạc!

Khóa trái cửa, Hồng vươn vai thở phào nhẹ nhõm:

- Mồ tổ ơi! Thoát khỏi hắn, nhẹ hẳn người!

Trâm nằm nghiêng trên giường nệm, gối đầu lên cánh tay, nhìn không nháy mắt góc tối căn phòng. Lâu đài kiên cố xây dựng suốt mấy chục năm, bỗng dưng sụp đổ tan nát trong khoảnh khắc. Xác thân nàng bị vùi chôn dưới nghìn tấn gạch, cát. Nàng chưa chết hẳn, cắn răng chịu đựng, nằm im lắng nghe từng cơn đau nhức gõ nhịp như tiếng tích tắc của chiếc đồng hồ treo.

Ở góc trời riêng của đời nàng trong suốt mấy mươi năm dài đằng đẵng, ánh thái dương, luôn cả trăng sao đều tắt lịm. Ngày tối, đêm cũng mịt mù, vắng lặng, không còn vẳng đưa tiếng rả rích của côn trùng. Nó thê thảm, buồn tênh hơn cả một nghĩa trang, một bãi chiến trường. Đời nàng hiện là quả đất sau ngày tận thế. Ước mơ, hy vọng, mộng đẹp của Trâm cũng là ước mơ, hy vọng, mộng đẹp của đồng bào miền Nam, đồng bào cả nước trong suốt ba mươi năm vùng vẫy, đấu tranh, chết chóc, hy sinh đòi quyền độc lập, tự do và quyền sống của dân tộc bị trị, kẹt giữa gọng kìm của thực dân, đế quốc.

Trâm vỡ mộng, đau khổ, tuyệt vọng. Miền Nam này hiện cùng chung số phận hẩm hiu của đời nàng. Ai khổ hơn ai? Có lẽ bằng nhau! Bao nhiêu dịp may, tốt đến, Trâm cương quyết chối từ. Còn dịp tốt nào hơn ngày đoàn tụ giữa nàng và Kháng? Tâm hồn trong sạch của nàng là tâm hồn trắng trong của nhân dân yêu nước miền Nam. Triệu triệu người như cánh sen giữa ao bùn không để hôi mùi bùn, mùi phú quý, vinh hoa do ngoại bang đem đến để giữ tâm hồn thơm ngát chờ ngày đất nước thanh bình. Trâm đã bị Kháng làm sáng mắt. Cả miền Nam cũng đã sáng mắt sau ngày lịch sử 30 tháng 4. Trâm nghẹn cứng cổ họng không kêu lên được nữa. Hạch nước mắt như dòng suối bất chợt đông cứng lại.

Hồng bước tới bên Trâm, dịu dàng:

- Em xin lỗi chị nghen. Bắt chị đợi lâu quá, em thiệt có lỗi.

Trâm gượng ngồi dậy, tươi cười:

- Có gì đâu mà Hồng quan trọng hóa vậy? Em có chuyện riêng của em. Chị chẳng có gì cần hết.

Ngồi sát vào người Trâm, Hồng cười ngất:

- Em có chuyện riêng gì đâu. Chuyện chung của số đông người đó mà! Mắc cười quá, hắn chết mê, chết mệt rồi chị ơi! Kình ngư đã lọt bẫy, giờ chỉ còn kéo nó lên bờ mần thịt nữa thôi.

- Nhắm có tin được ông ta không? Cộng sản nói khác làm khác. Nhiều vụ bị họ đá giò lái rồi. Tiền mất tật mang.

Hồng ôm vai Trâm lắc nhè nhẹ:

- Đây không phải là áp-phe chị ơi! Chuyện tình yêu, chuyện xác thịt khác hẳn áp-phe. Hắn dính câu em rồi, trời gỡ cũng hổng ra đâu. Mấy thằng Cộng sản có hai thứ có thể giết chết chúng nó: tiền và gái. Em đã giết một vài đứa rồi. Tiền còn chưa chắc ăn, còn gái thì mười tên có đến chín tên rưỡi tiêu tùng! Kệ, em thí thân em. Cứu được đồng bào là em sung sướng rồi!

Trâm nhìn gương mặt hớn hở của Hồng. Cảm mến càng gia tăng lòng nàng. Cùng một giống với Hồng, cũng có đủ bộ phận như Hồng, Trâm cảm thấy mình vô dụng quá! Đối với bản thân, nàng đã vô ích. Đối với người chung quanh, nàng chẳng có tích sự gì. Hồng vẫn yêu chân thiết người đã chết và còn giúp đỡ nhiều người chung quanh. Còn Trâm, đã bị phản bội tàn nhẫn mà chưa là gì đối với bất cứ một ai!

Trâm chợt hỏi một câu chính nàng không muốn hỏi:

- Em đã cho ổng lần nào chưa?

Hồng bĩu môi:

- Sức mấy! Em cho nó thèm nước miếng chảy ròng ròng!

Nàng kề sát vào tai Trâm thì thầm. Trâm không nín cười được:

- Tội nghiệp quá!

- Thú thiệt với chị, em cũng là con người, dĩ nhiên bị tụi nó kích thích, nhưng em cố gồng giết chết từng tên một. Đến lượt tên phó ty nầy, em sẽ lấy nó bỏ túi cái một. Nó cũng khá kiểng trai đó, nhưng em thề độc không để nó mê hoặc. Anh Dũng chồng em, có lẽ cảm thông và tha thứ cho em.

Trâm muốn hôn Hồng tỏ lòng yêu và kính người đàn bà quả cảm ấy. Hồng đề nghị cạo gió, Trâm từ chối:

- Chị có bịnh hoạn gì đâu em!

- Vậy chớ sao chị có vẻ rũ rượi vậy?

- Chuyện đau thương của đời chị.

- Lại bị tên nào đó phản bội?

- Phản bội?! Có đúng danh từ ấy không?

Hồng nói bông lông:

- Phản bội có nhiều hình thức như yêu nửa chừng rồi bỏ chạy theo người khác, như hưởng thụ rồi quất ngựa chuối truy phong, như đào hết mỏ rồi trốn đi,... tuy nhiên cũng có trường hợp phản bội vì nghịch cảnh, vì sống xa cách nhau quá lâu rồi quên người yêu cũ hoặc vì bị gia đình, cha mẹ bắt phải cưới người khác. Đàn ông dễ quên tình nhơn, vợ con hơn đàn bà.

Trâm đã suy nghĩ, nghiền ngẫm trường hợp Kháng phản bội vì nghịch cảnh, vì bị tổ chức bắt ép cưới vợ đảng viên, cán bộ nhưng nàng chưa thông cảm nổi Kháng, tha thứ được Kháng mặc dù nàng cố gắng tự thuyết phục mình. Nàng vẫn không tin có trường hợp đảng viên bị bắt yêu và lấy người mình không vừa ý. Chính Bé Tư cũng phản đối nguyên nhân khiến anh ruột mình phản bội Trâm. Kháng biện hộ cho hành động tội lỗi của anh bằng cách đó, anh không làm bất cứ một ai tin được. Trâm là nạn nhân của hành động tội lỗi đó, làm sao nàng tha thứ được Kháng?

Nàng gằn giọng, nói với chính mình:

- Phản bội dưới hình thức nào cũng là phản bội. Kẻ phản bội không thể nào được tha thứ.

Hồng cười mai mỉa:

- Tất cả đàn ông trên đời nầy đều đáng bị khinh bỉ. Chồng em chết rồi mới đích thực là chồng em. Ảnh còn sống, ảnh chưa chắc thủy chung với em đến già. Ngày nào em còn sống, còn trẻ, em nguyện sẽ trả thù cho chồng con em. Bọn cán bộ, đảng viên, dù Bắc Kỳ hay Nam Kỳ sẽ bị em cho thân bại danh liệt, bảng đỏ hết!

Nàng quàng tay qua vai Trâm, dịu dàng hỏi:

- Chị Trâm, tên bất lương nào phản bội chị vậy? Chị nói em biết, em sẽ tìm cách chài nó cho nó chết về tay em. Em trả thù cho chị.

Trâm nắm tay Hồng nắn bóp:

- Em, kế hoạch của em tới đâu rồi?

- Ở Sài Gòn, mọi việc đã gần xong. Chỉ còn bộ phận ở Bạc Liêu còn nhiều lủng củng. Ở tỉnh, nhứt là ở Minh Hải – nôi cách mạng, việc chọn người phức tạp dữ lắm. Sàng đãi không kỹ để "bọn 30" lọt vào tổ chức, chuyện lớn đổ bể hết!

- Em phải hết sức cẩn trọng. Sơ hở một chút là đời em tiêu luôn.

- Đã cỡi lỡ lưng cọp rồi, em đánh liều thôi. Cạnh em, có nhiều anh chị tài giỏi, đầy nhiệt tình tiếp sức. Em tin mọi việc sẽ thành công.

Ngả lưng lên nệm, Hồng dang rộng đôi tay nhìn trần nhà, thở ra:

- Thấm thoát đã ba bốn năm miền Nam được "giải phóng". Rồi 5 năm, 8 năm, 10 năm, 15 năm và lâu hơn nữa, đất nước nầy ngày càng tồi tệ hơn, nghèo đói thêm. Em muốn làm một cái gì đó cao đẹp cho Tổ quốc, nhưng tiếc thay, em chỉ là một người đàn bà chân yếu, tay mềm, tài hèn sức mọn. Phải chi em có phép thần thông như Tề Thiên Đại Thánh thì… hay biết mấy.

Nàng phì cười với ý nghĩ ngông nghênh của chính mình. Trâm rút chân lên giường ngồi bó gối, gác cằm lên vòng tay:

- Chị muốn góp với em một tay.

Hồng bật ngồi dậy:

- Chị nói sao? Chị muốn đóng góp?

- Sống như chị thiệt vô dụng, chẳng ích lợi gì cho ai hết. Đã bốn mươi ngoài tuổi đầu, vài năm nữa sẽ trở thành bà cụ, rồi chết! Cuộc đời nhạt nhẽo, chán chường! Kiếp con người chẳng khác nào như cỏ cây, muông thú nằm gọn trong định luật sanh, lão, bịnh, tử của tạo hóa. Còn sống, mình phải giúp mọi người xung quanh, nếu không được việc lớn thì ít ra cũng vỗ về, an ủi họ một phần nhỏ nào.

Hồng nhìn gương mặt Trâm, tuy đã hằn rõ cát bụi thời gian

nhưng vẫn còn rõ nét kiêu sa, quyến rũ tiêu biểu sắc đẹp của phụ nữ Hậu Giang. Hồng cảm mến Trâm, không chỉ vì nét phúc hậu, khả ái mà còn vì cả một quá khứ trắng trong của Trâm nữa. Một người con gái trẻ đẹp sống giữa mùa quốc loạn đầy rẫy cám dỗ vật chất, nhục dục, áp bức đe dọa mà vẫn gìn vàng giữ ngọc, không để rơi ngã vào đam mê tội lỗi. Hồng thăm dò dư luận về Trâm. Không một ai chê trách, phẩm bình. Mọi người xem Trâm như cánh sen vươn mình lên cao, vượt khỏi mặt ao bùn tanh tưởi. Ngoài bà Giỏi và Nga, chẳng ai biết được lòng dạ sắc son của nàng đối với kẻ đang dấn thân cho tiền đồ Tổ quốc và tương lai dân tộc. Chính tình yêu vĩ đại đó đã níu giữ, ngăn cản Trâm khỏi tuột dốc, giúp nàng bám chặt đỉnh cao của tâm hồn. Nàng làm gương sáng chói cho đứa em gái yêu quý. Nga dựa lưng chị gái chống lại bão táp mưa sa của một xã hội đảo điên, chìm đắm trong lụt lội nhơ nhớp của đô-la, của vật chất phù du! Gia đình Trâm – Nga duy nhất còn sót lại sau cơn hồng thủy của chiến tranh, của muôn ngàn cám dỗ tàn phá ác liệt xã hội miền Nam.

Hồng nói bâng quơ:

- Cuộc dấn thân nào cũng đều nguy hiểm, gian khổ hết! Tù đày, chết chóc lúc nào cũng kề cận một bên.

Trâm cau mày nhìn chăm chú vào mặt Hồng:

- Có phải em khinh chị nhát gan không?

- Em chỉ lo sợ cho chị thôi!

- Con người chỉ chết một lần. Gan dạ, anh hùng cũng chết, hèn nhát, tiểu nhơn cũng chết. Tù tội, chết chóc vì lý tưởng, sở nguyện của mình đối với bao nhiêu người cùng cảnh ngộ, chị sẵn sàng chọn cái chết và tù tội.

Hồng ngắm Trâm một chặp. Ánh mắt nàng ngời sáng như làn quang tuyến soi rọi vào trái tim, vào bộ não của Trâm. Con người Hồng bỗng vươn cao chót vót, vĩ đại như bậc chân tu, như cao thủ võ lâm đang tìm hiểu một người xin quy y cửa Phật, xin kết nạp làm đệ tử trung kiên.

Nàng nghiêm nghị hỏi:

- Chị đã suy nghĩ kỹ chưa?

Trâm hỏi lại:

- Suy nghĩ kỹ là sao?

- Hiến thân cho tha nhơn.

Trâm phát nguyện:

- Đời chị chỉ còn một quãng ngắn thời gian nữa sẽ trở thành hoàn toàn vô dụng. Đoạn đời ngắn ngủi còn lại đó, nếu được tận dụng chắc không vô ích đâu. Trước kia người ta hiến thân cho đại cuộc, chị hy sinh tuổi xuân cho mối tình đầu đời để rồi cả hai đều bị phản bội, mỗi người mỗi cách. Anh ấy đã lầm lỡ trong cái lầm lỡ chung của dân tộc; còn chị, chị lầm lỡ với niềm tin ngây thơ, vụng dại của thân phận đàn bà thời loạn. Nhơn dân miền Nam, kể cả đồng bào miền Bắc đang chới với giữa thác lũ, dông bão của chế độ mới; còn chị, chị đang ngộp thở dưới khối nặng của mối tình đầu tan vỡ. Chị tha thiết muốn thoát ra khỏi cái thường tình thấp hèn của con người. Chị phải tỏ ra xứng đáng với bản thân chị và hữu ích đối với tha nhơn. Dù có gian khổ, hiểm nguy, chị kiên tâm chịu đựng và chị quan niệm cái chết chỉ là con đường giải thoát!

Hồng ôm chầm Trâm, hôn lên trán:

- Em sung sướng, hãnh diện có một người chị xứng đáng, cao đẹp. Tổ chức vừa có thêm một bạn đường trung kiên, nghĩa khí. Một nữ cao thủ võ lâm xuống núi, xuất hiện trong chốn giang hồ!

Hồng cười vang, kéo dài. Trâm lặng người, hun đúc thêm ý chí vừa hình thành trong nàng. Thỏi sắt thép đang được nàng tôi luyện trong tâm bằng ngọn lửa ở cường độ cao nhất.

Nghe tiếng động nhẹ bên ngoài cửa phòng, Hồng bỏ nhanh hai chân xuống đất.

Trâm ngạc nhiên:

- Chuyện gì vậy?

- Chắc có rình nhà!

- Ai?

- Hắn chớ không ai khác nữa. Hừ, nó tới số rồi. Cho mầy đuôi luôn!

Hồng chạy xuống bếp rút chiếc đũa tre, vật nhọn một đầu quay trở lên, mỉm cười nói với Trâm:

- Em cho nó một phát lọt tròng ra ngoài. Lần nầy nó đừng hòng chạy thoát.

Trâm ngơ ngác không hiểu chuyện gì, nhìn Hồng đang đứng giữa phòng từ từ cởi áo. Trâm khẽ gọi:

- Hồng, em làm gì kỳ cục vậy hả?

- Suỵt! Chị đừng nói lớn tiếng. Em đang lấy mỡ nhử con mèo tham ăn.

Trên người Hồng chỉ còn chiếc áo nịch. Vòng ngực no tròn của nàng tràn đầy hương hoa của mùa Xuân tươi thắm dập dìu ong bướm. Lần đầu tiên, Trâm thấy người cùng phái để hở ngực trước mặt mình. Nàng hơi ngượng nhưng mắt không rời thân hình hấp dẫn, khiêu gợi ấy.

Hồng bước qua một bên, nhón gót tiến lại sát cửa, thọc đầu đũa nhọn vào lỗ khóa, đẩy thật mạnh ra ngoài, hét lớn:

- Chết mầy chưa?

Bên ngoài có tiếng đáp lại:

- Xí hụt! Xí hụt!

Tiếng chân chạy thình thịch xa dần. Hồng giật mạnh cửa, thò đầu ra ngoài nhận diện "thủ phạm". Hành lang vắng ngắt.

Nàng chửi lớn:

- Thằng khốn nạn! Tên đảng viên chó đẻ! Có ngày mầy cũng lọt tròng ra ngoài.

Một vài cửa phòng bật mở. Vài gương mặt cán bộ đàn ông, đàn bà thò ra nhìn về phía Hồng.

Hồng giơ cao chiếc đũa, chửi tiếp:

- Bọn tụi bây toàn là thứ dâm dục. Chết hết có ngày, nghe rõ chưa?

Những gương mặt ngơ ngác, ngó nhau rồi cùng ngó Hồng. Hồng

kéo mạnh cửa, hậm hực:

- Tức thiệt! Nó hên quá trời, không thì đui một mắt rồi!

Trâm bị căng thẳng thần kinh ngay từ lúc Hồng thọc đầu đũa nhọn vào lỗ khóa. Nàng nổi da gà khi tưởng tượng đầu đũa nhọn ấy chọc thủng con ngươi của đứa nhìn trộm.

Cơn giận tức, tiếc rẻ của Hồng làm nàng thở phào nhẹ nhõm:

- Mừng cho hắn!

Hồng vẫn bực dọc:

- Bọn nó cần có bằng cớ mới nhìn nhận tội lỗi của mình. Mắt bị đau tròng, nó hết chối cãi.

Trâm mỉm cười, vỗ về:

- Thôi em! Bỏ qua đi! Lỡ có chuyện gì xảy ra, em bị rắc rối lắm.

- Em không sợ đâu. Đã có Ba Sanh làm chứng rồi. Tụi cách mạng không ưa chuyện dâm ô đồi trụy công khai mặc dù họ khoái chuyện đó dữ lắm!

Trâm lý luận:

- Đành là vậy, nhưng họ cần bảo vệ uy tín chung trước công luận. Em nên bình tĩnh lo công việc chung cho tập thể. Lỡ có chuyện gì lôi thôi xảy ra, họ để ý tới em, em khó lòng thực hiện mọi việc đang trong kế hoạch dự trù.

Hồng mặc lại áo, ấm ức còn hằn rõ trong ánh mắt. Con đường trước mặt chỉ mới được khai hoang ở đoạn mở đầu. Ngàn trùng hiểm trở, gian nguy giăng mắc khắp nơi. Tù tội, chết chóc chực chờ vồ vập từng bước những kẻ lên đường tìm tự do và mưu cầu tối thiểu ấm no, hạnh phúc cho mọi người thân yêu chung quanh.

Trâm đang cố đấu tranh với chính mình gột rửa, tẩy sạch lớp cáu bẩn của tâm hồn, những nhớp nhúa ghê tởm của thói đời đen bạc, những thường tình thấp hèn của con người trần tục để dấn thân theo Hồng, theo lý tưởng cao đẹp.

Nàng ngủ lại nhà Hồng, chờ Kháng đã mỏi mòn tuyệt vọng quay

trở về Sài Gòn, nàng sẽ mò về với gia đình. Gặp lại Kháng, nàng sợ mình mềm yếu không giữ được lòng trước cử chỉ, lời lẽ của kẻ phản bội. Thà tránh mặt luôn, nàng sẽ dễ đối phó với Kháng hơn. Thời gian đã không làm nàng quên được Kháng, không xóa nổi trong trái tim nàng hình ảnh của người tình cao cả, yêu quý, nhưng khi đã biết rõ người tình đã hèn hạ bội phản mình, Trâm cũng tin rằng thời gian sẽ giúp nàng quên hẳn mối tình đầu tuyệt vọng. Cạnh bên thời gian, còn có ước mơ, tin yêu vừa hình thành trong tâm tưởng, chắc chắn sẽ hỗ trợ nàng thêm mạnh mẽ thoát nhanh ra khỏi cơn đau hiện tại.

9

Đoàn xe đò sáu chiếc đậu dọc theo con đường khá rộng dẫn vào ngôi đình nay bị chính quyền địa phương trưng dụng làm Trạm kiểm soát kinh tế quận Cái Bè. Thủ trưởng của trạm này là Nguyễn Nam – Trung úy, tuy đã cụt một chân nhưng vẫn còn tại chức. Hắn đi cà thọt với chân gỗ, chân trái mang giày để cao hơn đế giày bên mặt, nhưng hắn vẫn không thể đi đứng bình thường được. Nam bị bắn gãy cẳng trong một cuộc tấn công vào đồn nghĩa quân đóng tại Bắc Mỹ Thuận. Người ta cưa chân hắn và tặng cho hắn chiếc nạng gỗ. Để tưởng thưởng công trạng hắn, Hồ Chủ tịch gửi vào Nam tặng hắn chiếc chân cây chế tạo tại miền Bắc.

Nhờ chân cây, hắn có thể đi đứng dễ dàng hơn với chiếc nạng gỗ. Sau ngày "giải phóng", hắn tự tay đẽo gọt một bàn chân giả, bắt ốc dính vào ống chân cây rồi đi Sài Gòn đặt đôi giày cho cả hai chân. Hắn mặc quần dài chấm gót, nếu hắn đứng yên một chỗ, không ai biết hắn cụt một giò!

Dân chúng địa phương, nhất là bà con đi buôn, giới xe đò tặng cho Nguyễn Nam hỗn danh "con quỷ một giò Cái Bè". Hắn làm việc không biết mệt mỏi, ngày nào hắn cũng có mặt tại trạm kiểm soát từ 7 giờ sáng cho tới 9-10 giờ đêm mới về nhà. Không một xe đò nhỏ, lớn nào có thể qua mắt được hắn. Hắn biết mặt hầu hết con buôn trên tuyến đường Sài Gòn – Hậu Giang. Không ai nói láo được với hắn. Chỉ cần nhìn mặt khách xe đò, xe nhà, hắn biết ngay là dân đi buôn chuyên nghiệp, mới ra quân lần đầu hay khách bộ hành thuần túy.

Tài xế, lơ xe đò gọi hắn bằng "papa", còn trẻ thì gọi hắn bằng "ông ngoại", xồn xồn thì gọi hắn bằng "bác" hoặc "Trung úy". Hắn khoái ai gọi hắn với quân hàm của hắn. Muốn lấy lòng hắn, bà con quen mặt tôn hắn lên một bậc "Đại úy". Ước mơ cuối đời hắn được thăng lên Thượng úy, không biết tới bao giờ hiện thực. Nhờ hắn, công quỹ của quận Cái Bè và tỉnh Tiền Giang ngày thêm gia tăng, có thể so sánh với ngân quỹ của tỉnh Hậu Giang.

Chiếc xe đò thứ nhất được phép tiếp tục tuyến đường về thành phố. Từ tài xế, lơ xe đến hành khách thở phào nhẹ nhõm. Mấy chú lơ xe đóng vai trò quan trọng trong việc khám xét hàng hóa, nhất là gạo. Được trạm kiểm soát thông qua hoặc tịch thu tối thiểu hay không, đều do mấy chú lơ xe giỏi hay dở về mặt ngoại giao. Không một xe đò nào chở gạo, thực phẩm, gà, vịt,... đúng theo giấy phép của địa phương – nơi xuất phát, và không chuyến xe nào không có đồ lậu thuế. Nhân viên kiểm soát thừa biết rõ. Họ có nhắm mắt, lơ cho hay không đều do mấy chú lơ xe giỏi đút lót, hối lộ hay không! Thuốc thơm Samit Thái Lan là quà hối lộ hạng bét. Tùy theo chuyến xe mà lơ xe nộp nhiều hay ít thuốc thơm, rượu tây. Tém được vài gói 555, Winston, Craven A, nhân viên kiểm soát coi sơ qua giấy phép rồi khoát tay cho xe qua cổng trạm.

Nguyễn Nam cầm cây roi mây đứng nhìn các đệ tử lục lọi trên mui, trong xe, dưới lườn và liếc nhìn chừng bọn thuộc hạ ngồi trong trạm. Thấy chúng gật gật đầu là Nguyễn Nam làm thinh. Hễ chúng lắc đầu là hắn cà thọt tiến lại bên xe đò quan sát hành khách, đồ đạc trong xe và chính hắn bước lên xe trực tiếp khám xét thật kỹ. Không một ký gạo, một thùng nhỏ nước mắm thoát khỏi con mắt diều hâu của hắn.

Chiếc xe đò thứ hai đang bị lục soát. Hồng, Trâm, Ký Đảm và anh em thằng Bảo – Vọng cùng có mặt trên chuyến xe này. Hai phần ba hành khách bị đuổi xuống xe, chỉ còn lại một số ít người già yếu, đàn bà và trẻ em. Ký Đảm giả vờ đang ngủ say, ngồi ngoẻo đầu trên băng ghế mây, ngáy nhè nhẹ. Trâm và Hồng ngồi sát vào nhau ở đầu băng, mặt mày tỉnh bơ coi như không có chuyện gì xảy ra.

Hai ba công an, du kích moi móc từng góc, kẹt, lôi ra giữa đường đi bao bố, thùng giấy, chai hũ, tất cả những gì chúng nghi ngờ bên trong chứa đồ vật lậu thuế, quốc cấm.

Một tên đập lên chân một bà già, gắt gỏng:

- Rút giò lên coi. Cái gì nặng vậy nè?

- Dạ thưa thầy, nước… nước ở trỏng…

- Nước gì? Nước lạnh hay là nước rượu, nước mắm, nước cam lồ?

- Dạ… nước…

Tên công an trợn mắt. Bà già run rẩy:

- Dạ… dạ nước, dạ… rượu! Tui đem vài lít lên Thầy Goòng cho… sắp nhỏ… cúng ông già… tụi nó.

- Cúng kiếng mà tới cả chục lít vậy à? Nói láo quen tật. Đi buôn thì cứ nói đi buôn cho dễ nghe hơn. Xuống, xuống xe mau lên!

Bà già mếu máo:

- Tội nghiệp tui mà thầy. Xin thầy… tha cho nhứt phen. Tui đội ơn thầy.

Một tên khác ở cuối xe quát:

- Giải tội phạm và tang vật vào trỏng mau lên.

Tên du kích tuổi đáng con cháu nạn nhân, tay xách giỏ lát đựng keo rượu 5 lít, tay nắm cổ áo bà già kéo mạnh:

- Đứng lên. Đứng lên mau! Cự nự đập chết bây giờ!

Bà già ghị lại:

- Tha đi… mấy thầy. Tui thề với… Trời Phật hổng dám… làm vậy nữa.

Đứa cháu ngồi bên cạnh, giữ chặt tay bà khóc ré:

- Nội ơi nội. Đừng bỏ con nội ơi!

Tên du kích nạt:

- Thằng nhỏ kia, có buông bà nội mày ra không hả? Buông ra mau! Tao dọng cho một bạt tay hộc máu bây giờ.

Ký Đảm bật ngồi lại ngay ngắn, quay ra sau lầm bầm:

- Tụi nầy ác dữ bây! Phải ra tay…

Hồng đưa tay lên môi, chặn anh lại:

- Suỵt! Đừng, đừng! Để đó tôi lo!

Nàng rời ghế ngồi, đi tới cạnh một tên công an, nói nhỏ bên tai hắn, nhét vào túi hắn xấp tiền:

- Tha cho bà cụ đi. Có đáng gì đâu? Kiếm mối khác quan trọng hơn, ngon lành hơn.

Tên công an ngó Hồng. Hồng cười ruồi với hắn. Hắn cười trả, mơn trớn:

- Bao nhiêu vậy cưng?

- Hơn tiền phạt và đủ nhậu một chầu.

- Em lại trở lên Thành phố Hồ Chí Minh nữa à? Chuyến nầy sao mau dữ vậy?

Hồng cười duyên:

- Có chuyện cần. Có lên xuống, em mới gặp được anh chớ bộ!

Tên du kích đang lôi bà già ra khỏi hàng ghế, chợt có tiếng của tên công an:

- Tý, thôi đi. Tha cho bả lần này. Lần sau nhất định cho bả đi tù về tội buôn rượu lậu.

Hồng nắm tay hắn, bấm một cái:

- Mẹc-xi nghen!

Tên công an nghe nhói trong tim. Hắn âu yếm hỏi:

- Em có chở gì lên không?

Hồng nhún vai:

- Không! Hổng có gì ráo! Chuyến trở về, chắc có. Thôi, anh đi làm phận sự đi kẻo bị "con quỷ một giò" la bây giờ.

Hắn cười:

- Ổng mà nghe được, đố khỏi em bị ổng nổi khùng lên giết chết đó.

Hồng trề môi:

- Xí, còn lâu ổng mới dám giết em. Ổng lộn xộn, em chặt luôn cái giò bên kia nữa là ổng chỉ còn có nước lết thôi!

Nàng cười thành tiếng, trở về chỗ ngồi. Số hành khách ngồi trên xe ngơ ngác nhìn nàng. Họ không nghe rõ câu chuyện giữa nàng và tên công an. Họ chỉ nghe tiếng cười, họ không hiểu nàng là hạng người gì mà có thể can thiệp giải vây cho bà già kia?

Toán công an, du kích tiếp tục lục lạo đồ đạc trong xe. Trên mui cũng đang diễn ra cảnh khám xét. Nguyễn Nam khập khễnh đi đi, lại lại kiểm tra các thuộc hạ của mình thi hành phận sự "bảo vệ kinh tế Xã hội Chủ nghĩa, chống buôn lậu và ngăn chặn tiểu thương một bước tiến lên tư bản" đúng theo nghị quyết của Đảng!

Trâm hỏi khẽ:

- Bộ em quen thân với tên công an đó hả?

Hồng so vai:

- Quen thân con mẹ gì đâu chị! Thường lên xuống, em quen mặt tụi nó thôi. Dân đi buôn chuyên nghiệp nào cũng phải làm như em ráo trọi.

- Em nói giống gì mà nó tha cho bà cụ kia vậy?

- Em có nói gì đâu? Tiền nó nói đó mà!

- Cho nó bao nhiêu?

- Trăm đồng!

Ký Đảm nghe lọt câu chuyện, chửi đổng:

- Lũ chó đẻ. Hút máu mủ của nhơn dân hổng biết nhục.

Hồng với tay đập lên vai Ký Đảm, nhăn nhó:

- Anh nầy kỳ quá! Nói nho nhỏ dùm cái đi. Sao mà nóng như Trương Phi vậy hè! Kệ tía tụi nó.

Ký Đảm hạ thấp giọng:

- Tui khó chịu quá chừng. Rán dằn mà dằn hổng có nổi! Ác quá làm sao dân sống cho nổi hỡi trời?!

- Tại anh mới ngồi xe đò lên Sài Gòn lần đầu, anh bực tức trước cảnh khám xét chớ còn tôi đi lên đi xuống hà rầm, tôi đã quen cảnh nầy quá rồi. Nè, họ càng làm khó, dân càng khôn ra, càng nghĩ ra nhiều mánh lới cất giấu, đồ lậu, đồ gian. Còn bọn con buôn tụi tôi thì chỉ có hối lộ bằng tiền, bằng tình là êm ru bà rù, dù có sập trời, tụi tôi vẫn thoát ra được như thường!

Trâm thở ra:

- Còn tệ hại hơn ngày trước nữa. Cứ mãi ngăn đường, chặn lối, đóng cửa rút cầu, đất nước nầy rồi… sa xuống địa ngục thôi.

Ký Đảm hậm hực:

- Biết trước có ngày nầy, tui đấm đách đi kháng chiến. Thà theo Tây, theo Mỹ, theo Quốc gia, tuy mang tiếng còn có miếng mà ăn. Phải làm một cái gì cho đỡ tức mới đặng!

Hồng hạ thấp giọng:

- Ê, chính vì anh có ý muốn làm một cái gì đó mà tụi nầy mời anh vào tổ chức. Có phải đây là cơ hội tạo điều kiện cho anh làm lại cuộc đời không?

Trâm cảnh giác:

- Thôi đừng nói chuyện đó ở đây. Hai người im đi!

Có tiếng la inh ỏi:

- Đứng lại! Đứng lại!

Tiếng quát tháo của Nguyễn Nam tiếp theo:

- Rượt theo nó. Nó không đứng lại cứ bắn gãy giò nó cho tao!

Một người đàn bà có bầu ôm bụng chạy ra đường cái. Phía sau, một công an viên đuổi theo, móc súng AK lên cò, bắn chỉ thiên. Tiếng súng chát chúa gây kinh động, khiếp đảm mọi người.

Người đàn bà vẫn tiếp tục ôm bụng chạy. Tên công an bắn dưới chân nàng. Cát bụi bay lung tung.

Nàng cuống cuồng đứng lại, la hoảng:

- Đừng bắn, thôi, đừng bắn nữa.

Người nàng run bây bẩy như lau sậy trước cơn bão táp. Nàng co rúm, hai tay giơ khỏi đầu, mặt mày tái mét.

Tên công an nhào tới nắm tóc, kê mũi súng bốc khói vào tai nàng, nghiến răng:

- Chạy hả? Chạy khỏi không hả?

Người đàn bà quỳ thụp xuống, chắp hai tay van lạy:

- Tội nghiệp tôi ông ơi! Tôi… có chửa gần ngày… sanh rồi!

Nắm tóc kéo nàng đứng lên, tên công an giận dữ:

- Có chửa hả? Nói láo! Mày có chửa thịt hay gạo, thuốc thơm?

Hắn dùng mũi súng chọc mạnh vào bụng thiếu phụ:

- Có chửa. Nè, có chửa!

Thiếu phụ quằn quại, rên la. Hắn chọc thêm mũi súng vào bụng nàng, đay nghiến:

- Có chửa, này, có chửa! Chửa gạo, chửa thịt heo!

Mọi người theo dõi cảnh tượng ghê rợn trước mắt. Có người quay mặt né tránh không đủ can đảm chứng kiến cơn đau đớn của một thiếu phụ đang mang thai.

Ký Đảm vụt đứng lên định chui qua cửa xe đò nhảy xuống đường chạy tới can thiệp giải cứu nạn nhân.

Hồng giữ chặt anh lại bảo:

- Anh Đảm, ngồi yên đi! Đừng can thiệp.

Ký Đảm trợn mắt:

- Chị hổng thấy nó đánh đập tàn nhẫn đàn bà có bầu sao? Hổng khéo nó làm sẩy thai người ta kia kìa!

Hồng mỉm cười:

- Không sao đâu. Hổng có sẩy thai đâu mà sợ.

- Cái gì? Súng ống thọc mạnh vào bụng chửa mà hổng làm hư thai à?

Tên công an lôi thiếu phụ tới trước mặt Nguyễn Nam. Đầu tóc nàng rối tung, áo quần dính đầy cát bụi. Nàng ngồi phệt xuống đất lết theo sức kéo của tên công an.

Nguyễn Nam gắt gỏng bảo:

- Giở áo lên xem, chị kia!

Thiếu phụ chắp tay lạy van:

- Tội nghiệp tui quan lớn ơi! Tui… có chửa… thiệt mà!

Nguyễn Nam hất hàm ra lệnh cho một tên du kích:

- Mầy moi cái thai của nó ra cho tao coi. Mau lên!

Tên du kích chạy tới đè thiếu phụ ra, giật tung áo bà ba. Nửa người trên của thiếu phụ lõa lồ. Hắn vạch mạnh tấm vải dày trên bụng nàng. Nhiều bọc ny lông đổ ra nền đất. Thịt heo, bò trộn lẫn thuốc tây và thuốc thơm nằm lăn lóc trước mắt Nguyễn Nam.

Hắn cười ngất:

- Cái thai ngộ quá ta! Đời bây giờ, đàn bà có chửa thịt cá, thuốc thơm, thuốc tây.

Bọn công an, du kích cười giòn. Tất cả hành khách nín lặng chăm chú theo dõi tai họa xảy đến cho người đàn bà đang nằm ngửa trên mặt đất, mặt nàng cắt không còn chút máu. Bụng nàng đã xẹp lép. Nước thịt heo, bò đọng vũng trên da bụng nàng.

Hồng cười nhẹ nói với Ký Đảm:

- Đó, anh thấy chưa? Anh nóng mũi can thiệp là họa vô đơn chí, ách giữa đàng mang vào cổ rồi!

Ký Đảm sững sờ, há hốc miệng. Cơn bực tức của anh lắng xuống, biến sang một trạng thái tình cảm khác.

Thiếu phụ lồm cồm ngồi dậy, vừa kéo áo che ngực vừa mếu máo:

- Khổ quá nên tui mới… làm vậy, xin quan lớn… tha cho lần đầu.

Nguyễn Nam gầm gừ:

- Lần đầu hay lần thứ mấy rồi hả? Nè, nói thật đi tao tha cho còn bằng dối trá, tao cho ở tù rục xương.

Đứng lên, thiếu phụ khúm núm:

- Dạ, mới có… hai lần. Tui nói thiệt, hổng dám nói dóc!

- Ai dạy mày làm trò có chửa giả này hả?

- Dạ… hổng có ai dạy hết. Khổ quá, tui… nghĩ ra cách đó thôi!

Anh em thằng Bảo – thằng Vọng đứng gần đó, nói nhỏ bên tai nhau:

- Cách mạng dạy chớ còn ai vô đây nữa? Nghe ông già thuật lại bao nhiêu mánh khóe dân chúng lén chuyển đồ tiếp tế cho kháng chiến, cách mạng ngày xưa, tao quả quyết chính cách mạng đã dạy cho bả đó.

- Tao đồng ý với mầy. Gặp tao, tao nói đại như vậy coi thằng cha đó trả lời làm sao cho biết.

Thiếu phụ bị giải vào bên trong trạm kiểm soát, vừa đi vừa khóc sướt mướt. Nguyễn Nam bước lên xe đò có mặt Hồng, Trâm và Ký Đảm với sự tiếp sức của một tên du kích.

Hắn hỏi các thuộc hạ:

- Tụi bây khám kỹ xe này chưa?

Một tên công an đáp:

- Dạ, gần xong rồi thưa Trung úy.

- Xét thật kỹ nghe không? Đừng để một đứa nào trốn thoát.

Thấy Ký Đảm ngồi dựa ngửa, khoanh hai tay trước ngực, hắn hỏi giọng bực tức:

- Ê, tên kia! Sao không xuống xe như mọi người vậy hả? Coi bộ còn mạnh khỏe vật voi ngã kia mà?

Ký Đảm lặng thinh, ngồi yên không nhúc nhích. Nguyễn Nam nổi sùng, bước tới gần, quát:

- Có nghe hỏi không?

Ký Đảm vẫn không động đậy. Anh nhắm mắt giả vờ đang ngủ. Nguyễn Nam giơ gậy đập nhè nhẹ lên người Ký Đảm.

Ký Đảm chụp gậy, giật mạnh làm Nguyễn Nam nhủi tới trước:

- Ê, ông làm gì vậy hả? Muốn gì đây?

Nguyễn Nam cố giật gậy lại nhưng Ký Đảm vẫn giữ chặt trong tay:

- Buông gậy ra nghe rõ chưa?

- Không buông!

- Tao biểu buông ra!

- Không buông!

Nguyễn Nam thọc tay móc súng. Hồng, Trâm hốt hoảng cùng đứng dậy:

- Đảm, chú buông gậy ổng ra đi. Buông ra!

- Chú Sáu, ảnh là bà con của cháu đó. Xin chú bỏ qua cho.

Hồng chụp tay Nguyễn Nam trên bao súng lục, giữ cứng. Hắn trợn mắt nhìn đổ lửa vào mặt Ký Đảm:

- Để tôi bắn nát đầu nó ra coi nó còn dám chống lại thằng này hay không cho biết!

Ký Đảm vẫn nắm chặt đầu gậy, vỗ lên ngực đùi đụi:

- Bắn đi. Có gan thì cứ hành ngay đi, đừng giở trò hăm dọa, rung cây nhát khỉ. Chị Hồng, buông ổng ra đi coi thử ổng dám bắn không?

Hai ba tên công an, du kích, luôn cả tên cận vệ Nguyễn Nam, cùng nhào tới, đứa lên cò súng, đứa leo qua các hàng ghế xốc tới định bắt trói Ký Đảm.

Không chút nao núng, Ký Đảm bình tĩnh thách thức:

- Chiến đấu trăm trận chưa chết, tao há sợ chết bởi tay tụi bây sao? Đứa nào muốn bắn cứ việc ra tay đi.

Hồng điếng hồn, la lớn:

- Cách mạng đừng giết lầm cách mạng. Ảnh cũng là cán bộ… là cách mạng như mấy anh vậy đó!

Nguyễn Nam đưa tay chặn đàn em lại, cau mày hỏi:

- Cái gì? Đó là… cách mạng, là… cán bộ hay sao?

Ký Đảm quên đứt con đường anh đã chọn cho cuộc đời còn lại

của mình. Oán hận đang như đám cháy càng gặp gió, lửa càng cao ngọn, gia tăng cường độ, ngùn ngụt dâng lên làm anh muốn ngộp thở.

Anh hét thật to:

- Tao muốn chết, được chết như một thường dân bị chánh quyền hiện tại bức bách, đàn áp. Còn sống, tao còn đau xót, hối tiếc công lao đã đóng góp vào đại cuộc kháng chiến của toàn dân. Hơn nữa đời người hy sinh cho cách mạng chơn chánh chỉ là công dã tràng xe cát. Nếu Bác còn sống và nhìn tận mắt cách đối xử với dân của tụi bây, Bác có nhắm mắt làm ngơ được không?

Mắt Ký Đảm long lanh một màn nước. Lòng anh dấy lên ngọn sóng tình yêu Tổ quốc, dân tộc nồng nàn tràn lấp vào bãi cát vàng mịn Mẹ Việt Nam. Trước mắt anh, hiện lên một loài ác quỷ đang lè lưỡi nhát đồng bào anh, hóa phép làm tan biến lâu đài, thành quách của miền Nam quê hương anh, và chính những khuôn mặt đầy nanh gút kia bôi xóa hoàn toàn thành tích chín năm kháng chiến của những người yêu nước chân chính, trong đó có anh và bao nhiêu chiến hữu của anh còn sống vất vưởng đó đây, hay đã gửi xương vào lòng đất.

Trâm, Hồng nhăn mặt khổ sở. Hai người cùng muốn nhắc anh nhớ lại việc lớn đang chờ đợi đôi tay và khối óc của anh nhưng không sao mở lời được.

Hồng chỉ dám nhắc khéo:

- Anh Đảm ơi, hãy bình tĩnh lên Sài Gòn giúp tụi tôi một tay trong việc xây dựng tổ hợp tác sản xuất đinh Sao Vàng. Đã gần tới ngày ra mắt sở công nghiệp thành phố rồi đó. Tất cả tổ viên đều trông cậy nơi anh.

Trâm mừng thầm, phụ họa:

- Phải đó chú Đảm, trong tổ hợp chỉ có mỗi mình chú là cách mạng, chú có thành tích lớn, chú giúp bà con tổ viên quen cách hợp tác Xã hội Chủ nghĩa. Bình tĩnh suy nghĩ lại đi chú.

Ký Đảm nhớ lại mọi việc đang dự tính. Anh ngồi trở xuống, thở ra:

- Tôi chỉ sợ dân chúng xa dần cách mạng thôi. Dù sao địch vẫn còn ngo ngoe đó đây, tìm cách phá hoại chánh quyền cách mạng.

Chúng nó lợi dụng những hiện tượng rải rác khắp nơi để phản tuyên truyền, nói xấu chế độ. Nếu tôi có nóng thì cũng dễ hiểu thôi. Chắc các đồng chí đây cũng thông cảm.

Nguyễn Nam thở phào:

- Đây chỉ là chuyện hiểu lầm đáng tiếc. Anh em một nhà với nhau dù có gì đi chăng nữa thì… cũng là đồng chí của nhau.

Hắn phất tay ra lệnh các thuộc hạ tiếp tục kiểm soát các xe đò khác. Hắn đưa tay ra nói với Ký Đảm:

- Đồng chí quên đi chuyện vừa rồi. Tôi tưởng đồng chí là địch nên nặng lời, mong đồng chí thông cảm.

Ký Đảm ngồi yên, ngó đăm đăm về phía trước. Hồng giục:

- Kìa anh Đảm, chú Nam muốn bắt tay giảng hòa với anh kìa. Bắt tay chú ấy đi!

Ký Đảm liếc Trâm. Trâm nheo mắt. Anh đưa tay ra, Nguyễn Nam siết chặt bàn tay mềm nhũn của anh:

- Đồng chí có ở vào địa vị tôi, đồng chí mới thấy khó khăn. Làm lơ thì bọn con buôn thao túng, chuyên chở đồ quốc cấm, trốn thuế má thậm chí có thể tiếp tế cho bọn phản động, chống phá cách mạng; còn kiểm soát nghiêm ngặt thì mang tiếng hung ác, làm mất lòng dân. Một bên là Đảng, nhà nước của Tổ quốc Xã hội Chủ nghĩa. Chế độ chúng ta là kẻ thù của bọn tư bản đế quốc. Chúng ta lấy lao động vô sản làm nền tảng xây dựng một xã hội công bằng, bác ái, không có cảnh người bóc lột người. Từ cơ bản của chủ thuyết Mác – Lê, chúng ta cần diệt tận gốc tư doanh, đưa tất cả vào sản xuất tập thể. Lao động là vinh quang, bàn tay người lao động làm nên tất cả. Tiểu thương là nấc thang đầu dẫn tới tư bản chủ nghĩa. Có lẽ đồng chí cũng như tụi tôi, đã học tập chủ trương, đường lối Xã hội Chủ nghĩa mòn óc rồi.

Ký Đảm muốn ói bài giảng của một "mục sư Cộng sản". Anh lại muốn quên chuyện lớn một lần nữa, định tranh cãi, nhưng Trâm chau mày nhắc khéo anh.

Anh rút tay về, nói trổng:

- Có khó thì cũng khó vừa thôi để cho người dân còn có chỗ mà thở một chút. Nghèo túng, sống không đủ, họ mới tìm lối thoát cho bản thân, cho chồng con và gia đình. Một vài ký gạo, nếp, thịt bò, heo có đáng tội chết, tội tù đày đâu mà kẻ thừa hành pháp luật làm dữ vậy? Ngày xưa, dân chúng cũng đi buôn mà cũng vừa tiếp tế cho kháng chiến, cách mạng bị Tây, bị Quốc gia khám xét, bắt bớ, đánh đập, bỏ tù. Nay, cách mạng thành công rồi, mình cũng nên nới tay một chút cho dân nghèo khổ sống qua ngày chớ? Nên tìm bắt dân buôn lớn hơn là dân buôn lẻ tép riêu, cá lòng tong!

Sợ đôi co, tranh cãi thêm, Ký Đảm sẽ lại gây gổ, Hồng bước tới sát Nguyễn Nam hơn, nũng nịu:

- Chú Sáu, cháu có nhờ người quen ở Sài Gòn mua cho chú hai chai rượu Martell VSOP, một bịch thuốc 555 và… tập hình mà chú dặn cháu kiếm cho bằng được đó! Chuyến trở về, cháu sẽ đưa cho chú.

Nguyễn Nam liếc nhìn chừng Ký Đảm. Ký Đảm quay mặt ngó xuống đường. Cảnh khám xét, tra hỏi, khóc lóc, năn nỉ, van xin đang diễn ra trước mắt anh. Anh muốn nhắm mắt, bịt tai để đừng nghe, đừng thấy cảnh tượng đau lòng.

Nguyễn Nam vờ đi về phía trước lòng xe đò, tránh xa Ký Đảm. Hắn thò tay véo nhẹ vào đùi Hồng, đùa cợt:

- Rượu, thuốc thì sao cũng được, còn hình thì chú muốn Hồng cho xem thật thì hơn.

Hồng đã hiểu ý sàm sỡ của hắn, giả vờ hỏi đố:

- Xem thật là sao hả chú Sáu?

Nguyễn Nam nắm tay nàng kéo sát vào người hắn, kề miệng vào tai thì thầm, sắc mặt Hồng vẫn không biến đổi. Nàng đã từng nghe quá nhiều đề nghị kiểu đó rồi. Đàn ông nào rồi cũng rót vào tai phụ nữ những động từ tương tự như vậy.

Hồng nghĩ thầm trong đầu: "Lại thêm một con kên kên sa vào bẫy! Mầy muốn chết, tao cho mầy chết luôn, rục tùng luôn!"

Nguyễn Nam cười nham nhở:

- Hồng nhất trí chớ?

- Làm vậy chú cháu mình có lỗi đạo không?

- Gì mà lỗi đạo? Người dưng chớ bộ bà con ruột thịt gì với nhau đâu mà Hồng sợ! Tại Hồng kêu mình bằng chú chớ còn… Hồng gọi mình bằng anh thử coi có chết thằng Tây nào đâu?

Hồng quăng dây vào cổ con kên kên:

- Sức khỏe của chú sao rồi?

Nguyễn Nam đưa tay lên cao, gồng cứng ngắt:

- Ngon lành! Ngon lành! Cụt một chân chớ còn sức của mình y chang như trai mười tám!

Hồng ngó gương mặt đỏ bừng của hắn. Cuồng dâm ngời sáng trong đôi mắt hắn. Những tên chết đói xác thịt ở rừng, ở Bắc dễ rơi vào bẫy rập vật chất. Thấy đàn bà, con gái miền Nam, họ chép miệng, nuốt nước dãi, húc đầu vào tường đá chết từng tên, từng đứa. Giáo điều Mác – Lê, lời thề trước bàn thờ Tổ quốc, trước chân dung của Hồ Chủ tịch vĩ đại là sợi dây ràng buộc làm họ cảm thấy nhột nhạt, vướng bận, tù túng và đói khát. Hễ có dịp là họ tháo bỏ, tuột ra khỏi sợi dây ấy để hưởng thụ, dù sau giờ phút lạc thú có bị phê kiểm, chỉ trích, hạ tầng công tác, đuổi cổ ra khỏi đảng, họ vẫn không e ngại, rụt rè.

Từ sau ngày 30 tháng 4 năm 1975, đem thân xác bán cho quỷ để trả thù chồng, con, mưu tìm con đường mới cho số đông người chung quanh – Hồng thấy rõ hơn ai hết bản chất của tuyệt đại đa số "anh hùng" đánh Mỹ cứu nước! Họ có thể đánh thắng mọi kẻ thù, bất cứ từ đâu tới. Họ chỉ thảm bại trên hai trận tuyến: tiền và tình!

Hồng diễn tiếp lớp kịch:

- Chú Sáu, còn thím Sáu ở nhà thì sao?

Nguyễn Nam trề môi:

- Ồ, con gà mái dầu đó à? Thấy mặt bả, mình chỉ muốn kêu lính bắt! Đàn bà gì mà dữ như chằn tinh gấu ngựa. Chồng con làm việc đầu tắt mặt tối cả ngày, tối về, nó cằn nhằn cử nhử nhức từng lóng xương. Mỗi lần gần nó, mình có cảm tưởng như gần một khúc cây, khúc gỗ. Chán ơi là chán!

Hắn cười hềnh hệch:

- Hồng ơi, đàn ông con trai mà bắt nó cứ ăn cơm với nước mắm kho quẹt hoài thét rồi có cũng ngán tới cổ. Được một bữa lagu, bít-tết, súp vi cá hoặc hải sâm, đời mình sẽ bay bổng, dù có chết cũng sung sướng, toại nguyện.

Hồng nghiêng đầu ra ngó Trâm, nheo mắt mỉm cười. Ký Đảm đang nhìn đăm đăm chiếc xe Jeep lùn từ từ tiến vào bãi đất trống trước ngôi đình, hai tên du kích ngồi chễm chệ trên ca-pô, kẹp nách súng tiểu liên, mặt mày vênh váo, tự đắc.

Hồng hứa liều cho xong chuyện:

- Có dịp nào đó, Hồng mời chú Sài Gòn du một chuyến. Chú muốn gì, Hồng cũng chiều chú hết. Tội nghiệp chú quá chừng!

Nguyễn Nam ngây ngất như vừa nốc cạn ly rượu mạnh. Hắn muốn ôm đại Hồng, hôn nàng một cái cho đã cơn thèm khát. Hồng đẩy nhẹ hắn xuống xe. Hắn đi thụt lùi, mắt không rời chót đỉnh non cao rực rỡ, ngát hương kỳ hoa, dị thảo.

Hồng quay trở lại ngồi xuống cạnh Trâm, thở phào:

- Thêm một tên ác ôn sắp sửa thân bại danh liệt. Ơn trên khiến chúng ta thành công việc lớn.

Nàng che miệng cười ngặt nghẽo:

- Em mà đẹp như Thẩm Thúy Hằng hoặc như Elizabeth Taylor chắc là em giết hết đảng viên, cán bộ Cộng sản quá! Hồng biết mấy cụ Lê Duẩn, Phạm Văn Đồng, Trường Chinh, Tố Hữu thấy em có mê em hông?

Trâm không nín được cười:

- Đâu, hôm nào em xin giấy phép ra Bắc một chuyến, xoay sở gặp quý vị đó xem. Chừng đó em biết liền họ có mê em không!

Hai chị em cùng bật cười. Bỗng Ký Đảm quay lại, gọi nhanh:

- Chị Trâm! Chị Trâm!

Trâm, Hồng vội nín cười, ngơ ngác:

- Gì vậy chú?

- Gì vậy Đảm?

Ký Đảm chỉ tay theo sau chiếc Jeep lùn vừa lướt qua cửa xe đò:

- Hình như là xe của anh thằng Bé Tư kìa chị.

Trâm giật mình:

- Hả? Cái gì? Xe của… Kháng?

Nàng chồm qua người Ký Đảm ngó theo chiếc Jeep. Thấy bảng số Thành phố Sài Gòn, nàng hơi biến sắc. Nàng bán tín bán nghi đó là xe của Kháng. Ở bến xe đò Minh Hải, Trâm đã thấy Kháng ngồi trên xe chạy vào bến tìm kiếm nàng. Cả Hồng lẫn nàng và luôn Ký Đảm phải núp xuống băng ghế trốn tránh. Chỉ có anh em thằng Bảo – thằng Vọng ngồi tự nhiên theo dõi Kháng. Hai đứa được giao trách nhiệm báo tin xe Kháng còn luẩn quẩn trong bến xe hay đã chạy xa.

Kháng kiên nhẫn chờ đợi Trâm trở về nhà suốt một ngày rưỡi vẫn không gặp lại được nàng. Vừa thua buồn, vừa đã tới ngày giờ trở lại nhiệm sở, Kháng đành phải kiếu từ bà Giỏi và Nga ra về. Lòng anh rã rời tan nát. Anh trở lại ghe từ giã mẹ, Bé Tư đem Công theo lên Sài Gòn vào trại học tập Long Giao thăm Chiến và tìm đủ cách cứu Chiến khỏi cảnh tù tội. Kháng thề với mẹ nếu không bảo lãnh được em trai, anh sẽ tự tử. Anh tự nhận mình bất hiếu và vô dụng đối với mẹ và gia đình. Tưởng đâu sau mấy mươi năm xả thân chiến đấu cho Tổ quốc khổ đau, trở về quê hương, anh sẽ thấy lại nơi chôn nhau cắt rốn, gặp lại bao nhiêu thân nhân quyến thuộc và bà con chòm xóm sống trong cảnh thanh bình, tự do, no ấm. Nào ngờ trước mắt anh, ngôi nhà tổ tiên đã bị quản lý, ruộng đất bị đưa vào tập thể, cha chết đã lâu, mẹ và các em thân yêu phiêu bạt giang hồ, cùng đoàn người nghèo khổ kéo lê cuộc sống "gạo chợ nước sông". Cuộc "xuống dòng" như một nhát dao chém xả vào trái tim của người con trai đi kháng chiến với tâm hồn cao đẹp của người yêu nước không đảng phái.

Kháng suy nghĩ cạn cùng và quyết định dứt khoát xoay mũi thuyền đời bé nhỏ của anh về một hướng khác. Phải cứu cho được đứa em trai với bất cứ giá nào, kể cả mạng sống – được Kháng quy định như là một cần thiết ưu tiên một của đời anh bởi vì nhu cầu đó là một hình thức giúp anh trả hiếu cho mẹ, làm nhẹ đi khối nặng ưu tư, đau khổ của bậc sinh thành.

Kháng tự đấm ngực, tát mạnh vào mặt, tự tra tấn, hình phạt mình về tội phản bội Trâm. Một lần lầm lỡ, chỉ một lần thôi, cũng đủ làm anh ân hận suốt đời.

Đem Công theo, Kháng muốn chứng minh nỗ lực của anh trong trách nhiệm và bổn phận cứu Chiến. Anh muốn hành động khác với đa số cán bộ, đảng viên có bà con, cha mẹ, anh em bị cách mạng "gia ơn" giam nhốt vào các "đại học" với hy vọng "chúng nó" sớm giác ngộ, quay về "chính nghĩa" hoặc theo dấu các "anh hùng" bước lên "đỉnh cao trí tuệ loài người". Họ từ chối bảo lãnh bà con, thân nhân tù đày với lập luận "sớm hay muộn gì tụi nó cũng xuất trại thôi. Nhanh hay chậm, tùy nơi tinh thần giác ngộ của nó" hoặc "học tập càng lâu, nó càng tiến bộ. Cách mạng có giết chết đứa nào đâu!" Kháng không cùng quan niệm với các đồng chí của mình. Dù sao, trong máu huyết anh hãy còn luân lưu hột giống miền Nam đạo nghĩa, ân tình thắm thiết, chân thật.

Hồng mất hồn:

- Sao? Có phải xe của ảnh hôn?

Ký Đảm khẳng định:

- Tôi thấy rõ ảnh ngồi bên cạnh người tài xế. Phía băng sau, có thằng Công em của thằng Thành.

Trâm hỏi vặn:

- Chắc vậy chớ?

- Em không thấy lầm đâu. Ảnh mà!

- Chết tổ! Sao ảnh ghé vào đây làm gì vậy cà?

Ký Đảm nhận định:

- Hình như xe ảnh bị bắt.

Hồng kinh ngạc:

- Bị bắt? Công xa, chở cán bộ lớn bị bắt sao? Vô lý vậy!

- Hổng lẽ ảnh cũng chở đồ lậu, đồ quốc cấm bị điềm chỉ?

Thằng Bảo nhảy lên xe, hớt hải:

- Chị... dì Trâm, xe của... chú Kháng kìa!

Trâm trầm giọng:

- Biết rồi! Dì thấy rồi!

Ký Đảm ra lệnh:

- Ê Bảo, mầy theo dõi coi ảnh chạy xe vô đây làm gì vậy? Mau lên rồi trở lại đây cho mọi người biết nguyên nhơn.

Thằng Bảo "dạ" một tiếng gọn lỏn, nhảy trở xuống xe, cắm đầu chạy theo chiếc Jeep. Bên cạnh chiếc Jeep đã có thằng Vọng. Nó tự động theo dõi chuyện lạ không cần có ý kiến của Trâm.

Hai tên du kích rời ca-pô xe, tiến nhanh tới cửa xe, mỗi bên một đứa, chĩa súng vào trong, xấc láo ra lệnh:

- Mọi người xuống xe, lẹ lên!

- Lộn xộn, tao nổ súng liền!

Tú ngó Kháng thấy mặt Kháng hơi tái. Đôi mắt anh ngời sáng như đôi đèn săn ban đêm. Tú không sợ du kích mà sợ Kháng nổi nóng, gây chuyện lớn.

Kháng hất hàm:

- Chú xuống xe coi tụi nhóc con nầy muốn gì?

Một tên du kích trợn mắt hỏi:

- Ông nói ai nhóc con?

- Mầy! Ê, tao nhịn từ nãy giờ rồi nghen. Cỡ mầy, tao ngắt họng cái một. Thủ trưởng tụi bây là ai đâu?

Vừa nói, Kháng vừa nghiến răng, đưa tay làm cử chỉ "ngắt họng". Tên du kích lên cò súng chĩa thẳng vào người Kháng.

Kháng cười lạt:

- Bóp cò đi. Đố mầy dám!

Tú đã rời tay lái. Phía sau, Công ngồi bật ngửa, hai tay khoanh trước ngực, bình thản như không có chuyện gì xảy ra.

Anh em thằng Bảo – Vọng ngó nhau mỉm cười. Hai đứa khoái chí trước cử chỉ, thái độ của Kháng. Chúng nó mơ ước có được một người cha, người anh như Kháng. Ông Hoài cha hai đứa nó không giống như Kháng. Nịnh trên đạp dưới, tác phong của ông ta, không hợp với tuổi trẻ nổi loạn của hai đứa nó.

Tên du kích cố áp đảo Kháng:

- Ông đừng ỷ cán bộ, đi công xa rồi muốn làm gì thì làm. Ở đâu có luật pháp nơi đó. Quân pháp bất vị thân.

Kháng phì cười:

- Ê nhỏ, tuổi mầy đáng con qua thôi, đừng có hỗn xược mà bị trời trồng có ngày. Hồi tao bỏ cha mẹ, anh em, gia đình đi làm cách mạng, mầy chưa ra đời. Kính lão đắc thọ, nhỏ ơi! Thủ trưởng mầy gặp tao chắc sẽ run đó nhỏ! Đi kiếm thủ trưởng nhỏ ra đây trình diện qua!

Bên kia, tên du kích giục Tú:

- Đem gạo, nếp, rượu vào trong mau lên!

Tú phất tay:

- Muốn tịch thâu thì mấy người xách vô cơ quan đi. Nặng thấy mẹ, tui xách hổng nổi.

- Á, đ.m. cà chớn hả? Thằng này…

Tú bắt đầu "lên gân":

- Ê, hổng có xài "tiếng Đức" nghe bậu. Hổng nên dắt bà già bậu theo phía sau đó!

Tên du kích lên đạn, dọa:

- Đ.m. bắn thiệt chớ hổng giỡn chơi đâu đó!

Tú đẩy nhẹ mũi súng qua một bên:

- Ê, đ.m. nhột lắm nghen. Đ.m. thằng Tú nầy nổi nóng lên là… Đ.m. cho đo ván hộc máu cả chậu đó!

Công bắt đầu ra miệng:

- Muốn bắn thì bắn đại cha cho rồi. Cứ cái trò hăm he nghe sao tức ấm ách.

Tên du kích ra lệnh:

- Anh cũng xuống xe luôn. Không được ngồi ở trển.

- Tao làm biếng xuống quá mầy à! Lại đây đỡ tao xuống đi!

- A, đ.m. thêm một tên cà chua nữa rồi!

Hắn rút tu huýt thổi một hơi dài. Ba bốn du kích, công an khác ùn ùn chạy tới hỏi lia.

Hắn méc:

- Xe nầy chở toàn đồ lậu, đồ quốc cấm. Tui bắt nó, tụi ngồi trên xe kình chống lại hổng tuân lịnh.

Một tên thượng sĩ công an bước tới chào Kháng:

- Xin lỗi đồng chí, xe đồng chí chở gì vậy?

Kháng nghiêm mặt:

- Đồng chí, trước khi tôi khai báo, đề nghị đồng chí giáo dục bọn đàn em đạo đức tác phong cách mạng. Tôi tôn trọng luật pháp mới cố nhịn từ nãy giờ, nếu không thì…

Anh vỗ nhè nhẹ lên bao súng lục đeo bên hông, tiếp:

- Nếu không thì đã diễn ra cảnh… mất đoàn kết rồi!

Anh móc bóp lôi ra tấm thẻ có đóng dấu vuông của trường Đảng đưa tới trước mặt tên công an.

Hắn đọc xong, đưa tay chào Kháng, dịu dàng:

- Thành thật xin lỗi đồng chí giảng viên. Bọn em út chúng nó không biết nên lỡ dại, xin đồng chí thứ lỗi cho!

Hắn phất tay ra lệnh cho hai tên du kích:

- Thôi, tụi bây trở ra đường tiếp tục công tác, mau lên! À quên, hai đứa mau mau tới đây xin lỗi đồng chí Kháng cái đã.

Hai tên du kích còn lừng khừng chưa chịu nghe theo lệnh, tên công an trợn mắt quát:

- Sao còn đứng đó? Chống lại phải không?

Hai tên như bị điện giật, vâng dạ chạy tới trước mặt Kháng tạ lỗi.

Kháng nghiêm nghị:

- Nè, hai cháu. Chú mạn phép kêu hai đứa bằng cháu và xưng chú vì tuổi tác và tuổi đảng của chú. Chú muốn nhắn nhủ với hai cháu và tất cả các đồng chí phụ trách trạm kiểm soát một điều cơ bản là: cá nhờ nước mà sống, quân đội và chánh phủ nhờ đâu mà trở nên hùng mạnh, giàu có. Không có dân, cách mạng chỉ là một nhóm người có xác không có hồn. Cai trị dân, đảng và chánh quyền chúng ta phải lấy đức làm nền tảng, lấy tình thương làm phương châm cho đường lối chánh trị. Một chánh quyền xem dân như kẻ thù và tất cả viên chức thừa hành nhìn dân như đối diện với địch, trước sau gì cũng sụp đổ vì nghịch ý với dân, ý trời. Cuộc kháng chiến thần thánh sở dĩ thành công là nhờ nơi tinh thần giác ngộ cao độ của đồng bào cả nước. Cuộc cách mạng sở dĩ có được ngày hôm nay cũng do nơi niềm tin mãnh liệt của nhơn dân miền Nam vào công cuộc giải phóng và thống nhứt đất nước, hòa bình sẽ lặp lại, ấm no hạnh phúc, tự do sẽ đến sẽ đến với mọi nhà, mọi người.

Anh gằn mạnh từng tiếng:

- Nếu biết trước ngày nay mình bị làm khó dễ, bức bách, đối xử tệ bạc như vậy, dân chúng đã đóng cửa, quay lưng lại hết rồi. Thử hỏi các đồng chí, như vậy, chúng ta sẽ ra sao ở ngày 30 tháng 4 năm 1975?

Ba tên công an, du kích mặt đực ra. Lời Kháng, đối với chúng, chẳng khác nào vài tiếng đá sỏi rơi lõm bõm trên mặt ao, tiếng mưa rơi lộp độp trên mái tranh. Tác dụng "bài giảng" của Kháng chẳng khác gì những lời trách mắng, dạy dỗ của một giáo sư nhồi nhét vào tai của đám học trò lì lợm, cứng đầu, khó trị. Nghe tai bên này, chúng nó cho trôi tuột ra khỏi tai bên kia! Bản tính của chúng nó là vậy: do Đảng sinh ra, do Bác tạo nên, do chủ nghĩa ngoại lai đúc thành!

Kháng không tin mình sửa đổi được mảy may tác phong của chúng nó. Nói là nói, nói cho hả hơi bực tức, cho vơi bớt khối nặng bất mãn đè bẹp dí niềm tin của anh trước tương lai của miền Nam!

Anh hất hàm bảo Tú trở đầu xe ra đường. Bà con hành khách, kẻ ngồi người đứng, mặt mày băn khoăn, lo sợ, rải rác khắp nơi chung quanh Kháng. Anh thấy bất nhẫn quá, nhưng không làm sao khác hơn được. Anh chỉ là một cán bộ thuộc một chuyên môn khác, dù quan trọng hơn, ở cấp bậc cao hơn những kẻ đang nắm quyền kiểm soát sự đi đứng đời sống, và sinh hoạt của nhân dân trên các trục bộ giao thông. Phép vua thua lệ làng, rừng nào có cọp nấy. Sự can thiệp của anh, nếu có hiệu quả, cũng chỉ nhất thời, giai đoạn mà thôi. Ngay khi anh rời bỏ nơi đây, nơi đây vẫn là một tầng địa ngục canh giữ bởi ma vương, quỷ sứ và hành khách xe đò vẫn bị họ chặn xét, tra hỏi làm khó dễ đủ điều.

Kháng ngồi dựa ngửa, nhìn hai bên lề đường lúc nhúc nạn nhân của đoàn quân chiến thắng đang say máu trả thù, đang tìm đủ cách quơ quào và hưởng thụ. Một bà già tóc bạc phơ ngồi chồm hổm trên đất, run tay tháo mở mấy gói lá chuối đựng cơm.

Phía trên đầu bà, một tên du kích, tay ghìm súng, mặt mày hung tợn, gắt gỏng hỏi:

- Bà vắt cơm đem đi đâu hả?

Bà già ngước lên, nhăn nhó:

- Dạ, tui lên Sài Gòn thăm con với mấy đứa cháu nội.

- Đi thăm con cháu mà đem cơm theo làm gì? Bà phải khai thiệt.

- Dạ, bẩm cậu, đem gạo đi bị cấm, bị phạt, bị tù. Tui đem cơm lên cho tụi nó ăn. Gạo ở trên mắc mỏ quá, tụi nó mua ăn hổng nổi. Với lại, tui ở chơi vài bữa, tui phải đem… cơm theo ăn chớ còn tụi nó nuôi tui, tụi nó chạy gạo hổng có kham.

Tên du kích nạt:

- Thôi đi, đừng có nói láo! Vậy chớ hổng phải mánh mung đem cơm vắt theo để nuôi bà con, anh em phản động sao?

Bà già cười gượng:

- Mèn ơi, dạ đâu có cậu. Con trai tui làm công nhơn cho hãng xưởng nhà nước mà?

- Làm công nhân viên nhà nước thì con bà đã có gạo hợp tác xã, nhu yếu phẩm của cơ quan cấp phát cho rồi.

- Dạ, hổng có đủ đâu vào đâu hết trọi. Con nó đông lắm, cậu ơi!

Một tên du kích khác bước tới ra lệnh cho bạn đồng đội:

- Mày khỏi mất công nói nhiều nữa. Cứ việc tịch thu. Cơm hay gạo gì cũng bị cấm ra khỏi tỉnh, quận.

Hắn cúi xuống tom góp mấy gói cơm vắt. Bà già cố giữ chặt trong hai tay, van xin:

- Tội nghiệp tui mà mấy cậu. Tha cho tui lần nầy, dạ, lần sau tui hứa đi lên thăm con cháu mình không, hổng dám đem cơm vắt theo nữa.

Tên du kích nhất quyết tịch thâu, hắn hất chân đẩy bà già té ngồi trên đất, hốt mấy gói cơm lên hai tay. Bà già gượng đứng lên, cố giành lại quà tặng cho con, cháu mà bà đã thức dậy thật sớm, nấu chín, vắt trong lá chuối thật cứng. Bà không mua sắm được món gì khác cho bầy cháu nội yêu quý. Bà chỉ đủ tiền đi xe đò lên Sài Gòn. Mấy gói cơm vắt chứa đựng tình thương bao la, đậm đà của mẹ đối với con, dâu, của bà đối với các cháu ăn không đủ no.

Kẻ níu, người kéo, mấy gói cơm rơi khỏi tay tên du kích nằm chênh vênh trên mặt đất, dính đầy cát, bụi.

Tên du kích giơ tay định tát vào mặt bà già:

- Tôi vố cho một cái bể đầu ra bây giờ. Dám cãi lệnh phải không?

Bà già hoảng sợ, ôm mặt quay sang một bên né tránh. Bà khóc nức nở:

- Trời ơi là trời! Còn gì nữa đâu! Dơ hết trơn hết trọi rồi!

Tên du kích co giò đá tung mấy gói cơm vắt, bỏ đi. Mọi người chứng kiến cảnh tượng ấy đều mủi lòng, muốn khóc theo bà già bất hạnh.

Một ông cha đứng cạnh đó làm dấu thánh giá, ngửa mặt nhìn lên trời, lâm râm:

- Xin Chúa tha tội cho những kẻ độc ác!

Xa hơn một chút, một vị sư chắp một tay trước ngực, tay kia lần chuỗi, miệng mấp máy như đang cầu nguyện. Tôn giáo không vũ khí, không bạo lực, quyền uy. Những người đại diện Chúa, Phật chỉ biết cầu nguyện, van xin ơn trên cứu người khổ đau và tha thứ kẻ độc ác!

Từ nãy giờ, Kháng bảo Tú dừng xe lại, xem cảnh tượng đau

lòng. Mặt anh tái xanh, hai mắt trợn dọc. Vài giọt mồ hôi lấm tấm trên trán.

Anh chửi đổng:

- Quân khốn kiếp, chó đẻ. Bắn nó chết mới được!

Tú chụp tay Kháng giữ lại:

- Anh Hai! Đừng nóng, thưa anh. Mình đi về.

Phía sau, Công cau có:

- Đó, anh thấy chưa? Hòa bình, độc lập, tự do, no ấm là như vậy đó. Mấy chục năm chiến đấu, hy sinh của anh làm cho dân sướng hay dân khổ. Nhơn dân miền Nam được giải phóng hay bị giải phóng?!

Kháng đá mạnh vào thùng xe, nghiến răng:

- Bọn kiêu binh, lộng quyền. Đã thấy tận mắt rồi. Sự thật là vậy chớ không phải lời đồn đãi, xuyên tạc.

Anh nhảy xuống xe. Tú hốt hoảng gọi:

- Anh Hai! Anh Hai!

Kháng tiến nhanh lại bên bà già. Tú tắt máy xe, đuổi theo sau. Kháng nắm tay bà già, dìu trở lại bên xe, dịu dàng bảo:

- Bác, bác bỏ hết đi, theo cháu về Sài Gòn. Cháu sẽ đền hết lại cho bác.

Bà già ngước lên, ngơ ngác nhìn Kháng. Nước mắt ràn rụa trên hai má bà. Biết Kháng là cán bộ, bà thoáng sợ, giằng tay ra, nhưng Kháng vẫn giữ một bên vai bà, tươi cười:

- Bác đừng ngại. Cháu muốn hoàn lại những gì bác đã mất và còn hơn thế nữa, thưa bác. Mời bác lên xe cháu đưa bác về Sài Gòn thăm con và các cháu của bác.

Bà già quay lại ngó mấy gói cơm vung vãi trên nền đất. Lòng bà tan nát, đau đớn trước mấy gói quà đơn sơ gói ghém tình mẹ, tình bà thiêng liêng, cao cả.

Tú phụ với Kháng đỡ bà lên ngồi băng sau với Công. Công đang úp mặt vào đôi tay, cố nuốt oán hận đắng nghét. Anh xích qua một bên nhường chỗ ngồi rộng rãi cho người đàn bà vừa bị đối xử tàn tệ. Anh nghĩ và nhớ tới bà Chợ mẹ anh. Nếu bà cũng vắt cơm đem cho con, cháu ở một nơi nào đó trên quê hương miền Nam này, bà cũng sẽ bị người ta hành xử tàn ác như vậy thôi. Bà già ngồi sát vào người Công. Công nghe rõ tiếng thổn thức của một tâm hồn đau đớn!

Ngồi trên xe đò, Ký Đảm theo dõi hành động của Kháng từ đầu chí cuối. Anh quay lại nói với Trâm, Hồng:

- Anh Kháng cũng không đến nỗi nào đâu. Ảnh là một cán bộ, đảng viên còn có tâm hồn.

Trâm, Hồng cũng đã chứng kiến việc làm của Kháng. Hồng phụ họa với Ký Đảm:

- Tôi cũng thấy như vậy. Cả nhà ảnh đều khí khái. Tiếc thay ảnh có tội với…

Nàng ngó Trâm. Trâm vẫn lạnh lùng, sắt đá. Những gì đã xảy ra trước mắt không suy suyển được chút nào cõi lòng nàng đã đóng thành băng. Ánh nắng yếu ớt chiếu rọi từng cử chỉ khí khái, nhân nghĩa của Kháng không làm tan nổi khối băng đá rắn chắc trong trái tim người đàn bà bị phản bội.

Nàng kéo Hồng cúi thấp xuống khi xe Jeep của Kháng lướt ngang qua. Nàng nín thở chờ tiếng xe xa dần.

Hồng hỏi nhỏ:

- Chị thấy sao?

- Thấy gì?

- Về cử chỉ của ảnh!

Trâm so vai:

- Không thấy gì hết. Chuyện quá tầm thường. Cũng một lũ với nhau thôi. Bản chất đều như vậy!

Hồng phân trần biện hộ cho Kháng:

- Cán bộ, đảng viên cũng có người nầy, người khác. Đã đành đa số đã nhiễm vào máu vi trùng Cộng sản, tuy nhiên cũng có một số ít, nhứt là người miền Nam tập kết, theo cách mạng chỉ vì yêu nước chơn chánh muốn giải phóng dân tộc nầy khỏi ách đế quốc, xâm lăng. Họ không ngờ mình mặc nhiên trở thành Cộng sản. Rồi đến khi thấy sự thật hiển nhiên không giống như mình suy nghĩ, tưởng tượng và ước mơ, họ đâm ra chán nản, thua buồn, hối tiếc. Họ muốn làm một cái gì thay đổi hiện tại ở miền Nam để chuộc lại quãng đời trót lỡ hy sinh cho một thiên đường không tưởng! Em có quen với một vài cán bộ, đảng viên thuộc loại nầy. Họ đang được anh em mình móc nối. Anh Kháng có thể cũng đang mang tâm trạng của những người kia.

Trâm cười nhẹ:

- Chị hổng tin. Một con người bội phản không thể trung thành với ai khác, nhứt là đối với chuyện dân, chuyện nước. Ông ta vừa ở Bắc trở về, hừ, ổng chưa sáng mắt ra đâu. Không nên đánh giá quá sớm mà bị lầm!

Anh em thằng Vọng – thằng Bảo vừa quay trở lại thì bác tài xe đò bóp còi giục hành khách trở lên xe. Một ít người bị trạm kiểm soát giữ lại cùng với hàng hóa bị kết tội lậu thuế, quốc cấm. Thằng Bảo thuật hết lại cho Trâm, Hồng, Ký Đảm nghe những gì nó nghe và thấy.

Nó cười, kết luận:

- Nghe chú ấy xài xể, mần xả láng mấy tên công an, du kích, em khoái quá. Ba em mà được một chút xíu như chú Kháng, em không đi đâu hết, ở lại hầu hạ ổng suốt đời.

Thằng Vọng phụ họa:

- Hổng biết chú ấy làm lớn cỡ nào mà tụi xỏ lá, ba que kia sợ như sợ cọp! Chú lên lớp dạy cho tụi nó một bài học nghe đã lỗ tai quá chừng. Tụi nó mọp đầu xin lỗi, hứa chừa không dám ăn hiếp bà con cô bác đi xe đò nữa!

Xe đò nổ máy. Có tiếng người lơ xe vang vang:

- Chưa hết đâu nghe bà con. Còn cả chục trạm kiểm soát nữa lận. Ngoài ra còn nhiều trạm đột xuất dọc đường nữa. Bà con nào có đồ đạc gì trái phép thì nên liệu mà vứt bỏ đi. Nếu không thì nên khai thiệt với tui để tui lo liệu chạy chọt dùm cho. Bà con nghe rõ chưa?

Không có tiếng đáp lại. Mấy tay buôn hàng chuyến ngồi tỉnh khô, mặt mày thản nhiên như người vô tội!

Lơ xe hoàn trả giấy phép cho từng con buôn, làu bàu:

- Bận sau mấy bà tốp bớt lại một chút dùm cái, đừng có quá lạm dụng như lần nầy. Ông Sáu một giò cảnh cáo rồi đó. Nếu bà nào chở lố quá nhiều nhớ tăng thêm quà cáp hơn nữa. Tui năn nỉ gần gãy lưỡi, ổng mới thông qua.

Có tiếng chửi rủa:

- Thằng cha mắc dịch, cà chớn. Ăn dọng cũng vừa vừa thôi. Tham quá coi chừng vợ đẻ ngược, con hổng có lỗ đít.

- Mẹ tổ cha nó, hồi đó hối lộ ít, bi giờ hối lộ gấp mười lần hơn. Có ngày tui cho nó ăn đồ dơ của đàn bà cho nó biết tay.

Từ băng sau chót, một người khách nói vọng tới trước:

- Ê, vừa thôi nghen. Nói nghe gớm muốn mửa vậy má non?

Một con buôn đứng phắt dậy, quay mặt ra sau tru tréo:

- Thằng nào vừa nói đó. Ra mặt thử coi. Bà cho mầy ăn cái đó liền bây giờ nè!

Ông khách nọ le lưỡi, lầm bầm:

- Mẹ cha ơi, dữ quá tay. Ai làm chồng nó chắc một ngày bị nó tấn cả chục lần mềm xương!

Tiếng chửi rủa tục tằn tiếp tục nổ giòn, bác tài xoay lại, hét:

- Thôi, nín đi má non! Còn ông ổng nữa, tao đuổi cổ xuống xe bây giờ. Giỏi dữ há! Sao hổng dám chửi mấy tía kia dùm cái?!

Im lặng hoàn toàn. Chỉ còn nghe tiếng máy xe đò gầm rú và tiếng thùng xe rên rỉ.

Hồng khoanh tay trước ngực, ngả đầu ra sau, lim dim đôi mắt. Nàng đi tìm giấc ngủ. Suốt đêm qua, nàng thao thức, vạch tìm trong kế hoạch chung một lối thoát an toàn nhất cho chiến lược đầu tiên sắp phải thực hiện trong tháng tới. Ra quân đầu tiên nhất định phải thắng. Rủi thất bại, nàng và tổ chức phải bắt đầu trở lại từ con số không. Thậm chí, lần thất bại đó sẽ ảnh hưởng nặng nề tới chiến lược thứ hai có tính cách trường cửu và vô cùng quan trọng. Thành công đầu tiên sẽ là động cơ đẩy mạnh tổ chức sớm hoàn tất mọi cơ cấu từ nhân lực đến các phương tiện hoạt động bí mật.

Trâm ngồi yên như pho tượng, người nàng chỉ lắc lư theo trớn xe đò trườn tới trước hay thắng lại. Nàng nhìn con đường trước mặt chạy giật lùi khi chậm khi mau. Nàng không nhận diện được gì đập vào nhãn quan. Tất cả chỉ là một vùng trời mờ ảo gồm có người xe, cây cỏ, đất, sông liên tục vút qua tầm mắt nàng. Tâm tư Trâm đã như mặt biển dậy sóng trong cuồng phong, bão tố, giờ đang lắng xuống dần như mặt hồ thu. Nàng chống trả mãnh liệt với tai biến khủng khiếp của đời mình. Nàng đã mang đầy thương tích nhưng Hồng đem tới cho nàng một lọ thuốc tiêu giúp nàng bớt đau đớn và băng bó các vết thương.

Trâm cắn răng trấn áp từng cơn nhói buốt của trái tim. Nàng cương quyết phải chiến thắng cái thường tình của con người để đạt tới mối tình cao cả của vĩ nhân. Nếu như không trở thành vĩ nhân thì ít ra nàng cũng hữu ích cho mọi người đau khổ xung quanh. Nàng tự tin. Nàng tự võ trang xua đuổi hình ảnh kẻ phản bội cứ mãi đeo đuổi, ám ảnh, chi phối tâm hồn nàng.

Trâm tự trách mình hãy còn yếu đuối. Nàng cầu nguyện ơn trên xót thương nàng, giúp nàng quên hẳn chuyện cũ, ban nghị lực cho nàng chống trả ma lực của tình yêu cá nhân và đẩy mạnh nàng tiến nhanh vào hào quang của tình yêu cao đẹp.

Vĩnh biệt tình xưa đen bạc. Vĩnh biệt người đàn ông đầu đời bội phản. Vĩnh biệt quá khứ mục rữa trong hơn một phần năm thế kỷ đợi trông. Vĩnh biệt Kháng! Vĩnh biệt tất cả!

Kháng đang trên đường trở lại tổ ấm, gặp lại người đàn bà đã thay thế Trâm trong vai trò làm vợ mà Trâm đã hy vọng, đợi chờ gần hết một đời người!

10

Tú đã hết tốc lực chạy cho kịp giờ cầu Bình Điền đóng cổng ngay lúc vừa giới nghiêm. Lính gác cầu nghiêm cấm mọi sự lưu thông dù đối với công xa có lệnh công tác khẩn, chỉ trừ quân xa. Từng đưa cán bộ trường Đảng đi công tác ở các tỉnh miền Tây trở về thành phố ban đêm, Tú biết rõ lệnh cấm này.

Một lần, anh chở thủ trưởng cũ – Giảng viên, Bí thư chi bộ của trường – Nguyễn Khoa (bí danh Tám Hòa) từ Cần Thơ vừa về tới cầu Bình Điền bị lính gác chặn lại. Tám Hòa trưng ra đủ thứ giấy tờ, nói cách gì cũng không được phép qua cầu. Đã tới giờ giới nghiêm, không một ai được lính thông cảm ban cho một đặc ơn.

Một số xe đò, xe gắn máy, xe be chở cây, luôn cả xe ba bánh đậu lại ở bên này chân cầu. Mọi người hoặc ngủ trên xe hoặc nằm lăn dưới đất, dựa lưng vào thùng xe ngủ gà ngủ gật chờ tới 4 giờ sáng hết giới nghiêm, mới vào thành phố bên kia cầu.

Nửa đêm, có tiếng kêu la của một người đàn bà đau bụng đẻ. Ông chồng quýnh quáng chạy lăng xăng như gà mắc đẻ. Có người xúi anh lên cầu xin lính cho phép chở vợ đi sinh. Nhà bảo sanh ở cách đó không xa lắm, chỉ mất mười lăm phút xe.

Một lúc sau, anh quay trở lại, mặt mày nhăn nhó khổ sở. Bà vợ ôm bụng lăn lộn rên la trên nền đất.

Bà con hỏi anh:

- Sao? Lính có cho qua cầu hông?

Anh giậm chân đáp:

- Họ nhứt định không cho! Họ cương quyết từ chối.

- Mà chú có nói vợ chú chuyển bụng đẻ không?

- Có, tôi năn nỉ, quỳ lạy họ, họ cũng hổng cho. Họ biểu chờ hết giờ giới nghiêm hãy đẻ!

Tú nghe được, ôm đầu kêu lên:

- Trời ơi là trời! Ông có nghe họ biểu cái gì kỳ cục vậy không? Chửa, đẻ mà họ làm như thể… mắc đái, mắc ỉa gì vậy đó!

Người khác chửi đổng:

- Đéo mẹ chúng nó! Ngu gì mà ngu dữ vậy hổng biết nữa! Đồ quân chó đẻ, khốn kiếp!

- Ngu chưa hẳn đúng đâu. Chúng nó ác thì đúng hơn. Làm gì nó không biết đẻ nín làm sao cho đặng?

Tú uất ức, vỗ lên ngực, phụng mạng:

- Để tôi. Tôi lên xin cho!

Bà con chung quanh cổ vũ, hoan nghênh anh. Vuốt lại tóc, kéo cổ áo ngay ngắn, anh lầm lũi đi thẳng lên cầu.

Tới gần nửa dốc cầu, anh chợt nghe có tiếng quát tháo:

- Ai đi đó? Đứng lại, không tao bắn!

Tú giật mình đứng lại, lớn tiếng:

- Tôi là công nhơn viên nhà nước, tài xế của cán bộ lớn. Tôi muốn xin ông cho chở đàn bà đang chuyển bụng qua cầu đi đẻ.

Tiếng lên cò súng lách tách, tiếp theo tiếng quát tháo:

- Hổng chửa đẻ gì hết. Trong giờ giới nghiêm, ai đi tới đi lui bắn chết rán chịu. Muốn đẻ, đợi sáng mơi, 4 giờ rồi hẵng đẻ!

Tú lầm bầm trong miệng:

- Mẹ cha ơi! Gì kỳ cục vậy hỡi trời?!

Anh cố năn nỉ:

- Tội nghiệp đồng chí ơi! Thằng nhỏ muốn chui ra rồi, níu hổng được mà!

Hai phát súng nổ liên tiếp. Tiếng đạn xé gió rít lên ghê rợn. Tú nằm sấp xuống, hồn phi phách tán. Anh xoay người bò trở về đám đông.

Có người hỏi:

- Sao hả anh?

- Còn sao nữa! Bộ không nghe súng nổ đó sao? Chút xíu nữa thì tôi theo ông theo bà cha nó rồi!

- Mèn đét ơi! Biết làm sao bây giờ nè chời!

Không còn nghe tiếng rên la nữa, Tú ngạc nhiên:

- Ủa, bộ chị ấy… đẻ rồi hả?

Tức thời, tiếng rên la cất lên. Ông chồng cuống cuồng an ủi vợ:

- Rán… rán chút nữa em. Gần… gần sáng… gần hết giới nghiêm rồi.

Người vợ nắm áo ngực chồng, quằn quại:

- Chết đi trời ơi! Ui, đau… đau quá! Chết… chết…

Tú đứng phắt dậy chạy thẳng tới xe Jeep kiếm Tám Hòa. Hòa nằm co người như con tôm ở băng sau, ngáy pho pho.

Tú nắm chân Hòa lay gọi:

- Thủ trưởng! Thủ trưởng!

Tám Hòa ngừng tiếng ngáy, nhai nhai trong miệng, tiếp tục ngủ. Tú nhón gót thò đầu vào sát tai ông ta, gọi lớn tiếng. Ông ta giật mình, hét to. Tú mất hồn nhảy lùi ra sau.

Lồm cồm ngồi dậy, Tám Hòa ngơ ngác:

- Gì? Chuyện gì vậy hả?

Ông ta dụi mắt nhận ra Tú. Tú bước tới nói nhanh:

- Dạ thưa thủ trưởng. Xin thủ trưởng ra tay… cứu độ chúng sanh.

Tám Hòa không hiểu Tú muốn gì. Tú thì thầm thuật hết chuyện đã và đang xảy ra đằng kia.

Anh khẩn khoản:

- Tội nghiệp quá thủ trưởng ơi! Chậm trễ chị ấy có thể sanh rớt, nguy hiểm cho cả mẹ lẫn con. Thủ trưởng ra tay nghĩa hiệp cứu sống hai mạng người.

Tám Hòa thở ra:

- Để tao thử xem sao. Tụi nó không chịu thì cũng đành chịu phép thôi. Tao chẳng có quyền hành gì ở đây hết.

Ông ta mang lại dép râu, xốc lại quần áo, đi thẳng lên cầu. Tú mừng quýnh chạy tới đám đông khoe với mọi người. Đằng xe kia, tiếng la thét cất lên càng lúc càng gấp rút, dữ tợn hơn nhưng bóng Tám Hòa vẫn di động về phía trước. Tú và tất cả bà con ở phía sau nín thở lo sợ cho Tám Hòa.

Một chặp khá lâu không thấy Tám Hòa trở lại, ai nấy đều tin ông ta đã bị bắt giữ. Tuyệt vọng càng căng phồng thêm ra. Người đàn bà chuyển bụng càng rên khóc già hơn. Ông chồng ôm vợ vào lòng khóc theo.

Có người reo lên, trỏ tay về chiếc cầu “biên giới”:

- Kìa, ai như là… ổng kìa bà con?

Tú chồm tới nhìn đăm đăm bóng người thấp thoáng xa xa:

- Đúng rồi! Sếp của tui trở lại đó!

Mọi người cùng đứng lên, nửa lo nửa mừng. Tú chạy tới đón Tám Hòa. Anh cắm đầu phóng nhanh trở lại reo mừng:

- Xong, xong rồi bà con ơi! Đội trưởng gác cầu Bình Điền cho phép chở chị ấy đi đẻ!

Đám đông xôn xao, ông chồng ngửa mặt lên trời lấp lánh sao, tạ ơn:

- Cám ơn… con cám ơn Trời Phật… cứu vợ con con! Về con nguyện cạo đầu, ăn chay một tháng.

Tú lái xe chạy tới bên Tám Hòa đang lom khom hỏi thăm ông chồng. Tú hối đỡ thiếu phụ lên xe. Tám Hòa ngồi ở băng trước, xoay người lại ngăn cản một vài người lợi dụng qua cầu:

- Ngoài chồng chị ấy ra, không được ai theo. Lính giữ cầu đã biết chỉ có 4 người trên xe thôi. Dư một người, họ sẽ bắt giữ lại và có thể hủy luôn phép chở chị ấy đi sanh.

Tú vọt xe tới, một vài người lúp xúp chạy theo, nhắn với anh:

- Nhớ chạy êm êm một chút nghe bồ. Coi chừng bả đẻ trên xe xui xẻo lắm đó!

- Lên cầu gặp tụi nó, anh nhắn dùm tôi là con gái mẹ chúng nó cũng đang chuyển bụng đẻ ở nhà thử coi chúng nó biểu chờ tới hết giờ giới nghiêm hẵng đẻ hay không?

Một tràng cười rớt lại phía sau trớn xe chạy tới. Tú khoái chí cười theo. Trong anh có hai niềm vui: vui với câu nói móc lò của người khách xe đò vừa rồi, vui vì đã cứu được mẹ con của sản phụ. Anh quên hẳn người chỉ huy bên cạnh, tập trung tâm trí vào người đàn bà sắp sửa khai hoa nở nhụy.

Tới giữa cầu, xe bị chậm lại. Tên đội trưởng rọi đèn bấm vào xe hỏi:

- Ai đẻ chửa gì đâu? Thiệt hay giả đó?

Tiếng rên của thiếu phụ cất lên gián tiếp trả lời câu hỏi của hắn. Hắn bảo người chồng:

- Kéo áo lên coi!

Hiểu lầm, người chồng ngồi thẳng lưng kéo áo sơ mi của mình lên:

- Dạ, dạ đây. Hổng có gì hết!

Tên đội trưởng gắt:

- Tôi biểu kéo áo bà chửa lên chớ hổng phải áo của anh!

Người chồng "vâng, dạ" kéo áo bà vợ lên gần tới ngực. Tên đội trưởng vỗ bình bịch lên bụng chửa, hất hàm bảo:

- Được rồi! Chở đi đi!

Tú giận run. Anh gài số, thả nhanh chân am-bờ-ra-da. Xe Jeep phóng tới suýt hất hắn té nhào xuống đất nếu hắn không ngả người ra sau né khỏi.

Tú nghe tiếng chửi đuổi theo:

- Đ.m. thằng tài xế. Nó định giết tao sao cà? Đ.m. nó…

Tú nghiến răng:

- Chưa từng thấy trong lịch sử loài người! Quân sâu bọ lên làm người!

Ngồi bên cạnh, Tám Hòa nín lặng. Tiếng gió rít mạnh hai bên thùng xe hòa lẫn với tiếng rên đau cất lên từng chặp.

Tú kể hết lại cho Kháng, Công nghe câu chuyện mà anh cho là dã man chưa từng có.

Kháng cười gằn:

- Thằng Nguyễn Khoa thuộc loại gà chết. Gặp anh trong trường hợp đó, bọn gác cầu đã chết một vài tên. Tao thà chết chớ hông chịu nổi cảnh thú vật như vậy!

Công nhắc lại chuyện Bé Tư đi rước mụ về sinh cho vợ anh rồi bình luận:

- Đêm hôm đó, nếu có súng trong tay, anh Tư đã hạ tụi du kích chó má kia rồi. Lịnh trên chỉ có năm, xuống tới địa phương trở thành mười, mười lăm. Bọn thừa hành không dám linh động giải quyết những trường hợp đột xuất, đặc biệt. Chúng nó là những con người máy. Lỗi đó do nơi cấp lãnh đạo từ trung ương. Không thể trút hết tội cho mấy cấp thừa hành rồi phê bình, kiểm điểm, sửa sai.

Một tràng "tu-huýt" vang dội, kéo dài từ hướng cầu Bình Điền. Tú pha đèn thấy lính gác đang kéo rào dây kẽm gai ngang qua đường.

Anh nhìn đồng hồ tay, kêu lên:

- Chết tía rồi. Mười hai giờ kém năm. Qua cầu hết được rồi!

Anh hãm bớt tốc lực. Kháng bảo:

- Cứ việc chạy tới.

- Thưa anh, họ đã…

- Anh biểu chạy tới. Cứ nghe lời anh.

Tú thất vọng. Anh tin chắc cả bọn sẽ ngủ lại bên này cầu chờ tới 4 giờ sáng mai hết giờ giới nghiêm. Chuyến công tác này không có dịp may của chuyến công tác anh vừa kể cho mọi người nghe. Làm gì có được luôn luôn một người đàn bà đau bụng đẻ bất tử để có lý do qua cầu trong giờ giới nghiêm?

Anh nhìn lên kiếng chiếu hậu thấy rất nhiều xe, đủ loại sắp sửa tới khu "khách sạn lộ thiên" kia rồi. Anh van vái trong số đông hành khách thiếu may mắn sẽ có thêm một đàn bà mang thai chuyển bụng đẻ.

Xe dừng lại trước cổng dây thép gai. Kháng bước xuống, tiến nhanh lên dốc cầu.

Từ nãy giờ, bà già ngồi nín nghe không dám góp lời với các ân nhân. Bà biết rõ thân phận dân giả của mình. Im lặng là khôn ngoan. Ngứa miệng nói bậy rước họa vào thân có ngày! Khôn cũng chết, dại cũng chết. Chỉ có biết là sống.

Tú vươn vai hỏi bà:

- Bác có mệt lắm không? Đường xa lại lồi lõm đầy ổ gà, mu rùa, xe dằn quá chừng.

Bà gượng cười đáp:

- Dạ tui hổng có mệt, thưa thầy. Được mấy thầy cho quá giang, tui thiệt có phước.

- Thầy với bà gì đâu bác ơi! Thời buổi bây giờ làm cu li dễ sống hơn. Ờ nầy, con trai bác làm gì ở Sài Gòn vậy?

Bà già ấp úng:

- Dạ nó… cũng làm… cu li chớ hổng có làm gì hết.

- Trước kia ảnh có đi lính không bác?

Bà già lắc đầu lia lịa:

- Dạ… dạ hổng có. Nó… trốn quân dịch… mười mấy năm trời, thưa cậu.

Tú nói bâng quơ:

- Đối với cách mạng, đi lính cũng có tội, trốn lính cũng có tội.

Hồi mới vô, họ buộc tội người đi lính là phản bội Tổ quốc, cầm súng đánh thuê cho ngoại bang bắn giết đồng bào, chống lại cách mạng. Họ đề cao người trốn quân dịch bắt bẻ ai nói là mình bị bắt lính chớ hổng phải tình nguyện đầu quân với lập luận: "Tại sao người ta trốn lính được mà anh không trốn được?" Tới ít lâu sau, họ buộc tội dân trốn lính: "Tại sao anh trốn lính được chớ? Chắc là anh nhận làm tay sai cho CIA chớ gì?"

Anh thở ra:

- Hết ý! Họ nói sao cũng xuôi rót. Đổi trắng thành đen, biến đen thành trắng. Đúng là cái lý của kẻ mạnh bao giờ cũng thắng!

Công góp ý:

- Gặp tui, tui sẽ hỏi lại chúng nó ai biểu, ai mượn mấy người giải phóng miền Nam? Sống dưới ách cai trị của một chế độ, có ai không dính dáng hoặc nhiều hoặc ít tới ảnh hưởng chánh trị của chế độ đó không? Hổng lẽ dân chúng ở miền Nam, từ già đến trẻ, thậm chí tới con nít mới lọt lòng mẹ cũng phải trốn vào khu theo Mặt trận Giải phóng miền Nam mới được họ xem là yêu nước, yêu cách mạng và không phản bội Tổ quốc? Đã nói là chiến tranh ý thức hệ thì có người theo bên nầy, kẻ theo bên kia tùy theo quan niệm của mỗi người. Bên bại trận chỉ có tội với bên chiến thắng mà thôi. Tội với Tổ quốc, dân tộc sẽ được lịch sử sau nầy phán xét!

Tú quay lại, vỗ lên đùi Công khen ngợi:

- Chí lý! Anh nói hợp ý tôi lắm. Nhưng, ông nội cha tôi và bà con cũng không dám hỏi, nói như vậy trước mặt cách mạng. Họ cho đi học tới đậu thạc sĩ cũng chưa cho về thấy lại mặt mũi vợ con, gia đình! Chôn xác trong tù luôn!

Bà già liếc nhìn Công, thắc mắc không hiểu sao một cán bộ cách mạng lại dám phê bình, chỉ trích chính quyền cách mạng như vậy. Bà vẫn đinh ninh Công là cán bộ mặc dù anh ăn mặc như thường dân. Từ Cai Lậy lên tới đây, tai bà nghe toàn lời lẽ, ý tứ chống đối cách mạng của ba vị ân nhân. Gần đây, bà có nghe bà con nông dân xì xầm ta thán chế độ mới, nhưng bà chưa có dịp nghe chính miệng cán bộ, đảng viên chỉ trích, phê bình đảng và nhà nước của họ. Bà thấy lạ và vui vui trong lòng.

Trong lý luận, phê bình của Kháng, Công, Tú có một số ý kiến giống hệt của bà và bà con lối xóm; nhưng cả bà lẫn bà con lối xóm không ai dám nói ra công khai trước cán bộ và chính quyền. Càng câm nín, họ càng bị dồn nén, ẩn ức!

Bà muốn khai thật với Công, với Tú về quá khứ và hiện tại của Long – con trai bà. Bà cũng muốn nhờ các ân nhân đã cứu bà hãy cứu Long ra khỏi tình cảnh bế tắc, nguy khốn của anh. Bà chưa dám mở miệng. Thời buổi bây giờ, biết tin ai? Ngay cả bạn bè thân thiết cũng giữ kẽ với nhau, nghi kỵ, ngờ vực lẫn nhau. Tình cảm con người bị lớp sương mù quyền lợi bản thân, an ninh cá nhân phủ mờ, che khuất. Câu "thần khẩu hại xác phàm", "giả dại qua ải, giả điếc giả đui" luôn luôn cảnh giác mọi người giữ mồm, giữ miệng để khỏi lụy vào thân!

Bà ngồi lặng thinh, rúc thật nhỏ người vào vỏ ốc trước cảnh đất trời nổi cơn dông bão, nhân tâm ly tán, thú tính tước đoạt đặc quyền của nhân tính, căm thù được khơi dậy, ngục tù lấn đất học đường, nghèo khó gieo mầm truyền nhiễm trên khắp hang cùng ngõ hẹp của quê hương từ Nam chí Bắc.

Kháng trở lại, lên xe bảo Tú:

- Qua cầu!

Tú ngạc nhiên:

- Sao hả anh? Họ cho…

- Qua cầu. Lẹ lên!

Phía trước, cổng rào kẽm gai kéo qua một bên. Tú phóng xe tới, mãi thắc mắc không hiểu sao Kháng thuyết phục nổi bọn lính gác cầu lòng sắt dạ đồng kia?

Xe chạy ngang qua, tên đội trưởng đưa tay chào Kháng. Kháng không chào trả lại, ngồi dựa ngửa, mặt mày nghiêm nghị. Tú liếc nhìn thủ trưởng mình, lòng anh thêm kính phục Kháng.

Đưa bà già về tới trước con hẻm đường Nguyễn Minh Chiến (Phú Nhuận), Kháng bảo Tú theo bà vào tận nhà cho biết rõ địa chỉ rồi hẹn hôm sau sẽ đúng theo những gì anh đã hứa với bà ở trạm kiểm soát. Anh không muốn chia bớt phần gạo của Tú mua đền cho bà những gói cơm bị tịch thu, chà đạp dưới đất. Tú còn có vợ con, gia đình. Một ký gạo thơm đem được từ tỉnh về đối với người dân thành thị thật quý giá. Mỗi lần đi công tác về, Tú đem cho cả nhà niềm vui: vài chục ký gạo thơm, tôm khô, mực, nếp, mỡ heo, thịt tươi, năm ba hũ mắm còng, mắm ruốc,… cũng đủ cho vợ con anh sống thoải mái cả tháng trời. Vợ Tú đem bán đi một nửa lấy tiền mua sắm những thứ cần dùng trong nhà, còn một nửa để ăn. Tháng nào Tú không đi công tác xa, ngân quỹ gia đình coi như thâm thủng đáng ngại!

Tú chở Kháng, Công thẳng về trường Đảng Thủ Đức, lái xe về nhà riêng ở Giồng Ông Tố.

Kháng cảm thấy thân xác, tâm trí rã rời, tan nát. Bao nhiêu hình ảnh thân yêu ở quê nhà: từ mẹ, các em, đồng bào ruột thịt chung quanh đến người đàn bà bị mình phản bội, bủa vây, trì kéo, xô đẩy anh như một con mồi đứng giữa bầy sư tử. Về tới nhà, Kháng càng thêm chán đời. Nghĩ tới chút nữa đây gặp lại Thắm, anh rùng mình!

Kháng nói với Công:

- Nhà anh đây em.

Công ngửa mặt nhìn dãy phố lầu im lìm tối đen, khẽ hỏi:

- Anh chưa có nhà riêng à?

- Mới hồi kết, anh chưa xin nhà riêng được, đành phải ở tập thể. Ban lãnh đạo trường hứa sẽ tìm nhà cho anh trong quận Thủ Đức.

Bước vào hành lang, Công hỏi tiếp:

- Chắc chị Hai có ở nhà?

- Chắc đang ngủ. Để anh kêu mở cửa.

Kháng gõ cửa mấy hiệp, không có tiếng đáp lại. Anh đập mạnh mấy cái, từ bên trong tiếng Thắm gắt:

- Ai đó? Chuyện gì vậy hả?

- Anh, anh đây.

Công vô tình:

- Chỉ là người Bắc?

- Đúng 72 phần đầu, gốc Hải Dương.

- Sao anh không kiếm người Nam?

Kháng so vai:

- Con gái Nam ở ngoải hiếm lắm. Ối, gái Bắc hay Nam gì cũng một thứ thôi! Đàn bà lớn tuổi đi tập kết ít bị ảnh hưởng hơn là con gái theo cha, mẹ ra sống ở ngoài đó rồi lớn lên vào đảng, trở thành cán bộ. Bị nhồi nắn mãi, họ giống nhau như khuôn đúc về bản tánh và tình cảm.

Một phút sau, cánh cửa mở. Thắm vẫn đứng bên trong, bảo trổng:

- Vào đi!

Kháng lách mình bước vô nhà, Công còn đứng bên ngoài. Thắm hất hàm hỏi:

- Ông là ai?

Công bỡ ngỡ chưa biết có nên tự giới thiệu hay không thì Kháng quay lại nói nhanh:

- À quên nữa, Thắm à, chú Công em ruột của anh đó. Công, vô nhà đi em.

Thắm vẫn với sắc mặc lạnh lùng:

- Thế à?

- Công, đây là chị dâu của em đó.

Công hơi ngạc nhiên về cách tiếp xử của người chị dâu mới gặp mặt lần đầu. Anh cúi đầu chào:

- Kính chào chị Hai! Em mừng gặp và biết chị!

Thắm quay lại hỏi chồng:

- Sao anh về sớm vậy? Anh bảo là ở dưới Bến Tre tới một tuần cơ mà?

Kháng đã thấy khó chịu trước thái độ của Thắm đối với đứa em trai. Anh cố kiềm lòng, đáp giọng buông xuôi:

- Xong việc thì về.

Anh ném cái xách đựng quần áo lên ghế, đi thẳng xuống bếp

định rửa mặt, chợt trông thấy một thanh niên đang nằm co trên chiếc chiếu ở giữa khoảng trống nối liền nhà trên với nhà bếp, mặt quay vào vách.

Anh đứng nhìn sững người nọ:

- Thắm, Thắm ơi!

- Gì?

- Ai vậy?

Thắm đi tới bên Kháng. Nàng rất tự nhiên:

- Ạ, chú Mầu ấy mà!

- Mầu nào? Anh có quen không?

- Chú ấy là công nhân viên của xí nghiệp em. Em vừa mua chiếc máy khâu cũ. Em nhờ chú vô dầu mỡ và sửa chữa một vài bộ phận trục trặc.

Kháng bước tới gần hơn nhìn kỹ người lạ mặt. Mầu ở trần, mặc quần đùi, mặt mũi khá đẹp trai, thân thể lực lưỡng, nước da hơi trắng, tóc hơi quăn. Trước mặt Kháng, Mầu có nét lai Tây phương và có vẻ là một lực sĩ thẩm mỹ.

Anh hỏi:

- Sao ông ta không về mà ngủ lại đây?

Không có chút ngập ngừng, Thắm giải thích:

- Chuyện cũng dễ hiểu thôi, chú ấy lúi húi lau chùi, sửa chữa máy khâu quên cả giờ giới nghiêm. Vừa xong là chỉ còn mười phút nữa thôi. Chú đòi về, em không cho sợ ra đường, chú sẽ bị bắt về tội di chuyển trong giờ giới nghiêm. Nhà ở xa, xe cộ không có, chú chỉ có nước ngủ bót thôi. Em cho chú ngủ ở dưới bếp đỡ một đêm.

Kháng ngó vô buồng thấy cái máy may cũ hiệu Mitsubishi kê sát vách tường, trên mặt bàn còn la liệt kềm, búa, chìa khóa đủ loại, hộp dầu và nùi giẻ.

Thắm bước tới đá nhẹ vào chân Mầu gọi:

- Mầu! Chú Mầu dậy đi!

Kháng ngăn lại:

- Thôi, đừng gọi. Cứ để chú ấy ngủ.

Nhưng Mầu tỉnh giấc, lồm cồm ngồi dậy, dụi mắt ngó Kháng. Thắm dịu dàng:

- Chào anh Kháng đi. Chồng của chị đó. Anh mới đi công tác ở Bến Tre trở về.

Mầu đứng lên, cúi đầu, lễ phép:

- Dạ, xin chào… chú!

Kháng bắt tay, tươi cười:

- Hân hạnh biết chú em. Cám ơn chú em đã giúp sửa chữa máy may cho nhà tôi.

Mầu to lớn hơn Kháng, trông khỏe mạnh hơn Kháng gấp bội. Thắm đứng nhìn say sưa thân thể cường tráng của Mầu. Từ trước tới giờ nàng chưa trông thấy người đàn ông miền Bắc nào to khỏe, bô trai như Mầu, kể cả các lực sĩ Xã hội Chủ nghĩa. Trong xí nghiệp dệt, mọi người tặng cho Mầu danh hiệu "Mầu lực sĩ" hay "Mầu đô vật". Anh là thợ máy chuyên trách bảo trì các máy dệt. Anh có biệt tài sáng chế các phụ tùng thay thế không cần chạy kiếm các bộ phận nguyên thủy, nước ngoài. Nhờ sáng kiến và tinh thần "khắc phục khó khăn" của anh mà xí nghiệp dệt hãy còn hoạt động. Công đoàn cơ sở xí nghiệp đặc biệt khen thưởng Mầu và bình bầu anh là công nhân tiên tiến, xuất sắc nhất liên tiếp 3 năm.

Sở Công nghiệp thành phố muốn đề bạt Mầu làm đối tượng đảng nhưng Mầu cương quyết từ chối. Anh chỉ nhận đi tu nghiệp ở Hung Gia Lợi, nhưng vào giờ chót, đảng bộ thành phố gạch tên anh chỉ vì anh bị quy định thuộc thành phần tư sản và có máu lai trong người!

Mầu có ý đồ trốn qua nước tư bản nếu anh được gửi đi tu nghiệp ở Hung hay bất cứ một quốc gia Cộng sản Đông Âu nào. Đã 27 tuổi đầu, Mầu vẫn chưa lập gia đình. Trước 30 tháng 4 năm 1975, anh là Trung sĩ Không quân, chuyên viên sửa chữa trực thăng. Đẹp trai, ăn nói hoạt bát, anh giết không biết bao nhiêu đời con gái rồi! Bạn bè xúi anh học ca, học hát để theo các đoàn cải lương hoặc các ban kịch, anh nghe theo nhưng đoàn nào cũng từ chối vì thân xác cao lớn của anh. Sau 3 ngày học tập, anh được giới thiệu vào làm việc trong xí nghiệp dệt. Nữ cán bộ miền Bắc, ít người chống lại nổi sức cám dỗ của Mầu. Anh nghĩ thầm trong bụng, phải trả thù dân tộc! Đàn ông Bắc hành hạ đàn ông Nam, tao phải chơi banh xác tụi đàn bà cán bộ, đảng viên Bắc Kỳ! Đã có 3 nữ cán bộ xí nghiệp bị Mầu trả thù ác liệt rồi. Thỏa mãn nhắm đã đủ, anh liền giở đòn "Sở Khanh", đá đít ngay, bỏ vòi sang một "giai nhân" khác đang xếp hàng chờ tới lượt mình.

Tuy bị đá đau, các nạn nhân vì giữ thể diện cán bộ, đảng viên, không dám hé môi than thở và phản ứng chống lại Mầu ra mặt. Nắm được yếu điểm đó, Mầu cứ tảng lờ như không có chuyện gì quan trọng xảy ra. Chiến thuật "trả thù dân tộc" của anh khá tinh vi. Trong giờ làm việc tại xí nghiệp, anh ra vẻ thật đứng đắn, đạo đức. Chấm nữ cán bộ nào rồi, anh chỉ lấy mắt đưa tình, cười miếng chi cọp và tán tỉnh kín đáo. Thấy con mồi đã "chịu đèn", anh hò hẹn tại nhà riêng của anh, hoặc nếu con mồi ở một mình, anh sẽ đột kích vào sào huyệt lúc trời vừa sụp tối.

Thắm là nữ đảng viên thứ tư rơi vào tay Mầu. Nàng nắm quyền bí thư chi bộ xí nghiệp ngay khi vừa thuyên chuyển vào Nam. Cái thế con gái của Thủ trưởng và Ủy viên Trung ương Đảng, Thắm hất cẳng tức khắc nguyên nữ bí thư chi bộ Ba Lành – một cán bộ nằm vùng huyện Thủ Đức. Ba Lành được chuyển qua làm thư ký công đoàn cơ sở.

Chỉ hai ngày sau, Mầu đã bắn tên độc trúng ngay trái tim của "đồng chí" bí thư chi bộ. Thắm gọi Mầu vào phòng bí thư với lý do điều tra lý lịch và kiểm điểm thành tích Mầu đã thu hoạch được từ 3 năm qua.

Bước vào phòng có kiếng đục bao quanh, Mầu vờ cởi nút áo quạt xoành xoạch:

- Xin lỗi bà, trời nóng quá, tôi chịu hết nổi. Chắc trời sắp mưa nên nóng dữ!

Anh cố tình phơi bày vòng ngực lực sĩ và đôi tay gân guốc, cuồn cuộn bắp thịt. Anh vuốt mái tóc đẹp như tài tử điện ảnh quốc tế, cười luôn miệng để lộ hàm răng trắng đều.

Thắm choáng váng trước sắc đẹp phái mạnh lần đầu tiên chói sáng trước mặt nàng:

- Không sao, không sao! Anh cứ tự nhiên.

Chiếc áo bà ba trắng của Thắm cũng thắm ướt mồ hôi. Nàng vừa cởi hai nút áo trên cùng vừa dùng tay quạt quạt:

- Tôi cũng thấy nóng ran cả người! Miền Nam vào mùa này oi quá!

Mầu nhận xét sắc vóc của Thắm: nàng không xấu lắm, so với số đông nữ cán bộ, đảng viên Bắc, nàng có phần trội hơn. Nếu được trang điểm, ăn diện đúng thời trang, nàng sẽ trở thành một mỹ nhân ở mức trung bình. Tuổi tác nàng chỉ ngoài 25, thân thể đang độ nảy nở, sắc hồng trên đôi má của gái xứ lạnh vẫn còn lôi cuốn khách đa tình.

Mầu nhìn đăm đăm vào đôi mắt ướt của Thắm. Thắm nhìn anh đắm đuối.

Mầu khẽ gọi:

- Em, em Thắm!

Thắm giật mình, ngó chừng ra cửa phòng, lúng túng:

- Tôi… tôi muốn hỏi anh…

Kinh nghiệm dày dặn, Mầu chồm tới nắm tay âu yếm:

- Thắm muốn hỏi gì anh cũng sẵn sàng trả lời, ngay cả Thắm hỏi anh có muốn chết vì em không, anh cũng sẽ trả lời: "Vâng, Mầu nầy sẽ chết vì em!"

Thắm rút nhanh tay về ngó chừng ra cửa phòng:

- Anh… anh đừng làm thế. Coi chừng…

- Không sao đâu, em đừng sợ. Người đứng bên ngoài không nhìn thấy gì ở trong nầy hết.

Thắm như chợt tỉnh sau một phút bị mê hoặc, đứng lên:

- Thôi, anh ra ngoài đi. Đừng ở trong này lâu không nên. Tôi không muốn… ở đây.

Mầu nhăn mặt ra chiều thất vọng, khổ sở:

- Vậy chớ Thắm muốn chúng mình gặp nhau ở đâu? Anh muốn… có thời gian bày tỏ hết lòng anh, đối với Thắm, với em.

Từ nhỏ tới ngày khôn lớn, được kết nạp vào đảng rồi lấy Kháng, Thắm chưa nghe lọt tai một lời thiết tha, trìu mến của đàn ông. Với Kháng, nàng vẫn yêu say đắm nhưng Kháng không biết cách làm ngây ngất tâm hồn nàng mỗi khi hai người gần nhau. Kháng vụng về quá! Anh chỉ biết đóng vai trò một người cho nàng ăn khi nàng đói, cho nàng uống khi nàng khát. Ngoài ra, anh không còn biết một cái gì khác mà đàn bà đợi mong, thèm muốn trong nhu cầu luyến ái.

- Một nơi nào không ai dòm ngó, không nguy hiểm cho Mầu và… cho cả tôi.

Mầu đi vòng qua bàn giấy, ôm Thắm vào đôi tay, khóa chặt lại:

- Nhà riêng của anh rất kín đáo. Anh chỉ ở một mình, chung quanh không có nhà nào khác. Thắm đến với anh, anh sẽ dìu Thắm đến tuyệt đỉnh hạnh phúc. Đời Thắm chỉ là chuỗi tháng năm chiến đấu cho lý tưởng Cộng sản nằm ở cuối chơn trời không biết đến bao giờ trở thành hiện thực. Thắm chưa hưởng được gì thiêng liêng mà Thượng đế dành riêng cho người. Tuổi Thắm còn đang mùa Xuân tươi đẹp nhứt, tội gì Thắm không khai thác triệt để mà hưởng thụ?

Thắm nghe rõ tiếng đập mạnh của trái tim. Hơi ấm từ thân xác cường tráng, đầy sinh lực kia thấm sang da thịt nàng, chuyển tiếp vào cõi lòng khô cằn của nữ cán bộ đảng viên một dòng nước mát. Một đóa hồng hé nở, tỏa hương bát ngát. Thắm quên hết. Nàng quên chức vụ bí thư chi bộ, quên Kháng, quên luôn cả Bác và Đảng.

Mầu không bỏ lỡ dịp may, cúi xuống tìm đôi môi Thắm. Chưa hề biết nụ hôn Tây phương, nàng bỡ ngỡ quay mặt né tránh. Mầu nâng cằm nàng lên, gắn chặt đôi môi vào môi nàng. Chiếc hôn đầu tiên kỳ diệu, đắm đuối làm tan rã thân xác Thắm. Cảm giác mới, hoàn toàn mới, như trận cuồng phong nhấc bổng Thắm lên, thổi nàng bay lơ lửng giữa lưng trời.

Mầu thỏ thẻ bên tai nàng:

- Thắm ơi! Chưa bao giờ anh say mê kỳ lạ như lần nầy. Tuyệt diệu quá!

Một tay anh ghì chặt người Thắm mềm nhũn, một tay anh du ngoạn từ cao xuống thấp trên cơ thể nóng bỏng. Thấp dần, thấp dần!

Thắm rùng mình, đẩy Mầu ra, nói nhanh:

- Thôi, đủ rồi! Ra ngoài đi!

Nàng bước tới mở cửa phòng. Mầu làm mặt ngơ ngác:

- Kìa, Thắm!

- Ra ngoài, nhanh lên! Sẽ bố trí gặp nhau lần khác.

Mầu lững thững ra khỏi phòng bí thư. Đi ngang qua Thắm, anh hỏi khẽ:

- Bao giờ hả em?

- Sẽ cho biết sau.

Thắm khép chặt cửa, gieo người xuống ghế nệm bàn giấy, nhắm mắt, lắng nghe dư vị ngọt ngào hãy còn nhỏ giọt tí tách trong từng thớ thịt, ngõ ngách tâm hồn. Lần đầu tiên trong đời con gái, Thắm mới có một lần choáng ngộp giữa thác lũ của tình yêu. Mầu vừa phá vỡ lớp vỏ cứng giáo điều Cộng sản, cho bản chất con người trần tục chui ra hít thở không khí của thiên nhiên. Thắm thở ra, không vì hối hận, cũng không phải vì mặc cảm phạm tội mà chỉ vì vừa được giải thoát ra khỏi cái khuôn đúc chật chội, tù túng.

Nàng ngước lên. Đối diện nàng, chân dung Hồ Chủ tịch uy nghi, lồng lộng. Mắt Bác nhìn nàng đăm đăm. Thắm quay mặt né tránh. Trong tâm trí nàng hiện giờ chỉ lung linh hình ảnh gã con trai vừa dìu nàng bước ra ngoài thế giới bao la, bát ngát.

Hay tin Kháng về quê thăm mẹ, Thắm bố trí rước Mầu về nhà theo lời hứa. Chiếc máy may cũ mua lại của một nữ công nhân xí nghiệp chỉ là cái cớ che mắt dư luận, đồng thời chuẩn bị đối phó ngày giờ Kháng trở về bất tử ban đêm bắt gặp Mầu tại nhà. Liên tiếp hai ngày Kháng vắng mặt, sau giờ làm việc, Thắm về trước chuẩn bị cuộc gặp gỡ. Mầu lò mò tới với lý do sửa máy may, rồi đợi tới sụp tối, anh vờ ra về. Nếu có ai trông thấy, Thắm không mang tiếng chứa trai trong nhà ban đêm. Lơn tơn ra gần cổng trường, nhìn dáo dác không thấy ai chú ý, Mầu nhanh chân trở lại, lách mình vào nhà êm ru.

Tối qua, Mầu cũng tái diễn trò cũ. Và thêm một đêm, Thắm chết ngất với kỹ thuật làm tình điêu luyện của gã con trai miền Nam. Mầu áp dụng tối đa kinh nghiệm bản thân kết hợp những thủ thuật trong sách vở Tây phương, cố tình mê hoặc nạn nhân thứ tư này. So với ba lần trước, Mầu thực sự cảm thấy lần này tuyệt đối hứng thú hơn hết. Thắm trẻ hơn, mát da mát thịt hơn, đắm đuối và say sưa hơn các nữ đồng chí khác.

Thắm đã thoát ra khỏi hẳn con người của chính nàng, của Kháng, của tổ chức, của thiên đường mộng mơ, lấp lánh hào quang trên sa mạc mênh mông. Tâm hồn, thể xác nàng tan biến vào gã con trai "quái đản" ấy.

Mầu không tỏ ra sợ sệt một chút nào vì anh và Thắm đã xếp đặt cách đối phó với Kháng từ trước.

Anh rất lễ phép:

- Mong chú thứ lỗi cho, cố sửa cho xong cái máy, cháu quên mất giờ giới nghiêm. Chị Thắm không dám để cháu đi bộ về nhà sợ cháu bị bắt. Buộc lòng cháu phải ngủ lại đây đợi sáng mơi đi làm luôn.

Kháng tươi cười khoa tay:

- Không sao, không hề chi. Ngủ lại một đêm có ăn thua gì đâu? Vả lại, tôi vắng nhà, có chú em, Thắm đỡ thấy sợ.

Mầu bắt chuyện rất hay:

- Ủa, nói vậy chị Thắm cũng sợ… ma nữa sao?

Thắm quăng bắt với người yêu:

- Có ma cỏ gì đâu mà sợ! Tôi chỉ sợ cảnh nhà trống trải thôi.

Nàng cười pha trò:

- Thực ra tôi chỉ sợ ma người thôi cơ!

Ba người cùng bật cười. Mầu cười lớn tiếng nhất:

- Ừa, ma người dễ sợ thiệt! Nó mà hiện lên thì… chết người. Nhưng hổng có sao. Đã có em làm cận vệ cho chị rồi!

Thắm liếc nhìn Mầu với ánh mắt tình tứ. Men say luyến ái còn làm nàng ngây ngật chưa tỉnh hẳn. Một vài mẩu chuyện vui cơ hồ đánh tan hết hoài nghi mỏng manh trong lòng Kháng khi vừa mới trông thấy gã con trai lạ mặt trong nhà.

Kháng vỗ lên vai Mầu, dịu dàng:

- Thôi, đừng gọi tôi bằng chú nữa. Nghe già lắm. Đã gọi Thắm bằng chị, em gọi anh bằng anh cho thân mật. Em ngủ lại đi. Coi bộ em có vẻ mệt mỏi lắm đó. Nếu em muốn, anh đề nghị em làm em nuôi anh chị!

Thực sự Mầu đã thấm mệt sau hai lần cùng Thắm viễn du vào cõi thiên thai. Thắm cũng đã mỏi nhừ cả tứ chi nhưng nàng vẫn còn thòm thèm giờ phút bị vùi dập dưới sức tàn phá dịu dàng của Mầu.

Mầu ngó Thắm, hỏi dò:

- Chị Thắm có đồng ý không?

Thắm như vừa được gọi tỉnh, ngơ ngác:

- Chuyện gì?

- Chú… anh Kháng ngỏ ý muốn nhận em làm em nuôi. Chị có đồng ý không?

Thắm mở cờ trong bụng, quay sang hỏi Kháng:

- Anh muốn thế cơ à?

Kháng tươi cười:

- Tuổi Mầu chắc cũng cỡ Công em của anh thôi. Nếu em và Mầu cũng muốn, chúng mình nhận Mầu làm em nuôi vậy. Có Mầu ở trông nhà trông cửa, lỡ khi nào anh đi công tác xa, em đỡ sợ cảnh trống vắng trước sau, nhứt là sợ ma người!

Ba người lại bật cười. Cả Thắm lẫn Mầu cùng mừng như trúng số độc đắc, như bắt được vàng khối. Còn gì bằng!

Thắm vờ khách quan:

- Chuyện đó tùy anh và chú Mầu. Em sao cũng được hết. Sau nầy có gì… anh không đổ thừa em.

Kháng cau mày:

- Có gì sau nầy là sao?

Mầu hơi mất bình tĩnh, ngầm trách Thắm vừa nói hớ. Thắm bình tĩnh:

- Chẳng hạn... sau này ví dụ như là... hai anh em không hợp tính ý nhau rồi... giận hờn nhau, xa nhau,...

Kháng rùn vai:

- Ối, chuyện đó hãy còn xa quá! Anh không tin xảy ra chuyện đó đâu, Mầu với anh cùng là dân Nam Bộ với nhau dễ thông cảm nhau lắm. Có phải vậy không chú nó?

Mầu gật đầu đáp nhanh:

- Phải, phải! Anh nói đúng lắm. Là dân Nam Kỳ với nhau, giữa anh em mình hổng có chuyện gì đáng tiếc xảy ra đâu. Chị Thắm đừng quá lo xa như vậy.

Kháng đưa tay ra bảo:

- Mầu để tay lên tay anh. Thắm, em cũng đặt tay lên tay chú Mầu. Mình tạm kết nghĩa đệ huynh với nhau. Ngày mai, tụi mình kiếm cái gì lai rai ăn mừng.

Mầu đặt tay lên tay Kháng. Thắm nhìn Mầu rồi nhìn chồng. Nàng thấy thương hại nhẹ nhàng người đàn ông vừa bị cắm sừng táo bạo. Nàng đặt bàn tay "sức mạnh làm nên tất cả", bàn tay người Cộng sản "biến núi thành ruộng đồng, biến sỏi đá thành cơm gạo", bàn tay "sắc đẹp mới của loài người", bàn tay "réo gió, gọi mưa, hơn cả thằng Trời" lên mu bàn tay người tình mới. Nàng nghe một dòng điện làm tăng tăng toàn thân nàng. Nàng nhìn đắm đuối vào mắt Mầu. Dục tình lại khơi động mãnh liệt trong người nàng.

Rửa mặt, thay đồ xong, Kháng trở ra phòng khách tâm sự với em trai tới 3 giờ sáng. Hai anh em cùng khóc cho đời mình, đời mẹ, cho bao nhiêu tang thương của mọi người thân yêu chung quanh, cho quê hương, đất nước đã rẽ sang một khúc quanh dẫn tới nghèo đói, khổ đau, chết chóc, tù đày.

Công chán ngán cho hạnh phúc của đời anh trai. Bà chị dâu đảng viên khô như đá, lạnh như tiền kia phơi bày trắng trợn ra trước mặt Công chuỗi năm tháng nhầy nhụa trong sự sống chung của hai người. Công nhớ tới Trâm – bà chị dâu hụt trung thành, đức độ, dễ thương và đáng kính.

Anh ngả lưng ra sau, vuốt mặt thở dài:

- Chị Trâm! Người đàn bà tuyệt vời ấy, tội nghiệp biết chừng nào!

Kháng nhìn chừng cửa buồng, quay lại, nghiêm nghị như thề nguyện:

- Anh thề độc, nếu không được Trâm tha thứ, anh sẽ tự sát để chuộc tội phản bội của anh.

- Tha thứ hay không tha thứ, chị Trâm cũng không còn trở lại với anh được nữa. Theo em thì anh nên an phận, để yên cho chị Trâm tự do làm lại cuộc đời.

Kháng lắc đầu, nhăn mặt khổ sở. Công cau mày:

- Anh Hai, anh còn muốn gì nữa chớ? Không lẽ anh còn muốn làm chị Trâm khổ thêm? Như vậy vẫn chưa làm hài lòng anh sao?

- Anh muốn đem hạnh phúc lại cho Trâm và cho chính anh. Không bao giờ anh quên Trâm.

Công gay gắt:

- Anh độc ác, tàn nhẫn lắm! Anh quên là anh đã có vợ rồi sao? Chẳng lẽ chị Trâm chịu làm bé anh?

Kháng khẳng định với lòng mình:

- Sống với Thắm, anh không có hạnh phúc và chính Thắm cũng thấy như vậy. Ly dị, sống xa nhau là hai người giải phóng cho nhau. Luật pháp Xã hội Chủ nghĩa vẫn cho phép ly dị và ly thân, mặc dù thiệt thòi thuộc về người chồng. Dẫu Trâm không tha thứ trở lại với anh, anh sống độc thân, anh cảm thấy đã chuộc được một phần tội lỗi của chính mình.

Công buông xuôi:

- Tùy anh! Anh là người trong cuộc, anh lãnh đủ trách nhiệm đối với chính bản thân anh và chị Trâm.

Trong khi đó, Thắm nằm thao thức trong buồng riêng, lăn trở mãi không sao ngủ được. Hơi hám gã con trai đang nằm co rút trên nền gạch ngoài kia hãy còn vương vấn trên gối, trên drap nệm giường.

Thắm úp mặt lên gối, hít mạnh, thật mạnh. Nàng ôm chặt gối tai bèo đè sát vào mặt nằm ngửa ra, gọi:

- Mầu! Anh ơi! Em… chết mất!

Nệm giường này phải là chỗ ngủ của Mầu. Người nằm bên cạnh nàng phải là Mầu vì chính Mầu, chỉ có Mầu mới thực sự dìu nàng bước vào thiên đường hạnh phúc của tuổi thanh xuân. Thiên đường mà nàng và bao nhiêu đảng viên trẻ già, bé lớn mơ ước đạt tới chỉ là mộng ảo. Nơi đây mới đích thực là thiên đường sờ nắm được trong tay. Xưa kia Lưu Nguyễn nhập thiên thai nhưng hai người chỉ đứng bên ngoài cửa. Giờ đây, nàng đã thực sự bước vào bên trong Vườn địa đàng, ăn trái cấm và tận hưởng hạnh phúc tuyệt vời. Thắm muốn được nằm một mình, đừng có Kháng hay bất cứ ai khác bên cạnh nếu đó không phải là Mầu. Nàng muốn Kháng ngồi tâm sự với Công tới sáng hoặc ngủ với em trai ngoài phòng khách.

Nàng xuống giường rón rén tới bên cửa phòng, thò đầu ra ngoài nhìn về chỗ Mầu nằm. Tội nghiệp Mầu quá, dưới lưng anh chỉ có chiếc chiếu lác, đầu gối chiếc áo mưa cũ, người co quắp lại như con tôm luộc. Thắm mở tủ lôi tấm drap cũ, đắp lên người Mầu. Nhìn chừng lên nhà trên, nàng cúi xuống hôn lên má người yêu. Mầu choàng hai tay câu cổ nàng ghịch xuống, gắn môi anh vào môi nàng.

Thắm đẩy mạnh Mầu ra, bảo khẽ:

- Chết hết cả đám bây giờ. Đừng liều lĩnh!

Mầu mỉm cười:

- Có phải chết vì em, anh cũng sung sướng, thỏa mãn. Anh muốn…

Thắm nguýt, đứng lên, trêu chọc:

- Chú em nuôi này láo thật! Dám hôn chị nuôi không sợ anh nuôi ghen bằm xác ra!

Mầu xoay người ôm cứng hai chân Thắm:

- Em yêu chị nuôi quá chừng!

Thắm chòi đạp cố rút chân ra, đi nhanh vào cửa buồng. Kháng bước theo sau, che miệng ngáp dài, hỏi cho có hỏi:

- Khuya rồi sao không ngủ mà còn thức vậy?

Thắm gay gắt:

- Ngủ gì được nữa mà hỏi? Đang ngủ ngon, anh về bất tử phá đám!

Ngồi lên giường, Kháng cười khẩy:

- Về bất tử cũng phải vô nhà chớ hổng lẽ anh và chú Công ngủ ngoài đường sao em? Em coi trọng giấc ngủ hơn chồng con!

- Không phải coi trọng coi khinh nhưng người ta còn phải dậy sớm đi làm ngày mai nữa. Sức khỏe rất cần cho năng suất lao động!

Vừa cởi áo quần, Kháng vừa mỉa mai:

- Được rồi, lần sau nếu có trở về ban đêm, anh sẽ ngủ ngoài hành lang hoặc thuê phòng ngủ để khỏi phá giấc ngủ của em.

Thắm ngả nằm xuống nệm, quay mặt vào vách, đánh trả lại:

- Tùy anh! Muốn sao cũng được cả!

Kháng cảm giác mình trở về địa ngục. Mỗi câu anh nói ra lúc nào cũng bị Thắm bắt bẻ, kiếm chuyện gây gổ. Anh nói một, Thắm ông ổng lên, lấn lướt anh hai ba lần hơn. Bóng hạnh phúc từ ngày đầu hai người lấy nhau, chỉ là tường rào dây kẽm gai bén ngót. Mỗi lần chạm tay vào là anh mang thương tích.

Kháng thở dài:

- Chán thiệt! Không khác gì địa ngục!

Thắm trở mình nằm ngửa, quắc mắt hỏi:

- Anh vừa nói gì? Gia đình này là địa ngục ư?

Kháng nhăn mặt, khoát tay:

- Thôi im đi! Ngủ đi! Ồn quá!

Giọng Thắm đanh đá:

- Nếu anh thấy sống trong địa ngục thì ly dị ngay đi. Vâng, tôi cũng cảm thấy đời tôi bị giam nhốt giữa bốn vách địa ngục đấy. Mấy người chỉ ích kỷ thôi, chỉ nghĩ tới hạnh phúc cá nhân mà quên bẵng quyền lợi của Tổ quốc, của Đảng và nhân dân. Đảng viên như thế ư?

Kháng nổi nóng muốn dần Thắm một trận. Anh nén lòng chịu đựng, nhỏ nhẹ bảo:

- Thôi, ngủ đi. Gần sáng rồi, cho tôi ngủ một chút. Tội nghiệp quá mà!

Thắm vùng vằng, xoay lưng về phía Kháng, lầm bầm:

- Đáng tiếc cho đời tôi! Đã biết thế này, tôi sống độc thân sướng hơn!

Kháng ngả lưng xuống nệm – chiếc nệm mà từ khi được chuyển vào Nam anh mới gặp lại, sau hai mươi mấy năm trời lưng anh chỉ dán lên chiếu lác, vạc tre. Anh không dám chạm vào da thịt vợ, ép người sát cạnh giường. Anh tưởng chừng như khối thịt kia có gai nhọn hay ít ra cũng chỉ là một khối đá, khúc gỗ!

Thắm vừa bực dọc vừa ru dỗ hồn theo gã con trai bên ngoài cửa buồng. Kháng nghe đôi mắt nặng trịch như đeo đá, thân thể mỏi nhưng giấc ngủ vẫn chưa đến. Tâm trí anh rối bời về người đàn bà nằm bên cạnh anh và người đàn bà ở xa, xa anh muôn trùng diệu vợi. Kẻ gần người xa, cả hai làm tan nát đời anh, dìm anh chìm sâu dưới nghìn dặm đáy biển khổ đau, tuyệt vọng!

Kết quả trên hai mươi năm chiến đấu hy sinh gần một nửa đời người chẳng mang lại cho anh mảy may vui sướng, hạnh phúc, mà chỉ là chán nản ê chề của chính bản thân anh và của cả miền Nam – vùng trời anh ngày đêm mơ ước thấy lại, gặp lại, mảnh đất yêu dấu mà anh sẽ ký thác hình hài nhỏ bé này.

Trong giấc ngủ mỏi, muộn, đầy ác mộng, Kháng thấy mình bị giết bởi một người đàn bà hung ác hợp sức với nhiều người đàn ông đầu trâu, mặt ngựa. Họ phanh thây xẻ thịt anh, họ nướng thân thể còn lại trên lò lửa, họ ăn thịt anh ngon lành, vừa ăn vừa nhấm rượu, họ ca hát cười vang, lửa đỏ từ miệng họ tỏa ra hừng hực. Anh gào thét vùng vẫy, gọi cầu cứu lạc cả giọng. Không ai giải thoát cho anh. Anh chết. Anh thấy rõ hồn anh bay ra khỏi xác, lơ lửng, phiêu lãng trên nội cỏ ngàn cây.

***

Cảnh nhà anh Hồ Chí Thiên ngày thường cửa đóng then gài, vắng vẻ như cửa chùa, chỉ có ngày thứ bảy mỗi tuần là có bè bạn tới chơi, tổ chức ăn uống, nhậu nhẹt. Vợ Thiên còn trẻ măng, mới 33 tuổi đã theo ông theo bà, bỏ lại cho anh cảnh gà trống nuôi con. Anh em thằng Ngôn thằng Tánh chỉ cách nhau một tuổi, đứa 13, đứa 14. Chị Thiên lấy chồng quá sớm, 18 tuổi bước lên xe hoa, 19 tuổi đã sinh con trai đầu lòng. Ngôn, Tánh mồ côi mẹ, được cha cưng chiều hết mực nhưng hai đứa rất có hiếu, thương kính cha, nghe lời cha dạy bảo; ngoài giờ đi học, tối ngày quây quần trong nhà, ít khi giao du với chúng bạn hàng xóm.

Chị Thiên đi thăm đứa em trai học tập ở trại Mộc Hóa bị muỗi rừng chích, về nhà nóng lạnh sơ sơ, tưởng đâu không nặng lắm, nào ngờ ba hôm sau, chị từ giã cõi đời, bỏ chồng bỏ con. Thiên đau đớn quá, muốn xa ngôi nhà còn giữ quá nhiều kỷ niệm tình chồng nghĩa vợ, đi về quê sống âm thầm để quên dần hình ảnh thân yêu, nhưng kẹt hai con nhỏ dại, anh đành cố nuốt đau thương trói chân ở lại Sài Gòn cho hai con tiếp tục học hành. Học cho có lệ. Học không phải để trở thành kỹ sư, bác sĩ, cũng không phải mơ ước một tương lai cho đời chúng nó. Dưới chế độ mới, trí thức bị Đảng và nhà nước đánh giá thấp hơn thành phần lao động, vô sản – thành trì của cách mạng Xã hội Chủ nghĩa. Một người dân càng ngu, nghèo rớt mồng tơi có ưu thế hơn kẻ học rộng tài cao!

Là bọn cùng khóa với Dũng – chồng Hồng, Thiên lỡ tay đánh trọng thương huấn luyện viên một ngày trước khi ra trường, bị nghiêm phạt xuống hàng trung sĩ, chuyển gấp ra đơn vị tác chiến ở địa đầu giới tuyến Quảng Trị. Ngay trận đụng độ đầu tiên, anh lĩnh một viên đạn vào chân. Tưởng đâu phải cưa chân, anh may mắn được phái đoàn y sĩ Hoa Kỳ trong dịp qua tham quan chiến trận Việt Nam, cứu anh khỏi làm "con quỷ một giò" như bạn bè cùng đơn vị thường trêu chọc anh lúc anh còn nằm dưỡng thương tại Quân y viện Quảng Trị. Tuy nhiên, Thiên vẫn đi cà thọt một chút và nhờ đó, anh được giải ngũ trở về vui sướng với vợ con.

Và cũng nhờ cái chân mất thăng bằng, anh khỏi phải trình diện học tập sau ngày 30 tháng 4. Chị Thiên giỏi mua bán, nuôi chồng nuôi con, một tay làm nên sự nghiệp, tạo dựng nhà cửa, sắm xe hơi cho

Thiên, tậu đất đai ở Thủ Đức và dư một số vàng đáng kể. Tối ngày, "Thiên thọt" – hỗn danh của anh – lái xe chở vợ làm áp-phe hột xoàn, cẩm thạch ở chợ cũ, thứ bảy chủ nhật anh về Thủ Đức làm rẫy, làm vườn, đùa giỡn với bầy gà vịt, nhậu tưng bừng với người em họ làm quản gia cho vợ chồng anh. Mỗi đợt nghỉ phép, Dũng cùng Hồng ghé thăm vợ chồng Thiên suốt ngày. Tình bè bạn trở thành tình gia đình thắm thiết, xưng hô "mầy – tao" thân mật, không giấu diếm nhau dù chuyện bí mật nhỏ của đời tư.

Chị Thiên vắn số qua đời, Thiên hay tin nhà Dũng – Hồng bị tịch biên, Hồng phải về quê chồng nương náu, anh đề nghị nàng về ở chung, xem nhau như anh em ruột thịt; nhưng nàng từ chối, không phải vì sợ tiếng thị phi mà chỉ vì nàng đã vạch cho đời mình con đường đi mới.

Từ ngày Hồng liên lạc trở lại với Thiên trong những chuyến đi buôn hàng lên xuống Sài Gòn – Cà Mau, Thiên bắt đầu tổ chức ăn nhậu tại nhà vào mỗi chiều thứ bảy. Lâu ngày, tiệc nhậu trở thành thói quen trước sự dòm ngó của chính quyền địa phương – nhất là tên công an khu vực Bảy Bá. Khách tới nhậu với Thiên, ngoài vài người thân lối xóm, mỗi tuần, có thêm một vài bạn mới do Hồng và ban tổ chức giới thiệu tới. Để tránh bị tình nghi, Thiên gầy nhiều dây hụi tuần, hụi tháng.

Bảy Bá từ rừng về, không hiểu hụi hè là gì, đeo sát nhà Thiên theo dõi điều tra. Cách mạng cấm tụ tập trên mười người, từ người thứ 11, gia chủ phải xin phép. Thiên giải thích, cắt nghĩa cho Bảy Bá hiểu thế nào là hụi.

Hắn cười chế giễu:

- Tiền không để ăn uống cho sướng. Bày đặt chơi hụi với hè có ngày chúng giật, chỉ có nước khóc trừ, không thưa gửi ai được!

Thiên phân bua:

- Hụi là hội tương thân tương trợ giữa những người quen biết, thân thiện với nhau. Chủ hụi và hụi viên lấy chữ "Tín" đối xử với nhau, không cần sự can thiệp của pháp luật. Giấy tờ chỉ là hình thức tượng trưng nhắc cho nhau nhớ ngày giờ, địa điểm khui hụi vào mỗi tuần, mỗi tháng, cùng đến gặp gỡ nhau, quen biết nhau và tìm hiểu, kết bạn nhau. Đây cũng là đặc tính của người miền Nam, lấy đạo và tín làm nghĩa sống, nền tảng tinh thần.

Nghe chỉ để không nghi ngờ thôi chớ Bảy Bá không hiểu nổi ý nghĩa thâm thúy trong lời lẽ của Thiên. Hắn từ chối lần mời đầu tiên của gia chủ nhưng từ lần mời thứ hai trở đi, tuần nào hắn cũng cà rà, mon men tới nhập tiệc đúng giờ không cần ai mời gọi. Lần nào Thiên và các "hụi viên" cũng phục rượu hắn say té lên té xuống. Để khỏi bị phê bình, kiểm điểm về tác phong, Bảy Bá đề nghị Thiên mời luôn trưởng, phó công an bí thư phường, kể cả tổ trưởng dân phố Hai Hoành cùng nhậu với bà con.

Biết rõ các "người hùng" cách mạng khoái thịt cầy, Thiên tuy thờ ông Quan Công nhưng mời ông Ba Búa (tự Rựa) – một tay làm thịt cầy khét tiếng – về nhà làm món nhậu "nai đồng quê" đãi quan khách. Món cầy tơ nấu theo miền Nam ngon và lạ miệng, các quan cách mạng lấy làm hợp khẩu, ăn ngốn tới miếng thịt và muỗng cháo chó cuối cùng. Thiên "chơi bạo" đãi các quan bằng rượu ngoại quốc trung bình: Napoleon và Whisky Black & White. Chỉ tới mức đó thôi, các quan đã thấy tâm thần bay bổng lên chín tầng mây. Ở ngoài Bắc hay ở rừng sâu, các quan chỉ có để làm nguồn an ủi, giải sầu. Chiếm được chính quyền, cơ quan nho nhỏ như họ không được hưởng mùi vị rượu tây danh tiếng: Hennessy, Martell; hoặc Courvoisier 3 sao, 5 sao hay ST-Remy VSOP. Loại rượu hảo hạng này chỉ dành cho loại đảng viên cao cấp cỡ thành ủy, tỉnh ủy, ủy viên trung ương hoặc Bộ Chính trị. Có hạng cán bộ, đảng viên thấp lè tè có rượu mắc tiền nhậu nhẹt tưng bừng là lực lượng công an, nhất là công an biên phòng và bộ phận công an chuyên trách đăng ký đi nước ngoài bán chính thức. Ngoài hối lộ bằng vàng, tiền mặt, các đương sự dâng tới miệng họ thuốc thơm và rượu ngon ngoại quốc. Trong những năm đầu, thuốc thơm quý nhất ở Nam lẫn Bắc là Samit, nhập cảng lậu từ Thái Lan. Chỉ cần tặng một gói Samit thôi, kẻ hối lộ dù gặp chuyện khó khăn cách mấy cũng được công an thông qua, giải quyết. Dần dà, thuốc Samit trở thành khét lẹt đối với khứu giác của các quan công an; họ đề xuất tặng quà bằng thuốc lá thơm tây phương: 555 hoặc hiệu con mèo Craven A.

Thiên nhận được lệnh của tổ chức đãi các quan cách mạng địa phương thuốc thơm có cáng: 555 và Craven A. Trên bàn, Thiên bày nhiều loại thuốc thơm khác nhau: Samit, Sài Gòn, Thủ Đô, Vàm Cỏ, 555, Craven A. Không cần phải mời ép, các quan cứ "tự nhiên như người Hà Nội" vứt điếu tàn, mồi điếu mới, toàn là thuốc nước ngoài, sản phẩm của "đế quốc", "thực dân", "tư bản". Samit? Tồi quá! Sài Gòn, Thủ Đô? Lạt nhách và khô quá! Vàm Đỏ? Khét nghẹt, đắng hôi và cứ xa môi là tắt bật lửa mồi, đốt lại hoài! Bực mình! Thiên và thực khách vừa quên đi một chặp, gói thuốc thơm đã sạch nhẵn. Gói mới được bóc ra, các quan tiếp tục chôm chỉa, mồi đốt, phì phèo. Khói thuốc mịt mù, ngộp thở! Có quan không ngần ngại đút vào túi giấu vài điếu để dành cho hôm sau!

Không đầy hai tháng giăng lưới, thả mồi, Thiên đã bắt được nhiều "cá lớn" ở địa phương. Anh áp dụng "triết học" của kẻ thức thời: "Khôn cũng chết, dại cũng chết. Biết là sống". Biết họ muốn gì, thích gì, dân nên tìm cách thỏa mãn cái muốn và cái thích của họ. Đừng nói ngược lại họ. Con mèo đực chạy ngang, họ nói đó là mèo cái, mình cứ gật đầu: "Dạ đúng, đó là chị mèo, cán bộ tài thiệt". Vậy là họ bằng lòng. Con ruồi bay qua, họ nhất định cho là ruồi đực, mình cứ vỗ tay khen: "Phải, đó là chú ruồi đực, cán bộ thông minh tuyệt vời!" Vậy là họ để yên cho mình sống. Họ không cho ta nịnh bợ. Họ hiểu ta ngoan, dễ dàng, biết vâng lời và thượng tôn luật pháp. Họ yên tâm trị dân và an dân. Họ tự hào là loại người thông minh tuyệt đỉnh, tài trí nhất thế giới. Không thông minh, tài trí sao được, bởi vì nếu không phải như vậy thì làm sao họ đã đánh gục nổi hai tên thực dân đầu sỏ cũ và mới Mỹ – Pháp, thống nhất đất nước sau 21 năm chia cắt?!

Chính quyền phường, công an khu vực, tổ dân phố, những tên ăng-ten điềm chỉ nhìn Thiên qua một người đàn ông góa vợ, gà trống nuôi con, một dân "chịu chơi", không nguy hiểm chút nào và không đáng nghi ngờ, theo dõi. Cơ sở hoạt động của nhóm đang trên đà thuận lợi. "Hụi viên"ngày thêm đông, ai cũng sẵn sàng "đóng thảo" trước một hai cây vàng không cần lấy biên nhận.

Thứ bảy này không phải cữ nhậu thường xuyên hằng tuần mà là đám giỗ mãn tang chị Thiên. Nếu đúng ngày giờ mãn tang phải còn 10 ngày nữa, nhưng vì công tác khẩn cấp, tổ chức yêu cầu Thiên lấy ngày thứ bảy này. Thiên vì tập thể, ép lòng dẹp bỏ chuyện riêng qua một bên. Đứng trước bàn thờ, nhìn trìu mến di ảnh vợ, anh khấn vái, xin nàng tha lỗi, phò hộ độ trì cho tổ chức thành công trong kế hoạch đưa người ra nước ngoài và lập mặt trận kháng chiến.

Tín, Bảng, Thiều và Đạt – chỉ huy – bốn người nòng cốt của tổ chức tới nhà Thiên sớm nhất để phụ tiếp với anh xếp đặt đám giỗ. Chị Hảo – nữ soái và chị Khiêm – vợ Đạt lo chợ búa, nấu ăn. Anh Nguyễn Quốc Cang đóng vai nhà sư lo phần tụng niệm, cầu siêu. Hôm qua, Cang xuống tóc sắm áo cà sa và học cách làm lễ. Anh trốn biệt trong nhà chờ tới ngày giờ quy định, đội nón che đầu trọc bóng loáng, chạy thẳng tới nhà Thiện.

Vừa gặp Cang, Tín cố nín cười, chắp tay trước ngực, mọp đầu chào:

- Đệ tử kính chào thầy. Nam mô A Di Đà Phật.

Cang cười xòa:

- Thôi đi tía! Thầy với bà con mẹ gì! Làm vậy mang tội khinh Phật pháp đó nghen.

Bảng bông đùa:

- Phải đặt cho Cang một pháp danh và phong cho nó một chức sắc mới đặng. Để coi, Mỹ Nhơn nè, Cầy Tơ nè, Thu Đạm nè, nào, các bạn chọn đi!

Thiều ứng khẩu:

- Gọi nó là Thích Mỹ Nhơn đi!

Tín cãi:

- Không được! Nghe kỳ cục lắm. Tôi đề nghị gọi Cang là Thích Hộ Âm đi! Đã có Thích Hộ Giác thì phải có Thích Hộ Âm chớ? Hộ Giác, Hộ Âm đều là đệ tử tu một chùa, chung một thầy!

Cả bọn cùng cười vang, chỉ có Đạt ngồi trầm ngâm, nhếch môi cười chúm chím.

Cang la bài hải:

- Thôi đi tía non! Bị vợ bỏ, lâu ngày thiếu đàn bà, chú mầy thèm cái ấy lắm nên mở miệng ra là… có cái ấy đi theo!

Tín cãi lại:

- Còn lâu mới thèm. Tao chán đàn bà như cơm nếp. Từ lâu tao như nhà tu, ăn chay nằm đất, diệt dục và cấm mơ tưởng tới cái ấy.

Thiên nửa đùa nửa thật:

- Làm huề thượng, Cang phải lấy họ Thích và pháp danh để tụi công an, "chó săn" Cộng sản khỏi nghi ngờ. Bọn thầy chùa, sư môn trong "Hội Phật giáo yêu nước" cũng có họ Thích và pháp danh đàng hoàng. Hơn nữa, biết đâu trong bữa giỗ, có tên Việt Cộng nào cắc cớ hỏi Cang pháp danh là gì, Cang lúng túng, ú ớ sẽ hư bột hư đường hết.

Đạt đồng tình:

- Thiên nói đúng. Mình phải chọn cho Cang một cái tên kèm theo họ Thích. Tôi đề nghị tên là… Giác Ngộ, Thích Giác Ngộ.

Thiều cười giòn:

- Nghe cái tên Thích Giác Ngộ, tôi chợt nhớ tới thầy Thích Hộ Giác dầu cù là Mác Xu. Thầy Giác thuyết pháp chống chánh phủ Diệm hay phát mê. Hồi nẳm, thầy làm mê mẩn không biết bao nhiêu nữ Phật tử xinh đẹp, giàu có và thầy "độ" các bà, các cô tơi bời hoa lá. Báo Chánh Đạo do thầy chủ trương biên tập bằng tiền bạc của mụ dầu cù là Mắc Xu. Không ai biết rõ cuộc đời trần thế, phàm tục của thầy bằng ký giả Việt Quang làm chủ bút tờ Chánh Đạo.

Tín phụ họa:

- Ờ, ờ, anh nhắc tôi mới nhớ "thuở trời đất nổi cơn gió bụi, gái thập thành nhiều nỗi truân chuyên" ấy, mấy thầy chùa Ấn Quang, Việt Nam Quốc Tự khoác áo nâu sòng làm chánh chị chánh em chọc quê mụ Võ Tắc Thiên Trần Lệ Xuân, tố cáo ông Diệm đàn áp Phật giáo, thổi phồng chiếc bong bóng cá thành trái cầu khinh khí, kêu gọi quần chúng xuống đường lật đổ chánh phủ. Cộng sản trong rừng, ngoài Bắc vỗ tay reo mừng, cài người vào Phật tử chế dầu thêm vào lửa. Bọn ký giả hay thân Cộng đua nhau viết bài ca ngợi, bi thảm hóa các vụ sư tự thiêu để bảo vệ Phật pháp.

Anh phì cười tiếp:

- Các thầy mơ tưởng sau ngày 30 tháng 4, mình sẽ được cách

mạng cám ơn, tưởng thưởng. Các thầy lãnh đạo như Thích Trí Quang, Thích Tâm Châu,… đều bị cách mạng gắn cho bảng hiệu Thích Thịt Cầy, Thích Mỹ Nhơn làm tay sai cho CIA, cho thực dân, đế quốc chớ chẳng có công lao gì đối với cách mạng hết. Chùa chiền, cơ ngơi của các thầy sát nhập vào "Hội Phật giáo yêu nước". Các thầy im hơi lặng tiếng, cam phận "cầm c. chó đái"! Chỉ tội nghiệp và đáng kính phục thầy Quảng Đức chết cho lý tưởng bảo vệ đạo pháp của mình!

Bảng lắc đầu:

- Lại nói bậy nữa rồi! Ngày nào nó không nói tục, ngày đó nó ăn cơm hổng vô!

Đạt nghiêm nghị lặp lại đề nghị:

- Sao, sao các bạn có đồng ý gọi Cang là Thích Giác Ngộ không?

Đa số gật đầu, đồng ý. Riêng Tín cau mày:

- Giác Ngộ là sao? Hổng lẽ tụi mình đều Giác Ngộ trước chế độ mới? Còn khuya!

Đạt tươi cười:

- Chú Tín cũng có lý, nhưng sở dĩ tôi dùng hai tiếng Giác Ngộ không có nghĩa bọn tụi mình hay nhơn dân miền Nam giác ngộ đường lối Chủ nghĩa Cộng sản. Chúng ta giác ngộ trước thực trạng của xã hội miền Nam sau ngày quốc nhục 30 tháng 4. Trong chúng ta chắc có người lầm tưởng cách mạng về, kháng chiến thành công sẽ đem lại tự do, hạnh phúc, ấm no và độc lập cho Tổ quốc, dân tộc bé nhỏ nầy. Không ai ngờ những nhu cầu cơ bản, thiết yếu ấy chỉ là bảng vẽ, là thuốc độc trộn đường của chồn, cáo những bầy thỏ thơ ngây. Chúng ta đã thực sự giác ngộ về ý nghĩa hai tiếng Giác Ngộ là như vậy đó!

Không ai còn phản đối nữa. Cang mặc nhiên lĩnh cái tên thầy Giác Ngộ tự Nguyễn Quốc Cang. Anh mặc áo nhà sư, ngồi đầu bàn gần tủ thờ chị Thiên, tay lần tràng chuỗi, mặt mày nghiêm nghị như đang nhập tịnh.

Khách khứa lũ lượt tới nơi, trong đó có Đặng Thanh Nghiêm – Phó Tiến sĩ Cơ khí từng du học Liên Xô, vừa mãn tù vượt biên ở trại giam cầu Băng Ky, và Thượng úy Lê Điều đang phục vụ tại trung đoàn pháo ở Gò Vấp. Nghiêm móc nối với Điều tìm đường vượt biển. Điều không đi, anh chỉ gửi hai thằng con sắp tới tuổi nghĩa vụ quân sự. Tổ chức điều tra thật kỹ lập trường của Điều từ hai tháng nay mới nhận anh làm "hụi viên". Phó Tiến sĩ Nghiêm bảo đảm với tổ chức về quyết tâm của Điều. Bảy Bá lo giấy phép đám giỗ cho Thiên nên hắn biết rõ ngày, giờ khai mạc bữa ăn thịnh soạn mà hắn sốt ruột chờ đợi. Hắn đến nơi trước hơn các quan trong phường.

Thấy khách khứa chắp tay vái chào Cang, hắn bắt chước làm theo, nhưng cách xưng hô khác hẳn:

- Chào ông! Ông mạnh giỏi chớ?

Cang đứng lên, chắp tay trước ngực:

- Mô Phật, bần đạo nhờ Phật Trời gia độ nên vẫn mạnh và giỏi!

Hắn cật vấn:

- Trước giải phóng, ông tu chùa nào và ở đâu vậy?

- Bạch cán bộ, trước đây bần tăng tu ở chùa… Thị Vải ở… Bà Rịa.

- Núi Thị Vải ở Bà Rịa? Ồ, sao tôi không gặp ông lần nào hết vậy? Hồi đó, tôi hoạt động ở vùng đó về có nhiều dịp vô chùa ẩn trốn và ăn cơm chay.

Cang liếc nhìn Đạt, Thiều, Tín. Anh tái mặt, lúng túng không biết trả lời sao cho xuôi.

Đạt mớm ý:

- Hòa thượng tu theo Tiểu Thừa, chắc là ngài hay đi khất thực chớ gì?

Được "nhắc tuồng", Cang mừng quýnh:

- Mô Phật! Đúng vậy. Bần đạo thường hay vắng mặt ở chùa, đi khất thực ở Long Hải, cập về Sài Gòn luôn. Mô Phật!

Cả bọn cố nín cười. Cang cúi gầm đầu gương mặt sượng ngắt. Chiếc đầu trọc của anh loang loáng ánh đèn.

Bảy Bá nhìn lên bàn thờ chị Thiên, phê bình:

- Làm ma chay rình rang, tốn kém cho người chết là một cái ngu. Cái ngu thứ hai là tổ chức giỗ quải tùm lum. Người chết là hết như cây cỏ, thú vật vậy thôi. Cúng kiếng chỉ dọn tiệc cho ruồi muỗi chớ có hồn ma nào về ăn uống đâu!

Thiều nói mỉa

- Dạ thưa cán bộ, cúng kiếng chỉ là hình thức nhớ tưởng tới thân nhơn đã chết và biểu tỏ lòng mình đối với kẻ đã vĩnh biệt mình. Họ chỉ về chứng giám nhận lễ thôi, còn người sống và bạn bè, quen biết ăn dọng hết. Cúng kiếng, thật ra cũng có lợi cho người tới ăn chực.

Thấy đôi mắt Bảy Bá trợn dọc, Thiều liền tự ví mình:

- Dạ, ăn chực như tôi vậy đó!

Anh cười "hì hì" để câu nói móc của mình bớt cay chua. Thiên nhột thay cho Bảy Bá. Anh vội vàng, mở gói 555 mời Bảy Bá:

- Dạ mời anh Bảy dùng thuốc. Thuốc 555 sản xuất tại Sin-ga-po ngon lắm, ngon hơn loại sản xuất tại Anh, Mỹ.

Rút một điếu đưa lên mũi, hít mạnh, Bảy Bá hỏi dò:

- Ở đâu mà anh có nhiều vậy?

- Ồ, thiếu cha gì ngoài thị trường anh Bảy, có tiền là có ngay.

Nghiêm chen vào:

- Phần ở ngoại quốc gởi về, phần do mấy bố hải quân đi tàu Vàm Cỏ công tác ở Hồng Kông, Hương Cảng mang về bán ra thị trường tự do. Mấy cha nội đó no nứt trứng. Chỉ có cán bộ tụi mình là rớt mồng tơi thôi đồng chí.

Thiên bật lửa cho Bảy Bá đốt thuốc. Hít một hơi dài, từ từ nhả khói, hắn gật gù:

- Ngon, ngon thật! Thảo nào!

Hắn quay sang hỏi Nghiêm:

- Xin lỗi, đồng chí là cách mạng?

Nghiêm tươi cười:

- Thiệt tình tôi không bao giờ dám nhận hai tiếng ấy. Tôi chỉ là một cán bộ cò con thôi. "Cách mạng", hai đại từ đó tôi thấy chỉ nên dành cho các quan bự ở Bộ Chính trị và Trung ương Đảng.

Thiên rót rượu ra ly mời Bảy Bá. Anh kề bên tai hắn thì thầm:

- Anh ấy là Phó Tiến sĩ tốt nghiệp đại học Cơ khí Liên Xô đó. Tuổi đảng của anh cỡ vài chục năm.

Bảy Bá đổi sắc mặt ngay. Học vị Phó Tiến sĩ đối với trình độ lớp 3 lớp 4 của hắn ví như một trời một vực.

Hắn nâng ly mời Nghiêm:

- Mời, mời đồng chí cụng ly. Hân hạnh được biết Phó Tiến sĩ.

Thiên vừa rót rượu ra ly định trao cho Điều, nghe Bảy Bá mời Nghiêm, liền chạy tới đưa ly cho Nghiêm:

- Ly đây, anh cụng ly với anh Bảy đi. Ảnh chịu chơi lắm. Ở khu vực tôi, bà con ai cũng mến ảnh hết. Hì hì, người biết nhậu dễ chơi lắm!

Nghiêm gián tiếp hù Bảy Bá:

- Kìa, anh Thiên, rót rượu cho Thượng úy Điều đi. Ảnh cũng một cây rượu đó.

Bảy Bá nhìn dáo dác xem ai là thượng úy. Nãy giờ hắn ngỡ đâu chỉ có mỗi mình hắn là cách mạng, nào ngờ bên cạnh hắn có mặt cán bộ cao cấp hơn hắn. Hắn cảm thấy mình hơi lép vế.

Điều đưa ly rượu lên nói trổng:

- Mời, mời!

Gốc miền Trung, Điều không ưa người Bắc, nhất là dân Bắc 75. Anh chỉ khoái người Nam, nhất là nông dân Nam Bộ. Vợ Điều gốc Rạch Giá, tập kết ra Bắc gặp Điều, yêu Điều rồi làm vợ Điều. Nàng không được kết nạp vào đảng vì bên nội của nàng thuộc giai cấp trung nông và ông cố của nàng đi lính tập cho quân đội Pháp. Sau 30 tháng 4, Điều cùng vợ con về thăm quê vợ nhiều lần. Bên nhạc gia và bà con lối xóm đối xử với Điều như bát nước đầy không phải vì "cái lon" Thượng úy của anh, mà vì tình cảm chân chất của nông dân Nam Bộ.

Điều cảm kích, yêu quê vợ như quê mình, quý gia đình vợ như

gia đình mình. Anh thấy có một cái gì đặc thù của vùng đất trù phú, dễ thương này khác hẳn nơi anh sinh ra và nơi anh giam thân trên hai mươi năm trời. Điều cũng đã thấy con đường mình chọn lựa cho lý tưởng đời mình là sai lầm, dẫn dắt Tổ quốc này, dân tộc này đi vào đường cùng nghèo đói và lệ thuộc ngoại bang. Anh quyết định đổi hướng, tuy hơi trễ nhưng vẫn chưa muộn. Anh tìm đường cho hai thằng con trai sắp tới nghĩa vụ, nếu không lập được thân thì cũng khỏi phơi thây trên các chiến trường "nghĩa vụ Cộng sản quốc tế".

Nghiêm đã nói nhiều với Điều về ngọn cờ mới, ngọn cờ không phải Quốc gia cũng không Cộng sản, ngọn cờ Quang Trung giải phóng dân tộc với tôn chỉ duy nhất: tự lực tự cường, không bị ràng buộc bởi ngoại bang. Điều suy nghĩ rất lâu, ban đầu hoang mang, ngờ vực, dần dà anh thấy hé ra trong đầu một ánh sáng, một lối thoát cho chính bản thân anh và cho ba miền đất nước soi rọi bởi con đường mới ấy. Anh tán đồng, chấp nhận dấn thân một lần nữa.

Dưới tay Điều có 22 quân sĩ, đa số gốc Nam, trung thành tuyệt đối với anh. Anh không nói cho họ biết gì về con đường mới anh đã chọn. Anh biết rõ chắc chắn một điều là họ không phản bội anh và sẵn sàng chết vì anh. Điều đang thuyết phục Đại úy Giàu, Trung úy Kỳ và luôn cả Thiếu úy Ngô dưới quyền chỉ huy của anh. Được ba kiện tướng này tiếp sức, anh sẽ làm nên chuyện lớn. Anh là sức mạnh chủ lực của tổ chức bọn Thiên.

Ngồi một mình giữa hai cán bộ trung cao, Bảy Bá cảm thấy yếu đuối như một đứa bé ốm yếu bị kẹp giữa hai lực sĩ giác đấu. Hắn ngóng đợi ban lãnh đạo phường và công an đến tiêm sức mạnh cho hắn.

Ba mươi "hụi viên" đã tề tựu. Người nào cũng mang quà cáp tặng cho Thiên: không rượu bánh thì cũng trà, thuốc, hoa quả. Các quan cách mạng cũng đã đủ mặt. Họ lấy làm lạ cách đi ăn giỗ của mọi người. Họ hỏi thầm: "Đã được mời ăn còn phải tốn tiền như vậy sao? Tới giờ cứ việc tới rồi ăn cho no, rồi ra về thoải mái. Vậy cũng đủ làm gia chủ vui lòng lắm rồi!"

Đám giỗ chưa bắt đầu mà hai chai Martell VSOP đã gần cạn, hai gói thuốc 555 và Craven A chỉ còn vài điếu trong bao. Các quan tự nhiên nhậu và hút đều đều.

Mùi thơm thức ăn dưới bếp bay tỏa thơm ngát. Tiếng dao chặt, bằm giòn tan. Dịch vị các quan bắt đầu làm việc tới tấp. Con heo quay nằm sấp trên mâm lót giấy hồng đào đặt trước bàn thờ chị Thiên bóp nắn bao tử các quan dữ dội. Bảy Bá nuốt nước miếng, ước sao có được ngay bây giờ cái đùi sau heo quay vàng tươi, tươm mỡ kia nhậu với rượu tây thì sướng cả một đời người!

Tội nghiệp Cang ngồi một mình vừa lần chuỗi vừa nhép nhép đôi môi như đang đọc kinh. Gió quạt máy trên trần nhà thổi nhè nhẹ lên đầu trọc làm anh nghe khó chịu muốn lủi trốn. Là tay nhậu nổi tiếng không hề say, anh nghe mùi thơm rượu tây xông vào mũi. Anh thèm chảy nước miếng nhưng với "cương vị một nhà sư", anh chỉ được mời uống nước trà.

Đoán biết cơn thèm của anh, Tín tới sát một bên hỏi nhỏ:

- Bạch thầy, trà ngon hơn Martell chớ? Thầy uống thêm bình trà nữa nhé?

Cang che miệng chửi:

- Đồ mắc dịch. Chọc tức, tao tụng hồi Kinh Kim Cang cho cả nhà mầy mắc gió chết hổng còn một mống.

Tín nín cười muốn đứt ruột, che tay nói vọng xuống bếp:

- Hai cháu Ngôn, Tánh đâu, coi châm cho thầy một bình trà khác, thầy thích trà Tầu lắm.

Biết Tín trêu chọc Cang – Thiên, Đạt, Thiều cố nín cười, nhìn về phía Cang. Cang chỉ nói vừa đủ cho Tín nghe lọt:

- Nam mô A Di Đà Phật, xin Phật Tổ sai quỷ sứ, thiên lôi đánh chết cả nhà tên Tín nầy. Đệ tử cám ơn Đấng Thế Tôn.

Chiếc tắc-xi dừng lại trước cửa nhà, Hồng, Trâm, Ký Đảm và anh em thằng Bảo – Vọng cùng xuống xe.

Trâm hỏi:

- Nhà anh Thiên hả?

Hồng đáp:

- Cơ sở của tụi mình đó chị.

Khách trả tiền xong, chiếc tắc-xi rú ga chạy tới. Hồng la hoảng:

- Ý chết! Bông, trái cây để quên trên xe kia kìa.

Thằng Bảo nhanh như con thoi, phóng theo vỗ mạnh lên thùng xe tắc-xi. Bác tài thắng xe lại hỏi. Bảo không trả lời, mở cửa xe lôi bó bông, túi trái cây và mấy hộp bánh ra.

Bác tài tươi cười đính chính:

- Tui không để ý. Chú em đừng nghĩ lầm tôi tham.

Bảo nói trổng:

- Đem bán lại chắc cũng gần trăm bạc. Thời buổi khó khăn, tiền bạc kiếm khó lắm.

Bác tài phân bua nhưng Bảo đóng sầm cửa lại, chạy nhanh về cửa nhà Thiên.

Bước vào cửa rào, Trâm đi chậm lại:

- Sao đông người dữ quá vậy?

Hồng cười:

- Đám giỗ làm lễ mãn tang mà! Khách của anh Thiên đó.

- Như vậy còn... bàn tính chuyện gì được nữa?

Hồng đi sát vào Trâm, thì thầm:

- Đa số là người cùng một tổ chức của mình. Chị đừng lo. Anh Đạt đã bố trí đâu vào đó hết rồi.

- Đạt nào?

- Kỹ sư Đạt mà hồi nãy em nói cho chị nghe đó. Ảnh chịu trách nhiệm chung, coi như là huynh trưởng của tất cả anh chị em mình, dưới ảnh còn nhiều phụ tá tài giỏi, Quốc gia có, cách mạng có, người không theo bên nào cũng có, kể cả các giáo phái Cao Đài, Hòa Hảo và các đảng phái chánh trị Đại Việt, Việt Quốc. Anh em cùng chung một chí hướng.

Ký Đảm ngắm nghía ngôi nhà hai tầng của Thiên, trầm trồ:

- Nhà đẹp ác! Chắc anh Thiên hồi nẳm cũng là dân triệu phú?

Hồng gật đầu:

- Hồi trước, ảnh, chỉ làm ăn giỏi lắm, nhứt là chị Thiên. Mấy cha cách mạng thèm nhà nầy dữ lắm, muốn tịch thu làm Ủy ban phường hoặc nhà trẻ nhưng chưa có dịp đó thôi. Anh Thiên có người chú ruột làm lớn trên Ủy ban nhơn dân thành phố. Ổng che chở cho ảnh cầm cự được tới đâu hay tới đó.

Ký Đảm cười mỉm chi:

- Che với chở! Nhắm được tới bao lâu đây? Trước sau gì nhà nầy cũng biến thành chuồng heo thôi!

Từ trong nhà, Thiên chạy ra, reo mừng:

- Ồ kìa, chị Hồng! Mọi người vừa nhắc chị đây. Linh quá xá!

Hồng làm mặt nghiêm trang:

- Cái gì mà linh? Bộ tôi chết rồi hay sao mà linh với thiêng? Nói như là trù ẻo người ta vậy đó.

Thiên cười ngất:

- Tướng chị dù có lập bàn trù trù cả tháng cũng không chết nữa. Chị muốn theo thằng Dũng cũng không được đâu. Sống dai dai cho bà con nhờ một tí! Các quan cách mạng còn thèm chị rỏ dãi mà!

- Quỷ sứ! Dịch giật anh! Vừa thôi nghen. Vô duyên!

Thiên cúi đầu chào Trâm và Ký Đảm. Anh kề tai Hồng thì thầm:

- Lính mới của tụi mình phải không?

- Toàn là kiện tướng. Còn nhiều tay ác liệt nữa chưa có mặt trên nầy.

- Tốt quá! Trời thương bọn mình.

Hồng giới thiệu hai bên với nhau. Trâm, Ký Đảm thấy mến Thiên ngay từ lúc đầu. Có chung hoài bão và chí hướng, người mới gặp, mới quen dễ xích lại gần nhau và mau kết thân với nhau.

Thiên giục mọi người vào nhà. Hồng hỏi dò:

- Hình như có mấy cha nội cách mạng địa phương đông lắm hả?

Thiên rùn vai:

- Ờ thì cũng mấy bản mặt "ăn chực nói leo ra về mang dép lộn" cũ đó thôi. Nghe ở đâu khua mâm, khua chén là kéo tới rần rần. Chắc có ngày tôi bỏ thuốc độc thuốc tụi nó chết cha hết ráo trơn quá!

Hồng cười gằn:

- Thì cũng tới cái ngày đó mà, anh đừng lo. Trước khi bỏ nhà nầy đi vào chiến khu, anh giết sạch chúng nó không chừa một mống cho tôi.

- Ừa, chỉ cần một bữa nhậu thịt chó, uống rượu tây là tụi nó theo Bác Hồ cả lũ. Tụi mình đã có bào chế sư Tố Lan bên cạnh rồi.

Khách, chủ cùng bật cười. Mọi người vào nhà. Tiếng trò chuyện như ong dậy tổ, bỗng dịu xuống rồi im bặt khi Thiên vỗ tay giới thiệu Hồng, Trâm, Ký Đảm và anh em Bảo – Vọng:

- Xin hân hạnh giới thiệu với bà con, quan khách, đây là chị Hồng, chị Trâm, anh Đảm và hai em Bảo – Vọng từ Cà Mau xa xôi lên đây dự lễ mãn tang của gia đình tôi. Tình bạn bè thắm thiết, chơn thành nầy làm tôi vô cùng xúc động. Chắc chắn hương hồn của nhà tôi nơi chín suối cũng ngậm cười, sung sướng lắm. Đề nghị bà con cho một tràng pháo tay.

Tiếng pháo tay nổ thật giòn và kéo dài. Các quan cách mạng ngồi thừ người ra nhìn Trâm, Hồng không chớp mắt.

Tên trung úy trưởng ban công an và phường ủy xầm xì:

- Ối giời, con bé trông thơm quá nhỉ!

- Mình khoái con lớn tuổi hơn. Nước da bánh ích, tóc đen và cứng, tướng tá chắc nịch như vậy, đúng là hương sắc của gái Cà Mau.

- Tớ lại thích con bé trẻ kia hơn. Trông nó mát rượi.

- Ê coi chừng nghe nhỏ. Người ta nói "hữu nhan sắc hữu ác đức", đàn bà đẹp đa số là rắn độc, nó cắn mình trào đờm hồi nào không biết đó!

- Tớ bất cần, miễn ngủ được với nó một đêm rồi ngày mai có bước lên máy chém, tớ cũng chịu!

Hai tên cười hô hố. Ký Đảm, anh em Bảo – Vọng ngồi vào bàn cạnh Nghiêm và Điều. Hồng đưa Trâm thẳng xuống bếp phụ nấu nướng.

Ngang qua mặt Cang, Trâm chắp tay chào:

- Kính thầy.

Cang đứng lên chắp tay chào trả:

- Mô Phật, chào tín nữ.

Vừa định bắt chước Trâm, Hồng mới nói "bẩm thầy", chợt nhận ra Cang, nàng chưng hửng:

- Ơ kìa! Sao vậy?

Cang đưa tay lên miệng:

- Suỵt! Nam mô A Di Đà Phật. Bần tăng chào tín nữ!

Hồng che mặt le lưỡi:

- Mẹ cha ơi! Sư đâu bất tử vậy trời?

Chạy theo Trâm, Hồng ôm bụng cười nắc nẻ. Trâm ngạc nhiên:

- Chuyện gì vậy hả? Sao em cười?

- Thấy ông thầy đầu trọc lóc như mủng vùa, em nín cười muốn đứt ruột.

Trâm phát lên vai Hồng, nghiêm nghị:

- Bậy bạ nà! Tội chết đi! Thầy, sư thì phải cạo đầu chớ có gì lạ đâu mà cười người ta?

- Hổng phải sư, thầy gì đâu chị ơi!

- Cái gì? Sao hổng phải?

Hồng bụm miệng cười một chặp cho đã mới giải thích:

- Chị ơi, sư đó là sư giả, anh Cang người của bọn mình. Trời đất quỷ thần ơi, hổng biết ảnh có thuộc kinh kệ gì không mà làm lễ mãn tang đây? Để em trở ra hỏi ảnh coi.

Trâm giữ nàng lại:

- Thôi đừng em. Chắc là sao đó nên tổ chức mới để anh ấy làm sư chớ không giỡn chơi bậy bạ đâu.

Thiên xuất hiện, anh tươi cười hỏi Hồng:

- Sao? Ở dưới tình hình sao rồi? Có gì trở ngại không?

- Mọi việc trên đà thuận lợi. Ghe tàu tụi tôi đã chuẩn bị đâu vào đó hết, chỉ còn chờ chín muồi giữa tôi và tên phó ty công an là mình "đánh".

- Liệu nó có sẵn lòng giúp chị không?

- Chuyện đó do tôi quyết định. Các anh không phải lo. Chuyện đàn bà, tôi không cần phải giải thích với các anh. Có chị Trâm đây làm chứng việc làm của tôi. Có phải vậy không chị Trâm?

Trâm gật đầu:

- Tôi cũng thấy tên phó ty ấy đang chết mệt vì Hồng… Hồng có cách cho nó vào rọ.

Thiên vẫn nghi ngờ nhẹ nhàng:

- Bọn công an Cộng sản tráo trở dữ lắm. Dính vào bọn chúng, nhiều người chịu "tiền mất tật mang" rồi.

Hồng cười ngạo nghễ:

- Tiền không thôi, chưa đủ. Phải có cái gì khác nữa thì mới trói tay trói chơn bọn họ được.

- Gì khác chớ?

Hồng cự nự:

- Cái anh nầy thiệt tình! Đã hiểu rồi còn ở đó làm bộ hỏi nữa? Hổng lẽ tôi nói trắng ra, anh mới chịu thôi cho?

Mọi người cùng phì cười. Hồng đưa Trâm xuống bếp phụ tiếp nấu nướng, giới thiệu nàng với các "nữ chiến hữu". Cùng chí hướng với nhau, Trâm và những người mới quen biết dễ dàng kết thân nhau mau lẹ. Vừa làm bếp, vừa trau dồi lập trường, quan điểm, hai bên tương đắc xem nhau như bạn bè lâu năm và chị em ruột thịt một nhà. Chị Đại, "nữ soái" Hảo và ba bốn phụ nữ trong tổ chức đặt trọn niềm tin vào vai trò nòng cốt của Trâm, Hồng ở mặt trận Cà Mau. Thành công ở đó sẽ là hậu thuẫn mạnh mẽ và bàn đạp cho mặt trận thứ hai do Đạt, Thiên, Điều, Bảng và Thiều lãnh đạo. Số vàng dự trù thu được 100 lượng do mặt trận Cà Mau đem lại sẽ tạo phương tiện hoạt động hữu hiệu cho mặt trận.

Lễ mãn tang kết thúc nhanh chóng sau vài hồi kinh và nghi thức Phật sự do thầy Thích Giác Ngộ – Nguyễn Quốc Cang tụng niệm, chủ lễ. Cũng có đội sớ, đốt khăn tang, tửu châm, bái lạy, chuông, mõ lóc cóc, boong boong, cũng khói nhang nghi ngút, cũng giấy tiền vàng bạc bốc cháy, tung bay theo gió…

Người biết rõ nhà sư Cang thì cố nín cười hoặc trốn ra hè cười bò ra; kẻ tin đó là thầy thứ thiệt thì nghiêm trang theo dõi động tác, lời kinh tiếng kệ ngân nga trầm bổng của anh. Các quan cách mạng vừa nhậu, hút, vừa cười khinh khỉnh, sốt ruột chờ đợi lễ mãn tang chấm dứt để thưởng thức các món ăn đầy cứng trên bàn thờ. Uống rượu, nhấm đồ chua từ nãy giờ, dạ dày các quan bào bọt khó chịu quá lắm rồi.

Thiên và hai con quỳ trước bàn thờ khá lâu. Ba cha con bắt đầu tê chân, đau gối. Thiên ngước lên, bảo khẽ:

- Ê, kết thúc mau đi tía non! Tê cẳng, đau đầu gối quá trời rồi nè!

Cang hơi cúi xuống, nghiêm giọng:

- Rán một chút nữa ông thần! Tao cũng muốn lủi trốn rồi đây nè. Hết biết làm gì thêm nữa rồi!

Thiên cười. Cang gắt khẽ:

- Hổng có cười. Coi chừng lộ tẩy thấy tổ hết cả đám bây giờ. Tụi bây ác vừa thôi. Lần sau tụi bây còn bắt tao đóng vai gì nữa đây?

Thằng Ngôn đỏ đẻ:

- Còn lâu hả bác? Con tê cẳng quá trời rồi nè!

Thằng Tánh phụ họa:

- Con mắc đái quá hè, bác Cang ơi! Con muốn đái trong quần rồi nè bác.

Cang vỗ về:

- Sắp xong rồi. Còn chút xíu nữa thôi!

Thiên vờ càu nhàu:

- May là thầy chùa giả mà còn lâu như vầy, nếu gặp thầy, chắc là cha con tôi ngủ bất tỉnh ra đây quá!

Cang cố mỉm cười, ê a tụng kinh, gõ mõ. Chẳng ai nghe được một câu rõ ràng phát ra từ cửa miệng anh. Kinh Phật đã khó nghe, khó hiểu, Kinh Kim Cương của Cang càng khó nghe, khó hiểu hơn!

Nhập tiệc, bà con ai cũng đói gần xỉu. Các quan cách mạng mừng rỡ suýt reo lên. Họ ăn uống quá tự nhiên, tưởng chừng như vừa thoát khỏi nạn đói. Ai cũng ăn ngon miệng, uống rượu tự do. Chỉ tội nghiệp Cang ngồi một mình một bàn ăn cơm chay với đậu hủ, dưa leo, tương chao và một dĩa rau sống! Nhìn các "chiến hữu" ăn đồ mặn, uống rượu tây, cười nói huyên thiên, Cang thèm chảy nước miếng, cố nuốt đồ chay lạt lẽo cứ nghẹn ngang cổ.

Bảng ngồi gần bên, mỗi lần gắp đồ ăn đưa vào miệng, nhấp ngụm rượu tây, trêu chọc Cang:

- Mẹ cha ơi! Ngon quá trời quá đất! Mấy bà nấu ăn số dách. Rượu Martell nó thơm, nó dịu, nó êm, nó ngon thấu trời.

Cang cố nhịn, cúi gầm mặt, nhai thức ăn chay lạt. Thiều đưa chai rượu lên mời:

- Thầy uống chút rượu cho vui.

Cang đưa bàn tay xòe lên ngực:

- A Di Đà Phật! Cám ơn thiện nam. Rượu là một giới cấm của nhà Phật. Bần đạo không hề dám phạm giới.

Phường ủy nói trống:

- Tu là một hình thức tiêu cực trong cuộc sống cộng đồng, nếu không muốn nói là ích kỷ, sống bám như một thứ dây leo. Muốn giải thoát con người, chúng ta phải tranh đấu, hy sinh bằng xương và máu chớ không thể ngồi đó tụng niệm, cầu an bá tánh, hy vọng hão huyền giặc sẽ buông tha cho dân, cho nước mình. Nếu mọi người đều cạo đầu đi tu hết thì thử hỏi chúng ta có được như ngày hôm nay không?

Trưởng ban công an hỏi đố Cang:

- Có đúng vậy không ông sư?

Cang chắp tay trước ngực:

- Nam mô A Di Đà Phật. Bần đạo không dính vào chuyện trần tục, vào chánh trị. Bần đạo xin được miễn trả lời.

Bảy Bá đã ngà ngà say, công kích thẳng:

- Mấy cha Công giáo, mấy thằng Phật giáo chỉ giỏi lợi dụng mê tín dị đoan của tín đồ, đệ tử để sống sung sướng, phi lao động. Chúa Ki-tô, Phật Thích Ca chỉ là một huyền thoại ru ngủ con người. Chỉ có Bác – Chủ tịch Hồ Chí Minh mới là cứu tinh của nhân dân Việt Nam. Chỉ có Các Mác, Lê-nin mới là Đấng cứu thế giải phóng loài người!

Điều hơi bực, ứng khẩu:

- Người cách mạng chân chính không nên công khai xúc phạm đến tín ngưỡng của nhân dân. Vì vậy mà đảng chủ trương tự do tín ngưỡng và ngay trong hiến pháp Xã hội Chủ nghĩa cũng không có điều khoản, nghị định nào cấm người dân theo đạo mình chọn lựa.

Nghiêm về hùa với Điều:

- Đúng vậy! Hai tổ chức đã và đang được cách mạng chúng ta yểm trợ hết mình là Công giáo yêu nước và Phật giáo yêu nước. Dù dưới bất cứ hình thức nào, như vậy chứng tỏ, Đảng và nhà nước không công khai chủ trương tiêu diệt hai tôn giáo lớn ấy. Tín ngưỡng hẳn là một sức mạnh tinh thần của nhân dân. Xúc phạm tới, chúng ta trực tiếp làm mất lòng dân.

Thấy tình hình bắt đầu căng thẳng, Thiên vội vàng can thiệp xoa dịu hai bên. Anh mời mọi người tiếp tục ăn và nhậu. Rượu Martell, Hennessy, Johnnie Walker, Napoleon tiếp tục được khui nút. Rượu, thịt ê hề làm chóa mắt các quan cách mạng. Tiệc chưa tàn, Bảy Bá đã "tịch", đã "đứt bóng". Hắn úp mặt lên hai tay trên bàn ngáy như sấm. Phường ủy và trung úy công an cũng đã "gần miền", mặt mày đỏ ké, nói líu lưỡi, chân tay múa may làm ngã đổ ly chén. Đạt nháy mắt giục Thiên chuốc thêm rượu cho các quan. Các quan hết chịu nổi, đành rút lui. Bảy Bá như một xác chết được đồng bọn khiêng về phường.

Chỉ còn Hai Hoành – tổ trưởng dân phố ngồi lai rai, chuyện trò với một "hụi viên". Ông ta chưa say hẳn mặc dù uống hơi nhiều. Ông nghi ngờ Thiên đã lâu nhưng chưa tìm ra bằng chứng để tâu lên phường. Hai Hoành không ưa Thiên vì Thiên thường sửa lưng ông ta trong mỗi cuộc họp tổ và đọc báo hằng tuần, ông ta tìm cách trả miếng chỉ bằng kiểu vu cáo Thiên có dính líu với CIA trước kia. Các quan cách mạng phường, kể cả Bảy Bá, đều không tin Hai Hoành. Thiên đã trám miệng họ bằng rượu thịt, thuốc lá rồi! Hai Hoành cố tình ở nán lại để theo dõi cuộc họp đông người này, nhưng vợ ông ta sai con tới triệu ông ta về gấp. Hai Hoành đành phải bỏ cuộc, rút lui.

Kiểm điểm lại khách khứa, Đạt và Thiên chỉ thấy toàn là "chiến hữu" và "hụi viên". Mọi người thở phào nhẹ nhõm.

Cang cởi ngay áo cà sa quăng lên ghế, dọn chuông mõ, kinh kệ bỏ vào túi vải, chửi đổng:

- Tiên sư mấy thằng chọc quê tao lúc nãy. Bây giờ thoát nạn rồi, ông ăn và uống cho đã mới đặng!

Tiếng cười rộ lên. Chị Đạt hối dọn lên cho Cang mâm đồ mặn. Thiên rót rượu ra ly pha soda, tiếp tục trêu chọc:

- Dạ, đệ tử xin mời thầy phá giới ngả mặn. Hồi nãy, thấy thầy thèm rượu thịt chảy nước miếng, các đệ tử tụi con muốn khóc vậy đó. Dùng đi thầy. Lẹ lên để còn bàn tính công việc lớn nữa.

Thiều, Bảng ôm bụng cười nghiêng ngửa. Cang không buồn chú ý tới mọi người chung quanh, ăn và uống ngon lành.

Hồng bước tới, choàng tay qua vai Cang, hỏi đùa:

- Sau khi phá giới ngả mặn rồi, thầy còn muốn gì khác nữa không? Đệ tử xin làm vui lòng thầy ngay. Chẳng hạn như là cưới vợ?

Vừa nhai nhồm nhoàm, Cang vừa đáp:

- Tín nữ cho thầy hai chữ bình an. Thầy đã ngán đàn bà hơn cơm nếp rồi. Xin cho thầy yên tâm làm chuyện đời giúp non, giúp nước!

Phòng khách rộng lớn của Thiên vui nhộn, thắm tình người cùng chung chí hướng, ước mơ. Đạt chia ra làm hai nhóm: một nhóm tìm đường ra đi, một nhóm dấn thân mưu tìm lối thoát cho bản thân và người chung quanh. Nhóm đầu do Hồng, Trâm, Ký Đảm và anh em thằng Bảo – Vọng lãnh đạo. Năm mươi người tìm tự do sẽ được chuyển dần xuống Minh Hải ém tại nhà đồng bào địa phương chờ ngày giờ ra khỏi. Nhóm sau, gồm một số người tình nguyện ở lại chết cho lý tưởng của mình, do Đạt, Điều, Thiên, Bảng, Nghiêm, Tín, Cang, Giàu và Thiều chỉ huy.

Mọi kế hoạch được thảo luận chu đáo từ thành công đến thất bại. Tất cả những người có mặt thề nguyện giữ kín bí mật đến hơi thở cuối cùng. Kẻ ra đi – người ở lại có chung hoài bão, tay không giống nhau nhưng mục tiêu chung vẫn là tự do, hoặc cho chính bản thân mình hoặc cho tập thể đông đảo.

Trâm cảm thấy đời mình chợt mở ra rộng lớn, vĩ đại và có nhiều ý nghĩa. Nàng tự ví mình như con ếch vừa nhảy lên khỏi miệng giếng tròn, hẹp thấy vùng trời bao la, bát ngát, đầy hương sắc hoa thơm, cỏ lạ. Tình yêu tuyệt vọng của đời nàng chỉ còn là một mảnh nhỏ trước tình yêu cao cả, vĩ đại đối với dân, với nước. Kháng bỏ nàng ra đi, mệnh danh là ra đi cứu nước, cứu dân để rồi anh bị phản bội và bội phản. Giờ đây, nàng quên tình riêng bé nhỏ quyết định dấn thân. Nàng không phản bội một ai và sẽ không bị một ai phản bội. Nàng hiến dâng quãng đời còn lại này cho sở nguyện của nhân dân miền Nam dưới ách thống trị của những người bội phản!

11

Chuyện phải đến, sớm hay muộn, vẫn đến cho bất cứ ai sống dưới chế độ; trong đó, thân phận con người và giá trị làm người không quan trọng hơn một dụng cụ sản xuất. Khi cần thiết cho một nhu cầu chính trị, tập đoàn lãnh đạo có thể hy sinh mười người, trăm người, ngàn triệu người một lúc trong dài lâu hay trong khoảnh khắc. Công và tội được luận xét không căn cứ thành tích, chiến công mà do lập trường tư tưởng và giai cấp xã hội.

Hồng Hiển lọt vào quy luật Cộng sản đó và anh tiêu biểu cho nạn nhân của óc bè phái, địa phương chủ nghĩa và tham quyền cố vị. Nữ phóng viên Anh Thư, nhiếp ảnh gia Duy Vật cấu kết với Trần Quang thực hiện những lời đe dọa trong chuyến phái đoàn công tác tại Cà Mau. Hương vị đặc sản địa phương: rùa, rắn, tôm, cua vẫn còn phảng phất trong khứu giác, vị giác của họ, thân tình của chị, cháu Hồng Hiển vẫn còn phảng phất trong tâm hồn chai đá của họ; nhưng tất cả quyết tâm "dứt điểm" Hồng Hiển, bứng gốc anh quăng ra khỏi bộ phận biên tập miền Nam của tờ Lao Động. Họ báo cáo với Tổng Công đoàn Lao Động ở Bắc về tác phong bê bối của Hồng Hiển, khả năng lãnh đạo tồi tệ của Hồng Hiển; trong đó có hai tội lớn: tội thứ nhất, Hồng Hiển liên hệ bất chính với nữ ký giả Lan Phương – dưới tướng anh; tội thứ hai, dùng quá nhiều ký giả, phóng viên, nhà văn và họa sĩ gốc ngụy. Điển hình là tên Hồ Thiện có tư tưởng chống cách mạng, viết lách bừa bãi, còn nặc mùi tư sản và họa sĩ Chóe – cây bút sắc ca-ri-ca-tuya từng được cơ quan Juspao của đế quốc Mỹ ấn hành tập tranh vẽ kiêu ngạo, phỉ báng cán bộ Cộng sản. Chóe bị bắt, Hồ Thiện bị đuổi và Hồng Hiển được lệnh trình diện trung ương khẩn cấp.

Hồng Hiển đã biết trước số phận của mình, anh bình tĩnh lên đường trở ra miền đất mà anh đã chôn chân trên hai mươi năm trời! Anh chỉ lo cho Hồ Thiện và thương họa sĩ Chóe – một tài năng đầy triển vọng mà anh dự định gửi đi tu nghiệp ở Liên Xô.

Một số phóng viên, ký giả, nhà văn "lưu dung" bị cho về vườn, trừ vài ba tên nịnh bợ, đầu hàng được giữ lại. Trung ương gửi một số ký giả, phóng viên nòng cốt vào Nam tăng cường cho bộ biên tập thêm vững mạnh và cho nội dung tờ báo thêm màu mỡ, đúng đảng tính, quần chúng tính và giai cấp tính hơn.

Hồng Hiển muốn ký giấy nghỉ việc cho Hồ Thiện vì lý do sức khỏe để giúp Hồ Thiện tránh sự dòm ngó và áp lực của chính quyền địa phương nơi anh ở, nhưng Trần Quang đã đoạt lấy con dấu tòa soạn ngay khi công điện khẩn từ Bắc vừa đến tay Hồng Hiển. Hồ Thiện nhận được giấy thôi việc do Trần Quang thảo, ký tên và đóng dấu với nội dung độc ác: "… Nay tòa soạn Lao Động bộ phận miền Nam cho anh Hồ Thiện – nguyên phóng viên nghỉ việc vì lý do: chưa vững lập trường Xã hội Chủ nghĩa, không đủ khả năng trở thành cán bộ văn nghệ Xã hội Chủ nghĩa. Đề nghị đương sự tự cải tạo và sớm giác ngộ cách mạng…!"

Cầm mảnh giấy thôi việc trong tay, Hồ Thiện tái xanh cả mặt mày. Nó quả là bản án treo của đời anh. Nó lọt vào tay chính quyền phường địa phương, Hồ Thiện sẽ không có được một ngày "tự cải tạo"! Công an sẽ gửi anh vào các đại học ngay để anh được cải tạo và sớm giác ngộ cách mạng!

Không còn chần chờ được nữa, anh giã biệt gia đình tìm đường tự giải thoát. Vừa bước xuống bến xe đò Minh Hải, Hồ Thiện bị chặn xét hỏi giấy tờ. Hai tên công an: một mặc sắc phục màu vàng, một mặc dân sự, kè anh ra khỏi xe đò ra lệnh trình giấy chứng minh nhân dân và giấy đi đường.

Một tên hất hàm hỏi:

- Anh làm nghề gì?

- Dạ phóng viên.

- Báo nào?

- Tuần báo Lao Động.

- Giấy chứng nhận đâu?

- Tôi vừa xin nghỉ việc.

- Tại sao?

Hồ Thiện đã chuẩn bị từ trước lời lẽ giải thích trên lộ trình:

- Vì lý do sức khỏe. Làm phóng viên cách mạng phải di chuyển nhiều tôi không đủ sức khỏe nên tự ý xin ban biên ủy tạm nghỉ một thời gian.

Tên công an mặc sắc phục nhìn từ đầu tới chân Hồ Thiện, cười mỉa:

- Bộ vó mạnh như trâu cui vầy mà nói là không đủ sức khỏe? Khai thật đi! Vậy chớ không phải anh bị đuổi sao?

Hồ Thiện đặt tay lên ngực:

- Dạ tôi đau tim. Dạ tôi đau tim. Thiệt vậy đó hai ông.

Hai tên cười ngất, chế giễu:

- Bọn văn nhân, ký giả ngụy đứa nào cũng đau tim hết. Các bố ba lăng nhăng quá bảo sao không đau tim cho được?!

- Nên nói đau óc thì đúng hơn. Bị bọn Mỹ ngụy nhồi nhét chất độc thực dân mới quá nhiều nên mấy cha nội bệnh đau màng óc hết! Thôi, đừng có nói quanh co. Nên chịu thiệt đi là hơn.

Hồ Thiện cố thoát ra:

- Tôi khai thiệt, quý vị không tin thì tùy quý vị.

- Xuống đây làm gì?

- Dạ, đi thăm thân nhơn.

- Tên gì, ở đâu?

- Dạ, tên Nga, nhà ở khu 14, ấp 2, đường Võ Văn Tần, thị xã Cà Mau.

Hai tên công an ngó nhau:

- Mày biết tên và địa chỉ đó không?

- Mù tịt! Tên và địa chỉ giả không biết chừng!

Hồ Thiện khẳng định:

- Dạ thiệt mà! Không tin quý vị đi tới tận nơi xem có đúng vậy không.

- Người tên Nga là gì của anh?

Hồ Thiện nói liền:

- Dạ, là vị hôn thê của tôi. Chúng tôi sắp thành hôn với nhau.

Một tên mỉm cười hỏi đố:

- Người ở Thành phố Hồ Chí Minh, người ở cuối đường đất nước, tỉnh Minh Hải này yêu nhau và cưới nhau ư?

- Dạ, chúng tôi quen nhau, yêu nhau từ lâu, trong nhiều đợt tôi xuống dưới này công tác cho tờ báo.

Tên kia châm biếm:

- Hứ, ký giả, phóng viên đi công tác để viết bài cống hiến cho độc giả hay chỉ để o mèo, tán gái, kiếm vợ? Giấy phép đi đường đâu, đưa xem!

Hồ Thiện đoán biết đã sa lưới. Lối hạch hỏi, cật vấn như vậy chứng tỏ bọn công an không buông tha anh.

Cầm tờ giấy phép đi đường trong tay, một tên cười cợt, chế giễu:

- Dạo này chúng nó lộng hành quá lắm. Giấy tờ gì của cách mạng chúng cũng ngụy tạo được hết, kể cả giấy chứng minh nhân dân. Cà Mau, Rạch Giá, Hà Tiên là đất địa của bọn tổ chức vượt biên.

Hắn không để Hồ Thiện chứng minh, giải thích; áp giải anh về Ty Công an bằng xe Honda. Một tên lái xe chở Hồ Thiện ngồi phía sau, một tên cưỡi Vespa hộ tống sát bên cạnh. Lần xuống Cà Mau trước đây, Hồ Thiện lái xe công xa chạy khắp thị xã trong tư thế cán bộ, cách mạng. Lần này, anh trở thành một can phạm, dù chỉ là tình nghi vượt biên, bị cán bộ, cách mạng bắt giữ!

Anh không hề hối hận, cũng không mặc cảm vì đã trót nhúng tay vào chàm. Cộng tác với cách mạng chỉ vì muốn được yên thân trước bão táp đe dọa của trận cuồng phong vùi dập miền Nam quê hương anh. Ngay từ phút đầu hai tên công an quyết định bắt giữ anh, anh chỉ có mỗi hối tiếc duy nhất: không được gặp lại Nga để cùng nàng chắp cánh tung bay về một vùng trời tự do nào đó. Giấc mơ của hai người có thể đổ vỡ theo tháng năm anh chôn chân trong ngục tối.

Hồ Thiện bị tống vào phòng giam dành riêng cho can phạm chính trị sau một giờ chấp cung và làm bản tự khai. Trại giam gồm ba thành phần: nội bộ (gồm có các cán bộ, kể cả đảng viên tham nhũng, ăn cắp công quỹ hoặc tình nghi phản đảng, phản cách mạng), tư pháp (gồm toàn tội thường phạm như trộm cắp, cờ bạc, rượu chè, giật dọc, du đãng hoặc trốn tránh nghĩa vụ quân sự), chính trị (gồm dân tổ chức vượt biên, trốn ra nước ngoài hoặc phản động chống chính quyền,…). Tội nặng bị nhốt vào hầm tối, tội nhẹ được ở nơi sáng sủa, thoáng khí nhưng nằm ngồi chật chội như nêm.

Lần đầu tiên đặt chân vào tù tội, Hồ Thiện bỡ ngỡ, khiếp đảm như lạc vào cảnh địa ngục. Phòng giam rộng khoảng 50 thước vuông, dài độ 7-8 chục thước, nóc vách bằng tôn, nền lót xi măng nhẵn bóng, hai bên hơi trút xuống, chính giữa là đường đi được gọi là "phi đạo". Đầu phi đạo là cửa phòng, cuối phi đạo là cầu tiêu, nhà tắm; dù mỗi ngày được rửa ráy, quét dọn vẫn xông mùi hôi thối nồng nực. Mùi tử khí phòng giam làm Hồ Thiện muốn ngộp thở. Gần cả trăm người chen chúc, lúc nhúc trong một diện tích nhỏ hẹp đó. Mùi mồ hôi người, mùi dơ bẩn của áo quần lâu ngày không giặt giũ trộn lẫn với mùi tiểu tiện ở cuối "phi đạo",… Không khí ô nhiễm căn phòng ngục thất như một quả cầu sắp nổ tung ra.

Hồ Thiện còn đang ngơ ngác chưa biết đứng đâu, ngồi đâu và làm gì thì chợt có tiếng gọi:

- Ê, anh kia. Lại đây!

Hồ Thiện nhìn người đàn ông đầu hớt cua, mặt mày cô hồn, ở trần, mặc quần đùi đang ngồi bẹp trên nền xi măng ở bên mặt cửa phòng giam. Anh ta chống cùi chỏ trên thùng cây, tay cầm viết bic.

Hồ Thiện khẽ hỏi:

- Anh kêu tôi?

- Còn ai khác nữa? Lại đây mau lên.

Bước qua "phi đạo", Hồ Thiện tới trước mặt người nọ, đứng chờ:

- Ngồi xuống!

Mọi người chung quanh ngó Hồ Thiện với ánh mắt lo ngại. Kẻ mới vào – người ở lâu, ai nấy đều đã biết oai quyền, tính nết của Tư Đen – đại diện tù nhân, trưởng trại giam. Anh ta can tội đâm chết Tòng – một "cán bộ 30" và bị tòa án Minh Hải kêu 5 năm tù biệt xứ. Tư Đen ngồi tù đã được hai cuốn lịch. Vợ bỏ đi lấy chồng khác, hai đứa con anh, một đứa bỏ xác ở chiến trường Campuchia, một đứa "đi bụi" trên Sài Gòn.

Tư Đen cầm quyền sinh sát trong trại giam. Không một ai dám chống lại anh, kể cả các tội phạm nội bộ.

Anh ta ngước lên nhìn đổ lửa vào mặt Hồ Thiện, chửi:

- Đ.m.! Chắc mới ở tù lần đầu hả? Coi bộ hách dữ ha!

Chiến – phó đại diện bò tới nắm tay Hồ thiện kéo xuống:

- Ngồi xuống đi tía non! Coi chừng bị đòn bây giờ.

Hồ Thiện từ từ ngồi xuống, nhìn thẳng vào mặt Tư Đen. Anh hỏi bất bình thái độ của tên cai tù.

Tư Đen quắc mắt hỏi:

- Mầy chưa biết tao là ai à?

Bình tĩnh, Hồ Thiện đáp:

- Tôi chưa được giới thiệu làm sao tôi biết anh là ai?

Tư Đen với tới thộp ngực Hồ Thiện, kéo tới sát mặt anh ta, nghiến răng:

- Đ.m., trước khi tao giới thiệu cho biết, tao dợt mầy một mạch cái đã. Đó là luật lệ của phòng giam đối với tên nào ương ngạnh.

Chiến đưa tay ngăn Tư Đen:

- Anh Tư, khoan đã! Lấy lý lịch nó xong dợt cũng không muộn.

Đẩy Hồ Thiện bật ngửa ra sau, Tư Đen cầm viết tì tay lên quyển sổ, gắt:

- Tên họ là gì? Bao nhiêu tuổi? Làm nghề gì? Khai lẹ lên!

Hồ Thiện vuốt áo ngực, thản nhiên:

- Tôi đã khai hết trước mặt điều tra Ty rồi.

- Mặc kệ. Mầy phải khai một lần nữa ở đây, cho tao biết từng chi tiết một.

- Cần thiết không?

- Á, đ.m., tên này cà chớn há! Lần đầu tiên tao mới gặp một tên "chịu chơi" như nó. Tụi bây đâu, dợt cho nó một trận nên thân cái coi!

Hai ba tên đàn em của Tư Đen, mặt mày hung tợn từ từ tiến lại. Chiến rỉ tai Hồ Thiện:

- Đừng có dại thiệt thân cha nội! Đau đòn chứ chẳng ích gì đâu. Đó là nguyên tắc chung của trại giam. Ai cũng phải làm như vậy hết.

Chiến ngăn các đàn em của Tư Đen:

- Thôi, tụi bây dang ra. Để ổng khai lý lịch.

Hồ Thiện nghĩ bụng: "Nhịn nó cũng không sao. Thân ta đã như cá chậu chim lồng rồi. Làm sao cũng không thoát tù được. Lần hồi mình kiếm cách cải hóa tên nầy. Tù bây giờ không còn giống như tù ngày xưa nữa".

Anh lại khai:

- Tôi tên Hồ Phước Thiện, tự Hồ Thiện, 34 tuổi. Hành nghề tự do.

Tư Đen mỉm cười đắc chí, ghi lời Hồ Thiện khai vào sổ. Anh ta dừng viết, ngước lên:

- Nghề tự do là nghề gì vậy hả?

- Là nghề không bị ràng buộc bởi nhà nước, chủ nhơn.

- Tao không hiểu. Giải thích lẹ lên. Tao không có nhiều thời giờ, nghe rõ chưa?

Hồ Thiện ngồi bẹp xuống nền xi măng, chống hai tay ra sau:

- Ký giả và văn nhân!

Tư Đen giật mình, ngước lên thật nhanh:

- Cái gì? Mầy… anh là ký giả… là nhà văn?

Hồ Thiện cười nhẹ:

- Anh không tin?

Bỗng Chiến chụp lấy tay Hồ Thiện, lay mạnh:

- Có phải… anh là Hồ Thiện, nhà văn Hồ Thiện tác giả quyển "Dệt Mộng" không?

- Chính tôi!

Chiến mò kiếm bàn tay Hồ Thiện siết chặt:

- Trời ơi! Tôi là độc giả của anh đây nè. Tôi mê truyện ấy lắm. Để tôi nhớ lại coi, nhơn vật chánh là Trường và Tuyết. Hai người yêu nhau đắm đuối rồi Trường bỏ nhà, bỏ người yêu theo con đường Dân tộc Tự quyết mưu tìm lối thoát cho dân tộc Việt Nam. Trường và các "đồng chí" dựng lên ngọn cờ Quang Trung. Tuyết hiểu lầm Trường phản bội bỏ đi lấy chồng để trả thù. Chàng hiểu được người yêu thì Tuyết đã có hai con rồi,… Có đúng như vậy không anh?

Hồ Thiện mỉm cười:

- Anh là độc giả mà còn giỏi hơn tác giả nữa. Tôi chỉ còn nhớ mơ màng như vậy!

Tư Đen thừ người nhìn Hồ Thiện đăm đăm. Sắc mặt anh dịu xuống. Một số nam nữ tù nhân tiến dần tới chung quanh Hồ Thiện.

Nhiều tiếng góp vào:

- Nói vậy ảnh là văn nhơn, ký giả sao?

- Mần nhà báo thì trước sau gì cũng bị bắt thôi.

- Mà tại sao lại bị bắt tận dưới nầy lận?

Tư Đen quắc mắt nhìn mọi người, ra lệnh:

- Đi xa ra hết thảy. Xê ra. Lẹ lên!

Đám đông dạt ra như một bầy trừu bị xua đuổi, nhưng không thể nào lùi ra khỏi Tư Đen xa hơn một thước. Phía trước ép ra sau, phía sau đẩy tới trước.

Hàng trăm xác người bị đóng hộp ngả lui, nhủi tới, giẫm đạp lên nhau, la hét dậy lên:

- Đ.m.! Làm cái gì vậy hả? Đạp lên đầu lên cổ người ta đây nè.

- Ui da, rút cẳng lên coi. Đau thấy mẹ vậy hè!

- Đứng yên đi mấy cha, mấy mẹ. Đừng có lấn nữa. Tội nghiệp lắm.

Có tiếng thoi, đá lung tung, Tư Đen vụt đứng lên, quát một tiếng thật lớn. Phòng giam im phăng phắc. Anh ta đảo mắt nhìn một vòng. Không còn một tiếng động nhỏ.

Chiến nói khẽ với Hồ Thiện:

- Ở đây không có kỷ luật thì loạn lên ngay. Tuy cùng cảnh ngộ nhưng có đủ thành phần xã hội. Phức tạp dữ lắm, nhứt là đám tư pháp. Có vào tù, người ta mới lòi bản chất của mình ra.

Hồ Thiện lặng thinh. Mới đầu anh thắc mắc và bất mãn thái độ, lời lẽ của Tư Đen. Giờ đây anh mới thấy vai trò Tư Đen thực sự cần thiết cho trật tự của phòng giam.

Tư Đen ngồi trở xuống, bắt tay Hồ Thiện, tươi cười:

- Ê, xin lỗi anh nghen. Đừng có giận tui nghen. Tại vì chưa biết anh là ai, tui mới làm vậy. Mong anh thông cảm bỏ qua cho!

Bàn tay gân guốc, cứng như đá của Tư Đen siết chặt làm Hồ Thiện đau điếng. Anh rút tay về, mỉm cười:

- Không hề chi, tôi không chú ý tới chuyện nhỏ nhặt ấy. Đối với cá nhơn tôi, tôi chỉ thắc mắc mỗi một điều là cảnh tù tội đời bây giờ sao vẫn giống hồi xưa, vẫn còn Đại Bàng, Chim Ưng, ma cũ ăn hiếp ma mới. Tôi tưởng đâu cảnh đó đã hết rồi chớ?

Tư Đen ôn tồn:

- Tui nào dám tái diễn cái trò cũ rích đó nữa đâu anh, nhưng nếu ở vào địa vị của tui, chắc anh cũng không thể làm khác hơn được. Phức tạp, bê bối lắm anh ơi! Tù nhân chánh trị và nội bộ ít mệt hơn đám tù tư pháp. Dù sao thì dân vượt biên, dân bất mãn, chống đối cách mạng, hoặc mấy tay bộ đội, cán bộ cũng có tư cách và tự ái. Họ tự giác không để la rầy, trừng phạt.

Anh ta trỏ tay về một góc:

- Còn cái đám đầu trộm đuôi cướp, bán trời không mời thiên lôi kia kìa. Mèn ơi, tui mà không làm hung thần, ác quỷ thì chúng nó làm loạn lên trong nầy. Đã vô đây rồi, chúng nó vẫn chứng nào, tật nấy. Ai để hở cái gì ra là bị chúng chôm chỉa mất tiêu, ăn nói tục tĩu, chửi thề tùm lum, giành ăn từng chén cơm, từng miếng cơm cháy, đánh lộn tối ngày, hiếp đáp bà con mới vô hộp. Nội quy nội quyết nhà tù bị chúng nó vi phạm mà hễ trong nầy có chuyên lôi thôi, bê bối là tui lãnh đủ, bà con bị cán bộ quản giáo phạt phơi nắng cháy mặt, cháy da, cho ăn cơm trễ hoặc cắt bỏ một bữa cơm trưa,… Tui ở thế kẹt lắm anh ơi!

Tư Đen phân trần như một kẻ phạm tội muốn được thông cảm và tha thứ. Hồ Thiện cảm thấy yên tâm phần nào. Lọt vào đây, nếu không nhờ nghề nghiệp được mọi giới cảm mến, anh sẽ chịu chung số phận với mọi người dưới quyền ủy của Tư Đen. Ngày ra chưa biết đến bao giờ? Cà Mau là một trong những địa phương giam giữ người lâu nhất. Tội vượt biên: 3 năm. Tổ chức vượt biên: từ 6 đến 9 năm. Chống phá cách mạng: chung thân biệt xứ và có khi bị đem thủ tiêu!

Hồ Thiện chỉ nói cho Tư Đen và Chiến biết lý do mình bị bắt: tình nghi vượt biên trong chuyến trở lại thăm người yêu. Anh giấu nhẹm thời gian mình cộng tác với báo cách mạng để không làm giảm bớt cảm tình của hai người và bà con tù chung quanh.

Tư Đen lấy tên họ và địa chỉ của Nga, hứa sẽ giúp Hồ Thiện liên lạc với nàng, báo cho nàng hay tin chẳng lành này. Anh ta đã từng giúp bà con vượt biên bị bắt vừa bước chân vào đây. Nói giúp cho có tình có nghĩa, thực ra Tư Đen chưa giúp không một ai hết. Bánh ích đi, bánh quy lại, mỗi người phải trả cho anh một khoản tiền thù lao tùy theo bộ vó, khả năng tài chính của từng người và tùy theo địa phương xa hay gần. Tư Đen có biệt tài nhìn là biết được nghèo hay giàu, còn cất giấu tiền vàng hay thực sự đã bị công an điều tra vét sạch hết rồi. Ít có ai nói dối được với anh. Kẻ nào khai thật hết sẽ được anh đối xử tử tế và tận tình giúp đỡ. Ai muốn dối gạt anh, sẽ thê thảm với anh trong thời gian ăn cơm tù dưới quyền anh.

Tuy vẫn tù nhân như ai vậy, Tư Đen sống thoải mái như một cán bộ công an: tiền xài phủ phê, hút thuốc thơm; sáng cơm tấm sườn nướng, bún bì, hủ tiếu, cà phê sữa; trưa cơm canh ngon lành; chiều lai rai ba sợi, thường là rượu thuốc, đôi khi có cả rượu tây. Chiến chịu làm đàn em Tư Đen, cũng liếm láp chút đỉnh, sung sướng thân phận tù đày. Một vài cán bộ, đảng viên và dân vượt biên biết điều với Tư Đen vẫn được ké chút đỉnh đỡ tủi thân.

Tư Đen móc nối với cán bộ chỉ huy trực tiếp phòng giam, đút lót cho hắn ăn ngập mặt, hắn làm lơ để Tư Đen muốn gì thì làm miễn không vi phạm trắng trợn nội quy. Tù đã có án, anh ta tự do đi lại trong Ty Công an, đôi khi đi theo ban hỏi đầu vụ đi chợ ngoài phố. Anh không trốn. Trốn làm gì cho mất công và cuộc sống thêm mất tự do? Ở tù như anh còn sướng hơn ra ngoài đời phải làm việc vất vả mới có tiền tiêu xài! Đã nhiều lần đi rồi về, anh được cán bộ tin tưởng, không sợ anh trốn nữa. Mỗi lần xin phép ra phố, anh kiếm xe lôi mướn đem thư từ, tin tức cho thân nhân, gia đình người vừa bị bắt. Được trả hai ba lần tiền cuốc xe, tài xế nào lại từ chối? Đã không có tội gì đối với cách mạng hết mà còn được gia đình tù nhân mang ơn nữa. Cần liên lạc với các gia đình ở tỉnh hoặc Sài Gòn, Tư Đen chỉ có việc ra bến xe đò gặp mấy tay lơ xe là xong ngay. Dĩ nhiên tiền công cao hơn, nhưng Tư Đen có thiệt gì đâu. Nhận mười ở người tù, anh chi ra chỉ hai ba hoặc phân nửa là cùng.

Đối với Hồ Thiện, anh hứa giúp vô điều kiện. Tư Đen muốn có một lần trong đời mình làm một việc hoàn toàn không vụ lợi. Tính anh là vậy, việc không muốn làm, dù có trả bằng vàng anh vẫn từ chối. Gặp việc gì lòng anh thích, dù làm thí công, "làm chùa", anh sẵn sàng ngay. Anh tự an ủi, nhận tiền của tù nhân – những người đồng cảnh ngộ, mình cũng đã giúp được họ một việc gì rồi. Hai bên đều có lợi. Không có mình, họ làm sao bắt liên lạc được với thân nhân, gia đình để "chạy thuốc" ra tù?

Hồ Thiện mới vô khám, còn chân ướt chân ráo, nghiễm nhiên được bầu làm "nhân sĩ" của phòng giam, miễn học nội quy, khỏi nằm "phi đạo", miễn làm công tác vệ sinh đập ruồi, muỗi bỏ vào hộp quẹt để trình đếm cho ban đại diện vào mỗi chiều, khỏi quét rửa cầu tiêu,… Anh cũng khỏi xếp hàng ngồi vòng tròn ăn chung với các tù nhân khác. Anh ăn chung với Tư Đen, Chiến và bốn bạn tù thân nhất của Tư Đen.

Bữa cơm của Tư Đen dĩ nhiên không giống cơm tù chút nào. Nhà bếp nấu riêng cho bọn anh ta với chút đỉnh thù lao. Tiền chợ do anh đài thọ. Hai ngày ba đêm sống trong một thế giới hoàn toàn xa lạ, Hồ Thiện bớt dần ưu tư, lo ngại và bắt đầu quen với không khí lao tù. Hết đánh cờ tướng, anh ngồi giữa đám đông bao quanh, kể chuyện cải lương, chuyện bên lề sân khấu với những mối tình thầm kín, bốc lửa của Thanh Nga, Thành Được, Út Bạch Lan, Ngọc Giàu, Thẩm Thúy Hằng, Kim Cương,...

Trước khi bước sang địa hạt viết phóng sự và tiểu thuyết, Hồ Thiện đã viết phê bình kịch trường, tân nhạc, điện ảnh. Chuyện cải lương, tân nhạc, thoại kịch thuộc sở trường của anh. Bà con nghe kể, ai nấy đều quên hoàn cảnh hiện tại của mình. Cả ngày, anh ru dỗ lòng người lao lý, đem tới cho họ chút ít an ủi, vỗ về. Duyên dáng của anh là ngọn lửa sưởi ấm phòng giam lạnh lẽo. Từ ngày có mặt anh, bầu không khí ngột ngạt như được giải tỏa với luồng sinh khí thổi qua kẽ hở vách tôn. Anh trở thành một thứ nhu cầu thiết yếu về mặt tinh thần của mọi người. Tư Đen và toàn ban đại diện cưng Hồ Thiện như trứng mỏng, khiến anh cảm giác ở tù còn vui hơn ngoài đời! Đem theo vài gói Samit, may phước cán bộ điều tra chỉ đoạt mất hai gói, anh đem chia cho tất cả những ai ghiền thuốc.

Một cô gái tên Hương dẫn theo đứa em trai tên Nam, 12 tuổi xuống Cà Mau tìm đường đi, bị bắt chung với 26 người khác khi ghe "tắc-xi" vừa trờ tới cửa sông Ông Đốc. Hương còn ba má và đứa em gái ở Gia Định. Nhà không đủ tiền cho bốn chị em cùng đi, đành để Hương dẫn một đứa em trai ra đi. Lọt vào hộp, Hương coi như hết đường thoát. Nhà đâu còn tiền bạc, vàng vòng lặn lội xuống đây chạy thuốc cứu nàng và thằng em ra tù!

Nàng ngồi ủ rũ suốt ngày trong góc tối nhất của phòng giam, không buồn bắt chuyện với ai. Thằng Nam khoái cải lương, tân nhạc cứ theo bên Hồ Thiện nghe anh kể chuyện. Mỗi khi Hồ Thiện khôi hài diễn một lớp kịch cương bắt chước kép Hoàng Giang, nó cười phá lên, cười to tiếng nhất. Tuổi nó còn hồn nhiên, chưa biết buồn lo như chị nó.

Hương chỉ liếc nhìn Hồ Thiện mỗi khi có tràng cười cất lên. Một người đàn bà ngồi bẹp dưới nền xi măng cạnh Hương, lẩm bẩm:

- Ở tù mà sao ông ấy vui quá trời! Hay thiệt!

Người đàn ông đứng tuổi kế bên xen vào:

- Có ông bà con mình thấy đỡ buồn. Ở tù là cá chậu chim lồng rồi, mình có buồn khổ, khóc lóc cũng chẳng tự cứu mình được. Tôi thí mạng cùi cho định mạng! Muốn ra sao thì ra!

Hết chuyện kể cho buổi chiều, Hồ Thiện ngồi dựa lưng vào vách tôn nghỉ mệt. Nhiều đề nghị yêu cầu anh thuật chuyện mới nhất xảy ra ngoài đời, anh từ chối:

- Trước khi tống tôi vào khóm, cán bộ căn dặn tôi không được kể chuyện có tính cách thời sự, chánh trị. Nội quy cũng có ghi rõ điều cấm ấy. Ai vi phạm sẽ bị nghiêm trị.

Thằng Nam ngồi xếp bằng nhìn anh đăm đăm. Nụ cười còn đọng trên môi nó.

Hồ Thiện tươi cười hỏi:

- Em nhìn gì anh dữ vậy hả?

- Anh có duyên quá chừng! Em khoái nghe anh kể chuyện lắm.

- Ồ, duyên cái gì mà duyên? Bà con yêu cầu dữ quá, anh làm đại cho bà con vui vậy thôi.

Nam xích tới gần Hồ Thiện hơn:

- Em muốn anh ở đây lâu lâu với em để anh kể chuyện cho em nghe.

Hồ Thiện khẽ giật mình:

- Úy, đừng nói dại không nên. Trù anh ở tù lâu chết đời anh còn gì?!

Nam nũng nịu:

- Anh về… tụi em buồn lắm. Rồi… ai kể chuyện vui cho em nghe?

Nó cúi đầu, mặt mày buồn hiu. Hồ Thiện nhìn nó, bỗng dưng anh thấy có một cái gì cuồn cuộn trong lòng. Đầu xanh chưa làm gì nên tội, nó đã bị người ta tù đày, bắt đói khổ. Con chim chưa đủ lông, cánh đã bị nhốt vào lồng sắt, cất tiếng kêu chim mẹ rả rích, não nùng!

Hồ Thiện hỏi một câu vô nghĩa:

- Em cũng ở tù hay sao? Tội gì chớ?

Nam vẫn cúi gầm, không đáp. Hồ Thiện chợt hiểu ra mình ngớ ngẩn, anh thở dài:

- Tuổi nào cũng ở tù được hết!

Anh nhớ lại chuyện thương tâm ở trại giam tỉnh Đồng Nai (Biên Hòa), trong đó có nhiều trẻ em tuổi chỉ 9-10. Lúc bị quân quản bắt, các em chỉ 5-6 tuổi vì tội hoan hô Quốc gia và đả đảo Cộng sản. Các em đứng bên cửa sổ nhà chung cư xem đoàn quân "giải phóng" kéo vào Sài Gòn. Có ai đó la lớn: "Đã đảo Cộng sản. Quốc gia muôn năm!" Các em bắt chước, la theo. Cách mạng tiến lên lầu chung cư, ập vào bắt các em trói lại giải về ban quân quản. Cha mẹ các em không thể can thiệp xin tha cho con cái, cũng không thể biện hộ con em mình còn khờ dại ăn nói không biết giữ mồm, giữ miệng!

Các em bị đem đi biệt tích về tội phản động, chống cách mạng! Chúng nó ở chung ngục tù với người lớn. Người ta bỏ quên chúng nó từ ngày đầu "giải phóng" tới giờ! Trong trại giam còn không biết bao nhiêu "tù con" phạm nhiều tội không đáng tội mà chỉ đáng khuyên răn, dạy bảo: "Thôi nghen, tụi bây đừng có nói bậy nữa. Còn tái phạm, tụi bây sẽ bị đánh đòn!" Các em bị bỏ quên, sống và lớn lên giữa bốn bức tường ngục thất!

Hồ Thiện có dịp tháp tùng cái gọi là phái đoàn thẩm phán Tòa án Thành phố Hồ Chí Minh đi kinh lý các trại giam thuộc tỉnh Đồng Nai. Các "tù con" được cứu xét tại chỗ, nhưng chưa phóng thích được vì hồ sơ pháp lý của các em chưa hoàn tất. Trại giam cam kết với phái đoàn sẽ gấp rút hoàn tất hồ sơ cho các em, nhưng rồi đâu lại vào đó, các em tiếp tục ăn cơm tù, làm tù nhân! Dân chủ, công bằng, bác ái, tự do và hạnh phúc chỉ là khẩu hiệu kích thích sự ngây thơ, dễ tin của dân Nam Bộ! Hồ Thiện nhìn các em "tù nhân" không cầm được nước mắt.

Vào đây, anh lại gặp Nam – hình ảnh cũ ở Đồng Nai ngày nào. Cơn xúc động hiện giờ giống hệt cơn xúc động thuở xưa.

Anh nắm tay Nam kéo nó ngồi sát vào người, choàng tay qua vai nó, âu yếm:

- Ở tù, mình khó biết ngày nào ra. Mỗi người một tội khác nhau. Còn ở đây, anh cố gắng tạo tiếng cười cho tất cả bà con, trong đó có em.

Hương nhìn Hồ Thiện. Cử chỉ âu yếm của anh đối với đứa em trai bắt nàng chú ý anh nhiều hơn. Trên mười ngày sống ở đây, Nam và nàng cảm thấy cô đơn, buồn tủi. Ai cũng có nỗi niềm riêng, không ai quan tâm tới người đồng cảnh bên cạnh. Chị em Hương có khác gì hai viên sỏi nhỏ lẫn lộn trong đống sỏi nằm trong thùng gỗ sắp sửa bị bác thợ hồ đổ xi măng lên trộn làm thành bê tông cốt sắt! Hồ Thiện tạo nên ngọn lửa nhỏ cho mọi người chung quanh sưởi ấm tâm hồn lạnh lẽo và những giờ phút lãng quên thân phận tù đày.

Nam nắm tay Hồ Thiện kéo tới, năn nỉ:

- Anh, tới đằng đẳng với chị em đi.

- Chị em?

- Ừa, chị em cũng mê anh dữ lắm nhưng chỉ hổng dám làm quen với anh. Đi anh, tới đằng với chị em đi.

Hồ Thiện nhìn thiếu nữ ngồi cú rũ trong bóng tối. Hương đoán chừng thằng em trai của mình đang nói gì về chị nó. Nàng gọi nó mấy tiếng nhỏ. Nam tiếp tục nài ép, níu kéo Hồ Thiện.

Chen lấn giữa "rừng người" ngồi, nằm, đứng mệt mỏi rã rời, Hồ Thiện theo Nam tới trước mặt Hương. Đã ba bốn ngày ở đây, anh chưa thấy mặt Hương, hoặc đã thấy nhưng anh không chú ý tới nàng.

Nam lôi anh ngồi xuống, khoe với chị:

- Chị Hương, em mời ảnh tới đây với tụi mình đó. Em hay ghê hôn?

Hương muốn trách em song lại thôi. Nàng khẽ cúi chào Hồ Thiện, nụ cười hé nở trên môi:

- Chào ông.

- Chào cô.

- Em tôi phá rầy ông, không để ông nghỉ ngơi.

Hồ Thiện tươi cười:

- Tôi có làm gì mệt đâu mà cần nghỉ ngơi? Ở không suốt ngày thét rồi sanh bịnh thôi!

Nam đẩy Hồ Thiện ngồi dựa lưng vào vách sát bên Hương. Hương kéo nó ngồi chen vào giữa. Nó định rút người ra nhưng Hương giữ chặt vai nó không cho nó nhúc nhích.

Không ai nói với ai một lời gì. Hồ Thiện bỗng dưng nghe lòng xúc động mạnh trước thân phận của chị em người con gái xinh đẹp sa chân vào giữa bầy thú dữ.

Trong lao tù, đàn ông con trai dù khổ nhục tới đâu cũng dễ chịu đựng hơn đàn bà con gái. Anh đã từng xem nhiều phim chiến tranh Đức Quốc Xã dựng lại những trại tập trung giam giữ tù Do Thái. Cảnh đàn ông Do Thái vô tội bị đánh đập, tra tấn, quăng xác vào lò thiêu, người không còn ra người nữa, chỉ còn là những bộ xương khô chờ chết,... làm anh mủi lòng chảy nước mắt, khóc cho số phận của một dân tộc bị diệt chủng. Anh càng nghe tim mình đau nhói trước cảnh đàn bà, con nít, các cụ già bị lính Đức hãm hiếp, bức bách, cạo đầu, cắt tóc, thẻo vú, cạy răng vàng, xua đuổi hàng loạt vào lò thiêu.

Thảm họa của loài người đó tưởng đâu chỉ xảy ra dưới thời phát xít Đức, và sẽ không còn tái diễn nữa sau cái chết thê thảm của tên khát máu Hitler. Không ai ngờ ở một góc trời nhỏ bé trên bán đảo Đông Dương ngày nay, một chế độ gần giống như phát xít Đức lại xuất hiện; những tên khát máu Hitler lại tái sinh và một dân tộc Do Thái Việt Nam lại bị giam giữ hàng triệu người trong các trại tập trung được mỹ hóa dưới danh từ "trại cải tạo", "trại hướng nghiệp"!

Hương và Nam là hình ảnh trung thực của bao nhiêu đàn bà, trẻ em Do Thái ngày xưa. Chị em nàng, nếu không được cứu ra sớm bằng vàng bạc, kim cương, sẽ tàn tạ chết dần mòn trong lao tù vì tội "phản quốc", "tội trốn ra nước ngoài làm tay sai cho đế quốc"!

Hồ Thiện nhìn Hương. Hương chợt quay sang ngó anh, nàng vội quay lại, cúi đầu, vẽ vẽ lên nền xi măng.

Nam vỗ nhẹ lên tay Hồ Thiện:

- Anh, nói chuyện gì cho tụi em nghe với đi.

Hồ Thiện hỏi trống:

- Chuyện gì bây giờ?

- Chuyện gì cũng được hết. Tụi em buồn thấy mồ đi. Chị em cứ khóc hoài khóc quỷ làm em thúi ruột thúi gan vậy đó!

Hồ Thiện hỏi Hương:

- Cô và em đây còn ai khác trong nầy nữa không?

Hương lắc đầu:

- Chỉ có hai chị em tôi thôi!

- Chị em cô bị bắt về tội gì vậy?

- Đi tìm tự do!

Nam hỏi xen vào:

- Còn anh? Anh bị bắt vì tội gì?

Hồ Thiện mỉm cười:

- Họ tình nghi anh "đi tìm tự do" như chị em em vậy.

- Mà anh có muốn đi vượt biên thiệt hông?

Thằng bé kháu khỉnh, ngây thơ lặp lại gần đúng câu hỏi cung của tên công an điều tra.

Hồ Thiện vuốt tóc nó:

- Em hỏi sao mà giống lính hỏi anh quá! Thiệt tình… anh chưa muốn đi bây giờ. Anh còn nhiều việc phải làm trong nước như… nuôi thân, nuôi gia đình. Hơn nữa, anh không có vàng đóng cho người tổ chức vượt biên. Anh nghèo lắm!

Anh hổ thẹn khi phải nói dối ngay cả với trẻ con. Không thể nói khác hơn được. Trong tù không thiếu bọn làm ăng-ten trà trộn để báo cáo với cán bộ hoặc tự nguyện vì bản chất hèn hạ, hoặc vì bị trên bắt ép. Bên cạnh bọn này còn có bọn tù giả được cài vào đây kiểm soát, theo dõi hành vi của tù nhân, kịp thời dập tắt các âm mưu nổi loạn, vượt ngục. Hồ Thiện được Chiến và một vài tù nhân thuộc thành phần "nội bộ" học tập ngay từ ngày đầu tiên. Nhẹ dạ tâm sự với người đồng cảnh ngộ là tự mình hại lấy thân!

Dù Nam còn nhỏ dại, nó không trực tiếp hãm hại người khác, nhưng chính cái nhỏ dại của nó sẽ làm lộ tẩy sự thật của từng vụ án nếu ai đó vô tình tiết lộ bí mật cho nó biết. Cán bộ điều tra đã gọi nó lên phòng thẩm vấn nhiều lần hỏi nó về vụ chị em nó vượt biên. Lần đầu nó chối quanh co được cho trở về phòng giam. Lần sau nó hết chối, chịu thiệt vì cán bộ thẩm vấn hứa với nó nếu nó khai sự thực, chính phủ sẽ khoan hồng thả chị em nó ra.

Người ta còn hỏi nó có nghe gì, biết gì về một vài tù nhân chung quanh chị em nó không? Nam nói thật, nó không biết gì cả. Nó chỉ cho biết một chi tiết nhỏ là nhiều đêm tai nó nghe tiếng cưa nho nhỏ ở một góc phòng. Chỉ bấy nhiêu thôi, hai thanh niên trốn quân dịch bị khám phá cất giấu một lưỡi cưa sắt chỉ còn một nửa, đêm đêm cưa vách tôn định vượt ngục. Hai người liền bị lôi ra khỏi cửa khám, đánh đập tàn nhẫn và nhốt vào container giữa sân Ty Công an phơi nắng và bị bỏ đói mấy ngày.

Không ai nghi ngờ thằng Nam đã vô tình tố cáo vụ ấy. Chiến hạch hỏi nó, nó chối dài không nhận mình đã "phạm tội làm ăng-ten" cho kẻ thù! Chính nó, nó cũng không hay biết nó đã phạm tội!

Nó hỏi Hồ Thiện:

- Anh thương hay ghét Bác Hồ?

Hương đập nhẹ lên vai nó:

- Nam, đừng có hỏi bậy bạ mà! Muốn chết phải không?

Nam cự nự:

- Em hỏi vậy có gì đâu mà chị sợ! Ảnh nói thương thì có gì đâu mà sợ? Chừng nào ảnh nói ghét Bác Hồ thì mới sợ chớ?

Hồ Thiện phì cười:

- Em giỏi thiệt! Trong hoàn cảnh nầy chắc là anh sẽ nói thương Bác vô cùng. Nhờ Bác mà miền Nam được "giải phóng".

Nam che tay lên miệng nói nhỏ:

- Cũng nhờ Bác mà tụi mình vô đây gặp nhau, quen nhau, phải hông anh?

Hồ Thiện bụm miệng cười sằng sặc. Hương cũng không nín

được. Nàng đẩy vai em trai, mắng yêu:

- Nói bậy có ngày ở tù rục xương!

Nam làm mặt chưng hửng:

- Ủa, nói vậy chớ mình đang ở đâu đây? Bộ mình đang ở ngoài sao? Ồ, ở tù thì cũng ở tù rồi. Em hổng sợ nữa! Họ có giỏi cứ cho em ở tù tới ngày em lớn luôn đi!

Hương nạt:

- Nam, câm họng lại đi! Kỳ cục quá chừng!

Hồ Thiện ôm vai Nam siết vào người mình. Tay anh chạm vào hông người con gái. Anh không để ý. Hương cũng để yên như không hay biết gì.

- Em giỏi lắm. Đó, như vậy mới đáng… bậc mày râu! Làm đàn ông con trai, chúng ta phải can đảm chịu đựng bất cứ hoàn cảnh, tình huống nào. Anh chịu em lắm!

Mặt Nam hí hửng:

- Chị em cứ rầu buồn, khóc than hoài làm em bắt rầu theo. Ở tù thế nào cũng có ngày ra chớ bộ chết luôn trong nầy sao mà sợ dữ vậy?!

Hương thở ra. Nàng nghe bàn tay Hồ Thiện truyền hơi ấm sang cơ thể nàng. Nàng ngả người sang bên né tránh.

Nam nắm tay Hồ Thiện và Hương đặt lên nhau, vừa cúi đầu chui ra ngoài vừa bảo:

- Anh chị nói chuyện với nhau nghen. Em lại coi đánh cờ tướng một chút.

Nó đã chạy xa, đôi bàn tay Hồ Thiện và Hương vẫn còn đè lên nhau. Hai người hãy còn ngơ ngác trước hành động đột ngột của Nam.

Hồ Thiện, Hương cùng rút tay về. Má Hương hồng lên, nàng bâng quơ trách em để chữa thẹn:

- Thằng kỳ cục quá! Chịu nó hết nổi!

Hồ Thiện nhìn nàng đăm đăm. Cảnh lao tù đã làm héo úa, tan tác một cành hoa hương sắc nhưng chưa làm giảm nhiều nét quyến rũ của Hương.

Nổi tiếng là hoa khôi của trường Gia Long, nàng từng gây sóng gió trong "giới trồng cây si" của hai trường nam Chu Văn An và Petrus Ký. Nhiều cuộc đụng độ nảy lửa đã diễn ra giữa hai trường chỉ vì giai nhân Mai Hương; nhưng trái tim người đẹp vẫn chưa để lọt một bóng "anh hùng" nào ngự chiếm.

Sài Gòn yêu dấu – trái tim của miền Nam mất tên, bị cưỡng hiếp bởi cái tên "anh hùng" Hồ Chí Minh, Hương mất hẳn niềm tin vào tương lai học vấn. Kỳ thi đệ nhất "lục cá nguyệt" lớp 12, Hương mất hạng trung bình, tuột xuống gần đèn lái. Chán nản, nàng tự động bỏ học, tham gia vào phong trào "thanh niên, sinh viên học sinh" theo khẩu hiệu "TTMS" (tự tin mà sống), cùng bè bạn mở quán cà phê nhạc ở vỉa hè đường phố.

Song thân nàng, cũng như rất đông phụ huynh học sinh, dù đau xót trước tương lai của con cái, để yên cho nàng đi tìm lãng quên và an ủi trong cái lãng quên và an ủi chung của cả một miền Nam giữa trận hồng thủy, động đất, sụp trời!

Trong một cuộc bố ráp dẹp quán nước vỉa hè, Hương bị hốt lên xe cây đem về phường. Một tên công an miền Bắc mê mệt sắc vóc khiêu gợi của nàng định hãm hiếp nàng giữa phòng thẩm vấn, nàng chống cự mãnh liệt và đe dọa sẽ tố cáo với cách mạng, hắn phải buông tha nàng. Hắn đe dọa: "Nếu mày hở môi, ông sẽ giết cả nhà mày, cho bố mẹ mày đi cải tạo mút mùa!"

Tuy chưa bị làm nhục nhưng Hương cảm thấy thân xác đó hôi tanh với tay, mũi sờ soạn, hôn hít khắp người nàng. Giữa cơn vùng vẫy, Hương cảm thấy như đang chống trả với một con dã thú nhơ nhớp, ghê tởm!

Các bạn trai xúi nàng tố cáo tên công an Bắc Kỳ ấy, nhưng Hương sợ cả nhà sẽ bị vạ lây. Đoàn quân chiến thắng có thể vì một cá nhân của vùng đất chiến bại, bị đồng đội trừng phạt theo quân kỷ, theo luật đảng không? Một nạn nhân có đáng gì so với uy tín và uy danh của một tập thể "anh hùng"!

Gia đình Hương tan nát chỉ sau lần "đánh tư sản đầu tiên". Một tên làm công thân tín cũ, tham gia vào lực lượng xung kích đánh tư sản, chỉ chọc cho cách mạng tịch thu hết cả số vàng và nữ trang của cha mẹ nàng giấu trong hầm cầu, phía sau bồn dội nước. Mẹ Hương tuyệt vọng uống thuốc độc quyên sinh. Nhờ cả nhà kịp thời phát giác, bà được chở đi bơm ruột cứu sống, nhưng bà chỉ còn là cái xác không hồn. Bà mất trí, tối ngày lẩm bẩm những gì không ai hiểu dược.

Nhà có một ít đồ cổ được ngụy trang chôn sau hè, cha nàng đào lên bán đổ bán tháo gom được 3 lượng vàng đóng cho ban tổ chức vượt biên đưa chị em Hương ra đi, ông muốn bốn chị em cùng đi một lượt nhưng khả năng chỉ đủ đài thọ hai đứa. Ông nghĩ, Hương xinh đẹp, còn ở lại quê hương ngày nào, nàng còn bị cách mạng dòm ngó, bắt đi lao động tập thể, thủy lợi, sản xuất ở Lê Minh Xuân, có khi đôi ba ngày mới được tha trở về với gia đình. Ông sợ cho con gái thân yêu sẽ có một ngày bị làm nhục rồi tự tử. Cho con đi là đẩy dồn nó vào tù tội, chết chóc, hãm hiếp, ông đau khổ, lo sợ lắm; nhưng ông nghĩ, nếu Phật Trời xót thương cứu độ nó thoát hiểm nguy, nó tới một vùng đất tự do nào đó, trước nhất, nó sung sướng tấm thân, sau đó nó sẽ là "một ngân hàng nhỏ" cứu giúp gia đình và giải thoát cho hai đứa e còn lại.

Trong ba điều ông hằng lo sợ và từng nghe thuật lại: tù tội, chết chóc, hãm hiếp – ông không ngờ Hương kẹt vào điều thứ nhất. Ông chưa hay tin. Nếu ông hay tin, ông còn gì để chuộc hai con ra? Hết rồi! Nhà đã sạch cái bán ra để chuộc con! Ba lượng vàng đã lọt vào tay bọn tổ chức và hai con yêu dấu của ông đã lọt vào tay cách mạng!

Hương kể hết lại cho Hồ Thiện đoạn trường của đời nàng. Không hiểu sao, nàng không giấu một điểm nhỏ nào.

Hồ Thiện nắm chặt tay Hương, vỗ về:

- Hương, nếu tôi thoát, tôi sẽ không bỏ chị em Hương. Tôi sẽ cứu Hương và em Nam!

Anh nói thật lòng anh nhưng anh không biết cứu chị em Hương bằng cách nào. Nghĩa khí của người miền Nam trước tai nạn của người đồng chủng thúc giục anh hứa, hứa để làm yên lòng kẻ đồng cảnh, không cần biết mình có thực hiện nổi lời hứa của mình không!

Hồ Thiện nghĩ tới Nga, mơ hồ trông cậy vào khả năng của người yêu sẽ giải cứu mình và chạy lo cho chị em Hương. Tư Đen đã giúp anh liên lạc với Nga từ hôm qua. Chưa biết bao giờ Nga sẽ được phép vào thăm anh, tìm cách gỡ anh ra khỏi vòng lao lý.

Hương rưng rưng nước mắt:

- Tôi chưa nghĩ tới ngày ra. Tôi chỉ muốn làm thế nào ba mẹ tôi biết tin chị em tôi chưa đi được. Ông nên lo cho ông trước, đừng bận tâm nghĩ gì về… chị em tôi.

- Chuyện đó không khó lắm đâu. Tôi sẽ nhờ anh Tư Đen giúp Hương. Tuy nhiên, Hương nên suy nghĩ lại xem có nên báo tin dữ nầy cho hai bác biết không? Chắc chắn hai bác sẽ lo sợ không ít.

Hương thở ra:

- Trước sau gì ba mẹ tôi cũng hay tin. Thà cho hay sớm còn hơn để ba mẹ tôi cứ tin tưởng chị em tôi đã đi thoát. Nghe đâu ngay sau chuyến đi của chị em tôi, nhóm người tổ chức sẽ đánh tiếp chuyến khác. Có thể rồi một số người khác cũng lại bị bắt nữa.

Cánh cửa phòng giam mở tung. Có tiếng sang sảng của một cán bộ:

- Trần Thị Mai Hương đi cung!

Chiến lặp lại lệnh truyền. Có tiếng lao xao và rừng người bắt đầu chuyển động. Tư Đen quát tháo ầm ĩ. Trật tự tức khắc lặp lại và tứ bề im lặng như tờ.

Hương giật mình đứng phắt dậy, mặt nàng tái mét. Hồ Thiện nắm tay nàng vỗ về:

- Hương hãy bình tĩnh. Đừng quá lo sợ. Chuyện gì đến sẽ đến. Tôi sẽ cầu nguyện cho Hương!

Hương đứng chết sững. Nàng không còn để ý tới cảnh vật chung quanh, kể cả bàn tay siết chặt của Hồ Thiện.

Anh đứng lên, nhìn thẳng vào ánh mắt đang lo sợ của thiếu nữ, nói tiếp:

- Em cứ việc chối, đừng nhận vượt biên. Em cứ một mực khai là có người nói ở dưới nầy chánh phủ có tổ chức đi bán chánh thức, em tin là có thiệt, xuống đây tham quan, nếu chuyện có thiệt, em sẽ về đăng ký xin đi.

Hương chỉ nghe lời Hồ Thiện loáng thoáng bên tai. Nàng đang tìm cách đối phó với tên thiếu úy công an, đã hơn một lần tán tỉnh nàng trong lần tái thẩm vấn cách đây hai ngày. Hắn dụ nàng nhận cho hắn làm tình, hắn sẽ nhẹ tay trong biên bản và nếu chịu làm vợ hắn sau này, hắn sẽ đem chị em nàng ra khỏi tù thật sớm. Hương nhất quyết chối từ. Hắn tát nàng đổ lửa, đe dọa nếu tiết lộ chuyện này, hắn sẽ thẳng tay trong biên bản và có thể hắn sẽ lên Sài Gòn tìm bắt cha mẹ, các em nàng.

Hương đau đớn quá nhưng không dám trở về khám hé môi nói với ai, kể cả với thằng em trai. Nàng tin hắn dám làm chuyện khủng khiếp ấy. Dưới vòm trời miền Nam, luôn cả miền Bắc, kẻ chiến thắng có thể làm bất cứ những gì họ muốn, kể cả việc giẫm nát hạnh phúc của một tập thể người vô tội!

Cái chết của một đứa con ngã gục nơi chiến trường Campuchia không cho phép người mẹ thương khóc. Bà phải vui, phải cười khanh khách vì con bà đã chết cho Đảng, cho Bác, cho chủ nghĩa quốc tế vô sản – dù con bà là một thằng con trai miền Nam không dính gì tới Đảng Cộng sản. Nó đến tuổi nghĩa vụ bị tóm cổ đem thảy vào quân trường và gửi gấp qua chiến trường Cao Miên chỉ làm bia đỡ đạn!

Con người nằm xuống, thân nhân gia đình thương tiếc tổ chức ma chay có phần lớn; hay trai gái tới tuổi cập kê, cưới xin nhau, cha mẹ hai bên tổ chức hôn lễ rình rang cho đẹp mặt nở mày – cả hai thứ lễ "quan hôn, tống táng" đó đều bị cách mạng kết án là hai "tội ngu". Nhưng khi trâu ngựa, heo bò, gà vịt mắc gió mắc toi chết, gia chủ phải đến cơ quan nông nghiệp hoặc phường khóm khai báo rành mạch để khỏi mang tội "phá hoại sản xuất, làm khủng hoảng nền kinh tế Xã hội Chủ nghĩa"! Con người và con vật đã thay bậc, đổi ngôi! Làm thân con heo còn sung sướng hơn làm thân con người. Heo đói, heo la "eng éc" liền được cho ăn no. Heo đau, heo bệnh có y tá đến chích thuốc, cố săn sóc cho heo mau lành. Heo di chuyển, có xe đưa đón. Heo chết, có người xếp hàng cả ngày chờ đến lượt mình chào tiễn biệt!

Còn con người, hỡi ơi! Con người đói tự moi thùng rác kiếm ăn, đau bệnh không có thuốc uống, di chuyển đạp lên nhau giành một chỗ ngồi trên xe đò và khi chết, âm thầm nằm dưới ba tấc đất, không có bạn bè tiễn đưa, nhỏ cho một giọt nước mắt!

Hương loáng thoáng nghe một vài tiếng nói chung quanh:

- Đi cung khai không khéo sẽ ở tù mút chỉ luôn!

- Đàn bà, con gái đẹp khéo liếc mắt ghèn cũng dễ được tha lắm!

Tên cán bộ quát:

- Con nào tên là Hương đâu? Sao lâu quá vậy hả? Muốn chết phải không?

Chiến lật đật chạy tới, Hồ Thiện đẩy Hương ra cửa:

- Em hãy bình tĩnh. Đi cung là chuyện bình thường. Nên mừng hơn là nên lo. Đi cung nhiều chừng nào, hồ sơ sớm hoàn tất về…

Hương lầm lũi bước theo tên cán bộ. Nàng không còn nghe những lời sau cùng của Hồ Thiện. Thằng Nam định chạy theo chị, Hồ Thiện ôm nó giữ lại, vỗ về:

- Em ở lại với anh. Để chị em đi cung. Chút nữa chị em sẽ trở về.

Phòng giam ồn ào trở lại. Kẻ bàn, người tán xôn xao mỗi lần có tội phạm đi cung. Tư Đen lại ra oai, hò hét, dọa nạt.

Nam ngồi sát bên Hồ Thiện, thỏ thẻ:

- Mỗi lần đi cung về, chị Hương khóc dữ lắm. Hổng biết chỉ có bị đánh hông mà em thấy mặt chỉ đỏ lắm.

Hồ Thiện nói ra một điều mà anh đã biết rõ từ lúc anh mới bước vào nhà tù Cộng sản:

- Chắc chị không bị đánh đập gì đâu em. Cách mạng không có đánh tù nhơn!

Thằng Nam cãi:

- Đánh chớ sao hổng đánh? Em thấy mấy người ở đây đi cung về mặt mày bầm dập hết. Có người đi hết muốn nổi. Hứ, ở đó mà không đánh!

Có người phụ họa:

- Họ khảo tra cho ra người tổ chức vượt biên. Khai cũng chết mà giấu cũng ngủm.

Một tiếng tặc lưỡi:

- Cha, tôi lo sợ cho cô ấy dữ lắm! Đẹp như vậy, dám bị…

Ông ta nín lặng đảo mắt nhìn quanh quất. Hồ Thiện hiểu ngay ý ông ta muốn nói. Anh không tin Hương sẽ thọ nạn, một tai nạn mà anh không dám tưởng tượng ra.

Tư Đen nói Chiến tới mời Hồ Thiện uống rượu nhấm thịt chó. Anh không muốn rời Nam trong thời gian Hương tạm xa nó, nhưng nể Tư Đen, anh đành nghe theo.

Anh vỗ Nam:

- Không sao đâu, em đừng sợ, chút xíu nữa chị Hương sẽ trở về.

Nam lặng thinh. Nó có linh tính chị nó sẽ không trở về với nó nữa. Nó run sợ trong tiềm thức. Nó dõi mắt theo Hồ Thiện. Nó muốn tìm nơi gã con trai đó một cái theo nếu như Hương – chị nó bỏ nó chới với giữa dòng đời tù ngục!

Đĩa thịt chó luộc còn bốc khói trên mặt thùng cây, một cái ly con rót đầy rượu đế, một đĩa nhỏ đựng hành sống, củ riềng và ớt tươi. Bữa tiệc trong tù làm nức lòng một số khách tù nhân của Tư Đen. Anh ta có đủ thứ của cuộc sống ngoài đời, chỉ thiếu một thứ cần thiết nhất cho con người là tự do.

Hồ Thiện bắt đầu biết ăn thịt của loài vật trung thành nhất này kể từ sau "giải phóng". Người Nam và Bắc di cư vẫn hẻo thịt cầy nhưng trước đây, họ chỉ ăn chơi cho vui, chỉ để thay đổi khẩu vị khi đã quá ngán thịt bò, heo, gà vịt trong những buổi ăn nhậu cuối tuần. Món chó được chế biến theo khoa nấu nướng của từng địa phương. Dân Nam ăn chó kiểu cách khác hơn dân Bắc; các món xào, nấu, hầm, nướng gồm rất nhiều gia vị để báng bớt mùi chó. Dân Bắc có khẩu vị đặc biệt, ăn con gì muốn có mùi con đó: ăn chó thì phải có mùi chó. Như vậy mới ngon miệng. Món ngon nhất của dân Bắc là chó luộc chấm mắm tôm với củ riềng.

Hồ Thiện theo người bà con lên Hố Nai thăm một ông bạn Bắc lập nghiệp ở đây. Ông bạn sai bà ở ra chợ rinh một đùi chó luộc về đãi khách. Thịt chó xắt mỏng vòng tròn trên miệng đĩa, bao quanh mấy lát riềng, chén mắm tôm bên cạnh bốc mùi thơm nồng nặc, với xị rượu thuốc và ba cái chung bằng sành lấp lánh màu nước đỏ ối.

Ông bạn mời khách cầm đũa. Người bà con và ông bạn nọ có lẽ đã từng lai rai với món chó luộc kiểu đó rồi nên hai người ăn coi ngon lành hết cỡ. Hồ Thiện đã nghe nổi da gà ngay từ khi bà ở xách cái đùi chó từ chợ về đi ngang qua mặt anh. Giờ đây, nể mặt chủ nhà, anh cầm đũa gắp miếng thịt luộc đưa lên mũi hửi.

Chủ nhà vừa nhai nhóc nhách vừa bảo:

- Ăn đi ông bạn. Bữa nay họ luộc chó khéo thật. Thơm quá!

Biết Hồ Thiện chưa quen ăn chó, người bà con rỉ tai anh:

- Đừng có hửi. Nầy cứ bỏ vô miệng nhai rồi lắng tai nghe hương vị tuyệt vời của món "thú trên đời" nầy. Nuốt tới đâu nghe mát tới đó!

Hồ Thiện kẹt thế "chẳng đặng đừng", bỏ miếng thịt chó vào miệng nhai ngấu nghiến. Mùi tanh làm anh bắt bợn dạ. Anh sắp ói. Người bà con đưa chung rượu bảo anh uống cạn để báng bớt mùi tanh. Anh cố nuốt miếng thịt xuống cổ, nốc cạn chung rượu đánh "khà" một tiếng, đưa tay vuốt vuốt ngực, hai mắt trợn dọc.

Ông bạn Bắc ngó anh, cười xòa:

- Trước lạ sau quen. Ông bạn rồi sẽ mê tít món thịt có nhiều vi-ta-min này. Nếu ăn được chó mực còn nên thuốc nữa. Nó mát gớm lắm. Ai yếu yếu trong mình, ăn nó vào sẽ phát lãnh ngay. Được dồi chó ăn thì hết sẩy!

Ông ta nhấp rượu, cất tiếng ngâm theo điệu sa mạc:

- Sống trên đời có miếng dồi chó

Thác xuống âm phủ, biết có hay không?

Hồ Thiện nghe khó chịu quá. Anh bỏ đũa không dám ăn thêm miếng thứ hai. Mùi tanh bốc nồng hai mũi.

Anh gượng cười nói cho đỡ ngượng:

- Tội nghiệp quá! Chó là con vật trung thành nhứt của con người. Ăn thịt nó, tôi cảm giác như… ăn thịt người!

Người bà con anh bào chữa:

- Chó mình nuôi trong nhà ai nỡ giết ăn thịt? Dân ghiền chỉ ăn chó bán ở tiệm, ở chợ thôi. Con trâu, con bò, kể cả ngựa, chúng nó cũng là loài vật rất có ích cho con người. Vậy mà mình ăn có thấy tội nghiệp gì đâu?!

Ông bạn Bắc vỗ lên đùi khen:

- Toa nói rất có lý. Vật dưỡng nhơn mà ly! Trên đời hễ thịt con gì ngon là người ta đốp! Hì hì.

Sau lần đầu nếm mùi thịt chó ở Hố Nai, Hồ Thiện thề không rớ tới món đó nữa. Ở miền Nam có thiếu gì món vật lạ như rùa, kỳ đà,… mà ăn chi thịt của con vật nổi tiếng khôn nhất, trung thành nhất kia? Anh không từ một giống vật nào hết ngoài chó.

Nhưng, Hồ Thiện đã "mắc lời thề" hai năm sau ngày 30 tháng 4 năm 1975. Gạo mắm, thịt cá khan hiếm, mắc mỏ. Lương tiền không đủ nuôi thân và gia đình, công nhân viên nhà nước đói dài: ngày vào xí nghiệp sản xuất lấy lệ, chiều về chạy áp-phe kiếm thêm chút đỉnh tiền ngoài. Tình thế "cả nước lãng công, toàn dân phe phẩy" đưa nền kinh tế Xã hội Chủ nghĩa ngày càng tuột dốc, rơi dần xuống hố thẳm khủng hoảng vô phương cứu chữa. Trên khắp vỉa hè thành phố, câu hát thảm não: "Ngày nào trúng mánh, ngày đó huy hoàng. Ngày nào trật mánh, ngày đó lang thang!" thoát ra từ cửa miệng khôi hài của mọi người dân thành thị. Chỉ còn mỗi một món thịt tương đối rẻ, vừa túi tiền của bợm nhậu: thịt chó.

Chó bắt đầu bị tàn sát khắp nơi. Chó Tây, chó ta, chó mập, chó ốm kể cả chó bệnh, chó ghẻ – thay bò, trâu, gà vịt, heo làm món nhậu cho các đệ tử Lưu Linh. Nhóm bạn năm người chỉ mất 5-6 chục đồng tiền mới Hồ Chí Minh đã có được một bữa rượu thịt no say. Các quán "Cờ Tây", "Sống Trên Đời", "Hạ Cờ Tây", "Đỡ Buồn",… đua nhau mọc lên như nấm. Chó 7 món, leo thang lên chó 8 món rồi 9 món, "khai thác triệt để" khẩu vị của thực khách. Ngày nào không biết nhậu, chỉ uống toàn nước ngọt, bây giờ cũng tập nhậu và nhậu ngày một "lên". Chưa từng ăn thịt chó, gớm thịt chó, cử thịt chó – vì nhà có thờ ông Quan Công – già trẻ, bé lớn bây giờ tập ăn, quen ăn và mê thịt chó còn hơn heo quay, vịt quay, gà xé phay, gà nướng. Đời đáng chán! Đời buồn tẻ quá! Hiện tại tối đen. Tương lai mờ mịt. Sự nghiệp trắng tay! Thôi thì nhậu lai rai cho đỡ chán, đỡ buồn! Rượu gì cũng uống được, cũng ngon, miễn là uống vào cảm thấy ngừ ngừ, quên đi hiện tại của bản thân, của gia đình, của mọi người chung quanh.

Hồ Thiện bắt đầu nhậu nhẹt và ăn thịt bạn trung thành nhất của con người. Món "sườn ló", chả đùm, rực mận, cà ri, lá lách, nướng vỉ, cháo chó, tiết canh chó, gỏi chó,… làm anh thèm chảy nước miếng mỗi khi ngồi chờ chủ quán dọn ăn cho mình. Ăn miếng thịt chó, nốc cạn ly rượu thuốc, anh cũng thấy thú vị và quên bẵng đi thế sự thăng trầm! Anh rủ rê các ký giả, phóng viên miền Bắc thăm viếng khắp các quán thịt chó ngon nhất của Thành phố Hồ Chí Minh quang vinh. Họ nói chó ở miền Bắc đã hết sạch từ lâu. Vào Nam, được nhấm lại hương vị đã lâu nhịn thèm, họ "sướng rủn tỷ", ăn mãi không biết chán! Hồ Thiện hăng say tham gia vào phong trào đi tìm "thú trên đời", tàn sát, diệt chủng loài chó.

Vào tù, thấy lại đĩa chó luộc, củ riềng và rượu đế, anh ngạc nhiên không tin nhãn quan của mình. Làm sao lại có tận ở chốn này cái "thú trên đời" ấy?

Tư Đen vẫy tay mời:

- Nhà văn ngồi xuống đây lai rai với tụi nầy. Có biết ăn thịt "nai đồng quê" không?

Hồ Thiện từ từ ngồi xuống cạnh Tư Đen. Mùi thịt chó phảng phất, bốc vào mũi anh. Nó không còn tanh tanh như ngày xưa tại nhà ông bạn Bắc ở Hố Nai nữa. Nó thơm và khơi mạch dịch vị anh.

Anh ngó chừng ra cửa khám, Tư Đen trấn an:

- Không sao đâu, anh đừng sợ. Tôi có chia phần cho chủ ngục rồi. Hổng chia sức mấy nó cho tôi vui với anh em.

Anh ta cất tiếng cười vang, nốc cạn chung rượu đánh "khà" một tiếng, gắp miếng thịt chó đưa vào miệng, cắn củ riềng, nhai nhồm nhoàm, gật gù:

- Ngon! Ngon tuyệt! Thịt hấp cách thủy mới thơm và mềm như vậy!

Mọi người nhập tiệc, ăn uống vui vẻ. Hồ Thiện vẫn ngồi yên,

nhìn chừng về phía Nam, thấy nó ngồi cú rũ ngó anh đăm đăm. Bỗng dưng anh không còn thèm miếng thịt chó củ riềng, ly rượu cay như lúc vừa bước tới trước bàn tiệc từ nãy nữa. Gương mặt, đôi mắt bé Nam nhắc anh nhớ tới Hương. Không biết hiện giờ nàng đã ra sao? Chỉ bị cật vấn, điều tra hay nàng đang bị đánh đập đau đớn?

Trong cuộc thẩm vấn, anh không bị đánh nhưng tai anh nghe từ phòng bên cạnh tiếng la hét, chửi rủa tàn tệ và tiếng bạt tai, đấm đá vang dội. Tiếng rên la của nạn nhân đứt quãng từng chặp. Tên điều tra viên hất hàm hỏi anh: "Có nghe rõ không? Liệu khai thiệt đi. Khai láo, khai gian, anh cũng sẽ như vậy thôi!" Thiên hạ đồn đãi cách mạng không đánh đập tội nhân. Lọt vào đây, anh mới biết sự thật.

Tư Đen mỉm cười hỏi:

- Ông nhà văn của tôi làm sao vậy hả? Làm gì y như là kẻ mất hồn vậy? Ăn thịt và nhậu đi chớ? Ở tù có mấy ai được như mình đâu!

Hồ Thiện gắp thịt bỏ vào miệng, uể oải nhai. Anh tưởng chừng như đang nhai miếng cao su lạt lẽo, dai nhách. Hình ảnh người con gái đi cung chi phối tâm trí anh, hủy diệt vị giác anh. Anh lo sợ cho nàng. Đàn ông con trai có bị đánh khảo cũng còn rán chịu nổi. Đàn bà con gái bị đòn bọng, làm sao chịu thấu? Chỉ có loài dã thú mới làm đau đớn thân xác phụ nữ!

Anh hỏi Chiến:

- Đàn bà, con gái ở tù có bị đánh khảo không?

Chiến ngửa mặt uống cạn chung rượu, quẹt tay áo lau miệng:

- Cũng tùy!

- Tùy là sao?

- Thì tùy từng cán bộ hỏi cung và tội nhơn khai. Khai lọng cọng, đầu đuôi bất nhứt, cán bộ nổi sùng đánh thấy bà luôn. Có người đi cung về sưng cả mặt mày.

- Ác! Ác thiệt!

Chiến cười:

- Tù là tội mà anh! Có ngục tù nào nhơn đức đâu! Đánh đấm, khảo tra là nghề của tụi công an bất cứ dưới chế độ, vòm trời nào.

Đĩa thịt chó cạn dần rồi hết sạch. Lít rượu đế chiết ra bốn xị chỉ còn có vài chung. Tư Đen đã ngà ngà say. Anh ta ăn và uống nhiều hơn hết. Khách tù nhường miệng cho anh ta.

Hồ Thiện trở lại với Nam. Nắng chiều rọi ánh sáng yếu ớt vào các lỗ hở trên vách tôn. Gần một tiếng rưỡi rồi, Hương vẫn chưa trở về phòng giam.

Nam níu tay Hồ Thiện:

- Sao lâu quá chị em chưa về vậy hả anh? Em sợ quá!

Hồ Thiện cũng đang tự hỏi mình như vậy. Anh đang lo sợ cho Hương:

- Chắc là hỏi cung chưa xong. Chút xíu nữa chị em sẽ trở về.

- Mấy lần trước có chút xíu là chị em về rồi. Sao lần nầy lâu dữ quá! Hổng lẽ…

- Em muốn nói gì?

- Hổng lẽ chị em bị đem nhốt ở trại giam của đàn bà, con gái rồi?

Tới giờ Hồ Thiện mới chợt hiểu ra có trại giam dành riêng cho nữ phạm nhân. Ba ngày nay anh thắc mắc không hiểu sao công an lại nhốt đàn bà lẫn lộn với đàn ông. Trong phòng giam này, anh đếm được không quá 6 phụ nữ – kể cả Hương. Tại sao Hương và 5 người đàn bà vượt biển kia không bị giam vào trại tù nữ mà lại ở đây? Hồ Thiện không sao hiểu nổi.

Ban đêm, dù phòng giam được thắp sáng, Hồ Thiện vẫn nghe có tiếng đàn bà chửi mắng, la oai oái xua đuổi mấy ông bạn tù vẫn còn bị quỷ ám mò mẫm thân thể người khác giống. Một chút cọ xác nhẹ nhàng cũng đủ vơi bớt cơn thèm khát, ẩn ức trong tháng năm thiếu vắng đàn bà. Kẻ phạm tội lần thứ hai thường là đám tù tư pháp.

Nam rưng rưng nước mắt. Nó nghĩ tới cảnh sinh ly giữa nó và chị, úp mặt vào ngực Hồ Thiện khóc ngất. Hồ Thiện ôm đầu nó, anh cũng muốn khóc theo nó, đứa bé đầu xanh vô tội đã sớm nếm mùi lao lý!

***

Hương cúi gầm mặt, cắn môi gần rướm máu. Tư Hiếu – Thiếu úy công an lặp lại câu hỏi:

- Cô có chấp thuận ngủ với tôi một đêm không?

Hương lắc đầu:

- Không! Tôi… ba mẹ tôi. Tôi còn… chồng con tôi!

- Nói khoác! Tôi biết cô chưa có chồng con. Cô còn con gái. Tôi cho người lên Thành phố Hồ Chí Minh đến tận nhà cô điều tra kỹ rồi.

Hắn chồm tới, cười mơn trớn:

- Này, đừng có dại quá như vậy! Chịu lấy tôi, đời cô sẽ sung sướng. Tôi sẽ thả cô và em cô ra ngay. Gia đình cô sẽ không bị rắc rối, lôi thôi gì cả. Người nào trong thân nhân cô muốn đi nước ngoài, tôi sẽ giúp cho đi, không tốn một chinh. Tôi biết hết bãi bến, tàu thuyền vượt biển ở dưới này.

Hương vẫn lắc đầu. Nàng cương quyết không đánh đổi với con người ghê tởm trước mặt, dù là một nụ hôn, một tiếng cười. Nàng thấy rõ cái bẫy Tư Hiếu giăng ra. Người Cộng sản không hề tôn trọng lời hứa! Bản chất dối trá, lừa phỉnh nằm trong máu thịt của họ từ lúc sinh ra. Bệnh dối trá là bệnh bẩm sinh của họ!

Tư Hiếu cố thuyết phục thêm lần nữa. Hương không thay đổi lập trường. Hắn xoay qua dọa nạt:

- Này, tôi nói trắng ra cho mà biết, nếu cô tiếp tục ngoan cố, ù lì, tôi sẽ có thái độ dứt khoát. Nạn nhân đầu tiên sẽ là em trai của cô. Các nạn nhân kế tiếp là ba mẹ cô. Cuối cùng là bản thân cô. Nghe rõ chưa?

Hương chỉ có mỗi đề nghị tiêu cực:

- Xin cán bộ tha cho tôi… chị em tôi về… sum họp với gia đình. Tôi thề… không bao giờ dám… vượt biên nữa.

Tư Hiếu cất tiếng cười giòn:

- Tha cho về sum họp với gia đình! Vẫn cứ điệp khúc ấy mãi!

Hắn ngưng cười, trừng mắt hỏi:

- Không còn ý kiến mới nào nữa sao? Hừ, tha sao được mà tha! Vượt biên 3 năm tù. Tổ chức vượt biên từ 6 tới 9 năm tù. Trốn ra nước ngoài là tội phản quốc, làm tay sai cho thực dân, đế quốc chống lại cách mạng. Không một ai vượt biên mà được tha khơi khơi!

Thượng sĩ Mạnh đẩy cửa phòng điều tra ló đầu vào hỏi. Tư Hiếu láy mắt, xua tay:

- Sắp xong rồi. Con bé này cứng đầu gớm!

- Tớ sốt ruột lắm rồi!

Mạnh khép kín cửa phòng, nép mình đứng rình bên ngoài. Tư Hiếu gằn giọng:

- Cô nhất định không chịu phải không?

Hương không còn câu nào khác hơn:

- Xin cán bộ tha cho… chị em tôi về sum họp gia đình.

Tư Hiếu đứng lên cười gằn:

- Vậy thì chớ có trách nhé! Dịu ngọt không muốn thì lĩnh cực hình vậy.

Hắn khóa trái cửa trước, đút chìa khóa vào túi, thoát ra ngoài bằng cửa sau nơi có Thượng sĩ Mạnh đang rình rập.

Còn lại một mình trong phòng, Hương nhìn tứ phía, tìm kiếm một kẽ hở thoát thân. Hai cánh cửa sổ đóng kín, trần nhà, cửa trước khóa chặt, cửa sau có hai tên ác quỷ canh giữ, bốn bức tường vôi trắng – tất cả là chiếc cũi sắt nhốt con nai tơ sắp sửa bị hành hình! Hương khác nào một chiếc lá giữa dòng thác lũ, mặc tình nước cuốn, sóng nhồi, trôi tuột xuống hố thẳm, hang sâu. Nàng không còn mảy may hy vọng trở lại với em, với mẹ cha, với chính cuộc đời trinh trắng của mình nữa! Bầy thú dữ đang mài nanh, chuốt móng nhảy xổ vào cắn xé, ăn tươi nuốt sống thân xác nàng.

Đèn bật sáng, Hương giật mình ngước lên nhìn chiếc bóng điện vàng vọt ngay trên đỉnh đầu. Tư Hiếu và Mạnh bước vào phòng một lượt. Hương xô ghế đứng lên, lùi ra sau. Mạnh cầm trên tay chiếc khăn lông dày màu cháo lòng. Tư Hiếu mặc quần đùi, áo thun lá, nhăn nheo, dơ bẩn. Hắn cầm khẩu súng K54 quay quay, chụp bắt bá súng, bắt chước phim cao bồi Mỹ.

Hắn bước tới. Hương lùi dần về phía sau. Hắn cười:

- Sao? Cưng suy nghĩ kỹ chưa? Đồng ý chứ?

Hương chắp tay trước ngực, van xin:

- Các ông… tha cho tôi. Tôi… sợ lắm!

- Tha thì dễ thôi. Có khó khăn gì đâu. Em chịu là anh tha liền!

Tên Mạnh xen vào, lời lẽ bẩn thỉu, mất dạy:

- Tiếc gì một chút trinh tiết để thiệt tới thân không biết nữa! Vừa sướng lại vừa có nhiều quyền lợi cho bản thân và cả nhà.

Hương đã chạm lưng vào tường. Bước đường cùng của đời nàng. Con quái vật chầm chậm tiến tới, nhe nanh, xòe móng sắp sửa phủ nên người nàng.

Hắn cất tiếng cười ghê rợn:

- Còn chạy trốn đâu được nữa, em cưng?

Hương né qua một bên khi Tư Hiếu chụp nàng:

- Tôi… lạy ông. Xin ông… tha cho tôi!

Tư Hiếu dang rộng hai tay dí Hương vào giữa:

- Ngoan nào! Ngoan cái nào!

Hắn vừa siết nhỏ vòng tay lại, Hương hụp xuống chui ra ngoài, bỏ chạy.

Mạnh cười ngất:

- Con bé nhanh thật! Chơi trò cút bắt cũng vui đáo để!

Tư Hiếu đuổi theo Hương chạy vòng vòng trong phòng. Mạnh đưa chân chặn ngang khi Hương vừa chạy qua. Mất thăng bằng, Hương té chúi nhủi. Tư Hiếu và Mạnh cười nghiêng ngả. Hương nằm sấp trên nền gạch, úp mặt lên cánh tay khóc ngất. Con chuột nhắt đang cuốn mình, run rẩy trước đôi mèo đang giỡn mồi. Cái chết sẽ đến với nó trong phút giây ngắn ngủi. Trinh trắng của Hương sẽ bị dông tố tàn phá nát tan. Vĩnh biệt tuổi thơ ngây, trong trắng! Vĩnh biệt mơ ước tự do. Giã từ em trai yêu dấu. Từ biệt cha mẹ thân thương! Từ giã cõi đời tội lỗi, ghê rợn này!

Tư Hiếu quỳ một gối, ra lệnh:

- Hãy nằm im! Chống cự lại, tao bắn vỡ sọ ra. Nghe rõ chưa?

Hắn kê mũi súng vào gáy Hương. Hương nghe ớn lạnh. Hắn lật ngửa nàng ra. Hương co rúm người lại, nhắm mắt, run bần bật. Tư Hiếu nhìn chòng chọc lên vòng ngực căng đầy, nuốt nước miếng.

Mạnh giục:

- Lẹ lên đi! Còn tới lượt tớ chứ lị! Tớ sốt ruột bỏ mẹ rồi nè!

Tư Hiếu vỗ ngọt:

- Ngoan nhé! Nằm yên cho anh làm việc. Xong rồi, anh thả em ra, luôn cả thằng em của em.

Hương nghe tai lùng bùng, mồ hôi tuôn ra nhưng nàng lạnh buốt tay chân. Hắn giật phăng áo ngực nàng. Làn da trắng mịn, đôi nhũ hoa tròn đầy phơi trần ra trước đôi mắt háo hức của hắn. Hương chụp áo phủ lên ngực.

Hắn đập súng lên tay nàng:

- Buông tay ra! Buông ra!

Đau đớn, Hương buông áo, nhăn nhó. Tên dâm tặc cúi xuống, giở trò bỉ ổi trên vòng ngực nàng.

Hương cắn răng, vòng tay tát thật mạnh vào mặt hắn, chửi:

- Khốn nạn! Quân chó dê!

Tư Hiếu bò chân ngồi lên người nàng, tát lia lịa lên mặt, lên đầu con mồi:

- Dám đánh ông hử? Tao giết mày ngay sau khi phá nát đời mày.

Hắn buông súng ôm chặt Hương, hôn chi chít lên má, lên ngực nàng với tiếng rên dã thú. Hương vẫy vùng, cố né khỏi chiếc mũi lân của hắn.

Hắn cởi quần đùi, hắn thoát y Hương. Hương chụp tay hắn cắn thật sâu. Hắn la lớn:

- Giời ơi! Nó cắn tôi! Mạnh, lấy khăn khóa miệng nó lại. Nhanh lên!

Mạnh chạy tới, quấn khăn lông quanh miệng Hương, cột gút phía sau cổ nàng. Tư Hiếu tiếp tục trò bỉ ổi. Hương chòi đạp dữ dội, hắn cố sức bứt lìa một cành hoa hương sắc.

Mạnh giữ chặt hai chân Hương. Tư Hiếu kiềm cứng hai tay nàng. Hương lõa lồ, tan nát dưới trận cuồng phong, dông bão!

Mạnh giục:

- Lẹ lên đồng chí. Tớ muốn chết rồi nè! Vừa thôi, để dành cho tớ với.

Hương vùng vẫy, chống trả, đau đớn. Khối tuyết trắng từ từ tan rã dưới sức thiêu đốt của mặt trời. Nàng nằm bất động, mặc tình cho bão táp, phong ba!

Đến lượt Mạnh. Mạnh cày nát trên một xác chết. Hương kêu lên một tiếng thảm thiết, ứ nghẹt trong lớp khăn lông. Nàng cắn lưỡi, nàng chọn cái chết thê thảm trước hai con thú dữ phá nát cuộc đời một trinh nữ. Máu đỏ thấm ướt chiếc khăn lông dày.

***

Hồ Thiện nằm ngửa, bé Nam gác đầu lên tay anh ngủ say. Anh nghe cánh tay tê cứng, nhưng anh không dám cử động sợ làm tỉnh giấc đứa bé ngây thơ đang lo sợ, ngóng đợi người chị thân yêu đi cung trở về. Anh lo sợ cho Hương, và anh cũng đoán Hương đã gặp chuyện chẳng lành.

Phòng giam im lìm. Tiếng ngáy, tiếng mớ thỉnh thoảng cất lên. Phải nằm theo hình số 4, ngược đầu nhau mới đủ chỗ. Người ngủ say gác chân lên mũi, mặt, ngực kẻ khác. Hàng trăm tù nhân nằm sắp lớp như cá mòi hộp.

Tiếng đập chan chát, tiếng chửi rủa vọng lên giữa đêm khuya:

- Đ.m., lấy chơn xuống coi! Đ.m.! Vừa thôi nghen.

- Chật quá phải đụng chạm chớ! Muốn nằm rộng, ngủ yên, mướn phòng mà ngủ!

- Ê, ê. Ngáy vừa thôi! Ngáy như sấm ai ngủ được?

Tiếng “xì hơi”, tiếng đập muỗi, tiếng nghiến răng kẽo kẹt, tiếng muỗi vo ve hòa lẫn tiếng mưa rơi đều đặn trên mái tôn.

Nam trở mình, mớ:

- Chị Hương, đừng bỏ em! Ba má dọn cơm rồi kìa, chị xuống ăn đi.

Nó khóc, nó tiếp tục ngủ. Hồ Thiện ôm nó vào lòng, vỗ vỗ lên vai nó. Anh được Tư Đen tặng cho cái mùng lưới – vật kỷ niệm của một người tù vừa được phóng thích. Qua ánh đèn, anh thấy rõ những con muỗi kẹt giữa lỗ mùng, đập cánh xè xè.

Anh nhẹ đỡ đầu nằm xuống chiếc áo mưa nhà binh đem theo. Anh ngồi bó gối nhìn gương mặt thiên thần của trẻ thơ chìm sâu trong giấc ngủ. Thỉnh thoảng, nó mỉm cười, nhăn nhó, mếu khóc, nói lắp ráp đâu đâu.

Tới giờ này vẫn chưa có tin tức gì về Hương. Hồ Thiện ngó lung về cửa phòng giam. Cánh cửa khép kín, ngăn giữa tự do và tù ngục! Mỏi mòn, anh dựa lưng vào vách tôn, thiếp ngủ.

Chợt có tiếng Tư Đen vang dội:

- Nguyễn Văn Xuông hay Xuống gì đó, đi cung!

Cả phòng giam tỉnh giấc, lao nhao. Một người đàn ông tóc bạc phơ, râu cằm, râu mép rậm rì dài khỏi cổ, đứng lên, càu nhàu:

- Giờ nầy còn đi cung. Khổ thiệt! Ngủ cũng không yên!

Cán bộ đang đứng giữa cửa phòng, to tiếng:

- Bố mày! Nói gì đó hả?

Tội nhân chen chân ra khỏi “lớp cá mòi” theo cán bộ rời khỏi phòng giam.

Hồ Thiện vén mùng chui ra hỏi Tư Đen:

- Anh Tư, Hương đâu rồi? Sao chưa trở về hả?

Tư Đen vươn vai ngáp dài:

- Nghe nói cổ ngất xỉu chở đi nhà thương cấp cứu. Chắc sáng mơi cổ sẽ trở về.

- Thiệt vậy không?

Tư Đen càu nhàu:

- Thiệt hay giả, ai biết được? Thôi, anh ngủ lại đi. Hơi đâu mệt óc lo việc người khác.

Anh ta chui trở vào mùng. Hồ Thiện ngồi như pho tượng, ngó lung về cửa phòng giam. Muỗi bu tay, chân, mặt mũi anh. Anh bất động, mặc tình chúng nó hút máu anh.

Bé Nam lại mớ:

- Chị Hương. Đừng… bỏ em. Chị… chị Hương!

Hồ Thiện chui nhanh vào mùng, vuốt tóc nó, ru dỗ:

- Ngủ, ngủ đi em. Sáng mơi chị em sẽ về!

Phòng giam chìm vào giấc ngủ. Tiếng mớ, tiếng ngáy, tiếng "xì hơi", tiếng nghiến răng, tiếng đập muỗi, tiếng chửi rủa tiếp tục nổi lên từng chặp.

Hồ Thiện, chỉ một mình anh còn thức và đang dõi hồn theo người con gái đi cung chưa về. Anh ngồi dựa lưng vào vách tôn nhìn Nam, nhìn chừng ra cửa khám. Nếu có tiếng mở cửa, anh hy vọng đó là Hương trở về.

Tư bề vắng lặng ngoài bao nhiêu tiếng quen thuộc của một trại tù. Hồ Thiện chờ, chờ mãi. Anh thiếp đi tự bao giờ. Trong mơ, anh thấy Hương: người đầy máu, khập khiễng trở về trại tù. Nàng cố đến với bé Nam nhưng đã kiệt sức ngã quỵ giữa "phi đạo".

Anh tỉnh giấc, đưa tay về phía trước gọi lớn:

- Hương, em Hương!

Vòng tay anh rỗng tuếch! Bé Nam đang nằm bên cạnh anh. Trước mặt anh, bên ngoài chiếc mùng lưới, hàng hàng lớp lớp tù nhân nam nữ nằm ngổn ngang như xác chết! Chỉ có tiếng muỗi vo vo như sáo thổi.

12

Hồ Thiện đi một vòng bắt tay từ giã mọi người. Anh vừa được lệnh phóng thích. Chỉ ở chung một hoàn cảnh có 7 ngày, anh và tất cả tù nhận đã trở thành bạn bè thân thích.

Anh là niềm vui của trại giam. Chiều nào cũng có thuyết trình, kể chuyện xen lẫn đàn ca tân cổ nhạc: hát vọng cổ, ca xàng xê, bình báng, nam ai, hò lơ, ngâm thơ,… Trong tù có một thanh niên bị bắt quân dịch ca vọng cổ rất muồi, nhái hệt giọng ca Minh Cảnh, Minh Vương. Mỗi lần anh ca, bạn anh hòa đàn bằng miệng và mũi, nhịp song lang bằng đôi muỗng thiếc. Một người khác hát tân nhạc nhái theo ca sĩ Chế Linh, hơi cũng dài và não ruột, nhão nhoẹt như vậy. Anh không dám ca "nhạc vàng" vì mỗi khi có hát ca, cán bộ đứng bên ngoài rình nghe, kiểm soát. Anh ca những bản "cách mạng" như: Trường Sơn Đông – Trường Sơn Tây… bằng hơi ca của Chế Linh làm mọi người cười đau bụng.

Hồ Thiện ngâm thơ tiền chiến, giọng ấm như Hoàng Thư. Anh muốn ngâm một số thi phẩm của Trần Dần, Quang Dũng trong Nhân Văn – Giai Phẩm nhưng không dám, dù anh biết rõ bọn cán bộ cai ngục không biết gì về văn thơ. Biết đâu có kẻ nào đó thọt với cán bộ, anh sẽ bị đánh đập, tra khảo.

Từ sau ngày Hương ra đi vĩnh viễn, Hồ Thiện hủy bỏ các cuộc vui, suốt ngày ở cạnh bên Nam cùng nó thương nhớ về người con gái bất hạnh. Tin đồn Hương đã chết tại bệnh viện hoặc đã chuyển qua trại tù phụ nữ làm dao động tâm trí anh. Bé Nam chỉ biết chị nó đang ở trại bên kia. Nó muốn đi thăm chị nhưng quản giáo không cho phép. Hồ Thiện nghi Hương đã bị giết hơn là tin nàng đã chuyển trại.

Mọi người cảm động tiễn chân anh. Anh ngậm ngùi xa một nơi anh mong mỏi xa mà lòng vẫn muốn lưu lại thêm ít lâu nữa! Ở đây, tình giữa người với người sao nồng nàn, chân thật quá! Anh thương mọi người, mọi người quý mến anh.

Anh ôm bé Nam siết mạnh:

- Nam, em cố gắng ở lại đây thêm ít lâu nữa. Thế nào người ta cũng sẽ thả em. Anh chờ em ở ngoài mỗi ngày để đón em đưa em về nhà. Xa em, anh buồn lắm, em biết không?

Nam áp má vào bàn tay Hồ Thiện, mếu khóc:

- Anh đi rồi em… hổng còn ai… thương em nữa hết. Phải chi, chị Hương còn ở với em, em… cũng đỡ buồn.

Hồ Thiện cầm tay Chiến dặn dò:

- Xin anh ở lại săn sóc Nam. Nó bơ vơ cô độc quá. Anh hãy thương nó như một đứa con!

Chiến vuốt tóc Nam:

- Cháu ở lại đây với chú. Chú sẽ thay anh Thiện chăm sóc cháu. Cháu hãy yên lòng!

Hồ Thiện hôn lên trán Nam, gỡ tay nó ra. Tư Đen ôm vai anh siết mạnh, nói nhỏ:

- Anh đi mạnh giỏi. Tôi cầu nguyện anh tìm được tự do. Sống sung sướng ở xứ người, anh nhớ Việt Nam đau khổ nầy, một người bạn tù không có ngày về.

Hồ Thiện không đính chính, cau mày hỏi:

- Sao lại không có ngày về? Nghe nói anh đã ở tù được 2 năm rồi, chỉ còn 3 năm nữa là mãn án?

Tư Đen kéo Hồ Thiện ra ngoài cửa khám, nghiến răng trèo trẹo:

- Đ.m., tôi sẽ đâm đổ ruột hai thằng Tư Hiếu và Mạnh một ngày gần đây!

- Họ là ai? Là… cán bộ mà!

- Tôi đã biết rõ cái chết của cô Hương!

Hồ Thiện giật mình:

- Hương… đã… chết? Trời ơi!

- Cổ bị hãm hiếp, cổ cắn lưỡi tự tử. Tụi nó đem xác cổ cột đá thảy xuống sông phi tang.

Hồ Thiện choáng váng suýt té quỵ:

- Trời ơi là trời!

Tư Đen vỗ lên vai anh, đẩy anh tới trước:

- Thôi, anh về mạnh giỏi nghen. Chúc anh nhiều may mắn. Xin Phật Trời phò hộ anh và bà con!

Hồ Thiện quay lại, mặt mày nhăn nhó:

- Thiệt vậy sao anh Tư? Có thể… ghê gớm, khủng khiếp như vậy sao?

- Mọi việc anh để tôi giải quyết. Kẻ nào gây nợ máu phải trả bằng máu. Đ.m., thằng Tư Đen nầy hổng sợ chết, sợ ở tù đâu. Chồng án thêm 10 năm, 20 năm nữa, tui cũng đếm đách sợ. Về đi! Đừng nói gì thêm nữa. Thượng lộ bình an!

Tư Đen quay trở vào khám. Hồ Thiện đứng chết lặng ngó theo người bạn tù, tuy mới quen biết mà tưởng đã là tri kỷ thâm giao. Chiến đứng bên cửa khám, nắm chặt vai thằng Nam, vẫy tay chào. Nam nhìn anh, nước mắt đầm đìa.

Anh nghẹn ngào:

- Nam ơi! Chị em… chết rồi… em biết không? Người ta đã… giết chị em… quá tàn nhẫn. Trời ơi là trời!

Nam chồm tới gọi với theo:

- Anh Thiện! Anh Thiện!

Hồ Thiện quay mặt, bỏ đi thật mau về phía sân trước Ty Công an. Tai anh nghe văng vẳng tiếng kêu, khóc của bé Nam và tiếng ai đó:

- Đồ cà chớn! Bố tiên sư, được ra tù mà còn khóc. Không lý nó còn muốn ăn cơm tù thêm nữa. Quái gở!

Anh vừa trờ tới cổng ra vào, tên gác cổng gay gắt hỏi:

- Đi đâu thế? Đứng lại!

Anh tiếp tục bước. Tên gác cổng lên cò súng, quát:

- Đứng lại, không tao bắn!

Phía sau có tiếng chân người chạy tới, gọi lớn:

- Anh Thiện! Anh Thiện!

Vừa quay lại, Hồ Thiện giật mình, ấp úng:

- Kìa, Nga! Em…

Cạnh Nga, Hồng và Trâm nhìn anh tươi cười. Hồ Thiện ngơ ngác không hiểu sao mọi người lại có mặt ở đây. Tại sao Hồng, Trâm, Nga biết ngày giờ anh ra tù mà tới đón?

Tên gác cổng thấy mặt Hồng, đoán chừng Hồ Thiện đã được phóng thích. Hắn đã từng thấy Hồng và Đại úy Ba Sanh – chỉ huy phó của hắn đi chung, vào ra Ty Công an nhiều lần. Hắn cũng nghe phong thanh Hồng sắp sửa là Phó Ty.

Hắn hỏi chiếu lệ:

- Ông này được thả phải không?

Hồng trỏ tay về phía bàn giấy của Sanh, nghiêm nghị bảo:

- Anh muốn biết có đúng vậy hay không thì chạy vô trỏng hỏi Đại úy, sếp của anh đi. Lẹ lên!

Tên gác cổng nhìn vào, trông thấy Sanh đứng trước cửa phòng làm việc phất tay ra dấu biểu hắn để yên cho Hồ Thiện ra khỏi Ty.

Hắn lật đật kéo cánh cửa sắt mời Hồ Thiện:

- Vâng! Mời ông ra về! Xin lỗi, tôi không biết ông vừa được phóng thích.

Mọi người bước ra ngoài. Gió mát thổi lên khắp người Hồ Thiện. Anh vẫn chưa cảm thấy mình vừa tìm lại tự do. Tâm trí anh còn rơi rớt lại phía sau lưng. Hình ảnh bé Nam, cái chết thê thảm của người con gái vô tội đè nặng tâm hồn anh. Anh bước theo ba người đàn bà như kẻ mất hồn. Thỉnh thoảng, anh quay lại nhìn về hướng trại giam.

Trâm, Hồng không để ý tới cử chỉ của anh, cứ ngỡ kẻ vừa ra tù vẫn còn bị dao động tinh thần vì thời gian mất tự do. Chỉ có Nga trông thấy ngấn lệ trong đôi mắt Hồ Thiện. Gặp lại người yêu, Hồ Thiện không mừng rỡ, không vồn vã mà lại buồn thiểu não! Nàng đoán chừng trong tù, Hồ Thiện đã gặp phải những trắc ẩn, trái ngang như thế nào đó. Tìm lại được tự do, dù chỉ là tự do giả tạo trong địa ngục vĩ đại của miền Nam, anh không mừng lắm thì cũng mừng trong nỗi mừng gặp lại người tình yêu dấu, và hy vọng sẽ có cơ may đi tìm tự do thực sự, đúng nghĩa của nó. Cơn bàng hoàng của một người mới ra tù không giống chút nào với sắc mặt, dáng điệu của anh.

Hồng tươi cười đề nghị:

- Tụi mình kiếm quán nào ngon ngon ăn mừng ông bạn tù của chúng ta vừa thoát nạn đi. Cho ảnh ăn nhậu no say một bữa để trả thù những ngày ăn cơm lạt với giá một đồng một chén. Từ tạo thiên lập địa tới giờ, tôi mới thấy ngộ quá, ở tù phải đóng tiền cơm! Ảnh bị nhốt 7 ngày, tụi mình trả 14 đồng, vị chi mỗi ngày 2 đồng, trưa 1 đồng, chiều 1 đồng!

Trâm cười, phụ họa:

- Nhà nước đâu có chịu tốn hao nuôi tù thí công. Cơm gạo đâu mà đủ cho cả triệu tù nhơn ở khắp nước? Lúa dân làm ra, Đảng ta còn phải xuất khẩu trả nợ cho Liên Xô vĩ đại chớ bộ!

Hồng cười ngất:

- Dám tới cái ngày thân nhơn, gia đình tù nhơn phải chở gạo tới khám đóng trước cho trại giam giống như nhà thương bắt thân nhơn của người bịnh đem gạo đóng trước cho họ vậy. Mẹ cha ơi, trên đời trời đất mới thấy một chế độ gì quái gở như vậy!

- Có rồi chứ hổng phải chưa đâu nghen. Làng xã hiện nay buộc gia đình người bị tạm giam phải nuôi thân nhơn của mình. Ai không nuôi thì bà con chết rán chịu.

Hồ Thiện đi bên cạnh Nga, lặng thinh. Nàng để yên cho người yêu. Nàng chưa muốn hạch hỏi nỗi bâng khuâng thực sự của anh.

Tất cả vào quán "Giải Phóng". Hồng lĩnh phần "đi chợ". Nàng gọi cho Hồ Thiện một ly Cognac với soda. Hồ Thiện không từ chối cũng không hoan nghênh. Trong ánh mắt anh vẫn giăng mắc một nỗi buồn man mác.

Trâm khẽ hỏi:

- Có chuyện gì vậy hả anh Thiện? Ra tù sao mặt mày buồn xo vậy?

Hồ Thiện gượng cười:

- Dạ hổng có chuyện gì hết thưa chị.

Nga nghiêm mặt:

- Thôi đi, đừng giấu nữa. Nói thiệt đi!

Hồng bông đùa:

- Chắc là trong tù, ảnh bị một giai nhơn nào hấp hồn nên ảnh vẫn còn bị ám ảnh chưa lay tỉnh hồn phách chớ gì? Có phải vậy hông?

Hồ Thiện cười gượng:

- Chị nói đúng. Một giai nhơn, một cành hoa trong bão tố, bị vùi dập dưới bạo tàn.

Nga, Trâm chau mày nhìn anh. Hồng che miệng cười:

- Anh nói như là thiệt vậy đó. Trong tù làm gì có bóng giai nhơn, mà dù cho có đi nữa, anh cũng không thể liên hệ dễ dàng để hồn phách anh bị nàng hớp mất. Đàn ông đàn bà ở riêng mà!

- Theo nguyên tắc trại tù là như vậy nhưng ở đây, người ta vẫn nhốt chung nam nữ tù nhơn lại với nhau. Người ta xem tù nhơn chẳng khác nào một con thú. Điều tra viên đánh khảo, hãm hiếp tù nhơn cho đến chết!

- Ồ, chuyện đó, nếu có thiệt vậy cũng hổng có đáng cho anh đem theo nỗi buồn vu vơ ra ngoài nầy. Anh được tự do, ba chị em tôi, nhứt là Nga, mừng ghê lắm, anh biết không?

Ly rượu Martell pha soda đặt trước mặt Hồ Thiện. Bình thường anh thấy rượu như lân thấy pháo, nhất là rượu Cognac pha soda. Nhưng giờ đây, anh nhìn ly rượu như một thức uống tầm thường.

Anh làm mặt tươi cười xin lỗi mọi người và ngỏ lời cảm ơn Hồng. Anh thừa hiểu chính Hồng đã cứu anh ra khỏi tù.

Thức ăn dọn lên. Hồng mời mọi người cầm đũa. Hồ Thiện vẫn ngồi thừ ra như kẻ mất hồn.

Nga nói nhỏ bên tai Hồ Thiện:

- Có chuyện gì anh cũng không nên làm mặt mày như vậy. Chị Hồng tốn nhiều công sức lắm mới cứu được anh. Không nên làm chị ấy buồn!

Như không để ý tới cử chỉ khác lạ của Hồ Thiện, Hồng ăn uống tự nhiên, nài ép mọi người, nói lảng sang chuyện khác:

- Hên thiệt! Gần "đánh" rồi mà anh Thiện chưa ra tù thì kẹt cứng. Tôi lo sợ ăn ngủ không yên.

Nàng kề vào tai Trâm cố nín cười, thì thầm:

- Nó ra điều kiện với em hóc búa trời chị ơi! Muốn cứu anh Thiện, em phải... cho nó ngủ một lần. Em lại hẹn lần lữa, nói gần gãy lưỡi nó mới chịu. Mẹ cha ơi, chắc là em chết mất trong đêm đầu tiên với nó quá!

Trâm siết tay Hồng:

- Tội nghiệp em tôi quá! Chuyện lớn thành, công lao em tựa như trời biển!

Hồng so vai:

- Ồ, em chẳng bao giờ nghĩ tới công với lao. Em thích là em xả thân. Em đã nói với chị, với chính em, với tất cả "chiến hữu" – thân em, đời em kể như bỏ đi rồi, em tha thiết làm một cái gì ích lợi cho mọi người chung quanh để trả thù cho chồng, con em. Ngay ngày mai em có chết, hôm nay em cũng cương quyết thực hiện giấc mơ cao đẹp của bà con và của em!

Đưa ly rượu lên môi, Hồ Thiện uống một ngụm nhỏ. Anh nhìn Hồng không nháy mắt. Câu nói đầy quả cảm của nàng gợi trong anh một điều ước mơ khác. Chuyến đi của anh và người yêu chỉ còn mong manh như sương khói trong lòng. Anh muốn đánh đổi với tự do của đứa bé thơ ngây vô tội hiện còn giam thân trong ngục tối. Anh không còn muốn ra đi nữa. Những ngày trong tù, cái chết thê thảm, đau đớn của Hương, hiện tại của bé Nam, bao nhiêu bạo tàn, độc ác diễn ra trước mắt, trên thân phận tù nhân,... – nơi số phần của nhân dân miền Nam đã đổi chiều ước vọng trước đây của anh.

Anh gọi nhỏ:

- Chị Hồng!

Hồng ngước lên:

- Gì hả anh? Anh muốn gọi gì khác vừa miệng thì cứ việc. Bữa nay tụi tôi ăn mừng ngày anh tìm lại tự do.

- Không phải! Tôi muốn cám ơn chị đã khổ cực cứu tôi, nhưng…

- Nhưng sao? Có gì anh cứ việc nói. Chúng ta xem nhau như gia đình, tôi xem anh như anh của tôi vì chị Nga đã là chị của tôi rồi.

Chặp sau, Hồ Thiện hỏi:

- Chị còn khả năng cứu người nữa không?

Hồng bật cười:

- Ê, tôi chưa làm bà tổng thống hay bà chủ tịch nước nghen. Vừa vừa vậy thôi. Tôi mà làm được hai loại đệ nhất phu nhơn đó, tôi sẽ thả hết tù nước này cho coi!

Một người đàn bà ăn mặc rách rưới, đầu tóc bờm xờm, tay bồng đứa bé 2 – 3 tuổi, tay dắt bé gái lem luốc, dơ bẩn tiến lại ăn xin:

- Cúi đầu lạy ông bà nhỏ lòng từ bi, bác ái cho tôi xin ít tiền mua cơm cho các con tôi ăn. Chồng tôi ở tù đi làm rẫy cho trại đạp mìn nổ chết banh thây bỏ mẹ con tôi ở lại bơ vơ, đói khổ, không nhà không cửa. Tội nghiệp mẹ con tôi lắm, ông bà ơi!

Bán ở chợ từ lâu, Hồng đã thấy, gặp rất nhiều ăn mày, nhưng nàng chưa biết mặt mẹ con người đàn bà này.

Nàng hỏi:

- Mẹ con chị từ đâu tới đây?

- Dạ ở Bến Tre.

- Sao không ở trển kiếm sống mà lặn lội xuống tận dưới nầy?

- Dạ, ở Bến Tre mẹ con tôi không sao sống được nữa, nhiều người đi ăn xin quá, họ trẻ và mạnh hơn tôi, tôi không tranh lại họ nên mẹ con tôi phải lặn lội đi tìm đất sống. Dạ, Cà Mau còn tương đối kiếm ăn được.

Mọi người nhìn nhau, cùng chia sẻ bất hạnh của mẹ con người đàn bà đau khổ. Con bé ngó thức ăn trên bàn, nuốt nước miếng. Nó đang đói, nó thèm thuồng. Đã lâu lắm rồi nó chưa được một bữa ăn ngon.

Nga móc tiền cho nó. Nó đưa qua cho mẹ, mắt vẫn không rời các thức ăn trên bàn.

Hồng hỏi mọi người còn ăn nữa không? Không còn ai nuốt trôi nữa. Nàng biểu người đàn bà ăn xin lấy hết thức ăn còn thừa lại. Thằng bé trên tay mẹ chòi đạp, ngả người xuống mặt bàn giành với chị nó đang bốc đồ ăn bỏ lia lịa vào miệng. Bà mẹ ngăn các con lại, dọn hết đĩa còn đầy thịt, cá, rau, bánh hỏi, bún xuống đất.

Hồng dịu dàng:

- Chị để hết trên bàn bên cạnh mà ăn. Đừng ăn dưới đất dơ lắm!

Người bồi bàn chạy tới la hét:

- Làm cái gì như ăn cướp vậy hả? Khách chưa ăn xong kia mà. Bị cái thứ nầy mà hàng quán ế nhệ. Hổng ai dám ăn uống gì hết!

Hồng can thiệp:

- Tụi tôi ăn không hết cho chị ấy đó. Anh cứ để mẹ con chỉ ăn đi. Nè chị, chị dọn lên bàn ngồi ăn tự nhiên, đừng ăn dưới đất.

Người đàn bà ăn xin vừa định nghe theo lời Hồng, người bồi bàn ngăn lại:

- Không được! Họ làm dơ hết bàn ghế của quán tôi.

- Hổng sao đâu mà! Chút nữa tôi trả riêng cho anh tiền công dọn dẹp bàn ghế. Họ khổ quá rồi, mình nên thương người lỡ vận.

Anh bồi cười gượng:

- Ăn mày, ăn xin ngày thêm đông, cô có là triệu phú cũng không đủ nuôi họ đâu. Suốt ngày tụi tôi bị họ kéo tới phá rầy.

Hai ba người ăn xin khác kéo tới định chia phần, anh bồi trợn mắt xua đuổi:

- Mấy người đi chỗ khác ngay. Tôi kêu công an tới bắt bây giờ. Làm như chết đói đến nơi rồi vậy đó!

Anh quay sang bảo mẹ con người đàn bà nọ:

- Ăn lẹ lên rồi đi chỗ khác cho tụi nầy kiếm ăn với. Ăn uống cho khéo kẻo bể ly chén hết trơn của người ta đó.

Người đàn bà chỉ ăn cầm chừng, nhường hết thức ăn thừa cặn cho hai con. Nhìn hai con ăn uống ngon lành, nàng mỉm cười sung sướng. Hai ngấn lệ ứa ra khóe mắt.

Anh bồi bàn đi thụt lùi, canh chừng đám ăn mày đứng phía xa nhìn mẹ con "đồng nghiệp" may mắn hơn mình. Không ai hiểu rõ quá khứ của đời nàng, gia đình nàng sau ngày 30 tháng 4 năm 1975.

Chồng nàng – Thiếu úy Tân, thuộc Lực lượng Tình báo tiểu khu Bến Tre, bị bắt ngay khi tỉnh lỵ bị tiếp quản. Tân định tự sát nhưng không kịp nữa, quân "cách mạng" ập vào nhà trói anh, tước súng trên tay anh, giải gấp về đồn công an cũng vừa bị chiếm đóng. Chỉ hai ngày sau, vợ con anh bị đuổi ra khỏi nhà. Mẹ con bồng bế chạy về quê ngoại ở Ba Tri. Chính quyền địa phương ngăn cấm cư trú, mẹ con đành phải ngủ bờ ngủ bụi, trôi dạt trở ra thị xã đi ăn xin. Tân đi học tập ở trại Long Giao, Mộc Hóa rồi Bù Gia Mập. Cùng các trại viên đi làm rẫy ở ven rừng, anh đạp mìn chết tan xác tại chỗ. Bến Tre mất mùa, nạn đói hoành hành khắp nơi, ba mẹ con lặn lội qua nhiều tỉnh. Nghe Cà Mau trúng mùa, nàng mò tới tìm sống. Từ một bà Thiếu úy tươi đẹp, sung sướng, hạnh phúc như mọi người, nàng trở thành tên hành khất chân yếu tay mềm, con bồng, con mang bị giới "cái bang" khỏe mạnh, lanh lợi hơn chèn ép, giành giật, ức hiếp. Quy luật sinh tồn không còn chỗ cho lương tâm, nhân tâm hiện diện khi bao tử đòi hỏi, giục thúc. Người ta chế ra "hộ khẩu" với nhiều mánh khóe cai trị, trong đó, yêu cầu chính trị được khai thác như một quỷ thuật để khống chế người dân. Không có "hộ khẩu" không được bán gạo, thực phẩm sẽ đói, khổ, làm khó dễ đủ điều. Nó là một khuôn sắt đúc tròn, méo, dài, vuông nhân dân!

Hồng chồm tới hỏi Hồ Thiện:

- Anh muốn cứu ai?

- Một đứa bé.

- Một đứa bé? Nó ở đâu?

- Đang trong tù.

Trâm xen vào:

- Con nít mà cũng ở tù sao?

Hồ Thiện thở ra:

- Tuổi nào cũng ở tù được hết. Có đứa vừa lọt lòng mẹ trong trại tù đã nếm mùi tù tội rồi!

Yên lặng. Không ai nói với ai một lời. Hình ảnh đám tù nhân tí hon trong các trại giam hiện ra trong đầu từng người. Hồ Thiện hình dung bé Nam đang ngồi bó gối khóc thương người chị thân yêu đã chết thảm!

Anh thuật hết lại cho Nga, Trâm, Hồng nghe cái chết uất ức của Hương. Anh không hay mình khóc. Nước mắt như giọt mưa sa giữa trưa hè oi ả. Anh không khóc mướn, thương vong, trái tim anh tự nhiên rung động trước thảm cảnh của những ai gục ngã trên đường tìm một chút không khí tự do để thở. Nghệ sĩ dễ khóc, dễ cười vì trái tim nghệ sĩ như mặt hồ trong suốt, chỉ một cơn gió thoảng cũng đủ gợi thành những lớp sóng lăn tăn. Chỉ ngần đó, kẻ sĩ đã rung động rồi, huống hồ gì trước cuộc thảm sát một người con gái trong trắng và thảm cảnh của một em bé thơ ngây?!

Anh nghẹn lời:

- Tôi đau đớn quá! Ra tù là… một lần sống lại nhưng đối với tôi… là một sự bỏ rơi đáng trách của một người anh đối với một đứa em bơ vơ, côi cút giữa núi rừng đầy thú dữ, giữa biển cả đầy cá mập, mãng xà! Tôi… cảm thấy có lỗi với bé Nam…

Trâm ôm mặt:

- Trời ơi là trời! Có thể như vậy được sao?

Nga úp mặt lên vai Hồ Thiện:

- Người với người đối xử với nhau như vậy còn thua loài thú. Đây là đâu? Trần gian hay địa ngục?!

Hồng xô ghế đứng lên:

- Chó má! Để tôi cho hai thằng khốn kiếp đó biết tay! Giết người phải đền tội. Đó là luật trời.

Hồ Thiện ngăn:

- Chị Hồng, chị đừng nóng. Dưới chế độ nầy không còn luật trời nữa, người ta đã gọi trời bằng "thằng" rồi chị à. Tôn giáo, đạo lý, nhơn tính chỉ là dị đoan, mê tín. Đạo nghĩa niềm tin "quả báo" của dân miền Nam, của dân tộc Việt Nam chỉ còn trong lòng dân miền Nam, của người Việt Nam còn tin nơi một cái gì thiêng liêng, huyền bí mà khoa học chưa giải thích nổi. Đạo "Cộng sản" – đạo của người duy vật, và người Cộng sản chỉ nghĩ tới kết quả vật chất trước mắt mà thôi. Kẻ phạm tội không phạm tội với Bác và Đảng bởi vì dân miền Nam đều là tội phạm. Cán bộ đảng viên giết một người dân miền Nam được hiểu như giết một tội phạm!

Hồng phản đối:

- Không thể quan niệm như vậy rồi chúng nó muốn giết ai thì giết, muốn làm gì cũng được dung tha. Tôi có cách riêng của tôi!

Nàng gọi bồi tính tiền, trả luôn tiền dọn bàn của ba mẹ con ăn mày.

Hồ Thiện hỏi dò:

- Chị cứu nổi bé Nam không?

- Tôi sẽ cứu nó và cho nó đi luôn với anh chị. Tôi thề, nếu không làm được việc nầy, tôi không gặp mặt các "chiến hữu" nữa.

Hồ Thiện thấy sắc mặt Hồng rắn lại. Anh tin nàng sẽ cứu được đứa bé vô tội kia. Anh muốn ngỏ một lời cảm ơn Hồng, nhưng Hồng phất tay bảo Trâm, Nga:

- Hai chị đưa anh Thiện về nhà nghỉ ngơi. Em trở lại Ty Công an tìm gặp Ba Sanh. Em sẽ trở lại cho mọi người biết tin tức.

Người đàn bà ăn mày bồng dắt hai con cúi đầu cảm ơn các ân nhân. Nàng tìm lối ra chợ, né tránh đám ăn mày vẫn còn nhìn theo mẹ con người đàn bà đồng cảnh ngộ "trúng mánh", may mắn hơn họ, vừa được một bữa ăn ngon!

13

Hồng đứng trước mũi chiếc ghe máy chỉ huy uy nghi như một viên tướng. Người nàng thẳng tắp, vững chắc không nghiêng ngả dù chiếc ghe đang nhảy sóng lúc cất mũi lên cao, khi hụp xuống thật sâu. Biển hơi động, gió thổi mạnh mưa lất phất.

Trâm ở sát bên Hồng, nàng lâm râm khấn vái. Bé Tư, Ký Đảm cũng có mặt cùng với cha con ông Hai Kha – chủ ghe. Con "cá lớn" đậu ngoài khơi, thỉnh thoảng chớp đèn làm hiệu. Sáu chiếc "tắc-xi" đã cập vào tàu và trên năm mươi người đã lên boong.

Phía sau ghe chỉ huy, 3 chiếc "tắc-xi" còn lại lầm lũi chạy theo, trong đó có chiếc chở Hồ Thiện, Nga và bé Nam.

Hồng sốt ruột:

- Còn độ nửa giờ nữa là thành công trọn vẹn. Sóng hơi lớn, ghe nhỏ không chạy mau được.

Trâm vuốt nước mưa trên mặt:

- Lỡ có chuyện gì xảy ra, tội nghiệp bao nhiêu người đi những chuyến sau.

- Em tin là không có chuyện gì đâu. Em đã bố trí thiệt chu toàn. Tối nay, bọn biên phòng nhậu nhẹt say nhừ.

Bé Tư canh chừng bên mặt, Ký Đảm chịu trách nhiệm cánh trái.

Ông Hai Kha cầm lái, giục con:

- Lộc, cho máy chạy mạnh hơn đi con! Sóng gió lớn quá!

Lộc tăng thêm tốc lực. Chiếc ghe máy chỉ mau hơn một chút.

Ký Đảm dụi mắt hai ba lần nhìn hướng có một bóng đen biểu hiện ở phía xa bên cánh trái.

Anh gọi khẽ:

- Ê, Bé Tư, qua bên nầy, lẹ lên!

Bé Tư bò sang hỏi:

- Gì hả?

- Mầy thấy gì không?

- Thấy gì? Ở đâu?

Ký Đảm chỉ về phía bóng đen:

- Kìa, có vật gì thấp thoáng ở đằng kia kìa.

Bé Tư chồm người ra xa, giương mắt tìm kiếm:

- Tao không thấy gì hết!

Bỗng anh kêu lên:

- Ơ kìa, thấy… tao thấy rồi. Hình như là… một chiếc ghe.

- Ghe gì vậy? Công an hay là…

Bé Tư xoay người chụp khẩu tiểu liên, giục Ký Đảm:

- Vô trong lẹ lên Đảm. Sẵn sàng đối phó!

Ký Đảm móc khẩu K54 lên đạn. Ông Kha và Lộc được lệnh cho ghe chạy chậm lại. Hồng và Trâm hốt hoảng, quay trở vào mui, bàn tính kế hoạch đối phó.

Hồng cầm đèn bấm rọi về phía sau chớp tắt 3 cái liền báo hiệu cho đoàn ghe biết có biến. Tức khắc, 3 ghe sau tách ra, mỗi chiếc chạy về một hướng nhưng vẫn trực chỉ về "con cá lớn".

Bóng chiếc ghe lạ rõ dần. Không có tiếng động cơ. Chỉ có tiếng mái chèo se sẽ cất lên. Ông Kha bẻ lái cho chiếc ghe chỉ huy tiến sát lại ghe lạ.

Hồng truyền lệnh:

- Nếu cần, hai anh cứ nã súng bắn chìm ghe, giết sạch chúng nó!

Ký Đảm nghiêm nghị:

- Hẳn là như vậy rồi. Phải đánh đổi chuyến đi với bất cứ giá nào!

Trâm góp ý:

- Cũng phải coi cho thiệt kỹ kẻo giết lầm dân, tội chết!

Hai ghe từ từ sát vào nhau, tiếng va chạm khá mạnh. Có tiếng hốt hoảng:

- Trời ơi! Đụng mạnh chìm ghe tụi tôi, mấy ông bà ơi!

Ký Đảm quát hỏi:

- Ai đó? Giơ tay lên. Chống trả tao bắn chết hết đó. Nghe rõ chưa?

- Chèn ơi! Đừng có bắn. Tụi tôi là… thường dân thôi mà!

Hồng nói nhanh:

- Vậy là hổng phải ghe công an. Ghe thường dân.

Bé Tư cảnh giác:

- Khoan đã. Đừng vội tin như vậy. Coi chừng tụi nó giả thường dân. Ghe thường dân đi đâu vào giờ nầy?

Chiếc ghe lạ không mui. Hồng rọi đèn sáng thấy hai ba mái đầu ướt đẫm nước mưa.

Ký Đảm nhảy sang, chĩa súng hỏi:

- Thường dân thiệt không? Đi đâu vào giờ nầy?

Một người đàn bà ôm vật gì trong lòng, rút sát vào người đàn ông đang run rẩy, lắp bắp:

- Tôi… tôi lạy… ông tha cho… vợ chồng tôi. Đừng bắt tụi tôi tội nghiệp!

Người đàn bà chèo ghe và đứa con trai cầm cần lái vẫn bình tĩnh coi như không có chuyện gì nguy hiểm xảy ra.

Hồng chồm sang hỏi Ký Đảm:

- Họ là ai vậy anh?

- Không biết. Để tôi hỏi họ coi.

Có tiếng trẻ con bật khóc. Người mẹ càng siết nó mạnh hơn trong vòng tay như muốn làm nghẹt thở nó.

Ký Đảm mở cuộc điều tra chớp nhoáng. Bà Ngộ và Bảnh – mẹ con chủ ghe, được mật báo tại cửa sông Ông Đốc đêm nay có tổ chức vượt biên chở người ra tàu lớn đậu ngoài khơi.

Một tuần trước, một tổ chức vượt biên bị bể. Bãi bến bị bao vây, gần trọn ổ bị bắt. Chỉ còn 10 người chạy thoát được đồng bào địa phương cứu và giấu kín trong nhà, dưới hầm bí mật đã bỏ hoang sau ngày 30 tháng 4.

Vợ chồng anh Trần Quốc Bửu với đứa con 11 tháng chạy vào nhà bà Ngộ. Nhà nghèo xơ xác, mẹ con bà sống bằng nghề đốn lá dừa bán cho tổ hợp làm nón lá. Bà chứa chấp và giấu nhẹm anh chị Bửu chờ tình hình lắng dịu sẽ giúp trở về Sài Gòn.

Nghe tin có tổ chức vượt biên do một chủ "tắc-xi" quen thân tiết lộ, bà nảy ý giúp vợ chồng Bửu đi tìm tự do. Thằng Bảnh được chủ "tắc-xi" đề nghị gửi đi không, nhưng Bảnh không đành rời xa bà mẹ đơn chiếc. Nó dốt đặc cán mai, một chữ ngoại quốc không biết, nó nghĩ mình đi nước ngoài để làm gì, sống ra sao trong khi mẹ già cần có nó như một cánh tay, một nguồn an ủi ở tuổi xế chiều cô đơn!

Bà muốn nhờ chủ "tắc-xi" giúp vợ chồng Bửu nhưng với người xa lạ, "tắc-xi" lấy ít nhất mỗi người một lượng vàng y. Đã đóng vàng cho chuyến đi trước, 3 cây mỗi đầu người, vợ chồng Bửu chỉ còn hai chiếc nhẫn và một ít đô-la đem theo. Giúp anh chị, bà Ngộ chỉ nhận một chiếc nhẫn để anh chị tin lòng chân thật của bà. Bà không lấy đô-la vì bà không biết tiêu xài tiền ngoại quốc. Chính quyền địa phương thấy bà có đô-la, mẹ con bà sẽ bị bắt vì bị tình nghi có liên hệ với đế quốc, CIA! Tù không có ngày về!

Anh Bửu khai hết sự thật. Bà Ngộ cũng không giấu diếm một điều gì. Bọn Hồng lặng thinh nhìn cặp vợ chồng Bửu dò xét thêm.

Bửu van xin:

- Quý ông, bà cứu vợ chồng tôi, tới được xứ người, tôi sẽ tìm đủ mọi cách trả ơn. Tôi có người chị ruột ở Pháp chủ nhà hàng lớn ngay giữa Paris 13. Chị tôi viết thơ về cho biết, nếu ai cứu vợ chồng con cái tôi, chị sẽ trả tiền đóng cho tụi tôi. Bằng tiền hay bằng vàng tùy ý, hoặc trả ở bên nầy hoặc ở bên Pháp cũng được.

Ký Đảm lầm bầm:

- Vậy là "canh me" rồi! Tổ chức hay bị lộ vì bọn "canh me"!

Bé Tư hỏi một câu hơi thừa:

- Tại sao anh bỏ trốn ra nước ngoài?

Bửu nhăn nhó:

- Dạ, tôi đang bị theo dõi không biết bị bắt lúc nào. Tôi là Sĩ quan biệt phái sang ngành Giáo dục. Tôi dạy học ở Cần Giuộc. Tôi khai Trung sĩ quân nhu và chỉ đi học tập có 3 ngày. Tổ trưởng dân phố thù ghét tôi, báo cáo với cách mạng sự thật về tôi.

Chị Bửu thúc nhẹ vào hông chồng nhắc khéo anh không nên thật thà như vậy. Bửu giật mình, hối hận và lo sợ nhưng đã lỡ rồi, biết làm sao khác hơn? Anh đánh liều ở giây phút quyết liệt này: một là được cứu thoát, hai là ngồi tù. Con đường trước mặt chỉ có hai ngả. Anh tin đám người kia không phải là kẻ thù mà đúng là người của tổ chức vượt biên theo như lời bà Ngộ đã cho biết trước.

Số phận con người sống dưới vòm trời đầy kinh hoàng, khiếp đảm này phải có thái độ dứt khoát: ép lòng sống kiếp tù nhân trong một nhà tù vĩ đại, hay chọn lấy tự do đánh đổi bằng cái chết trên biển cả? Chẳng may có bị bắt lại, bị tù đày thì ví như mình sống khổ hơn dân sống ở bên ngoài ngục thất một chút thôi.

Người ta buộc tội kẻ trốn ra nước ngoài vì kinh tế, vì lười biếng lao động, vì không theo kịp dòng thác cách mạng Xã hội Chủ nghĩa; rồi phản quốc, phản dân, liếm gót giày đế quốc,...

Bửu không cần đếm xỉa tới, anh khinh bỉ họ, chửi vào mặt họ: "Các người nói láo, vu cáo sàm sỡ không căn cứ, không dám nhìn thẳng vào sự thật, vào việc làm của chính các người! Tại sao dân bỏ các người, bỏ quê hương xứ sở ra đi? Tất cả người vượt biên đều nghèo xơ xác, nghèo rớt mùng tơi, không có tiền của ăn để sống, phải chạy ra nước ngoài kiếm cái ăn? Họ ra đi phải có vàng, có tiền. Với tiền, vàng có trong tay, họ có thể sống 5 – 10 năm hay lâu hơn nữa ở tại đất nước, quê hương mình. Họ ra đi chỉ một phần sống, chín phần chết và tù tội; nhưng họ quyết không sống chung với mấy người. Trước đây, có mấy ai muốn sống ở ngoại quốc, có bao nhiêu người bỏ xứ sở ra đi? Đi đâu rồi cũng về với quê mẹ. Sống đâu rồi cũng nhớ đất nước Việt Nam. Không đâu bằng nơi mình chôn nhau cắt rún! Sống trên xứ người, dân tị nạn cũng 'lao động tốt', làm việc đầu tắt mặt tối, trên 10 tiếng mỗi ngày, 'lao động tốt' hơn cả dân bản xứ chớ không ai liếm gót giày đế quốc để có bánh mì ăn, tiền quan, tiền đô tiêu xài thoải mái; thậm chí còn gởi về thân nhơn, gia đình sống khổ hơn con chó ở quê nhà! Như thế đó, mấy người còn vu cáo, buộc tội dóc, láo, hàm hồ phong trào dân ồ ạt bỏ xứ ra đi được sao? Tự do là khí trời để thở. Sống với mấy người không có khí trời để thở. Dân đi tìm tự do để sống. Đó là quy luật sinh tồn và đó cũng là cái tát nảy lửa vào mặt mấy người!"

Bửu đã cạn xét và quyết định bồng bế vợ con ra đi. Con đường chọn lựa cho cuộc sống và tương lai thôi thúc, giục giã anh ngày đêm. Anh dứt khoát tạm xa Mẹ Việt Nam một thời gian. Khi nào ở bên kia bờ Thái Bình có một cuộc "đổi đời" mới, anh sẽ lại bồng bế cợ con trở về "ta tắm ao ta"!

Trâm hỏi dò Hồng:

- Bây giờ mình tính sao đây?

Nàng đã muốn cứu vợ chồng Bửu. "Con cá lớn" có chứa thêm đôi, ba người nữa cũng không đến nỗi chìm. Tuy nhiên, nàng để Hồng toàn quyền quyết định vì Hồng đã được tổ chức chỉ định chỉ huy chuyến đi này.

Hồng bảo Bé Tư bấm đèn làm hiệu cho 3 chiếc "tắc-xi" phía sau tiếp tục tiến nhanh về "con cá lớn".

Nàng suy nghĩ trong giây lát:

- Hai người lớn cũng dễ giải quyết thôi. Kẹt một chút xíu là đứa bé.

- Tại sao?

- Trên đường ra hải phận quốc tế, còn nhiều khó khăn khác chớ chưa hẳn đã thoát đâu. Tầu tuần hải quân, tầu đánh cá quốc doanh, thương thuyền nhà nước tới lui nhiều. Lỡ bị xét rồi đứa bé khóc ré lên là cả bọn bị bắt!

Chị Bửu vẫn ôm chặt con trong vòng tay, bảo đảm:

- Tôi cố giữ không cho nó khóc. Tôi biết cách.

Bửu tiếp lời vợ:

- Nếu cần chúng tôi sẽ hy sinh cho tập thể.

Trâm chau mày:

- Hy sinh? Là sao?

Nhìn đứa con đầu lòng gói kín trong tay vợ, Bửu ấp úng:

- Vợ chồng tôi… hãy còn trẻ. Thủy vợ tôi còn sanh đẻ nữa. Chúng tôi sẽ… hy sinh đứa con đầu lòng để… cứu cả con tầu.

- Nghĩa là anh chị sẽ… giết con khi nó khóc?

Bửu thở dài, buồn hiu:

- Giết con, cha mẹ nào… đành đoạn, nhưng…

Trâm chặn lại, bất nhẫn:

- Không… không thể được. Giết con là… giết một mạng người. Độc ác lắm! Tàn nhẫn lắm!

Thủy úp mặt xuống người đứa bé khóc rấm rứt:

- Không, tôi… không giết được… con tôi. Tôi… tôi…

Bửu cắn chặt môi, anh đang đè nén cơn đau quặn thắt trái tim. Giết con giữa cơn nguy ngập của tập thể, anh sẽ tự cắt lìa núm ruột anh. Anh hình dung cảnh con anh giãy chết trong vòng tay mẹ, anh rùng mình khiếp đảm và có cảm giác như chính tay anh cầm dao đâm nát ngực mình.

Anh nói bông lông:

- Cũng phải đành vậy thôi!

Thủy hét lớn:

- Không, không đành như vậy được!

Nàng vụt ngước lên, ngó thẳng vào mặt chồng qua màn lệ cất giọng cứng rắn:

- Em đem con trở vào bờ. Anh muốn đi thì đi một mình. Em không đi đâu hết! Em sống… với con em!

Bửu ôm vai Thủy, vỗ về:

- Em, qua xứ người, ở bến bờ tự do, chúng ta sẽ có đứa khác. Sống ở đây, cả ba chúng ta cùng chết hết!

Thủy phản đối quyết liệt:

- Không, nhứt định là… không! Em… không thể giết thằng Lộc con em!

Bọn Hồng tưởng chừng đang chứng kiến cảnh vợ chồng Bửu sắp sửa giết con thật sự giữa cuộc khám xét của tàu tuần. Chuyện chưa xảy ra, cặp vợ chồng trẻ còn gay cấn với nhau nhường ấy. Trong thực tế, họ còn đấu tranh quyết liệt với nhau như thế nào nữa?!

Hồng chặn lại:

- Thôi, được rồi. Hai anh chị đừng quá lo sợ nữa. Tôi đã có cách!

Nàng lục túi xách lôi ra tuýp thuốc ngủ, đưa cho Bửu:

- Tôi đã chuẩn bị từ trước tuýp thuốc ngủ nầy. Thuốc của người lớn, anh cho cháu nó uống một phần tư viên thôi ngay khi lên tầu. Uống vô, cháu sẽ ngủ say dù có sét đánh, nó cũng không tỉnh. Chỉ độ mươi giờ là tầu ra hải phận quốc tế.

Cầm tuýp thuốc trong tay, Bửu khóc ròng. Anh khóc vì đã biết cả gia đình được cứu, vì đứa con đầu lòng khỏi bị giết chết bởi chính vòng tay của cha mẹ nó.

Anh trở mình, quỳ gối lạy Hồng:

- Ơn cứu tử nầy, vợ chồng tôi… không bao giờ… dám quên.

Hồng đưa tay nâng Bửu lên:

- Ồ, có gì đâu mà ơn với nghĩa! Chúng tôi chỉ muốn trên Tổ quốc nầy bớt thêm 3 tù nhơn. Giản dị vậy thôi! Nếu may mắn thoát khỏi, đến nước ngoài, anh chị hãy luôn luôn nhớ về đất nước khổ đau; đừng vì văn minh vật chất quên quê Mẹ Việt Nam, vậy là đủ rồi!

Bửu lột chiếc nhẫn còn lại đưa tới trước mặt Hồng:

- Tôi chỉ còn ngần nầy thôi. Tôi xin đưa hết cho chị, chỉ giữ lại một ít trong những ngày còn trên đảo.

Anh định móc trong vớ lấy mớ đô-la giấu kỹ, bọc kín trong hai lớp ny lông, Hồng đã ngăn lại:

- Tụi tôi không lấy gì của anh chị hết! Tụi tôi cho anh chị đi không.

Đoàn ghe "tắc-xi" tiếp tục trực chỉ về "con cá lớn" bồng bềnh trên sóng biển. Vợ chồng Bửu chuyền qua ghe chỉ huy. Trước khi giã từ ân nhân, Bửu cởi đồng hồ đeo tay hiệu Orient khá đắt tiền tặng Bảnh làm kỷ niệm. Trong đêm tối, kẻ đi – người ở vẫy tay giã biệt nhau, không ai thấy rõ ai, nhưng tất cả đều cảm nhận có bàn tay lay động trong không khí.

Chuyển hết khách lên tàu xong, 3 chiếc "tắc-xi" xả hết tốc lực chạy tản mác vào bờ. Chỉ còn lại chiếc tàu chỉ huy tắt máy, bập bềnh như chiếc lá nhỏ nhấp nhô trên sóng biển.

Hồng chưa muốn, hay chưa dám trở vào bờ khi con tàu định mệnh khuất khỏi tầm mắt nàng. Con tàu xa dần, nhỏ dần và chỉ còn một chấm nhỏ.

Nàng thở phào:

- Vậy là thoát bảy mươi phần rồi. Chỉ còn ba mươi phần nữa thôi. Lạy Phật Trời phò hộ độ trì tất cả được bình yên!

Trâm cúi gầm mặt, lặng thinh. Bé Tư, Ký Đảm phủi tay, tươi cười:

- Sứ mạng đã hoàn thành! Không còn gì sung sướng hơn!

- Tổ chức vượt biên, bây giờ tôi mới biết còn khó hơn làm đào chánh nữa! Sơ sẩy một chút là chết hết cả đám!

Hồng phất tay ra hiệu cho cha con ông Hai Kha chạy ghe vào bờ. Nàng ôm vai Trâm:

- Chị Trâm, hình như chị đang khóc? Tại sao?

Trâm nghẹn ngào:

- Chị vui quá và chị cũng… buồn quá!

- Chị buồn? Tại sao? Nga và anh Thiện coi như đã thoát rồi!

- Chỉ có hai chị em, giờ Nga nó đã đi rồi, chỉ còn một mình chị với mẹ già. Biết bao giờ chị em mới gặp lại nhau?!

Nàng ôm mặt khóc sướt mướt. Tình chị em khác nào núm ruột; giờ kẻ ở – người đi, núm ruột bị cắt lìa từng đoạn! Nước mắt Trâm nhỏ thêm vào biển nước mắt của dân tộc khổ đau này. Con người đã khóc cho miền Nam sụp đổ ở ngày 30 tháng 4, cho Sài Gòn đổi tên, cho cảnh cha, chồng, con kéo nhau vào tù tội không có ngày về; cho sinh ly – tử biệt ở bãi bến, trên biển cả, tận ở xứ người xa xôi, cách trở. Nước mắt đã đổ nhiều quá cho thân phận một Việt Nam lùi dần vào bán khai đồ đá! Ánh sáng văn minh của thế giới không lọt nổi qua bức màn sắt vĩ đại ngăn chặn năm sáu mươi triệu con người cam chịu cuộc sống cùng cực, đọa đày chỉ hơn loài vật một chút thôi!

Hai mươi năm sau, một thế kỷ sau nếu mặt trời vẫn mọc hướng Đông, lặn hướng Tây, trăng đầy ngày Rằm, khuyết mòn đêm Ba mươi – ở đất nước Giao Chỉ này không có gì thay đổi thì nhân loại sẽ bắt gặp một giống dân ăn lông ở lỗ, ăn mặc như đồng bào thiểu số tiêu biểu cho một thế hệ chậm tiêu nhất thế giới, nghèo đói nhất thế giới. Huyền thoại “anh hùng” sau ngày 30 tháng 4 năm 1975 sẽ chỉ còn là một vết tích lịch sử của một dân tộc đáng thương nhất của loài người!

Hồng vỗ về:

- Thoát được người nào trong gia đình, mình nên mừng cho người đó! Sống bên nhau tới một ngày rồi sẽ chết chùm! Sống ở nước ngoài, dân tị nạn dù có khổ nhứt, cũng còn sướng hơn bà con bên mình ở quê nhà. Tự do là điều cơ bản của lẽ sống con người.

Nàng cho ghe chỉ huy quay trở vào bờ. Trâm ngó lung ra khơi, chỉ thấy một màu đen sẫm. Trên nền trời mây đã tan, muôn ngàn ánh sao lấp lánh và ở xa thật xa, vầng trăng nhú lên khỏi mặt nước, tỏa ánh sáng mờ đục khắp một vùng.

Con tàu định mệnh đã viễn du. Gần một trăm thuyền nhân xa

dần Tổ quốc thân yêu, phập phồng lo sợ và sốt ruột chờ đợi ngày cập bến bờ, cửa ngõ tự do.

Trâm, Bé Tư, Ký Đảm, Hồng từ giã cha con ông Hai Kha. Cha con ông đã hoàn thành sứ mạng nặng nề. Hồng tặng thêm 1 lượng vàng bằng nữ trang cho cha con ông. Nàng nài ép mãi, ông Hai mới chịu nhận. Chỉ liều một chuyến, cả nhà ông đủ sống thoải mái đôi ba năm. Sống dưới chế độ này, chỉ có liều mới làm nên chuyện lớn! Sợ sệt chỉ như ngọn đèn dầu leo lét, đến một lúc nào đó sẽ tắt lịm mà thôi. Kẻ biết sống thường cao giọng ví von: "Thà vụt sáng lên rồi phụt tắt. Còn hơn leo lét suốt năm canh!"[6] Giữa sướng và khổ, sống và chết – chỉ một gạch nối ngắn – gạch nối đó là can đảm và đánh liều với định mệnh. Luật pháp Xã hội Chủ nghĩa là sắt thép, máu lửa, nhưng vẫn còn nhiều kẽ hở. Biết lách mình chui qua kẽ hở ấy, chơi cút bắt với pháp luật là sống và thoát.

Mọi người cùng về thẳng nhà Trâm, chỉ một mình Hồng lủi thủi trở về căn phòng "pháp trường" để cho Ba Sanh giày vò thân xác nàng. Ông ta đã giữ chìa khóa, đêm nay ông ngủ lại nhà Hồng chờ nàng trở về. Ông quả quyết Hồng sẽ trở về an toàn, chuyến đi trót lọt vì ông đã bố trí đâu vào đó hết rồi. Ông bảo đảm sẽ không có một chuyện gì bất trắc xảy ra. Quyền lực nắm trong tay, đồng chí trưởng ty đã cắn câu, chỉ huy trưởng lực lượng biên phòng đã bị trám miệng – Ba Sanh trao cho Hồng lá bài trắng, nàng cứ tự nhiên hành động theo kế hoạch, không sợ một trở lực nào nữa.

Bước lên cầu thang, Hồng ngước nhìn trên cao. Nàng mơ hồ nghĩ tới một cuộc tẩu thoát. Chuyến đi đã thực hiện, nó có thoát khỏi hay không, điều đó Hồng không dám khẳng định. Tới sáng mai, nếu không có tin gì xảy ra, nó đã vĩnh viễn xa rời Việt Nam. Nó cũng có thể gặp nạn trên biển cả do bão tố, do hải tặc hay vì lý do kỹ thuật. Hồng tin tưởng nơi định mệnh. Nàng chỉ biết cầu nguyện ơn trên ban phước lành cho đám thuyền nhân tới một bến bờ tự do nào đó, dù Thái Lan gần nhất hay một trại tị nạn xa nhất. Dù sao, Ba Sanh cũng đã góp công lớn cho chuyến đi. Ông ta xứng đáng được hưởng những gì ông

(6) Mượn ý hai câu thơ của Xuân Diệu: "Thà một phút huy hoàng rồi chợt tối/ Còn hơn buồn le lói suốt trăm năm".

hằng mơ ước: xác thịt và 50 lượng vàng. Bỏ trốn, Hồng không nỡ và không thể làm được. Đây chỉ mới là công tác đầu tiên. Tổ chức còn cần nàng trong những công tác kế tiếp quan trọng hơn, tích cực hơn. Cơ sở ở Cà Mau, nếu không có Ba Sanh gián tiếp yểm trợ, Hồng và các "chiến hữu" sẽ gặp nhiều khó khăn và có thể tan rã hết. Hồng xua đuổi ý nghĩ thoát thân, nàng can đảm tiến thẳng lên cầu thang, gõ cửa.

Ba Sanh ngóng đợi Hồng trở lại như con mong mẹ đi chợ về. Mỗi giờ phút qua, lòng ông nôn nóng, bồi hồi. Ông không tin nàng thất bại và bị bắt. Chuyện Hồng bị bắt đối với ông không có nghĩa gì. Quyền bắt, thả trong tay ông. Ông đã không bố trí vây bắt chuyến đi thì còn ai khác nữa? Ông cũng không tin Hồng theo tàu đi luôn ra nước ngoài, hay bỏ rơi ông trốn đi về Sài Gòn hoặc một tỉnh nào khác với số vàng gần 70 lượng hiện ông còn giữ tại đây. Phần ông 50 lượng, Hồng 20 lượng.

Hồng đã chuyển 80 lượng về Sài Gòn cho tổ chức từ trước. Nàng nói với Ba Sanh chuyến đi chỉ thu được 70 lượng sau khi đã trừ tiền mua tàu, dầu và lương thực.

Thấy số vàng to lớn dành riêng cho mình, ông không dám tin đó là của chính ông. Lần đầu tiên trong đời, ông có ngần ấy của cải. Tuy nhiên, ông cố dự định sẵn trong đầu: nếu Hồng dâng trọn thân xác và cuộc đời cho ông, ông chỉ giữ lại 20 lượng để chia phần cho đồng chí trưởng ty và chỉ huy trưởng lực lượng biên phòng; còn lại 30 lượng, ông sẽ tặng hết cho nàng. Mơ ước của ông là Hồng, cơn thèm khát duy nhất của ông hơn hết cả kỳ thú trên đời này là Hồng. Ông nằm xây mộng đẹp cho tương lai của vợ chồng: cưới Hồng làm vợ; với số vốn 50 lượng vàng, hai người sẽ tậu nhà, sắm đồ đạc, đủ thứ tiện nghi trong ngoài, tận hưởng một đời sung sướng, hạnh phúc.

Ba Sanh trăn trở, tính toán, hình dung thân thể Hồng sẽ nằm gọn trong tay ông, mặc tình ông giày vò tan nát; ông run lên, cười chúm chím. Giấc ngủ mỏi muộn đến với ông từ bao giờ, ông cũng không hay.

Gõ cửa ba lượt, Hồng vẫn không nghe tiếng động bên trong. Nàng tiếp tục gõ, mạnh hơn. Ngọn đèn giữa hành lang bật sáng vàng vọt. Hồng hơi giật mình, nhìn về đằng xa thấy một đầu người ló ra khỏi cửa phòng. Nàng không buồn để ý, gõ tiếp. Hội, đúng là hắn, cũng lại là hắn; bước hẳn ra ngoài hành lang, ngó Hồng chòng chọc, nhe răng cười duyên. Hắn chỉ có mỗi chiếc quần đùi trắng đã ngả màu gần thành xám trên người.

Hắn che tay lên miệng hỏi vọng tới, giọng thật thấp:

- Đi đâu về khuya dữ vậy? Gần một giờ rồi đấy!

Hồng không buồn trả lời. Mặt mày hắn thấy đã chán phèo, mà thân hình hắn càng thảm thương hơn! Hắn ốm nhom như con mắm, xương sườn, xương sống nhô ra, đôi tay lòng thòng như đôi tay vượn, hai ống chân gần như chỉ có xương và da. Thấy hắn trong bóng tối lờ mờ, người ta sẽ hét lên vì ngỡ gặp một bộ xương người biết đi!

Hắn tới gần Hồng, cười duyên hỏi:

- Cô đi đâu mà về trễ dữ vậy?

Hồng lặng thinh. Hắn lặp lại câu hỏi. Hồng làm mặt ngạc nhiên hỏi lại:

- Ông hỏi chi vậy?

- Tôi hỏi cô.

- Tại sao?

- Ồ! Thấy giờ đã khuya rồi, cô mới về, tôi… thắc mắc vậy mà!

Hồng nghiêm mặt:

- Chuyện của tôi mắc mớ gì tới ông!

Hội cười hì hì:

- Tình cảm của người lối xóm, thân cận ấy mà! Tôi ngủ không được, cứ chập chờn mãi, tôi lo sợ cho cô.

- Cám ơn! Tôi không mượn ông lo sợ cho tôi. Tôi có thân, tôi lo.

Hội bước tới gần hơn, thỏ thẻ:

- Cô, thật lòng tôi rất quý mến cô. Xin cô đừng phụ lòng tôi, tội nghiệp!

Hồng giận nhưng vẫn phì cười:

- Rất tiếc, tôi đã có chồng rồi. Ông gõ lộn cửa rồi.

- Cô đã… có chồng?

- Đúng vậy! Chồng tôi đang ở sau cánh của nầy nè.

Hồng đập lên cửa phòng. Hội cố níu chặt hy vọng mỏng manh:

- Tôi… tôi không tin. Hồi nào tới giờ tôi chỉ thấy cô… ở có một mình.

Tiếng chốt cửa khua động. Hồng mỉm cười hỏi:

- Đó, ông có nghe không? Ông nên tránh mặt mau lên. Chồng tôi ghen dữ lắm! Ổng mần thịt ông bây giờ.

Cửa phòng bật mở. Ba Sanh mặc quần đùi, áo thun lá xuất hiện. Thấy Hồng, ông dang rộng hai tay reo mừng:

- Kìa! Hồng, em. Em của anh!

Ông định ôm chầm lấy Hồng nhưng nàng đưa tay ra ngăn lại:

- Kìa anh, có người ta kia kìa!

Ba Sanh cau mày:

- Ai? Ai đâu?

Hồng hất hàm về phía Hội. Ba Sanh bước hẳn ra ngoài. Ông ngó Hội:

- Đồng chí làm gì đây?

Hội lắc đầu:

- Chẳng có gì hết!

Ba Sanh quay lại Hồng:

- Ông ta làm gì em vậy?

Hồng dằn mặt Hội một lần chót cho dứt hậu hoạn:

- Anh nói rõ cho ông ta biết là em đã có chồng rồi để ổng đừng đeo đuổi em nữa. Bực quá!

Nàng vào thẳng phòng. Ba Sanh vừa quay lại, mặt mày hầm hầm. Hội bước từng bước dài về cửa phòng, hai tay đong đưa trông như một con vượn đi trên mặt đất.

Ba Sanh gọi giật ngược:

- Ê, anh kia. Đứng lại!

Hội đã mất dạng. Ba Sanh chửi đổng mấy tiếng. Một vài cánh cửa bật mở, nhiều cái đầu ló ra nhìn về hai chiều hành lang.

Có tiếng hỏi, giọng Bắc:

- Cái gì thế?

- Có trộm ư?

Ba Sanh không buồn đáp, quay vào phòng, đóng chặt cửa, lầm bầm:

- Có ngày mày sẽ chết về tay tao. Đồ khốn kiếp!

Ông ngó dáo dác kiếm Hồng. Nàng không có mặt trong phòng. Ba Sanh gọi mấy lượt vẫn không có tiếng Hồng trả lời. Ông chạy tới cửa buồng tắm. Cửa khóa chặt. Ông đập cửa gọi thất thanh.

Hồng đang đứng tựa lưng vào tường, ngửa mặt nhìn búp sen ngọn douche khô sét. Lâu lắm rồi, nước không còn đủ áp suất lên tới búp sen như trước 30 tháng 4 nữa. Gia chủ tắm gội với nước đầy phèn đựng trong lu bằng sành. Múc từng gáo nước dội lên đầu, lên người, Hồng tưởng chừng như đang sống ở miệt vườn hay một nơi khỉ ho cò gáy nào đấy!

Tiếng gọi, tiếng đập cửa của Ba Sanh càng thúc giục nhắc Hồng nhớ tới giờ phút mình phải trả món nợ không còn khả năng nào kéo cưa, trì hoãn được nữa. Nàng thả hồn theo chuyến đi vừa hoàn thành, về với bao nhiêu chiến hữu đang trông đợi nàng ở một khu.

Lần giao du này với kẻ thù của chồng con, của nhân dân miền Nam là lần cuối cùng. Bao nhiêu đêm xác thân bị giày vò trước đây đã đủ, vừa đủ cho nàng làm tròn sứ mạng do chính nàng tự đặt ra cho mình, và do những kẻ muốn sống có ý nghĩa, muốn tìm lẽ sống cho đồng bào ruột thịt chung quanh giao phó và tín nhiệm.

Nàng cảm thấy mệt mỏi, rã rời nhưng vô cùng sảng khoái, sung sướng. Mấy gáo nước lạnh đầu tiên dội lên người làm Hồng tươi tỉnh dần. Tấm kiếng mờ đục, rỉ ố đối diện rọi chiếu qua ánh đèn điện yếu ớt thân thể tròn lẳn, căng đầy sức sống của người đàn bà đang xuân. Hồng mỉm cười nói lầm thầm: “Chúng nó chết mê chết mệt là phải lắm. Nhờ nó mà mình thành công liên tục. Cám ơn sắc đẹp! Cám ơn! Cám ơn!"

Ba Sanh như con thú dữ đang đói, gào thét bên ngoài:

- Hồng ơi, Hồng! Em làm gì ở trỏng hả? Mở cửa cho anh vào với em đi.

Hồng nũng nịu:

- Em đang tắm! Chờ một chút.

- Cho anh vào tắm chung với em. Anh đang nực quá. Trời oi quá!

- Không được. Em không quen tắm chung!

Ba Sanh quỳ gối nhìn qua lỗ khóa, hết lời van xin, Hồng vẫn chậm rãi tắm gội. Tiếng nước dội lên người Hồng như từng lon xăng dầu dội lên ngọn lửa dục vọng, thèm khát tột độ của Ba Sanh. Mồ hôi tươm ra mặt mũi ông, nhỏ giọt lên nền gạch, ông ngồi bẹp xuống gạch chờ đợi.

Hồng đẩy cửa bước ra, chiếc khăn tắm choàng chéo qua người, nửa kín, nửa hở. Mùi nước hoa tỏa ngát.

- Xong rồi đấy! Muốn ăn tươi nuốt sống gì thì ăn dọng đi!

Ba Sanh bật đứng lên ôm gọn Hồng trong vòng tay run rẩy. Hồng như cánh bướm bị kẹp giữa hai trang giấy, nàng buông lửng cho dông bão mặc tình vùi dập. Ba Sanh dồn ép cơn thèm khát, ẩn ức từ bấy lâu vào giữa bữa tiệc thịnh soạn đầu tiên.

Hồng nhắm mắt thả xuôi theo từng ngọn sóng xô đẩy nàng trôi dạt vào ghềnh đá, bãi cát hoang vu. Nàng cố né tránh cảm giác tự nhiên của xác thịt, dồn trút tâm trí về một chân trời mới của đời nàng – nơi đó có bao người thân yêu trông đợi.

Ba Sanh lần đầu tiên trong đời có được một lần viễn du vào cảnh giới thiên thai. Ông ta quên hết mọi chuyện thế gian: từ bản thân một cán bộ đảng viên đến vị lãnh tụ anh minh mà ông yêu kính, tôn thờ. Trong tâm trí và trong tận cùng con tim ông, giờ chỉ có Hồng, một mình Hồng thôi. Ý nghĩa thương yêu nhất của một con người, đối với ông, là sự hiến dâng của Hồng, là người đàn bà phía dưới ông!

***

Ba Sanh giữ đúng lời hứa, chỉ giữ lại 20 lượng chia đều cho các đồng chí đã gián tiếp tham dự vào thành công của chuyến đi. Còn lại bao nhiêu, ông giao hết cho Hồng giữ. Một cán bộ tại chức như ông không thể giữ 30 lượng vàng, ông cũng không biết cất giấu ở đâu vừa an toàn không bị mất vừa không thấu tai tổ chức. Hồng đem về Sài Gòn cất giấu đợi sau ngày cưới sẽ đem ra tiêu xài dần. Hai người thức suốt đêm trao đổi ý kiến, vẽ ra một tương lai hạnh phúc cho cuộc đời chồng vợ lý tưởng sau này.

Ba Sanh ký giấy phép đặc cử một tài xế và một cận vệ đưa Hồng về Sài Gòn bằng chiếc xe Jeep của Ty Công an Minh Hải. Như vậy Hồng khỏi lo sợ dọc đường bị các trạm kiểm soát chặn lại xét hỏi lôi thôi. Qua các trạm kiểm soát, tài xế rú còi giành quyền ưu tiên.

Tiễn chân Hồng, Ba Sanh căn dặn:

- Về Sài Gòn đôi ngày, khi xong việc, em nhớ trở xuống liền kẻo anh nóng lòng trông đợi. Xa em lâu ngày, anh khổ lắm!

Hồng nắm tay Ba Sanh, âu yếm:

- Em cũng vậy. Xa anh, em không vui chút nào. Có thể em sẽ… có con với anh. Xong việc, em sẽ cấp tốc trở về liền. Mình phải tính cho mau đám cưới kẻo mang tiếng thị phi. Cô dâu mang bầu ở ngày cưới, thiên hạ cười thúi đầu.

Ba Sanh xúc động mạnh:

- Em mà có con với anh, anh sẽ mở tiệc ăn mừng thật lớn. Chừng đó em muốn gì anh cũng sẽ chiều theo hết, kể cả em muốn ăn gan rồng, anh cũng cố tìm cho được!

Xe chạy đã xa, Hồng vẫn thấy Ba Sanh đứng tại chỗ dõi mắt nhìn theo. Nàng vẫy tay chào, chào vĩnh biệt người Cộng sản cuối cùng chiếm đoạt xác thân nàng. Một thoáng buồn vu vơ, mỏng manh như tơ trời gợn lên trong hồn nàng. Dù Ba Sanh cũng giống như mấy cán bộ đảng viên đã đi qua trong đời nàng trước đây, nhưng ông ta đã giúp nàng một giấc mơ vĩ đại của chính nàng, của bao người ra đi tìm tự do và của một tập thể con yêu Tổ quốc sắp sửa lao vào một trận chiến đầy cam go, nguy hiểm.

Chiếc Jeep về tới thành phố, trời đã tối. Đèn đường cháy sáng lưa thưa, chỗ có chỗ không. Một số đường tối thui. Cơ quan thủy điện không đủ năng lượng thắp sáng cả một thành phố trước đây nổi tiếng là "Hòn Ngọc Viễn Đông".

Hồng xuống xe ở một ngã tư, phát cho tài xế và tên cận vệ mỗi đứa 1000 đồng rồi bảo bọn họ quay về Cà Mau. Được lái xe, hầu cận bà thủ trưởng đã là một vinh hạnh, giờ còn được cho tiền nữa, hai tên công an mừng húm, cảm ơn Hồng rối rít. Hai đứa năn nỉ Hồng trở về Minh Hải đừng nói lại với Ba Sanh đêm nay hai đứa ở lại Sài Gòn ăn nhậu no say một bữa, sáng sớm mai mới trở về nhiệm sở. Đã lâu lắm rồi, sau ngày 30 tháng 4, hai đứa mới có dịp đáo lai thành phố mang tên Bác. Đời còn gì thú vị hơn một đêm có tiền đầy túi, tha hồ tiêu xài vung vít!

Hồng xách túi đựng đầy vàng nhắm hướng nhà Thiên thẳng tới. Nàng mang trong người cả một tài sản, một phương tiện đấu tranh và niềm tin mãnh liệt cho những chiến sĩ cách mạng dân tộc.

Người gặp mặt Hồng đầu tiên trước cổng vào nhà Thiên là Bé Tư. Anh mừng muốn khóc. Anh và Ký Đảm, hai anh em thằng Hoài – Vọng và bà Giỏi, Trâm đi ngay lên Sài Gòn bằng chuyến xe đò khởi hành đầu tiên theo đúng kế hoạch. Ngôi nhà bà Giỏi đóng kín, giờ coi như bà và Trâm đã bỏ nó nguyên vẹn, không luyến tiếc. Trước sau gì rồi đây nó cũng sẽ bị tịch biên. Bà Giỏi đã khóc hết nước mắt mỗi lần bà đi thụt lùi nhìn về nơi đã chôn chặt biết bao nhiêu kỷ niệm trong suốt cuộc đời bà. Trâm cũng không cầm được nước mắt khi vĩnh viễn xa rời mảnh đất thân yêu. Nga đã ra đi với Hồ Thiện, không chống thì chầy, chính quyền sẽ hay biết. Trâm đã quyết định dấn thân, bà Giỏi đành theo nàng, một lần nữa đóng vai trò "mẹ chiến sĩ". Bà đã già yếu, vật chất không còn đủ sức cám dỗ bà nữa. Thân cổ thụ làm bóng mát cho đám người trẻ nghỉ ngơi trong tháng ngày chiến đấu gian nguy. Trâu già không kéo nổi cày nặng khai khẩn đất hoang thì cũng kéo nổi những chiếc xe rơm xây lều trại cho một khu, làm giường ngủ cho những đứa con yêu.

Bé Tư đỡ hai túi nặng trên tay Hồng:

- Không suy suyển chút nào hả chị? Ủa, sao nặng dữ vầy nè?

Hồng mỉm cười:

- Đâu, anh đoán thử coi bao nhiêu lượng hết thảy? Anh nói trúng, tôi phục sát đất.

Bé Tư giơ cái túi xách lên cao:

- Thì như chị cho biết mình còn hai chục, còn năm chục thuộc về Ba Sanh.

- Nhiều hơn hai chục lượng.

- Bộ chị ngắt bớt trong phần của hắn à?

- Thì anh thử đoán xem.

- Ba chục.

- Hơn nữa.

- Bốn chục?

- Nhiều hơn.

- Năm chục?

Hồng gật đầu. Bé Tư dừng bước, tròn mắt:

- Cái gì? Nhiều dữ vậy sao? Chị…

Hồng nắm tay anh kéo bước tới:

- Tôi sẽ trình bầy đầu đuôi gốc ngọn cho anh chị em nghe. Giờ anh chỉ cần biết bọn tụi mình có đủ phương tiện hoạt động hữu hiệu trong một thời gian khá lâu. Có thực mới vực được đạo. Của nhơn dân, mình sử dụng mưu tìm tự do, hạnh phúc cho nhơn dân.

Bé Tư ghị đứng lại, nhìn Hồng với ánh mắt cảm phục:

- Chị Hồng!

Hồng ngạc nhiên:

- Chuyện gì hả anh? Bộ tôi nói không đúng sao?

- Không phải vậy. Tôi muốn nói…

- Anh muốn nói gì?

Ngập ngừng trong một phút, Bé Tư giãi bày lòng mình:

- Chị tha thứ cho tôi. Tôi đã hiểu lầm và đánh giá thấp con người chị trước đây.

Hồng phì cười:

- Ối, bỏ chuyện nhỏ đó đi. Giờ, tất cả chúng mình nên nghĩ tới mục tiêu cao cả trước mắt mỗi người trong chúng ta. Ồ, con người tôi không có gì đáng hết, nó chỉ là viên sỏi trong khối bê tông vĩ đại ngăn giữ bạo quyền bức hiếp nhơn dân, chà đạp nhơn phẩm của con người.

Nàng thở ra:

- Gạt bỏ mục đích qua một bên, chính tôi, cũng khinh con người tôi mỗi lần… chung đụng với bọn người hôi tanh, hèn hạ kia nữa!

Bé Tư xúc động:

- Chị là đàn bà mà chị đã làm nên chuyện lớn trước nhứt. Còn tôi, từ ngày có trí khôn cho tới bây giờ, chỉ toàn vô dụng, nếu không muốn nói thêm là tôi đã góp phần vào cuộc sụp đổ của miền Nam, vào cảnh huống thê thảm của đồng bào ruột thịt miền Nam nầy.

- Đã là con người, không ai thánh thiện, thập toàn và không một lần lầm lỡ. Ngay như Đức Phật, trên đạo hạnh đi tìm giải thoát cho loài người, Ngài vẫn từng lầm cách tu và Ngài thấy cần sửa đổi cho thích hợp với tâm và xác. Duy chỉ có một điều quan trọng có thể đánh giá nhơn phẩm, đó là: kẻ lầm lỡ có được sức mạnh tinh thần tự sửa đổi bản thân, từ bỏ cái xấu, cái trật và cùng chung với mọi người hành hiệp cứu dân, cứu nước hay không? Anh và nhiều cán bộ, đảng viên khác, luôn cả những người sống, phục vụ dưới chế độ quốc gia, tất cả các anh đang trên con đường đi mới, góp sức dựng một ngọn cờ mới mưu tìm hạnh phúc thực sự cho dân tộc, Tổ quốc Việt Nam mới.

Cúi đầu đi sát người Hồng vào nhà, Bé Tư nói với chính mình:

- Không biết có làm nên tích sự gì không?!

Hồng ru dỗ:

- Có làm nên tích sự hay không, điều đó chưa phải là cứu cánh; bởi vì cuộc chiến đấu nào cũng cam khổ, chết chóc, tù tội và có thể đưa tới đổ vỡ, thảm bại. Nhưng ý chí quật cường, tinh thần đấu tranh không mệt mỏi mới thật sự là nền tảng căn bản của kháng chiến, của cách mạng. Các anh ngã xuống sẽ có nhiều người khác đứng lên. Lòng yêu nước nhiệt thành của nhơn dân Việt Nam đã từng được chứng minh qua lịch sử đấu tranh. Làm sao cho mọi người, nhứt là thanh niên – lớp người rường cột của xứ sở nầy, ý thức được nghĩa vụ của họ trước sự tồn vong của đất nước, trước ước mơ tự do, hạnh phúc của nhơn dân. Chuyện đó do các anh đảm nhiệm và thực hiện cho bằng được.

Bé Tư càng cảm kính con người Hồng hơn nữa. Mặc cảm trước đây đối với Hồng không còn gợn đục mảy may trong tâm tưởng anh. Hình ảnh đầu tiên trong đêm anh đi rước mụ cho vợ tại nhà bà Tám Thơm mẹ chồng Hồng – hình ảnh ghê tởm đối với anh, giờ đây chỉ còn là hình ảnh can đảm của một nữ điệp viên đang đưa đối phương vào bẫy rập.

Mẫu đàn bà thành thị, vợ "lính ngụy" nhiều thói hư, tật xấu, ham mê vật chất, nhục dục theo như người Cộng sản, cách mạng xuyên tạc, vu cáo – giờ đây đối với Bé Tư quả đúng là xuyên tạc và vu cáo! Hồng đã trở thành tấm gương sáng cho chính anh, cho bất cứ ai không muốn sống trong vũng lầy của chế độ hiện hữu!

Từng nhóm nhỏ âm thầm rời bỏ ngôi nhà hẹn, rút vào rừng Minh Hòa tỉnh Sông Bé – một nơi nổi tiếng trong chiến tranh Việt Nam. Chiến khu Đ của Việt Cộng trước 30 tháng 4, bây giờ bị bỏ hoang, được dân kinh tế mới Minh Hòa khai thác triệt để làm nguồn sống tạm bợ. Bộ đội, công an, chính quyền địa phương không còn đủ can đảm quay trở vào nơi họ đã sống quá gian khổ, thiếu thốn đủ mọi thứ trong thời kỳ được mệnh danh là "chống Mỹ cứu nước"!

Rừng rậm, chiến khu bây giờ đối với họ chỉ còn là quá khứ, là dĩ vãng vàng son, rạng rỡ nhưng ngao ngán, chán chường mất rồi! Một khi đã thoát ra, họ không buồn trở lại nữa, như một cô gái quê nghèo đã chớp được một chàng trai thành thị giàu có, cô chỉ còn muốn vơ vét, tận hưởng cảnh phú quý và cô không còn can đảm trở lại thăm căn chòi rách nát, thiếu thốn đủ mọi tiện nghi tối thiểu cho cuộc sống!

Tuy một khu không có gì đáng giá, vẫn còn nhiều thứ cần thiết cho đời sống kham khổ của các đồng bào kinh tế mới: ny lông, củi đốt, ê tô, kìm búa, mỏ lết và gạo mục chôn giấu dưới các địa đạo quanh co khúc khuỷu. Rất nhiều đầu đạn rốc-két, bom nổ chậm cắm đầu một nửa trong đất, phủ đầy lá rừng khô. Rất nhiều lán trại còn nguyên vẹn lợp tranh hoặc lợp một thứ lá không bắt lửa chống bom napan. Rất nhiều bếp lửa bằng đất thông hơi có thể nấu ba bốn nồi thức ăn một lượt có tên là bếp Hoàng Cầm. Nhiều, rất nhiều tiện nghi sáng tạo bởi những người muốn chiến thắng một sức mạnh quân sự tối tân, tiên tiến còn nguyên tại chỗ sau khi đã chiến thắng. Tất cả nằm la liệt giữa lòng khu rừng già nay đã trở thành một huyền thoại sau một cuộc chiến khốc liệt cuối thế kỷ XX.

Mật khu của người cách mạng mới được thiết lập trong chiến khu của lớp người sử dụng cách mạng dân tộc, như một phương tiện để xuất cảng Chủ nghĩa Cộng sản của siêu cường Liên Xô. Kẻ chiến thắng đã bỏ đi, không bao giờ nghĩ tới một ngày quay trở lại. Người bại trận, kể cả người chiến thắng nhưng không chấp nhận kiểu chiến thắng của Hốt Tất Liệt, của bạo chúa Mãn Thanh, dùng sào huyệt cũ chống lại chế độ hiện hữu.

Dãy lán trại lợp bằng thứ lá không bắt lửa vẫn được giữ nguyên. Vách phên tơi tả, kèo cột đã bắt đầu bị mối nhấm. Ban đêm nằm lắng tai, người ta nghe tiếng mối ăn cây rào rào. Đạt chủ trương không sửa chữa gì cả vì sợ đối phương một khi đi tuần sẽ phát hiện chuyện lạ rồi sinh nghi. Anh chỉ cho đào hầm phía dưới trại thật sâu và thiết kế kiên cố vị trí Ban tham mưu. Đường xuống hầm không nằm bên trong lán trại, mà từ giữa một bụi rậm cách trại một trăm thước. Ngõ thoát thân nằm phía bên kia cũng cách trại một trăm mét.

Binh sĩ và cán bộ chỉ đạo đóng ở các lán trại chung quanh. Rất nhiều giao thông hào ngoằn ngoèo, quanh co đã có sẵn được dọn dẹp đại khái để tránh rắn rết có thể gây nguy hiểm cho các chiến sĩ khi lâm chiến.

Ban tham mưu gồm có: Đạt, Thiên, Ký Đảm, Bé Tư, Cang, kỹ sư Việt, Tín, bác sĩ Hải, Đại úy Giàu, Phó Tiến sĩ Nghiêm, Thượng úy Điều và một người mà Trâm, Hồng không bao giờ ngờ có mặt là Kháng. Anh nằm vùng ngay trong trường Đảng Nguyễn Ái Quốc 7.

Thiên, Cang và Tín phụ trách về hành chính, tiếp liệu; Ký Đảm, Bé Tư huấn luyện đặc công; Điều, Giàu phối hợp giảng dạy quân sự toàn diện cho thanh niên và gia nhập mặt trận. Khâu giao liên, dĩ nhiên thuộc về Trâm, Hồng, chị Khiêm – vợ Đạt, với sự cộng tác của một số phụ nữ lanh lợi, nhiều mưu trí khác. Đạt được bầu làm thủ lĩnh chịu trách nhiệm chung. Các phần vụ sẽ được bổ sung một khi tổ chức ngày một thêm mở rộng.

Một số cơ sở quần chúng nằm trong 21 tổ của vùng kinh tế mới Minh Hòa.

Gia đình ông bà Đặng Văn Thân gồm 6 người; trước đây là một thương gia ở Phú Thọ Hòa, sau đợt đánh tư sản đầu tiên, bị đuổi đi kinh tế mới. Hảo – con gái lớn và 3 đứa em trai nàng cùng song thân đi về vùng rừng núi của tỉnh Sông Bé, chôn kín cuộc đời xuân trẻ, vùi dập tương lai và sự nghiệp mà trong chế độ trước, ai cũng tưởng đâu sẽ xán lạn, huy hoàng.

Ông Thân nuốt oán hận ra đi, chỉ còn chút vốn liếng trong tay. Người ta cướp sạch những gì vợ chồng ông đã dày công tạo dựng nên trong suốt hai mươi năm, từ ngày Hảo mở mắt chào đời. Đuổi ông bà đi kinh tế mới, có nghĩa là người ta đã dành cho ông bà một ân huệ. Tội của ông – tội tư sản mại bản, đáng phải đi tù và biệt xứ!

Ngay khi Hiệp – em kế Hảo đi rừng về, thuật lại cho cả nhà nghe những gì mình đã gặp, thấy và nghe từ mật khu, ông Thân quyết định rất mau tham gia kháng chiến.

Hiệp đi cắm câu gần núi Cậu dọc theo con suối có cái tên do địa phương đặt cho là Suối Tiên, em học được kỹ thuật cắm câu của dân tộc thiểu số do một đồng bào kinh tế mới truyền lại. Ngoài một số cần cắm dọc theo suối, Hiệp móc vào mười ngón tay mười dây câu thả xuôi theo dòng nước, ngồi dựa lưng vào gốc cây chờ cá cắn. Hằng ngày, em đem về cho gia đình vài ký cá, cải thiện bữa ăn cơm độn khoai, bắp.

Một hôm đang loay hoay gỡ cá, Hiệp nghe tiếng chân người đạp trên lá cành khô, em quay lại nhìn, chợt thấy anh em Hoài – Vọng võ trang súng cạc-bin vừa trờ tới sau trái bom napan ghim đầu xuống đất. Em hốt hoảng định bỏ chạy, nhưng có tiếng gọi giật ngược:

- Đứng lại!

- Bỏ chạy tao bắn bỏ. Đứng lại!

Hiệp nghe rõ tiếng lên cò súng lách tách. Em hồn phi phách tán, đứng yên, tay chân run lẩy bẩy.

- Giơ tay lên. Giơ cao lên!

Em không dám quay lại nhìn. Hoài dí đầu súng vào vai Hiệp:

- Nó không có vũ khí gì hết.

Hoài cật vấn:

- Mầy đi đâu đây?

Hiệp đánh bò cạp:

- Tui… tui đi cắm cần câu…

- Một mình hay có ai nữa?

- Dạ… chỉ có một mình.

- Ở đâu tới đây?

- Dạ, tui ở trong vùng nầy. Tui là dân… kinh tế mới.

- Tổ nào?

- Dạ, tổ 19.

Anh em Hoài – Vọng quyết định dẫn giải Hiệp về một khu. Hai đứa vừa đi tuần tiểu định trở về đơn vị thì bắt gặp Hiệp. Thay vì dẫn Hiệp về thẳng đơn vị, hai đứa áp giải kẻ tình nghi dán điệp đi vòng vo tam quốc để Hiệp không nhớ đường nẻo. Lặn lội trong rừng gần hai giờ đồng hồ, ba người về tới địa phận một khu.

Nhiều ám hiệu bằng tiếng chim kêu truyền đi từ mỗi trạm gác kéo dài tới cửa đường hầm xuống Ban tham mưu.

Anh em Vọng – Hoài giao Hiệp lại cho Tỵ – cận vệ của Đạt. Hiệp vừa sợ vừa ngạc nhiên. Em mới chỉ 17 tuổi đầu, chưa từng đối diện với nguy hiểm chết người. Tâm trí non nớt của em căng thẳng trước những người mà em không biết thuộc tổ chức nào. Có một điều em chắc chắn nhất là không thuộc chính quyền cách mạng. Họ là ai? Em hoàn toàn không hiểu nổi.

Đạt đang ngồi thảo cương lĩnh, Tỵ đẩy Hiệp từ bên ngoài té quỳ trước mặt mọi người. Đạt khẽ giật mình, ngừng viết ngước lên nhìn Hiệp rồi ngó Tỵ.

Tỵ báo cáo:

- Thưa anh, chúng ta vừa bắt được tên nầy. Thằng Hoài, thằng Vọng tình nghi nó làm gián điệp cho Việt Cộng.

Hiệp quýnh quáng:

- Dạ, dạ hổng phải vậy. Tui có làm gián điệp gì đâu!

Đạt dịu dàng bảo Hiệp:

- Em đứng lên. Tới gần đây, anh hỏi.

Hiệp đứng lên, khép nép. Đạt rời bàn, đi vòng tới sát bên Hiệp. Anh đoán ra tuổi tác của Hiệp. Anh không tin sự cáo buộc của anh em Hoài – Vọng. Sau cuộc thẩm vấn ngắn, anh đã hiểu rõ sự thật về gia cảnh và hiện trạng của Hiệp.

Cho Hiệp cơm nước xong, Đạt truyền lệnh cho Cang và Nghiêm đưa Hiệp trở về nhà gặp ông bà Thân và Hảo, cố thuyết phục gia đình này làm cơ sở quần chúng đầu tiên trong vùng.

Ở nhà, ông bà Thân, Hảo và hai em đứng ngồi không yên. Mặt trời lặn, đêm đã trùm kín lối rừng, Hiệp vẫn chưa trở về. Chưa lần nào em đi cắm cần về trễ như vậy. Giả thiết Hiệp bị lạc đường hoặc bị thú dữ ăn thịt không đứng vững. Từ Suối Tiên về nhà, tuy hơi xa nhưng Hiệp đã quen đường đất. Rừng Minh Hòa không có cọp, beo. Trước kia, lúc Việt Cộng chưa mở chiến khu Đ, rừng có cọp, beo, mèo rừng và nhiều rắn độc. Từ ngày có bom đạn gầm thét ngày đêm không dứt, thú dữ khiếp sợ, bỏ đi hết. Nay, tiếng giết người đã im bặt, người ta đồn dã thú bắt đầu quay trở lại, nhưng không có ai, nhất là tay săn khét tiếng Ba Tơ (biệt hiệu "Một Phát") không hề bắt gặp một con nào. Ba Tơ với cặp chó săn khôn ngoan thường đi săn vào 15 đêm tối trời, biết rành khu này như dân thành phố thuộc nằm lòng từ đường cái tới ngõ hẻm. Anh giẫm nát khắp nơi, tài thiện xạ của anh nổi tiếng đến nỗi người ta tặng cho anh biệt hiệu "Một Phát". Chỉ một phát súng, anh hạ một con vật. Không bao giờ anh nả phát thứ hai.

Ông bà Thân chỉ còn vin vào chuyện hoang đường: Cậu hiện hình dụ Hiệp theo lên núi cho ăn đầy họng trái xay, hai ba ngày sau mới cho về nhà. Dân kinh tế mới Minh Hòa rất tin và sợ chuyện Cậu phá phách tương tự như vậy. Thiên hạ đồn đãi, truyền miệng một đôi vụ người đi đường giữa trưa đứng bóng trông thấy một cụ già trạc tuổi 60 – 70 mặc đồ bà ba lụa lèo trắng, cổ quấn khăn rằn đi phía trước mặt hoặc sau lưng mình. Cậu gọi thật to, đúng phóc tên họ. Kẻ nào không biết, lên tiếng đáp sẽ bị Cậu làm mê muội rồi dẫn tuốt vào rừng, lên giữa núi nhét trái xay đầy miệng, cho tới một hai ngày sau mới làm tỉnh hồn vía trở về nhà! Cậu không hại ai, Cậu chỉ đùa giỡn vậy thôi!

Ông Thân chạy tới tổ 21, thuật cho Ba Tơ nghe tin chẳng lành và nhờ Ba Tơ dẫn chó săn đi tìm Hiệp. Ba Tơ nhận lời ngay. Bà con trong vùng rất thương mến anh. Ai có việc cần nhờ vả, anh không bao giờ từ chối.

Ngay sau khi Ba Tơ dẫn chó lên đường thì Hiệp đã về tới. Cang, Nghiêm đứng nép bên hè để Hiệp vào nhà một mình. Hai người muốn nghe chuyện Hiệp kể lại cho gia đình và biết rõ thái độ của ông bà Thân.

Mọi người mừng rỡ bao quanh Hiệp. Bà Thân ôm con vào lòng, nụ cười sung sướng trên môi, nước mắt đoanh tròng.

Ông Thân nghiêm giọng:

- Hiệp, mầy đi đâu dữ thần vậy hả? Mầy có biết cả nhà lo sợ cho mầy không?

Hiệp lặng thinh, ngó chừng ra hè nhà. Ông Thân trợn mắt nạt:

- Tao hỏi mầy có nghe không? Sao ngậm câm không trả lời!

Hảo nắm tay em trai, nhỏ nhẹ nói với cha:

- Ba à! Em mới về tới, hồn vía chưa tỉnh. Ba đừng la rầy, lớn tiếng. Để từ từ Hiệp nó thuật lại cho cả nhà nghe. Con nghĩ nó vừa thoát khỏi một tai nạn như thế nào đó.

Nàng dịu dàng bảo Hiệp:

- Bình tĩnh lại đi em. Tới đằng ghế ngồi nghỉ mệt một chút rồi thuật lại cho ba má nghe chuyện gì đã xảy ra cho em.

Ngồi xuống ghế, Hiệp lại ngó chừng ra hè. Em muốn mời Cang và Nghiêm vào nhà ngay để giới thiệu hai người với gia đình.

Ông Thân nghi ngờ:

- Cái gì vậy Hiệp? Bộ có ai theo mầy ở ngoài kia hả?

Hiệp mở đầu câu chuyện:

- Con vừa mới bị bắt.

Mọi người giật mình, trố mắt nhìn em. Mặt mày bà Thân tái xanh. Ông Thân chồm tới:

- Hả? Mầy… bị bắt? Ai bắt?

- Kháng chiến quân!

Cả nhà như bị điện giật. Ba tiếng vừa thoát ra miệng Hiệp quá xa lạ và không thực tế, nhất là đối với ông Thân. Ông đã nghe những tiếng này đã lâu lắm rồi, cách đây gần ba mươi năm, lúc ông còn trẻ. Ông không hề tham gia ngày toàn dân khởi nghĩa chống Pháp vì thuở ấy, ông còn nhỏ dại chưa ý thức nổi lòng ái quốc và thế nào là kháng chiến chống ngoại xâm; phần khác vì thân sinh của ông vốn dĩ là một công chức Bưu Điện từng được Chính phủ Bảo hộ tặng Huy chương Tổng thống Pháp Pétain. Gia đình ông cấm ông ra đường trong những ngày sôi sục của lịch sử. Ông được gửi vào học nội trú trường Taberd. Các thầy dòng giam lỏng ông trong ký túc xá, ông chỉ được phép về nhà khi thân sinh ông tới rước vào cuối tuần.

Lớn lên, ông đậu Tú tài, nối nghiệp cha làm cái nghề cạo giấy ở ngành Bưu Điện rồi cưới vợ, đẻ con, sống cuộc đời bình dị, chán chường. Từ đó, ông không còn nghe thấy hai tiếng "kháng chiến" nữa. Kháng chiến đã thoát xác thành Lao động rồi Cộng sản, Việt Cộng, rồi Mặt trận Giải phóng miền Nam,…

Trước mắt ông và mọi người, chỉ còn có hai thế lực đối đầu, kình chống nhau, sống chết cho hai ý thức hệ Tư bản và Cộng sản – đó là Quốc gia và Việt Cộng!

Giờ đây nghe Hiệp nhắc tới "kháng chiến quân", ông ngạc nhiên quá!

- Sao mầy biết đó là kháng chiến quân?

Ông phủ định ngay:

- Không! Không thể là kháng chiến được. Nếu tao không lầm thì đó là một bọn cướp!

Hiệp phản đối:

- Họ không phải cướp. Họ là kháng chiến. Thiệt vậy đó ba!

Em hơi lớn tiếng như muốn nhấn mạnh điều mình vừa đưa ra là xác đáng.

Hảo ôm vai em lay nhẹ:

- Nói nho nhỏ em! Tai vách mạch rừng. Lỡ có ai nghe được đi báo cáo với cách mạng. Đố khỏi em và gia đình mình bị liên lụy đó!

Bà Thân phụ họa:

- Nhà nước bắt con dẫn họ đi. Con chỉ hổng ra, con không yên thân đâu, con ơi!

Ông Thân nạt:

- Thôi đi, mầy chỉ nói xàm! Thấy gà tưởng cuốc. Làm gì có kháng chiến quân! Bất quá đó chỉ là lính Quốc gia không trình diện học tập, trốn tránh trong rừng vậy thôi. Tao không tin!

Hiệp nhăn nhó:

- Hổng phải vậy đâu ba. Kháng chiến quân thiệt mà. Họ có đầy súng ống, có quân phục đàng hoàng, toàn màu xanh lá cây, đầu đội nón lưỡi trai, chân mang giầy bố đế cao su dầy. Họ ăn nói đâu ra đó. Họ…

Bà Thân chặn ngay:

- Họ có đánh đập gì con hông?

Hiệp tươi cười:

- Dạ không! Họ đối xử với con rất tử tế. Họ cho con ăn thiệt ngon và thiệt no. Cơm hổng có độn khoai, bắp. Họ là những "người tốt".

Hảo tiếp lời mẹ:

- Họ cho em về hay em trốn?

- Họ cho em về gặp lại ba má rồi…

Ông Thân trố mắt:

- Rồi sao? Bộ họ tính… Rủ rê mầy bỏ nhà trốn theo họ hả?

Hiệp khẳng định:

- Khỏi cần họ rủ rê, con đi theo họ. Con trở về xin phép ba má cho con đi.

Ông Thân bước nhanh tới, nắm vai Hiệp, trợn mắt:

- Mầy nói sao? Mầy… bỏ nhà… theo chúng nó à?

- Con đi theo lẽ phải. Con không làm điều gì sái quấy.

Ông Thân tát mạnh vào mặt Hiệp, quát tháo:

- Thằng khốn kiếp! Mầy… mầy dám chống lại thằng cha mầy phải không?

Hảo nhào tới ôm cứng cha, can gián:

- Ba, đừng đánh em con. Ba hãy bình tĩnh.

Bà Thân tiếp sức con gái:

- Ông làm gì dữ vậy chớ? Chuyện đâu còn có đó. Con nó lớn rồi nên lấy lời lẽ răn dạy nó. Đánh đập làm chi!

Ông Thân cố thoát ra khỏi vòng tay Hảo, la lớn:

- Nó chưa có gia đình, nó còn lệ thuộc vào quyền định đoạt của cha mẹ. Nó cãi lời tôi, tôi sẽ giết nó chết tươi liền tại đây!

Hiệp nghe da mặt nóng rát. Em ngạc nhiên:

- Tại sao ba đánh con? Con có làm chuyện gì bậy bạ đâu!

Bên hè, Nghiêm, Cang bàn bạc:

- Vô đi. Đã tới lúc rồi!

- Khoan đã. Chờ chút nữa coi. Để xem Hiệp nó đối phó ra sao đã.

- Ông già nổi giận dám giết nó lắm đó. Mình thấy nó đã cương quyết rồi đó!

Trong nhà, ông Thân nhìn đỏ lửa vào mặt Hiệp:

- Mầy chưa biết gì về chúng nó hết mà đã đòi theo rồi. Gặp bọn lưu manh, trộm cướp, mầy cũng gia nhập vào đảng sọ người của nó hay sao?

Hảo vỗ về:

- Hiệp, em! Đừng sôi nổi, bồng bột như vậy không nên. Chờ xem và hiểu rõ họ cái đã rồi em theo họ cũng không muộn. Em nghe lời chị đi.

Hiệp cúi đầu lặng thinh. Ông Thân ngỡ đâu em đã xiêu lòng vì nể sợ ông:

- Tuổi mầy ăn chưa no lo chưa tới, hỉ mũi chưa sạch biết gì về chánh trị chánh em mà đòi tham gia? Dẹp đi! Hãy sống an phận thủ thường cho xong chuyện!

Hiệp vụt ngước lên hỏi:

- Ba, trong thời kỳ chín năm kháng chiến chống ngoại xâm của toàn dân, ba có tham gia hoạt động chút nào không?

Ông Thân giật mình:

- Hả? Mầy hỏi tao có làm gì trong chín năm toàn dân khởi nghĩa chống Pháp không?

Giọng Hiệp trầm trầm:

- Con nghe bà nội lúc bà còn sống nói ba chẳng làm gì hết trong thời kỳ lịch sử đó. Không phải lỗi ba. Tại ông nội cấm cản, ngăn chặn ba đó thôi.

- Ờ, ờ! Tại ông bây làm việc cho Tây, hưởng bổng lộc của Tây nên không cho tao chống Tây.

- Ba có thấy hối tiếc chút nào không? Con muốn nói rõ hơn là ba có cảm thấy nhục không?

Hảo hốt hoảng:

- Kìa, Hiệp. Ăn nói nên giữ lời em. Hỗn hào ba đánh chết!

Hiệp vẫn thản nhiên:

- Em không có ý hỗn hào với ba, nhưng em muốn biết lòng ba đối với thời kỳ lịch sử ấy.

Ông Thân nói phân hai:

- Mỗi người có một hoàn cảnh riêng. Tham gia cũng tốt mà không tham gia cũng không sao! Những kẻ tham gia hết lòng hết dạ để rồi đất nước mới ra nông nổi nầy. Thân phận của tao, của má mầy, của chị em bây mới trôi sông lạc chợ, đói rách như vầy nè!

- Nhưng thưa ba, theo ý con, kháng chiến ở ban đầu không có nghĩa là toàn dân cố tình góp công sức xây dựng chế độ Cộng sản. Lòng yêu nước của dân chúng đã bị lợi dụng và do một cá nhơn lèo lái, xoay chiều đi vào ý đồ thực hiện Chủ nghĩa Cộng sản và áp đặt lên đất nước Việt Nam. Ông Hồ Chí Minh và đàn em trung tín đã gãi đúng chỗ ngứa của nhơn dân nên họ đã thành công. Có phải vậy hông ba?

Ông Thân kinh ngạc:

- Ý, thằng nầy bữa nay nói chánh trị giỏi dữ ta? Ai dạy mầy đó?

Bên ngoài, Nghiêm, Cang gật gù:

- Hiệp nó giỏi thiệt tình. Nó nói chánh trị như một người lớn, một cán bộ tuyên huấn!

- Đặng lắm! Trở về, mình phúc trình cho anh Đạt và tất cả anh chị em nghe hết. Giỏi thiệt!

Bà Thân, Hảo và hai em Phi – Hùng nhìn ông Thân đăm đăm.

Hiệp trả lời câu hỏi của cha:

- Chưa ai dạy con hết. Chính con tìm hiểu như vậy. Con muốn ba đừng giống như nội con, con muốn xứng đáng với gia đình và là người duy nhứt làm rạng mặt nở mày giòng họ Đặng nầy.

Ông Thân hỏi ngay:

- Bằng cách mầy tham gia kháng chiến?

- Thưa ba, đúng vậy. Con đã trưởng thành, ba cho con vinh dự làm người thanh niên mới chống lại tàn bạo, đánh đổ bọn người đã làm sụp đổ tan nát nền móng của xã hội miền Nam, phá hủy sự an vui của muôn triệu gia đình, trong đó có gia đình ta.

- Mà… kháng chiến… ở đâu chớ?

- Nơi con vừa mới trở về, trong vùng kinh tế mới nầy.

- Hả? Mầy tin bọn họ là… kháng chiến sao?

- Thưa ba, không còn gì nghi ngờ nữa. Họ kháng chiến, họ yêu nước.

Ông Thân vặt mạnh hai tay, thở dài:

- Trời đất quỷ thần ơi! Châu chấu mà đòi đá xe. Cách mạng họ mạnh lắm. Họ sẽ… tàn sát hết trơn!

Có tiếng mở cửa. Mọi người nín lặng, hốt hoảng ngó ra. Hiệp đứng lên định lại mở cửa.

Ông Thân và Hảo nói một lượt:

- Hiệp! Đừng, đừng mở cửa!

Hiệp mỉm cười:

- Hổng có sao đâu. Đừng sợ. Họ đó mà!

- Họ là ai? Coi chừng… cán bộ, công an đó.

- Họ là kháng chiến quân. Hai chú ấy theo con về đây.

Hiệp mở cửa. Nghiêm, Cang lách mình bước vào. Hiệp nói nhỏ:

- Cháu đã trình bầy sơ qua rồi. Nhờ hai chú thuyết phục ba má cháu.

Cang vuốt tóc Hiệp:

- Giỏi, em giỏi lắm. Tụi anh đã nghe hết rồi!

Nghiêm nắm tay Hiệp siết chặt:

- Chắc chắn tổ chức sẽ kết nạp em. Em thiệt xứng đáng.

Ông bà Thân và Phi, Hùng lùi ra sau, nhìn hai người lạ mặt với ánh mắt lo sợ. Chỉ có Hảo, nàng đứng yên theo dõi cuộc đối diện giữa Hiệp, Cang và Nghiêm. Nàng không sợ mà chỉ lo cho em trai. Nàng hơi tin lời xác tín của Hiệp nhưng vẫn chưa cả quyết nhóm người kia đang rong ruổi trên chính đạo.

Hiệp hướng dẫn Nghiêm, Cang tới trước mặt cha, giới thiệu:

- Thưa ba, hai chú đây là những người con vừa thưa qua với ba đó. Hai chú muốn thưa chuyện với ba!

Nghiêm, Cang cúi đầu chào:

- Kính hai bác!

- Xin chào cô và hai em!

Thấy sắc phục màu xanh lá cây trên người Nghiêm, Cang và thái độ lễ phép của hai người, ông Thân đã tin phần nào lời Hiệp đã cổ võ, ca tụng. Dáng đáp của Cang, Nghiêm biểu lộ tính trí thức dễ gây cảm tình cho cả nhà Hiệp ngay từ giây phút đầu hạnh ngộ.

Bà Thân lật đật đẩy ghế đẩy tới trước mặt Cang, Nghiêm, ân cần mời ngồi. Hai người vẫn đứng.

Nghiêm mở lời trước nhất:

- Cháu xin được phép đại diện mặt trận kính chúc hai bác và quý quyến vạn an. Tụi cháu lấy làm sung sướng được biết và quen với em Hiệp.

Cang tiếp lời bạn:

- Tuy mới gặp em Hiệp nhưng tụi cháu đã cảm mến lòng can đảm và tình yêu Tổ quốc, nhơn dân của em. Từ nãy giờ, tụi cháu mạn phép đứng bên hè lắng nghe cuộc đối đáp giữa bác trai và em Hiệp, tụi cháu, dạ thưa, rất lấy làm cảm kích.

Ông Thân ấp úng:

- Nói vậy… từ nãy giờ… hai ông đã nghe hết… đầu đuôi câu chuyện của… cha con tôi rồi à?

Nghiêm lễ phép:

- Dạ, nghe không sót một lời.

Bà Thân lo sợ, tươi cười đỡ cho chồng:

- Dạ, thưa hai ông, nhà tôi già, dạ, ổng hơi lẩm cẩm nên có đôi ý kiến, dạ, xét ra không được ổn cho lắm. Dạ, mong hai ông thông cảm.

Nghiêm, Cang cười thành tiếng cốt ý trấn an lòng bà:

- Dạ, không hề chi. Tụi cháu cảm thông tình thương sâu đậm của bậc sanh thành đối với con cái.

- Dạ, thưa bác, ở địa vị, hoàn cảnh của bác trai, cháu cũng vậy thôi. Điều em Hiệp muốn rõ ràng là cao đẹp nhưng xét kỹ ra thiệt là nguy hiểm cho bản thân em và gia đình. Bác trai có lý của bác.

Hai người đã lột mũ lưỡi trai ngay từ lúc bước vào nhà. Hảo để ý đầu trọc gần như láng bóng của Cang. Trông anh như một nhà sư nếu thay vào người đang mặc bộ kaki màu xanh lá cây bằng lớp cà sa. Đi một mình lên một khu, Cang đội lốt một bậc chân tu để qua mắt công an dọc đường, cả hai đều là giả; Cang mang tên Thích Giác Ngộ, địa chỉ chùa Quan Âm ở Gò Vấp. Lúc làm giấy tờ giả, một chiến hữu tên Tiếng – chuyên viên phòng căn cước thuộc Tổng nha Cảnh sát cũ, vẫn không biết ở Gò Vấp có chùa Quan Âm hay không? Việt Cộng không cần biết sự thực, kẻ bị khám xét có đầy đủ giấy tờ hợp pháp, dù giả là thông qua ngay. Tin chính quyền cách mạng là bộ máy tinh vi, xuất chúng, người dân sẽ không bao giờ dám hành động điều gì, chuyện gì phi pháp, gọi nôm na là "chơi trên lỗ mũi của phát luật Xã hội Chủ nghĩa".

Cang tình nguyện cạo đầu láng bóng cho tới ngày kháng chiến thành công. Sau ngày làm lễ mãn tang vợ Thiên bị bắt buộc cạo đầu giả làm thầy tu, Cang không ngờ đó là cái thú và thành thói quen. Mỗi khi tắm xong, anh khỏi phải lau khô tóc và mỗi lần ra đường anh khỏi phải soi kiếng chải gỡ lôi thôi. Chỉ cần chụp cái nón hoặc chiếc bê-rê lên đầu là xong, rất gọn. Lâu ngày không cạo tóc, anh cảm thấy ngứa ngáy, khó chịu. Mỗi lần cạo láng bóng, Cang nghe đầu mát mẻ, tâm hồn sảng khoái vô cùng.

Với chiếc đầu bóng nhẵn, anh được tất cả chiến hữu tặng cho mỹ danh "đại sư". Gọi "đại sư" là Cang quay lại ngay. Nghe ai nói tới hai tiếng "đại sư" là anh ra miệng tức thời.

Hảo ít chú ý Nghiêm bằng Cang. Gã đàn ông ấy thu hút nàng lạ lùng.

Câu nói "biện hộ" của Cang giảm bớt một nửa lo sợ của ông Thân. Ông nghe mát lòng, mát dạ và bỗng dưng ông không còn mặc cảm đối với hai người lạ mặt. Ông nhớ tới lời Hiệp khi nãy: "Họ đối xử với con rất tử tế… Họ là những người tốt…" Hình ảnh một bọn cướp tan biến rất nhanh trong đầu ông. Trước mắt ông, rõ ràng là lớp người trí thức, ăn nói lịch sự, lễ phép.

Ông hỏi dò:

- Xin lỗi, quý ông muốn gì ở chúng tôi?

Nghiêm ôn tồn:

- Thưa hai bác, em Hiệp đã trình bầy một phần về tổ chức của tụi cháu. Cháu chỉ xin nói mau cho hai bác và cô đây hiểu qua về con đường tụi cháu đang theo đuổi, và con đường đó không chỉ có lợi cho riêng tụi cháu mà nhắm vào mục tiêu cao cả trước hiện tình đất nước, và thực trạng của nhơn dân miền Nam dưới ách thống trị của chế độ mới. Ước mơ tuy xa vời và tất nhiên thiệt nguy hiểm, có thể vỡ tan, nhưng với nhiệt tình yêu nước, yêu dân, tụi cháu muốn làm một cái gì xứng đáng với tuổi trẻ, đáp lại kỳ vọng của miền Nam đang chìm đắm trong biển khổ.

- Nhưng tụi tui đã già rồi và… đang bị chế độ mới đuổi ra khỏi lề xã hội.

Cang góp ý:

- Thưa bác, tất cả nhơn dân miền Nam đang bị chế độ mới đuổi ra khỏi lề xã hội của họ. Xã hội mới mà họ muốn xây dựng chỉ dành cho cán bộ, đảng viên và gia đình họ. Nền tảng xã hội ấy không thích ứng với nề nếp cổ truyền của nhơn dân miền Nam. Tụi cháu cần, rất cần những người ở bên lề xã hội mới ấy tái tạo và phát huy nền tảng tốt đẹp của xã hội Việt Nam. Bác đã già yếu, bên cạnh bác còn có Hiệp trẻ trung, đầy nhiệt tình yêu nước góp phần vào công cuộc tái tạo và phát huy ấy. Bác nghĩ sao?

Ông Thân ngồi cúi đầu lặng thinh, vắt óc suy nghĩ, tìm ra một thái độ dứt khoát cho thằng con trai và cho toàn thể gia đình mình.

Cang nhìn Hảo. Hảo đang ngó anh đăm đăm, chợt bắt gặp đôi mắt Cang, vội vàng cúi mặt, né tránh.

Hiệp sung sướng, mỉm cười. Em cảm phục hai người em vừa quen biết. Tự nhiên, lòng em rộng mở đón nhận mùi gió mới thơm ngát. Em đã dứt khoát, dù cha có đồng ý hay không, em cũng ra đi, nhưng nếu có sự đồng ý của cha, sự ra đi của em sẽ có thêm nhiều ý nghĩa hài hòa.

Ông Thân ngước lên:

- Các ông là ai? Thuộc tổ chức, lực lượng nào?

Nghiêm ngó Cang. Hai người muốn nhường nhau câu giải đáp cực kỳ quan trọng. Nghiêm lĩnh trách nhiệm:

- Tụi cháu thuộc Mặt trận Dân tộc Tự quyết – một lực lượng mới hình thành có mục đích lôi kéo nước Việt Nam nhỏ bé, khổ đau nầy ra khỏi quỹ đạo kiềm tỏa của ngoại bang. Tụi cháu mưu dựng một ngọn cờ mới, một ngọn cờ không mang màu sắc, ảnh hưởng Quốc gia và Cộng sản – một ngọn cờ dân tộc. Việt Nam chúng ta đã kinh qua quá nhiều giai đoạn bị trị và quật khởi đòi quyền tự trị, đòi tự do và độc lập. Chế độ Quốc gia đã dựa vào Mỹ. Cộng sản đã tựa vào Tầu, Nga; và bây giờ hoàn toàn lệ thuộc vào đế quốc Liên Xô. Ngàn đời, dân Việt Nam trên thực tế vẫn kẹt trong gông cùm đế quốc, cũ hay mới. Tự lực, tự cường luôn luôn là kẻ thù của đế quốc, thực dân. Muốn thoát ra, không phải dễ. Nay, thực tế đã làm sáng mắt người Quốc gia và sẽ mở nốt người Cộng sản. Tụi cháu muốn, đúng hơn là mơ ước của Tổ quốc Việt Nam có quyền định đoạt số phận, vận mạng của chính mình. Những ai giúp ta sẽ không là chủ nhơn ông của ta, mà chỉ là người bạn tốt, bất kể cường quốc nào. Việt Nam tự do, độc lập giao hảo với tất cả thế giới dù Tư bản hay Cộng sản; nhưng Việt Nam là Việt Nam chớ không phải Việt Nam là của Mỹ, của Tầu hay của Nga. Ngoại bang nên giúp ta máy móc làm ra lúa gạo thay vì chỉ giúp ta từng vạ lúa, chén cơm!

Ông Thân vuốt râu cằm, thở ra:

- Nghe qua rõ ràng là mộng đẹp, nhưng mộng đẹp chưa phải là thực tế!

Cang mỉm cười:

- Thưa bác, thực hiện mộng đẹp là chuyện lấp biển vá trời, dời sông, lấp núi. Con người là một vật thể nhỏ bé, yếu ớt; nhưng với quyết tâm của triệu triệu người, góp lại thành sức mạnh thần thánh có thể lấp biển vá trời, thưa bác. Tiền kháng chiến 1945, có ai tin được với tầm vông vạt nhọn, Việt Minh có thể kháng cự nổi với súng đạn, xe tăng thiết giáp của Pháp? Vũ khí thô sơ đó có phải là sức mạnh của lòng yêu nước nhiệt thành không?

Hảo nhìn Cang đang thao thao như một nhà hùng biện. Từ tuổi dậy thì tới giờ, nàng chưa từng đối diện với một gã đàn ông mở rộng con tim đầy máu nóng như Cang đang ở trước mắt nàng.

Nàng đứng sát vào Hiệp, Hiệp nhìn chị mỉm cười:

- Đó, chị Hai thấy hông? Họ toàn là người như vậy đó. Gặp anh tên Đạt, hình như là… thủ lãnh của cả bọn, chị còn mê hơn nữa!

Hảo lặng thinh, tiếp tục nhìn Cang.

Ông Thân tươi cười. Gương mặt ông đã đổi. Ông hối bà Thân nấu nước châm trà mời khách. Con gà giò ông cố tình gây giống bị "hy sinh". Hảo nấu cháo gà, hai đứa em nàng – Phi, Hùng ra vườn hái rau thơm, cắt hành phụ với chị dọn bữa cháo gà đãi khách.

Không khí trong nhà bỗng giãn ra trở nên vui nhộn. Cang, Nghiêm đã trở thành khách quý. Hiệp vui hơn tất cả. Em đã thấy trước mặt một lối thoát cho tuổi trẻ sớm bị vùi dập, đẩy lùi vào bóng tối. Năm tới 18 tuổi, dù đã bị đày lên rừng sâu nước độc – được cách mạng mệnh danh là vùng kinh tế mới, em sẽ phải "đi bộ đội" làm bia đỡ đạn ở chiến trường Campuchia. Hai tiếng "hòa bình" chỉ là bức bình phong che đậy ngọn lửa chiến tranh xâm lăng núp dưới chiêu bài "nghĩa vụ Cộng sản quốc tế". Hiệp và cả gia đình đã nghĩ tới và hằng lo sợ cái ngày em khăn gói lên đường nhập ngũ trở thành "chú bộ đội" bất đắc dĩ!

Tuổi trẻ dưới vòm trời Việt Nam Cộng sản sớm muộn gì cũng bị bắt buộc hy sinh cho lý tưởng "vô sản khắp thế giới hãy vùng lên". Sợ cũng chết, can đảm cũng không sống nổi. Hiệp tuy vừa ở cửa tuổi trưởng thành, đã ý thức rõ ràng ý nghĩa của một lần ngã xuống. Chết cho ai? Chết vì đâu và tại sao? Em đã tìm ra ý nghĩa đó và cương quyết dấn thân. Nhà tan cửa nát, sự kỳ thị, ganh tị của đoàn người mới từ Bắc vào, từ rừng ra, hoặc mối hận thù đối với miền Nam văn minh, phồn thị hơn miền Bắc trong suốt mấy mươi năm chiến tranh và bao nhiêu nguyên nhân nội tại khác nữa, đã giúp em sớm trưởng thành về mặt trí tuệ.

Ngồi giữa Nghiêm và Cang, em cảm thấy như đang ở giữa hai gốc cổ thụ tỏa rộng bóng mát, thổi hương thơm ngát vào tạng phủ người em.

Hiệp chồm tới nắm tay ông Thân ngồi đối diện:

- Ba, con cám ơn ba. Con vui sướng quá chừng. Hôm nay, con cảm thấy lớn hơn hôm qua!

Ông Thân mỉm cười:

- Chuyện con vừa quyết định đối với ba thiệt là trọng đại, liên quan tới nhiều người khác. Con phải suy nghĩ thiệt kỹ. Nó hổng phải một lần đi du lịch hay mạo hiểm đi xa, vượt núi, ra biển khơi. Tình yêu dân, yêu nước hết sức thiêng liêng. Con phải trung thành tuyệt đối và can đảm hơn người để phục vụ đúng mức cho nhu cầu đấu tranh. Giữa đường, con nản chí hay mềm yếu phản bội, ba xấu hổ, nhục nhã lắm! Trong đời ba, ba đã một lần trốn tránh bổn phận làm trai. Ngày nay, con thay ba, chuộc lại danh dự đó.

Siết chặt tay cha, Hiệp thề nguyện:

- Con xin nghe theo lời ba dạy. Con sẽ tự xử lấy con nếu một ngày nào đó, con không còn là con ngày hôm nay nữa!

Cang, Nghiêm ôm chặt Hiệp, kéo em sát vào người mình:

- Thiệt là tuyệt diệu! Nếu tất cả thanh niên đều như em thì chuyện lớn sẽ thành tựu!

- Đại diện mặt trận, hai anh kết nạp em ngay tại đây. Tổ quốc Việt Nam vừa có thêm một đứa con yêu quý. Mặt trận vừa có thêm một chiến sĩ trung kiên.

Ông Thân cười thật tươi. Trong ánh mắt ông long lanh niềm vui sướng, hãnh diện pha lẫn một màn nước óng ánh qua ánh đèn dầu. Đứa con trưởng của ông sắp xa cha mẹ, gia đình; tuy chưa phải là vĩnh biệt, lòng ông không tránh nổi bâng khuâng, xao xuyến. Nó xa ông và có thể ngã gục một ngày, nhưng nó xa và chết cho lý tưởng của chính nó và của ông, của bao nhiêu nạn nhân Cộng sản, ông lại cảm thấy vui và kiêu hãnh.

Con người, ngoài tình cha con, chồng vợ, gia đình, thân tộc, còn có một loại tình yêu khác: tình yêu Tổ quốc và tình yêu dân tộc. Khóc cho con, chồng, vợ, con người còn đổ lệ cho dân và nước. Một người không biết khóc cho hai vật thể thiêng liêng đó, ngoài cái xấu ích kỷ, còn đáng liệt vào loài cầm thú nữa!

Nồi cháo gà nóng hổi, thơm phức dọn lên. Cả nhà quây quần chung quanh mâm gỗ, bên ngọn đèn dầu hắt hiu, nhảy múa. Trên tủ thờ bày biện sơ sài, khói nhang quyện với khói cháo gà nghi ngút.

Hảo ngồi đối diện Cang. Hai người thỉnh thoảng nhìn nhau, mỉm cười. Có lúc Cang ngồi thẫn thờ, Nghiêm đá nhẹ vào chân, nhắc anh trở về thực tế.

Sau đêm đó, nhà ông bà Thân trở thành cơ sở quần chúng đầu tiên trong 21 tổ kinh tế mới Minh Hòa.

Tiễn em trai theo Cang – Nghiêm vào tới bìa rừng theo hướng núi Cậu, Hảo đi bên cạnh Cang, cúi đầu lầm lũi đếm từng bước ngắn, dài.

Cang hỏi cho có hỏi:

- Cô Hảo, Hiệp theo bọn tôi, cô có buồn không?

Hảo hỏi lại:

- Buồn gì? Tại sao lại buồn?

- Vì… Hiệp, em nó sẽ rời xa hai bác, cô và hai em Phi, Hùng.

- Không, hoàn toàn không. Tôi chỉ lo cho nó thôi!

- Lo cho Hiệp vì có sợ em nó sẽ cực khổ, hiểm nguy?

- Tôi chỉ lo cho Hiệp không làm tròn trách nhiệm các anh giao phó cho nó. Chấp nhận chiến đấu là chấp nhận khổ cực, hiểm nguy. Em tôi nó cần được trui rèn để trở nên một chiến sĩ can trường vinh danh cho gia đình chúng tôi.

Cang cảm động và kính phục người con gái từng sống trong nhung lụa. Yếu tố, động cơ nào đã đổi thay toàn diện con người nàng? Cang kết luận: cái nhục của gia đình, hận thù chế độ hiện hữu và thực cảnh "khổ hơn con chó" của song thân nàng, của chính chị em nàng.

Mãi cho tới nơi từ giã Hiệp, hai người lặng thinh nhưng mơ hồ cả hai đã nói với nhau thật nhiều qua những lần nhìn nhau trong bóng đêm, va chạm vào nhau trên nhiều khúc quanh đường mòn.

Chị em Hảo – Hiệp ôm nhau, nghẹn ngào giã từ. Nghiêm cúi chào Hảo. Cang nắm tay nàng:

- Hảo, có dịp tôi sẽ trở lại thăm Hảo và gia đình. Ở một khu, tôi vẫn nhớ Hảo!

Hảo cúi đầu:

- Em hy vọng sẽ gặp lại anh. Chúc anh nhiều may mắn. Ở nhà, em cầu nguyện cho anh!

- Cảm ơn Hảo… cảm ơn em!

Nghiêm, Hiệp đi khá xa vẫn chưa thấy Cang phía sau. Nghiêm gọi, Cang buông bàn tay thon nhỏ của Hảo đã có nhiều vết chai:

- Anh đi!

Hảo nghèn nghen:

- Anh về!

Cang đi thụt lùi. Bóng đen vẫn đủ cho Cang trông thấy Hảo đứng trơ trọi một mình nhìn theo anh. Anh vẫy tay chào. Hảo run run tay chào trả. Sắp rẽ sang một khúc quanh đường mòn, Cang đứng lại, nhìn ra sau. Bóng Hảo nhỏ dần, vẫn còn đứng yên. Gió thổi nhẹ, lá cành chao động. Cang quay lưng lại, đuổi theo Hiệp, Nghiêm. Hồn anh rơi rớt lại phía sau.

Tiếng chó săn của Ba Tơ văng vẳng đâu đây. Ba người lẩn khuất giữa rừng đêm tĩnh mịch.

***

Chiếc vận tải nặng hiệu Rhino – sản phẩm hỗn hợp Nga – Mỹ trong đệ nhị thế chiến – chở đầy lương thực: gạo, nước mắm, cá khô, muối, đường, trà Blao và mấy kiện thuốc tây, vượt qua ngã ba chợ Minh Hòa, rẽ vào con đường đất đỏ, chạy thẳng vô khu kinh tế mới.

Thượng úy Điều thở phào:

- Vậy là an toàn trăm phần trăm. Không còn gì nguy hiểm nữa.

Tú lơi dần tốc lực, cập xe sát vào lề đường. Kháng quay sang hỏi:

- Chú định làm gì vậy hả?

- Dạ, em ngừng một chút để xả xú páp.

- Cái gì? Tại sao lại ngừng?

Tú nhăn nhó:

- Mắc tiểu quá chừng, thưa anh. Chắc bể bọng đái quá!

Có tiếng ba bốn thanh niên tháp tùng ngồi bó gối phía sau phụ họa:

- Đường dần quá, tụi em chịu hết nổi rồi!

- Tụi em gần chết rồi thưa anh!

- Uống nhiều nước cho cố mạng, bể bọng đái là vừa!

Kháng nổi quạu:

- Chưa được đâu! Chút nữa đã. Tiếp tục chạy đi!

Tú đạp ga. Chiếc xe nặng nề chồm tới, gầm thét dữ dội.

Điều vỗ về:

- Rán chút nữa. Chừng 15 phút nữa, tôi sẽ chỉ chỗ cho ngừng. Khoảng giữa tổ 21, có chỗ an toàn cho mọi người đi tiểu tiện.

Tú nhăn mặt, pha trò:

- Chắc là… phải "đái tại gia" rồi đó. Mắc cầu ngọ còn dáng chịu luyệc chớ "mắc lái" thì… cái lầy ngọ chét tại chỗ dồi cái nị ơi! Mấy thằng con lít kia ơi, chịu hổng lổi thì cứ lái đại chong quần đi!

Mọi người bật cười. Bụi cát mịt mù quyện theo phía sau xe. Trời đã nhá nhem. Nhà cửa dọc đường xơ xác, ảm đạm, buồn thiu. Nghe tiếng xe, vợ chồng, con cái kéo ra trước sân, đứng dưới giàn bầu, mướp, dưa tây èo uột nhìn ra đường, mơ ước gia đình sẽ được tiếp tế chút ít thực phẩm như thời gian đầu vừa gửi thân nơi "chốn lưu đày" này. Một đôi lần, cách nhau hằng sáu tháng, một năm, vài chiếc xe cứu trợ xã hội lên đây, chở theo lương thực thực phẩm do Hồng Thập

Tự hoặc các phái đoàn nhân đạo quốc tế tặng cho nhân dân Việt Nam. Cách mạng bán lại cho nhân dân Việt Nam với giá chính thức – được mệnh danh là tiếp tế nhu yếu phẩm cải thiện đời sống đồng bào!

Dân kinh tế mới đã thực sự được "giải phóng" và còn được cách mạng hóa kiếp thành "giai cấp vô sản" tuyệt đối. Về đây, có ai làm nghề ngỗng gì kiếm ra đồng tiền nào đâu! Tiền bạc đem theo chút đỉnh tiêu xài dần mòn. "Ở không ăn riết núi cũng lở", ngay như những gia đình khá giả bị đuổi đi kinh tế mới, cứ tiêu xài, không làm gì sinh lợi, lâu ngày chầy tháng rồi cũng gặp khó khăn tài chính, đừng nói gì tới thành phần lao động, quên chân tay làm hàm nhai, đầu tháng một tây, cuối tháng 3 tây!

Mỗi lần có xe chính phủ chạy ngang qua nhà, đồng bào lại một lần hy vọng được tiếp tế. Chiếc Rhino bay ngang qua và chạy thẳng, hốt theo cát bịu mịt mù phủ kín cỏ cây.

- Xe chạy đi đâu vậy cà?

- Ai biết? Chắc là có hành quân?

- Làm gì có! Hành quân đông xe lắm. Chỉ có một chiếc, không có bộ đội súng ống chi cả. Toàn là cán bộ ngồi trên xe.

- Chắc là xe của quân giải phóng?

- Ê, đừng nói bậy. Ở tù rục xương. Giải phóng, giải phóng! Hứ, chỉ có… phỏng dái thôi!

Bà con hai bên đường nhỏ to, bàn tán. Tú lầm lì lái xe chạy như dông như gió. Điều trỏ tay chỉ về phía trước:

- Mình ngừng ở chỗ kia kìa. Chỗ đó không có người ở. Ba bốn nhà đã bỏ hoang. Đồng bào trốn trở về thành phố hết rồi.

Tú lái xe rẽ vô con đường mòn, đậu lại dưới một tàn cây rậm, chung quanh lau sậy mọc um tùm.

Mọi người nhảy xuống xe. Tú ngả nằm dài trên đất, uốn mình kêu răng rắc, dang rộng chân tai, nhìn lên tàn cây:

- Mẹ cha ơi! Còn gì thân em! Tải hàng chừng chục chuyến như vầy chắc ngủm quá!

Kháng hơi lớn tiếng:

- Bà con làm gì thì mau lên. Cần tiếp tục lên đường ngay!

Anh bước tới bên Tú, mỉm cười:

- Sao cưng? Mệt lắm hả? Đi tiểu tiện nhanh lên còn đi nữa chớ!

Tú lồm cồm ngồi dậy:

- Chỉ tại cái xe quỷ kia thôi. Tay lái gì mà cứng như đeo đá. Em vật lộn với nó mỗi lần quanh cua. Xe của mấy cha nội cố vấn tối cao Liên Xô dở như cứt ỉa! Từng lái xe GMC của Mỹ, em khỏe re vượt cả ngàn cây số.

Kháng cười:

- Thì loại xe cà khổ, đàn anh mới dành cho bọn đàn em. Rhino là thứ xe phế thải sau đệ nhị thế chiến mà!

- Quý hóa thay! Đàn anh vĩ đại thiệt!

Tú đứng lên, nhìn quanh kiếm chỗ kín trút bầu tâm sự. Đứng phía sau, vừa tiểu, Kháng vừa hỏi:

- Chú sợ không?

- Sợ gì?

- Sợ nguy hiểm. Lỡ bị các trạm kiểm soát chặn lại xét hỏi, bí mật bị lộ, cả bọn đi tù mọt gông.

Tú phì cười:

- Tây thì có câu: "Partir c'est mourir un peu", nghĩa là: "Đi là chết trong lòng một một ít" nhưng đối với em thì "Đi là sướng trong lòng một ít" vì ra đi, em hy vọng và tin tưởng làm được chuyện gì hữu ích cho mọi người chung quanh.

Kháng gật gù:

- Hay! Đẹp lắm! Đúng là nhơn dân miền Nam đã thức tỉnh sau giấc ngủ vùi 30 năm! Tú, ra đi, chú không thương nhớ vợ con sao?

Tú chui ra khỏi bụi rậm:

- Em đã coi anh như ông thầy của em, hễ thầy đâu thì trò đó. Anh sống em sống, anh chết em chết theo. Vợ con, cha mẹ là núm ruột, rứt ra, em đau lòng lắm, nhưng em ý thức được bổn phận và trách nhiệm của con người trước thảm họa diệt vong của Tổ quốc và nỗi cơ nhục của nhơn dân. Ôm chặt lấy vợ con, gia đình trong vòng tay để rồi sẽ chịu chết cả chùm hay sao?

Kháng vỗ vai người "đệ tử chiến hữu":

- Xứng đáng được tuyên dương. Quốc biến mới biết tôi trung, gia vong mới tường hiếu tử. Nhưng chú có tin bọn mình thành công không?

Tú rùn vai:

- Thành công hay thất bại chưa phải là yếu tố căn bản có tính cách quyết định lòng yêu nước và lập trường đấu tranh của người chiến sĩ. Biết chắc chắn sẽ thắng thì hăm hở tham gia; biết bại thì rụt rè, ái ngại, loại người đó là thứ cơ hội không nên tin tưởng và nên cảnh giác đề phòng. Hy sinh cho chính nghĩa là một vinh dự cao cả nhứt đó anh!

Mọi người trở lại, lần lượt lên xe. Điều cho biết chỉ còn độ hơn nửa giờ xe nữa sẽ tới điểm hẹn giao hàng.

Tú pha trò:

- Giờ xe sẽ chạy nhanh hơn. Cả tấn nước với phân được bón tới cây rừng rồi. A lê hấp, bà con lên xe, chúng ta tiếp tục cuộc trường chinh!

Ngang qua nhà ông bà Thân, Điều giới thiệu với Kháng:

- Cơ sở quần chúng đầu tiên của tụi mình đó. Bác Thân đã gieo được giống trong năm sáu gia đình trong tổ.

Kháng ngó vô thấy Hảo đang đứng cạnh Phi và Hùng trước giàn mướp nở hoa vàng ánh:

- Cô gái kia là…

- Là chị của Hiệp, một chiến hữu trẻ và hoạt động rất hăng say của mặt trận.

Bỗng Điều vẫy tay bảo Tú dừng xe. Tú ngạc nhiên, tấp xe vào lề đường. Điều mở cửa xe nhảy xuống:

- Chờ tôi một phút. Tôi sẽ trở lại ngay.

Trông thấy Điều cắm đầu chạy về phía Hảo, Tú đùa giỡn:

- Thượng úy nhà ta vừa bị một bóng hồng hút rớt xuống xe kia kìa bà con!

Có tiếng cười rộ. Kháng nghiêm nghị:

- Đừng có nghĩ tầm bậy. Người của cơ sở ta đó.

Mọi người im bặt, nhìn về phía Hảo và Điều. Trước mặt mọi người, thiếu nữ xa lạ kia bỗng trở nên vĩ đại, đáng kính trọng. Tú và ba bốn thanh niên vừa tình nguyện gia nhập mặt trận cảm thấy mình vừa phạm phải một tội, đồng thời, cả bọn hãy còn quá nhỏ bé đối với nàng.

Tới trước mặt Hảo, Điều tươi cười:

- Hảo khỏe chớ? Hai bác vẫn thường luôn?

Anh vuốt tóc Phi, Hùng trìu mến:

- Còn hai em thì sao? Có nhớ Hiệp không?

Phi, Hùng cười cười, gật đầu. Hảo nói:

- Anh vô nhà uống nước giải khát nghen. Ba má em vẫn mạnh. Má em ở sau nhà, còn ba em đang họp mặt với các bà con trong tổ.

- Không được. Tôi phải đi ngay bây giờ. Thấy Hảo, tôi tạt qua báo tin mừng cho Hảo hay chuyến tải lương thực thứ ba đã hoàn thành. Anh em đang chờ ngoài xe.

Hảo nhìn về phía xe vận tải:

- Em mừng cho các anh. Ngày nào đó em xin phép vào thăm tất cả các anh trong một khu.

- Ồ, còn gì bằng nữa. Cang đang bịnh đó Hảo.

Hảo giật mình:

- Anh Cang đau? Có nặng lắm không?

- Cũng hơi nặng.

Thấy mặt Hảo tối sầm lại, Điều cố nín cười:

- Mà Hảo có biết ảnh bịnh gì hông?

- Bịnh gì vậy anh?

- Bịnh tương tư đó mà! Bịnh nầy chỉ có Hảo chữa khỏi thôi!

Điều bật cười. Hảo đỏ mặt, đập lên vai anh:

- Quỷ nà!

Nàng cố làm mặt nghiêm nghị:

- Nè anh, sẵn đây em cũng báo cho anh hay một tin không được vui cho lắm.

- Tin gì vậy Hảo?

Hảo bảo hai em vào nhà. Đợi Phi, Hùng đi khuất, nàng báo tin: trong tổ 17 vừa xuất hiện hai người lạ mặt tên Mãng và Thành khoảng một tuần nay. Mãng – Thành trú ngụ tại nhà Dương Trọng Khai. Theo sự điều tra của anh Bảo ở tổ 19 – người của cơ sở ông Thân thì Khai thường vắng mặt trong vùng. Hắn về Sài Gòn luôn và mỗi lần hắn lưu lại thành phố hai ba ngày. Trước đây, hắn thường làm tổ trưởng dân phố trong những tháng đầu tiên miền Nam thất thủ. Lạm dụng chức vụ, Khai chèn ép đồng bào trong tổ và nhận làm trung gian chạy áp-phe cho dân buôn lậu xăng dầu của nhà nước. Chuyện làm ăn của hắn không kéo dài được bao lâu bị bại lộ. Hắn bị bắt giam 6 tháng. Sau khi vừa ra tù, hắn bị đuổi đi kinh tế mới. Hắn về sống vùng kinh tế mới Minh Hòa vẫn không chừa được thói hư tật xấu, bắt liên lạc với cán bộ đồn điền cao su Minh Hòa ăn cắp mủ non đem về thành phố bán lại cho Ba Tàu ở Chợ Lớn. Có tiền, hắn nhậu nhẹt say sưa tối ngày. Hai tên Mãng và Thành để ý nghi ngờ những gia đình có liên hệ mật thiết với ông Thân. Một lần Bảo trông thấy, lúc đã say, Thành – Mãng có giấu súng lục bên nách…

Hảo kết luận:

- Ba em muốn nhắn với các anh nên cẩn thận đừng về đây thường xuyên nữa. Chờ ít lâu xem sao đã.

Điều gật đầu:

- Đúng vậy. Chúng ta nên hết sức cẩn trọng mới được!

- Ba em và bà con tính tự động giải quyết chuyện nầy bằng cách bứng gốc đám gai nhọn ấy.

Điều đưa tay:

- Khoan đã Hảo. Chờ tôi về báo lại Ban tham mưu cái đã. Mình sẽ thi hành theo lịnh trên. Mặt trận có tổ hành động. Nếu cần, chuyện tiêu diệt mầm mống hiểm họa nầy không khó lắm!

Điều từ giã. Hảo nắm tay anh, dịu dàng:

- Trở về gặp Hiệp em trai của em, anh nói lại với nó, cả nhà em đều bình yên. Nói với nó đừng lo nghĩ gì về gia đình hết. Mọi việc ở nhà đã có em. Nó hãy tập trung tâm trí vào công tác do cấp trên giao phó.

Chạy trở lại xe, Điều bảo Tú tiếp tục đoạn đường còn lại. Anh không trả lời câu hỏi của bất cứ ai, kể cả Kháng.

Mặt trời đã lặn, đêm tối bao trùm vạn vật. Hai ngọn đèn pha xe vận tải sáng rực rọi xa về phía trước. Điều ngồi lặng thinh, đầu óc xoay quanh ba tên gian ác: Khai, Mãng, Thành.

Những con mắt loài chim ăn đêm phản ánh qua đèn xe. Dọc đường vào sâu núi Cậu, vô số thú rừng băng ngang qua đầu xe. Tú theo sự chỉ dẫn của Điều, lái xe quanh co theo đường mòn, càng lúc càng sâu giữa rừng già.

Trên năm mươi kháng chiến quân tập trung tại địa điểm xuống hàng. Mỗi toán mười người nằm, ngồi chung quanh chờ xe tới. Thấy ánh đèn tắt cháy ba lượt, Bé Tư bụm tay lên miệng làm tiếng tu hú kêu. Đám đông từ bốn hướng đổ dồn tới. Đèn, máy xe tắt ngấm. Tú và mọi người nhảy xuống đất. Bóng đêm dày đặc. Chỉ có ánh đèn pin lúc tắt lúc cháy rọi sáng cho cuộc xuống hàng, tải vào một khu. Hai chiếc xe đạp nối liền nhau bằng ba cây tre làm thành chiếc "xe thồ", có thể chở trên trăm ký-lô. Chỉ trong chốc lát, 10 chiếc "xe thồ" đã ráp xong. Kỹ thuật ráp, vật liệu đã học tập và chuẩn bị từ trước. Tất cả được chôn giấu kín đáo từ hai ngày qua. Một căn hầm đào thật sâu, vừa đủ một chiếc vận tải chạy xuống nằm gọn bên trong. Sau khi hàng đã xuống hết trên mặt đất, Tú lái xe xuống hầm. Cành cây khô kết thành cái nắp hầm phủ kín lên trên. Từ cao hoặc từ xa, máy bay trinh sát và lính hành quân khó nhận ra chỗ cất giấu xe vận tải.

Không đợi Bé Tư yêu cầu, bốn thanh niên vừa nhảy xuống xe đã lăn xả ngay vào công tác. Tình chiến hữu nảy nở giữa những người cùng đi chung một đường từ phút đầu gặp gỡ.

Trong bóng đêm, không ai nhìn rõ mặt nhau. Không quan trọng và cần thiết. Tấm lòng đối với đại cuộc mới thật sự quan trọng và cần thiết.

Điều gọi:

- Anh em theo tôi về trại nghỉ ngơi.

Bé Tư phụ họa:

- Các chiến hữu theo anh Điều về trước, tôi và các anh em sẽ về sau. Đủ người rồi khỏi cần anh em phụ.

Tú bông đùa:

- Đường đi không khó vì ngăn sông cách núi. Mà chỉ khó vì lòng người ngại núi e sông[7]. Chúng nó bỏ một khu về thành phố vơ vét. Tụi mình vào một khu chiến đấu gian lao. Cuộc đời chỉ là một sự lặp lại không ngừng nghĩ cũng vui vui!

Tú bật cười, bước theo Điều.

Đang phụ nhấc bao gạo lên "xe thồ", Bé Tư dừng tay ngó về hướng có tiếng Tú vừa cất lên. Anh ngạc nhiên. Giọng nói kia nghe sao quen quen. Hình như anh đã nghe nó ở đâu?

Tiếng cười của Tú cũng quen quá. Bé Tư quả quyết đó là Tú, chính Tú chớ không còn ai khác nữa.

Anh gọi lớn:

- Tú! Anh Tú!

Tú giật mình đứng lại, quay ra sau hỏi:

- Ai gọi tôi đó? Ai vậy?

Ánh đèn pin trong tay Bé Tư rọi thẳng tới. Tú bị chóa mắt, che tay, nheo mắt nhìn:

- Ai vậy? Sao biết tên cúng cơm của tui vậy?

Bé Tư tiến nhanh tới, rọi đèn vào mặt Tú:

- Có phải anh là Tú không?

(7) Trích dẫn câu nói của nhà văn Nguyễn Bá Học.

- Tui đây. Anh là ai?

Bé Tư ôm vai Tú kéo sát vào người, cười ngất:

- Trời ơi! Sao anh… cũng có mặt ở đây? Chèn ơi từ nãy giờ tôi có ngờ đâu!

Tú vẫn còn ngơ ngác:

- Mà… anh là ai chớ?

Lắc mạnh vai Tú, Bé Tư hạ thấp giọng như chỉ để mỗi mình Tú nghe lọt:

- Bé Tư đây! Thằng Thành em ruột của Kháng đây nè. Anh nhận ra tôi chưa? Nè, mặt mũi của tôi đây nè!

Anh bấm đèn rọi vào mặt. Đã nhận ra Bé Tư, Tú ôm ngang người Bé Tư nhấc bổng mặt đất reo mừng:

- Mẹ cha ơi! Anh Tư đây mà! Ố là la! Ố là la! Thiệt là phọt-mi-đáp! Phọt-mi-đáp!

Anh xoay một vòng. Hai người cùng cất tiếng cười vang.

Đứng cách đó không xa, Kháng hỏi vọng tới:

- Tú, chuyện gì vậy hả?

Không để ý tới mọi chuyện chung quanh, Tú đặt Bé Tư trở xuống đất, vỗ mạnh lên vai chiến hữu:

- Anh làm gì ở đây vậy hả?

Bé Tư thụi vào ngực Tú hỏi lại:

- Còn anh làm gì ở đây?

Hai người cùng cười xòa. Bé Tư hỏi:

- Sao? Bỏ thủ trưởng cách mạng rồi hả?

Tú mỉm cười:

- Bỏ cách mạng chớ hổng bỏ thủ trưởng!

- Hả? Cái gì? Anh nói sao?

- Vẫn trung thành với thủ trưởng vì thủ trưởng là ông thầy yêu kính của tôi, còn cách mạng, ồ, cách mạng là kẻ thù của tôi!

- Chèn ơi, anh nói cái gì tôi… chẳng hiểu chút nào hết. Còn trung thành với thủ trưởng thì… anh vào đây…

- Tôi đã thề độc thủ trưởng đi đâu là Tú nầy theo đó. Ảnh chết là tôi chết, ảnh sống tôi… vẫn còn thở.

Tú sinh nghi ngó về phía trước chỗ có hai bóng người đang đứng chờ Tú:

- Nghĩa là anh… Kháng… anh tôi có mặt ở đây?

Trỏ tay về phía Kháng, Tú bảo:

- Kìa! Ảnh kia kìa!

Bé Tư giật mình:

- Cái gì? Anh… anh Hai tôi… ở kia?

Tú gọi vọng tới trước:

- Anh Hai! Lại đây. Mau lên anh!

Kháng hỏi:

- Chuyện gì đó?

- Lại đây, lẹ lên anh. Châu về Hợp Phố, huynh đệ trùng phùng rồi đây nè! Lại đây, tú-xuýt! Tú-xuýt!

Vừa bước trở lại, Kháng vừa càu nhàu:

- Cái thằng sao hề quá đi. Ở đâu nó cũng giễu được hết!

Tú vỗ nhè nhẹ lên ngực Bé Tư, đùa giỡn:

- Chuyện giựt gân lắm. Lâm ly, não nuột, gay cấn, bi hùng như truyện tiểu thuyết vậy đó!

Tới bên Tú, Bé Tư; Kháng hỏi:

- Có chuyện gì vậy các chiến hữu?

Nắm tay Kháng, Tú hỏi lại:

- Anh có biết chiến hữu nầy là ai hông?

- Là ai?

Tú đoạt lấy đèn pin trong tay Bé Tư, đặt tay hai anh em vào nhau:

- Hai người có nghe cái gì như là dòng điện chạy rần rật trong người không? Đây nè, tôi giải quyết cho mau vấn đề kẻo để lâu nó nguội hết!

Anh bấm đèn rọi vào mặt Bé Tư, nói với Kháng:

- Người nầy có phải là em của anh không?

Bé Tư ôm chầm lấy Kháng, nghẹn ngào:

- Anh, anh Hai!

Kháng cũng vừa nhận ra mặt mũi đứa em trai. Ngọn sóng cao ngất dâng tràn trong hồn anh. Không ai nói cho biết từ lâu rồi, Thành, Công – hai đứa em thân yêu đi về đâu, kể cả bà Giỏi mẹ anh. Trở lại bến nước con sông Rạch Rập Cà Mau, Kháng đi tìm hai chiếc ghe của mẹ và hai em. Không ai rõ chúng nó trôi dạt về đâu. Có người bắn tin Bé Tư, Công và bà Giỏi đã chèo chống đưa gia đình về kênh Ông Thục. Lại có người cho rằng họ đã vào tận Rau Dừa. Anh lặn lội khắp nơi vẫn không tìm ra tin tức mẹ và các em.

Kháng cũng hay tin gia đình Trâm đã vượt biên trong chuyến đi nọ. Nhà cửa Trâm bị tịch thu và đã trở thành trụ sở Ủy ban nhân dân ấp. Anh nghi Trâm cùng gia đình đã rủ rê mẹ và hai em anh vượt biên. Anh thẳng đường trở về Phước Thạnh – Bến Tre tìm hiểu tình hình nơi chôn nhau cắt rốn. Làng mạc tiêu điều, hoang vắng. Ruộng đất bỏ hoang. Nhà cửa tổ tiên anh đã lọt vào tay cách mạng. Anh đã khóc nhiều khi đứng trước thềm nhà cũ. Bao nhiêu kỷ niệm ấu thơ đột ngột hiện về xé nát lòng anh. Một đời hy sinh cho lý tưởng chỉ để lại trong anh đổ vỡ ngổn ngang và muôn vàn đắng cay, tủi hận.

Ngọn cờ đỏ sao vàng bay phất phới trước cửa nhà anh, như từng nhát roi da quất mạnh vào hồn! Anh lặng lẽ rời xa trụ sở du kích, tìm tới ngôi mộ cha. Anh quỳ xuống khóc trước mộ bia với hàng chữ khắc đã nhạt nhòa: "Nơi an nghỉ cuối cùng của ông Nguyễn Văn Nam". Cỏ cây mọc đầy trên mộ đất. Anh dùng tay dẫy mộ. Tay anh bị gai nhọn cào cắt. Từng giọt máu đỏ nhỏ xuống đất khô trên mộ. Anh tức tưởi: "Ba ơi! Hồn ba có linh thiêng hãy chứng giám cho lòng con. Con đã một lần lầm lỡ, con xin thề với hồn ba, con sẽ làm lại cuộc đời thừa thãi nầy bằng cách một lần nữa con lại ra đi. Con sẽ chiến đấu anh dũng gấp vạn lần hơn trước để chuộc lại lỗi lầm. Ba ơi, nếu biết trước ngày nay Tổ quốc và nhơn dân Việt Nam sẽ thống khổ như hiện giờ, con đã không bỏ ba, má, bỏ gia đình, bỏ cả tương lai hạnh phúc tuổi trẻ ra đi kháng chiến. Ba ơi, xin ba phò hộ độ trì má và các em con gởi thân trên xứ lạ quê người…" Kháng quỳ lạy ba lạy trước mộ cha. Nghĩa trang vắng vẻ tịnh liêu. Chỉ có tiếng gió thổi, cỏ cây khua động đáp lại lời thề nguyện của anh.

Gặp lại Bé Tư trong mật khu, Kháng cứ ngỡ mình đang chiêm bao. Anh ôm chặt em trai khóc rống:

- Thành! Em… em của anh! Trời ơi!

Bé Tư úp mặt vào ngực anh, tức tưởi. Tú cúi đầu nín lặng, anh cũng bùi ngùi trước cuộc hội ngộ kỳ thú của anh em bậc thầy mà anh tôn kính suốt đời.

Điều đứng sát bên Tú, hỏi nhỏ:

- Chuyện gì vậy anh?

- Những người kháng chiến hạnh ngộ và cùng nhau đi trên con đường mới. Tụi tôi cứ tưởng anh Bé Tư và gia đình đang ở một trại tị nạn nào đó. Không ngờ ảnh là chiến hữu của anh ruột ảnh.

Điều chưa hiểu ra câu nói ngoắt ngoéo của Tú. Anh muốn hỏi thêm, Tú nắm tay anh kéo đi ra xa để yên cho anh em Kháng trút cạn tâm sự sau tháng ngày xa cách nhau.

Kháng nắm chặt hai vai Bé Tư đẩy ra:

- Thành, em cũng có mặt ở đây sao?

Bé Tư nhìn anh, mỉm cười:

- Em muốn hỏi anh câu đó.

Kháng ôm đầu em trai áp vào ngực, cười thành tiếng:

- Vậy là huề! Đừng ai hỏi ai câu đó nữa. Ngày xưa, gặp em trong chiến khu Đồng Tháp, hai anh em mình cũng đã hỏi nhau như vậy, phải không?

Bé Tư gật đầu trên ngực anh trai:

- Bây giờ anh em mình nên hỏi nhau câu nầy: "Chúng mình còn lầm lỡ nữa không?"

- Anh đã suy nghĩ thiệt lâu và thiệt kỹ con đường đi mới nầy trước khi dấn thân một lần nữa. Thành, em, chỉ còn con đường Dân tộc Tự quyết mới hy vọng cứu Tổ quốc và dân tộc Việt Nam ra khỏi cảnh đói nghèo, lạc hậu và sinh tồn trước lũ thực dân mới. Chỉ có con đường đó, Việt Nam mới thoát kiếp nô lệ ngoại bang.

- Em cũng tin tưởng và hy vọng như vậy nên em quyết định dứt khoát hiến dâng cho Tổ quốc phần đời còn lại của em.

Những chiếc "xe thồ" chở nặng lướt qua. Hai người đeo dây kéo phía trước, hai ba người đẩy phía sau, người ở giữa giữ chặt ghi đông xe đạp.

Tú và Điều bước tới chia vui với anh em Kháng – Thành:

- Mừng cho hai chiến hữu. Gặp lại nhau trong môi trường nầy, anh em chắc là vui lắm?

- Huynh đệ trùng phùng, rõ ràng là quả đất tròn thiệt tình. Chí lớn gặp lại nhau, chắc là vận nước đã đến hồi hưng thịnh.

Kháng tươi cười:

- Anh em tụi tôi tưởng đâu không còn bao giờ thấy mặt nhau nữa. Có lẽ hồn ba tôi linh thiêng xui khiến, dẫn dắt hai anh em tôi cùng đi chung một đường, cùng tới một điểm hẹn.

Bốn người cất bước. Kháng ôm vai Bé Tư. Bé Tư vòng tay qua lưng anh. Lòng hai người vui như mở hội. Bé Tư cho Kháng biết mẹ và Công hiện có mặt tại mật khu, còn vợ con anh tá túc tại nhà một chiến hữu ở tổ 17 kinh tế mới Minh Hòa. Thỉnh thoảng anh tạt qua thăm hỏi. Vợ anh cũng là một thành viên của mặt trận.

Kháng hỏi bâng quơ:

- Không biết bây giờ Trâm, Nga và bác gái ở đâu? Còn ở Việt Nam hay đã đi nước ngoài rồi?

Bé Tư hỏi đố:

- Anh không biết thật sao?

- Đứng trước nhà Trâm bây giờ đã bị cướp đoạt, lòng anh đau như cắt giống như lúc anh vừa đặt chơn tới trước cửa ngõ nhà tụi mình. Chúng nó chỉ biết tịch thu, cướp giựt, lên án, buộc tội mà không cần tìm hiểu nguyên nhơn dân chúng bỏ xứ sở ra đi. Thiên hạ đồn đãi gia đình Trâm đã vượt biển mất rồi.

- Chị Trâm và bác gái còn ở Việt Nam. Chỉ có chị Nga ra đi thôi.

Kháng nắm tay em trai giữ đứng lại:

- Sao? Còn ở trong nước à? Em… biết như vậy hả?

Bé Tư bước tới, lặng thinh. Kháng sốt ruột:

- Thành, Trâm còn ở đây thiệt sao em? Tại sao em… biết như vậy hả?

Bé Tư hỏi trổng:

- Còn thương yêu hay sao mà hỏi?

Kháng thở ra:

- Tội anh đối với Trâm nặng lắm! Ước muốn duy nhứt trong đời anh là được gặp mặt Trâm, giãi bày cho Trâm hiểu rõ lòng anh rồi… Trâm có tha thứ hay không, anh cũng đã thỏa mãn. Anh không tồi bại đến nỗi Trâm khinh anh như vậy đâu.

Trong bóng đêm, Kháng không thấy nụ cười trên môi Bé Tư:

- Trước đây anh có lỗi với chị Trâm và là kẻ thù của nhơn dân miền Nam vì anh đã có vợ khác, vì anh là một đảng viên Cộng sản. Giờ đây, anh chỉ còn lỗi với chị ấy, còn đối với nhơn dân, anh đã trở thành một đứa con yêu. Em hãnh diện vì anh, ba má kiêu hãnh vì anh, miền Nam có thêm một anh hùng, mặt trận có thêm một chiến sĩ!

Kháng lắc đầu:

- Cả hai điều em vừa đề cập, theo anh chỉ thấy đúng có một, đó là tội lỗi đối với Trâm. Dù có biện hộ thế nào, anh cũng không trắng án được. Anh đã khẳng định tội lỗi của anh. Còn điều thứ hai, cái danh dự, tiếng thơm của một đứa con yêu, một anh hùng hay một chiến sĩ, anh chưa dám nhận. Anh chỉ thấy tỏ rõ nhứt trong thái độ và hành động hiện giờ của anh là chuộc lại thời gian dài trên hai mươi năm góp công sức vào một chủ nghĩa phi dân tộc, xây dựng một chế độ bạo ác tàn phá nền móng của xã hội miền Nam. Hiện giờ, anh chưa làm được gì quan trọng hết. Hãy để thời gian trả lời và đánh giá sự "trở về" của anh.

Bé Tư ôm vai anh trai kéo sát vào người. Đêm càng về khuya, hơi lạnh càng thẩm thấu vào cảnh núi rừng hùng vĩ. Sương đêm bàng bạc, mờ mờ. Mỗi lần ánh đèn pin lóe sáng, ánh sương hiện ra, bay bay trong cơn gió thoảng. Bé Tư nghe rõ hơi ấm từ người Kháng truyền sang cơ thể mình. Tình máu mủ hòa tan vào tình chiến hữu. Hai tiếng "đồng chí" ở thuở xa xưa trong chiến khu Đồng Tháp đối với hai người, giờ chỉ còn là dư âm của một thời hy sinh vô nghĩa, của một công trình kiến tạo một thành quách cho bạo chúa, hôn quân!

Đoàn người lầm lũi tiến thẳng về trái tim kháng chiến. Tuy hãy còn non yếu, nhưng đã là pháo đài đầu tiên hiên ngang đối diện với vũ lực được xem như hùng mạnh hàng đầu trong vùng Đông Nam Á – một thứ thành trì kiên cố của "xí nghiệp sản xuất Chủ nghĩa Cộng sản".

Những đường dây gai lửa giăng ngang mặt đất, đan kết lá cành chi chít trên lối đi, móc kéo áo nón khách lữ hành như có bàn tay vô hình nào đó nắm giữ lại. Gai lửa bén ngót làm rách da, đổ máu. Tiếng chim ăn đêm vọng lên từng hồi. Nhiều tiếng cánh đập đột ngột cất lên lay động cây rừng.

Bé Tư vỗ nhè nhẹ vai Kháng:

- Anh Hai, anh có muốn gặp chị Hai của em không?

- Muốn, muốn lắm nhưng bây giờ biết…

- Gặp chị để làm gì?

Kháng so vai:

- Anh cũng không biết nữa nhưng nếu gặp được Trâm, anh…

Chính anh cũng không biết gặp lại người xưa để làm gì! Anh không có mơ ước nối lại cuộc tình dang dở ngày xưa do chính anh làm gãy đổ. Tình yêu của tuổi 20 giờ chỉ còn là kỷ niệm. Trong thâm tâm, anh muốn gặp lại Trâm với mục đích nói cho người đàn bà ấy biết hiện tại của con người anh và con đường mới anh đã chọn lựa và cương quyết dấn thân cho tới hơi thở cuối cùng.

Bé Tư ỡm ờ:

- Chị Trâm không ở xa đây lắm!

Kháng quay sang đột ngột:

- Em biết chỗ ở của Trâm?

- Biết, biết rất rõ.

- Ở đâu?

- Chỉ còn vài phút đường!

Kháng giật mình đứng lại, lắp bắp:

- Hả? Ở… Trâm ở… gần đây?

Bé Tư kéo anh đi tới:

- Muốn gặp chị, anh hãy tiếp tục đi tới.

Kháng không còn bước nổi nữa. Có vật gì quá nặng gắn chặt vào đôi chân. Phía trước, Tú và Điều đã khuất dạng sau khúc quanh đường mòn. Đoàn "xe thồ" phía sau tiến lên. Tiếng bánh xe kẽo kẹt, nặng nề.

- Thành, em không gạt anh chớ?

Bé Tư cười:

- Muốn gạt anh cũng không được nữa. Anh, chị cùng đi chung trên một đường, anh chị sẽ gặp nhau thôi!

Kháng ghị đứng hẳn lại, ú ớ:

- Em… em… nói… sao? Trâm có mặt… trong mật khu của… chúng ta?

Giọng Bé Tư trầm trầm:

- Nếu duyên nợ không thành thì giờ đây tình chiến hữu sẽ kết chặt hai anh chị trong cùng một chiến tuyến. Chị Trâm là chiến hữu với em, với anh.

Kháng kêu lên:

- Trời ơi! Có thể như vậy được sao?

- Cái gì? Sao anh lại kêu trời? Anh không tin hay là anh cho rằng chị Trâm không thể là chiến hữu của anh?

Kháng lặng thinh. Tâm trí anh gò cứng, đông lại thành khối

tuyết nổi trên mặt biển chuyển động dữ dội. Hình ảnh Trâm dịu dàng, thùy mị, kiên trinh nhảy múa trong đầu anh.

Anh đẩy vai Bé Tư, vụt chạy bay tới trước. Bé Tư gọi lớn. Kháng vẫn cắm đầu chạy, chạy miết.

Điều, Tú đuổi theo. Bé Tư vừa chạy vừa mỉm cười:

- Tội nghiệp quá trời! Thương ảnh quá!

Nhiều "tiếng cú" vọng lên xa xa, nối tiếp. Núi Cậu rõ dần trước mắt. Nhiều bóng người chạy lúp xúp giữa bóng đêm. Lá cành khua động từng hồi. Rừng đêm tĩnh mịch, trùm kín mọi vật di động bên trong bóng tối đặc.

KẾT

Dương Trọng Khai rót tràn hai ly rượu, giục:

- Ê, Mãng, uống đi chứ? Dạo này mày uống lên dữ nghen. Ly cứ đầy hoài.

Thành cạn ly, cười ngất:

- Nó quen rượu tây rồi nên uống rượu kinh tế mới, nó uống hổng có trôi.

Khai càu nhàu:

- Thì xong vụ này tao đi Sài Gòn mua rượu tây cho mày uống. Uống cho đã, cho xỉn chớ uống cho ngon thì còn phải chờ kết quả công tác cái đã, mấy tía non ơi!

Thành cải chính:

- Hổng phải rượu tây hay rượu ta. Tao muốn tụi mình bình tĩnh bàn thảo kế hoạch khám phá hoạt động phản cách mạng của chúng nó. Lần nào tụi mình cũng xỉn hết chẳng bàn bạc tới nơi tới chốn.

Hắn nghiêm nghị tiếp:

- Tao nhận thấy tình hình đã khá trầm trọng rồi đó. Tên già Thân, thằng "Một Phát", thằng Bảo và một số gia đình các tổ 16, 17, 18 đã bắt đầu hoạt động mạnh. Tao quả quyết ở Minh Hòa, vùng núi Cậu có ổ kháng chiến.

Mãng phì cười:

- Lo cái giống gì không biết nữa. Chỉ có việc tóm tên già ấy là xong chuyện. Thằng con trai của nó hổng có về Thành phố Hồ Chí Minh đâu. Nó trốn vào mật khu của bọn chống cách mạng rồi.

Nốc một nửa ly rượu, hắn tiếp:

- Hề hề! Con nhỏ tên Hảo kia coi bộ "dày cơm" lắm. Tao hưởng trước rồi cho tụi bây hưởng sau.

Vợ Khai từ dưới bếp lên, nạt:

- Thôi đi, ai muốn hưởng thì hưởng, chồng tôi thì không!

Nàng điểm vào mặt Khai:

- Nè, tui nói cho mà biết, anh lộn xộn coi chừng tôi đó!

Khai cười ngất:

- Đừng có lo. Anh không tham gia đâu.

Có tiếng khóc đứa con gái Khai trong buồng và tiếng la chối tai của đứa con trai. Vợ Khai lật đật chạy vào.

Khai che tay lên miệng thì thầm:

- Ê, tụi bây nhớ đừng quên tao nghen. Tao cũng khoái con nhỏ đó lắm. Mẹ cha ơi, nó ngon lành quá mạng. Được ngủ với nó một đêm, hí hí, có chết cũng không ân hận!

Ngoài hè, Ký Đảm hỏi nhỏ bên tai Ba Tơ:

- Mình xông vào chớ?

Ba Tơ đáp:

- Để tôi vào trước. Tụi nó có dọt ra cửa sau còn có các anh chặn bắt chúng.

Ký Đảm, anh em Vọng – Bảo chia nhau kẻ cửa trước, người cửa sau. Ba Tơ giật mạnh cánh cửa bện đất rơm, bước vào trong. Cây súng săn đeo trên vai. Vừa trông thấy anh, bọn Khai, Mãng, Thành giật mình ngước lên.

Ba Tơ tươi cười:

- Chào các đồng chí. Chúc các đồng chí ăn nhậu ngon miệng!

Khai đứng lên:

- Anh Tơ, anh đi đâu đây?

- Ồ, tôi tới thăm các đồng chí.

Mãng hất hàm:

- Ai là đồng chí với mày? Mày có là cách mạng đâu mà xưng hô ẩu tả như vậy chớ?

Ba Tơ cau mày:

- Nói vậy các anh là cách mạng sao?

Thành dựa lưng ra sau:

- Còn gì nữa mà phải hỏi?

Ba Tơ gỡ khẩu súng cạc-bin trên vai xuống:

- Vậy à? Thì ra tụi bây toàn là cách mạng, hay là tay sai của cách mạng?

Mãng, Thành vụt đứng lên, thọc tay vào áo định rút vũ khí. Ba Tơ lên nhanh cò súng chĩa thẳng tới trước, cười cười:

- Ê, ê! Lộn xộn tao cho một phát vỡ sọ ngay tức thời. Hãy đứng im và giơ tay lên. Tụi bây có nghe tiếng "Một Phát" chưa?

Khai run bần bật:

- Anh… anh Ba, tụi tôi… hổng có làm gì hết. Tụi tôi là… dân kinh tế mới…

- Câm họng lại! Mới xưng là cách mạng đây mà! Quên rồi à?

Khai run rẩy:

- Hai đứa nó là… cách mạng còn tôi, tôi chỉ là dân thôi.

Ba Tơ nghiến răng:

- Mầy là dân nhưng mầy là chó săn, là Việt gian. Tao sẽ bắn vỡ sọ mầy, nghe rõ chưa?

Vợ Khai nghe động tĩnh bên ngoài, chạy ra cửa buồng. Thấy nguy, nàng luồn ra sau bếp định lẻn ra ngoài.

Bé Tư chụp tóc nàng, trợn mắt:

- Chị đi đâu? Định chạy đi báo cáo với cách mạng phải không?

Vợ Khai run bần bật:

- Dạ, dạ hổng phải. Tôi… sợ quá… định chạy trốn.

Ký Đảm dí đầu súng lục vào cổ nàng:

- Câm họng lại ngay! Đứng yên hay là chết? Tao bắn vỡ sọ ra bây giờ!

Phía trước, Mãng, Thành, Khai giơ cao hai tay. Thành run rẩy hỏi:

- Anh… là… ai?

Ba Tơ bước tới, gằn tiếng:

- Kháng chiến quân Mặt trận Dân tộc Tự quyết. Tụi mầy có nghe bao giờ không?

- Da… dạ chưa. Mới nghe… lần đầu.

- Và cũng là lần chót, hỡi ba tên chó săn của lũ bán nước, hại dân. Quay lưng lại. Mau lên! Tao chưa từng bắn tới viên thứ hai bao giờ.

Anh gọi lớn:

- Anh em vô đi.

Anh em Vọng – Bảo chạy vào.

- Hai chiến hữu tước võ khí tụi nó, mau lên!

Vừa tước xong vũ khí của Mãng, Thành, hai anh em đá cho mỗi đứa một cái thật mạnh làm hai đứa té nhào:

- Định hãm hiếp hả? Tao sẽ cắt dái tụi bây để coi còn giở trò khốn nạn được nữa không cho biết!

- Quân chó đẻ. Cộng sản dạy mầy như vậy phải không?

Mãng, Thành, Khai nằm lăn trên nền đất. Ký Đảm đẩy vợ Khai lên nhà trên, truyền lệnh hai anh em Bảo – Vọng trói ba đứa lại. Ba tên bị trói ké, bịt mắt, dẫn ra khỏi nhà.

Vợ Khai khóc rống xin tha cho chồng. Ký Đảm vả mặt nàng, hỏi:

- Chị không thấy xấu hổ khi có một thằng chồng hư hèn, đê tiện như vậy sao? Nó làm tay sai cho lũ phản dân, hại nước để có tiền ăn nhậu, trai gái thỏa thích. Rồi đây nó sẽ bỏ mẹ con chị, chị biết không?

Vợ Khai ôm mặt khóc ngất.

- Dù sao chị cũng là đàn bà, chị còn có trách nhiệm đối với con. Tụi tôi tạm tha cho chị để chị sống nuôi dưỡng các con. Gần hết khu kinh tế mới nầy đã theo kháng chiến. Nếu chị có hành vi nghi ngờ, thân chị và các đứa trẻ vô tội kia sẽ không được bảo đảm. Chị nghe rõ chưa?

Vợ Khai tức tưởi:

- Dạ… dạ nghe… dạ nghe!

Ba tên Mãng, Thành, Khai bị đẩy ra khỏi nhà, hướng về núi Cậu. Tiếng chó sủa văng vẳng trong đêm. Nếu không có lệnh của Đạt, ba tên chó săn đã bị giết chết tại chỗ.

Bảo tức tốc liên lạc với các cơ sở địa phương, báo tin mừng. Mọi người thở phào nhẹ nhõm, nhất là ông bà Thân và Hảo. Ba cái gai nhọn đã bị nhổ ra khỏi con đường chiến đấu gian nguy của mặt trận. Vợ Khai chỉ biết khóc âm thầm, nàng chỉ báo cáo với chính quyền là chồng theo Mãng, Thành về thành phố ăn chơi chưa thấy trở về. Một tuần sau, trước mặt công an xã Minh Hòa, nàng vẫn giữ nguyên lời khai. Thấy nàng khóc, cách mạng cứ ngỡ nàng đau xót cho thân phận mẹ con nàng và buộc tội người đàn ông phản bội kia!

***

Đồn điền cao su Minh Hòa hoàn thành kế hoạch sản xuất, vượt chỉ tiêu trên mười phần trăm, được Tổng cục Cao su đặc cách khen thưởng. Mười Của – Giám đốc đồn điền nhận công điện; trong đó, ông ta được phép trích 5 phần trăm ngân quỹ tổ chức tiệc liên hoan khao thưởng toàn thể cán bộ, công nhân viên. Một tin mừng lớn cho toàn thể đồn điền và là một vinh dự lớn cho cá nhân Mười Của. Ông mời tất cả chính quyền địa phương, dân sự cũng như quân sự đến chia vui với ông.

Phòng họp được quét dọn, trang hoàng, bài trí rực rỡ. Cờ đỏ sao vàng lớn nhỏ treo trong, treo ngoài tung bay phất phới như một ngày đại lễ. Một tấm vải đỏ gắn chữ vàng: "MỪNG XÍ NGHIỆP MỦ MINH HÒA HOÀN THÀNH KẾ HOẠCH, SẢN XUẤT VƯỢT CHỈ TIÊU" rộng nửa thước, dài mười thước giăng ngang cổng vào xí nghiệp. Chân dung Hồ Chủ tịch ngẩng ngưởng phía trên, lay động nhè nhẹ trong gió.

Bàn ghế trong xí nghiệp không đủ cung ứng cho số quan khách. Mười Của ra lệnh trưng dụng bàn ghế của nhân dân chung quanh cơ quan. Không một ai dám cự nự, càu nhàu. Hôm nay là ngày lịch sử, ngày trọng đại của đời ông.

Vợ Mười Của dành cả buổi chưng diện diễm lệ, nhưng cốt cách phụ nữ cán bộ miền Bắc của bà vẫn không che giấu nổi nét quê mùa thô kệch. Hai nữ công nhân được miễn lao động, châu đầu vào mỗi công tác làm đẹp bà thủ trưởng. Hai tiểu thơ của ông bà lôi bộ đồ bà ba trắng, quần lãnh đen hàng nội hóa ra ủi sơ qua cũng đã thấy cuộc đời con cái của cán bộ giám đốc đổi thay hệ trọng.

Một số 20 nhân viên cạo mủ nhận lệnh điều động tới phòng họp phụ tiếp đãi ăn quan khách. Anh em Vọng – Bảo và Hiệp trà trộn vào số nhân viên này do Kiểng – Tổ trưởng khâu giảo nghiệm chất lượng mủ, gài vào xí nghiệp từ hai tuần qua. Kiểng là chuyên viên hóa chất cũ của đồn điền. Anh được trọng dụng vì khả năng chuyên môn. Ông Mười Của rất tin cẩn Kiểng.

Anh móc nối với mặt trận do bác sĩ Hải giới thiệu trong một chuyến về phép thăm nhà ở Bàn Cờ. Hai người là bà con bạn dì với nhau. Bác sĩ Hải làm việc với Kiểng liên tiếp trong hai ngày đêm. Kiểng tán thành đường lối của mặt trận và tình nguyện tham gia. Anh đảm trách hoạt động gầy cơ sở ngay trong đồn điền. Đối tượng của mặt trận là thanh niên nam nữ cạo mủ.

Trong số nhân viên đãi tiệc ngoài Bảo – Vọng, Hiệp ra, 15 người khác là thành viên của cơ sở.

Để đảm bảo năng suất, Mười Của vẫn cho xí nghiệp tiếp tục hoạt động. Tiệc liên hoan khai mạc vào buổi chiều, sau giờ sản xuất.

Đội đặc công của Ký Đảm, Bé Tư từ cơ sở ông Thân phát xuất lúc trời vừa nhá nhem. Vũ khí, mìn, lựu đạn, chất nổ đã chuyển từ một khu về giấu trong nhà ông bà Thân, Ba Tơ và Bảo từ 3 ngày trước – lúc mặt trận hay tin xí nghiệp cao su Minh Hòa sắp tổ chức tiệc liên hoan ăn mừng thành tích sản xuất. Kiểng ngầm mật báo tin cho Ba Tơ.

Đội đặc công tránh ngã ba Biên Hòa, theo đường rừng tiến dần vào phía sau chợ, ém quân phía dưới con suối – nơi có nhiều lỗ bom B52 lớn bằng ngôi nhà. Hằng ngày, trẻ con đi lượm trái cao su trong đồn điền trở về nhào xuống tắm lội, đùa giỡn thỏa thích.

Phía sau, hai đại đội do Thượng úy Điều, Thiếu tá Ẩn chỉ huy, nằm chờ trong rừng sau tổ 1. Theo kế hoạch, ngay sau khi đội đặc công hành động và tiếng nổ đầu tiên vang lên, lực lượng này sẽ tiến quân đánh thẳng vào xí nghiệp, mục tiêu quan trọng là đồn công an và trại nghĩa quân Minh Hòa.

Kháng, Cang và Đại úy Giàu cùng tham gia trận đánh đầu tiên của mặt trận. Tú chuẩn bị sẵn sàng chiếc vận tải Rhino từ trưa. Đúng giờ G, anh phóng xe vượt qua ngã ba, lúc đó trận tấn công đã bắt đầu. Anh sẽ chạy về hướng quận lỵ Dầu Tiếng, nhằm đánh lạc hướng đối phương. Tới địa điểm ấn định, Tú sẽ cắm đầu xe xuống lề đường, giẫm nát mặt đất cho tới bờ con kênh rồi quay trở lại, lấy chiếc xe gắn máy chờ theo sẵn, chạy bay trở về mật khu. Đối phương sẽ ngỡ kháng chiến quân xuất phát từ một nơi nào khác.

Cốt mìn, plastic được bí mật chuyển vào xí nghiệp. Đội đặc công, từ đêm trước đã lẻn vào đặt tại 9 địa điểm quan trọng; trong số đó, có một bọc chất nổ gài ngay cửa ra vào 9 giờ tối lúc quan khách đã bắt đầu no say.

Mới 7 giờ tối, khách đủ giới đã lũ lượt kéo tới. Tiểu đội du kích và công an võ trang đầy đủ tới lui canh gác, trà trộn vào đám đông điều tra, quan sát tình hình. Dân chúng địa phương, đa số là trẻ em bao quanh trước cổng rào bị lính đuổi ra xa.

Đúng 7 giờ rưỡi, giờ khai mạc, giám đốc xí nghiệp cùng với vợ và hai con bước vào hội trường giữa tiếng vỗ tay vang dội. Mười Của vỗ tay theo, tươi cười, bắt tay từng quan khách ngồi ở hai hàng ghế đầu. Tiếng nhạc, lời ca cách mạng từ máy phóng thanh ngân nga, trầm bổng càng thêm nức lòng hàng trăm thực khách, nhất là Mười Của và vợ con ông.

Nguyễn Mầu – Thư ký công đoàn xí nghiệp, được bí thư đoàn chỉ định giới thiệu chương trình và đọc bài diễn văn ngắn khai mạc buổi liên hoan. Tiếng vỗ tay nổ giòn và kéo dài. Rời máy vi âm, Nguyễn Mầu trở về ghế ngồi, vỗ tay phụ họa với cử tọa. Anh ta chờ tràng pháo tay vừa dứt, trở lên chiếc bục cao, giới thiệu thủ trưởng báo cáo thành tích vĩ đại của xí nghiệp và đọc công điện khen thưởng của Tổng cục Cao su.

Một hai cử tọa vỗ tay cò mồi, hội trường như sắp vỡ tung ra với từng tràng pháo tay nối tiếp nhau cắt quãng bài diễn văn của Mười Của. Ông ta kẹp tờ giấy vào nách, vỗ tay theo từng chặp. Lúc đầu ông ta còn tươi cười, mãi về sau, ông chỉ vỗ tay thôi, còn sắc mặt ông vẫn tỉnh bơ, trơ ra như tượng gỗ!

Phải vỗ tay miết, nhiều quan khách đã thấy lòng đôi tay rát rạt như phỏng lửa. Họ không còn vỗ mạnh, vỗ cho thiệt kêu, thiệt giòn như lúc đầu nữa. Vỗ tay cho có chừng, cho Mười Của trông thấy, cho ông ta vui lòng!

Trên mười công nhân viên, cán bộ được xí nghiệp khen ngợi, trong đó có Kiểng.

Đội chiêu đãi viên đứng xếp hàng dài dọc theo vách hội trường nhìn Kiểng mỉm cười. Kiểng giữ nét mặt nghiêm nghị làm như thể anh hết sức quan tâm vào lời khen thưởng của Mười Của. Anh liếc nhìn đồng hồ tay. Đã gần 8 giờ. Nhịp đập của con tim cùng đánh nhịp với tiếng tích tắc của đồng hồ trong những gói thuốc nổ chung quanh hội trường.

Mười Của cho lệnh soạn thức ăn. Bữa tiệc bắt đầu. Rượu đế, rượu mùi và nếp than dành cho cấp lãnh đạo quân, cán, chính. Rượu gạo, mì thuộc về công nhân viên, bộ đội. Tất cả được phép ăn, nhậu thả giàn mừng cho thành công và vinh dự của xí nghiệp. Tiếng nói, cười, tiếng ly chén chạm vào nhau khua động khắp hội trường. Từ ngày xí nghiệp lọt vào tay cách mạng tới giờ mới có một ngày náo nhiệt, tưng bừng như tối nay.

8 giờ 30, quan khách đã no say. Nhiều người đã bắt đầu chếnh choáng. Tiếng nói cao giọng hơn. Cãi vã gia tăng nhiệt độ.

8 giờ 45, Kiểng nháy mắt ngầm báo tin cho tất cả chiến hữu. Mọi người rút êm ra khỏi hội trường, tiến về địa điểm an toàn.

9 giờ kém 5, tất cả đã chuẩn bị sẵn sàng cuộc tấn công ác liệt! Lực lượng then chốt bên ngoài truyền tin cho nhau bằng tiếng chim mẹ ngân vọng kéo dài.

Kháng bò tới bên Điều:

- Mọi việc chắc êm xuôi?

Điều mỉm cười:

- Chắc ăn như bắp! Không có dấu hiệu gì trắc trở hết. Ký Đảm, Bé Tư và Kiểng đã kiện toàn kế hoạch.

Một tiếng nổ long trời làm rung chuyển mọi vật. Một cây lửa vụt lên cao rọi sáng một góc trời. Nhiều tiếng nổ tiếp theo, liên tục. Nhiều cụm lửa vụt lên, lóe sáng như những ngọn pháo bông khổng lồ. Khói tỏa mịt mù. Hội trường rung chuyển, sụp xuống, nóc tôn bay bổng, từng tấm tôn bay lượn như những chiếc lá. Khu sản xuất đổ vỡ tan hoang. Tiếng la hét kinh hoàng dậy trời hòa lẫn với tiếng "hò xung phong" của lực lượng kháng chiến.

Súng lớn, nhỏ thi nhau nổ giòn cùng hướng về xí nghiệp và các đồn công an, nghĩa quân và Ủy ban nhân dân. Điều, Kháng dẫn một cánh quân đánh các đồn bót chung quanh. Cang và Giàu chỉ huy một cánh quân khác tiến thẳng vào xí nghiệp. Bé Tư, Ký Đảm và Kiểng cùng đội đặc công rời vị trí an toàn, rút ra bìa rừng lui về mật khu. Sứ mạng đã hoàn thành tốt đẹp.

Tiếng súng chống trả bắt đầu khai hỏa dữ dội. Tú lái xe xả hết tốc lực vượt qua mặt trận. Anh rạp người sau tay lái. Đạn bay sáng rực chạm vào thùng xe. Tiếng đạn xé gió gào thét bên tai anh.

Sức chống trả trong xí nghiệp yếu dần. Giàu, Cang dồn lực lượng về phía các đồn công an, du kích và Ủy ban nhân dân tiếp sức với cánh quân của Kháng, Điều. Tiếng súng máy quạt ồ ạt, chặn đứng sức tiến của cánh quân Kháng và Điều. Cang, Giàu cắt một tiểu đội bọc hậu, diệt ổ súng máy bằng lựu đạn. Tiếng súng liên thanh vừa tắt, hai cánh quân đã tràn ngập các địa điểm đối phương. Chỉ còn vài âm thanh giết người nổ lẻ tẻ rồi im vắng trở về với đêm đen. Những đám cháy ở xí nghiệp bập bùng rọi sáng một góc. Trên chín mươi phần trăm cán bộ, bộ đội thương vong.

Kháng, Điều, Cang và Giàu kiểm điểm tình hình ta và địch. Mười bốn kháng chiến quân bị thương và ba chiến sĩ hy sinh. Kháng rọi đèn tìm đồng đội thương vong. Một tên bộ đội bị thương, ngóc đầu dậy, nhắm ngay Kháng nổ súng. Một tiếng nổ chát chúa cuối cùng vang dội. Kháng ngã gục như một thân cây vừa bị đốn ngang.

Điều la hoảng:

- Kháng! Kháng!

Kháng cố bật dậy nhưng chân anh đã gãy. Anh quỵ xuống nằm bất động.

Điều gọi lớn:

- Anh em ơi! Kháng đã trúng đạn!

Mọi người cùng chạy tới. Một tiếng súng thứ hai nổ tiếp. Đạn xé gió vút ngang qua tai Cang. Giàu phóng tới chĩa khẩu M16 vào người tên bộ đội, bắn hết băng đạn.

Vừa nổ súng, anh vừa trợn mắt, gồng cứng người, hét lớn:

- Khốn, khốn nạn. Tao giết… giết mầy!

Lệnh rút quân. Hai kháng chiến quân khiêng Kháng rời nhanh bãi chiến. Kháng trúng đạn bên đùi mặt. Máu ra ướt đẫm ống quần. Ban cứu thương được gọi tới băng bó tạm thời cho Kháng.

Giàu cúi sát xuống bên tai Kháng:

- Chiến hữu khỏe chớ? Có đau lắm không?

Kháng mỉm cười:

- Không sao! Tôi chỉ thấy… hơi chóng mặt một chút thôi. Cho tôi xin miếng nước.

Cang kề bi đông nước vào miệng Kháng:

- Chỉ uống thấm giọng thôi. Không nên uống nhiều.

Ra tới bìa rừng, Kháng và các chiến sĩ thương vong được tải về một khu trên những chiếc cáng tre. Giữa lòng cáng đan bằng mây do bốn người khiêng hai đầu. Bốn người này mệt, bốn người khác thay thế.

Kháng nghe tê liệt nửa thân phía dưới. Cang, Giàu, Điều đi sát bên anh. Hai mắt anh nặng trịch. Anh cố mở mắt nhưng như có sức vô hình kéo mí mắt anh sụp xuống.

Anh thều thào:

- Nếu tôi… có gì… các chiến hữu… làm ơn nói lại với Trâm… tôi… vẫn chờ Trâm… tha thứ…

Cang vuốt tóc Kháng, dịu dàng:

- Không sao đâu, anh đừng vội bi quan. Anh chỉ bị thương ở đùi thôi. Về mật khu, chiến hữu Hải sẽ giải phẫu, điều trị cho anh. Còn chuyện giữa anh và Trâm đã có Hồng lo rồi. Hồng đoan chắc với tôi sẽ thuyết phục được Trâm.

Giàu góp ý:

- Anh đã giác ngộ cao độ trở về với dân tộc rồi. Trâm còn lý do gì hờn oán anh nữa đâu?

Kháng cố chống trả với cơn mê sảng sắp phủ chụp lên tâm trí anh:

- Còn… hãy còn… một tội… lớn lắm…

Không ai còn nghe anh nói tiếp. Mọi người hốt hoảng. Điều nắm tay anh lay gọi:

- Anh… anh Kháng! Anh còn tỉnh chớ?

Không có tiếng Kháng đáp lại. Chỉ có tiếng chân người giẫm đạp trên lá khô xào xạt và tiếng cánh chim đập bay lên phía trước.

Điều giục đoàn tải thương nhanh chân hơn. Những chiếc cáng nhảy lưng tưng trên các đôi vai. Thân người nhún nhảy lên xuống như chiếc phao trên từng đợt sóng.

Phía sau, ánh lửa vẫn còn rọi sáng từ hướng xí nghiệp. Ánh lửa vinh quang. Ánh lửa hận thù. Ánh lửa khởi đầu một cuộc đối kháng dẫn đường cho đại cuộc giải phóng thực sự thân phận dân tộc Việt Nam và cái thế đứng mới của Tổ quốc Việt Nam.

***

Liên tiếp hai ngày, Kháng chìm trong hôn mê. Hải quyết định cưa chân Kháng. Viên đạn ác nghiệt đã làm gãy xương, không tài nào ráp nối được. Dụng cụ y khoa hiện hữu tại mật khu chỉ có thể mổ xẻ, băng bó. Kỹ thuật chỉnh hình không ngoài khả năng của Hải, nhưng anh không đủ phương tiện cứu ống chân Kháng. Đành phải cưa thôi. Đành phải biến Kháng thành một phế nhân! Kháng không hay biết cuộc đời bôn ba, bay nhảy, từng vào sinh ra tử, giờ đây đã kết thúc tại mật khu anh dũng này. Hay tin buồn, tất cả chiến hữu lần lượt tới thăm anh tại giường bệnh. Anh nằm im thiêm thiếp như đang ngủ say. Ai đến ai đi? Anh nào rõ!

Tú trở về tới mật khu, lòng mừng khấp khởi. Tin chiến thắng đầu tiên làm anh muốn khóc. Vinh dự của mặt trận cũng là của chính anh. Lần đầu tiên trong đời anh tham dự một trận đánh. Trước đây, mười mấy năm lính hải quân, anh chỉ có dạy võ, cà nhỏng suốt ngày. Kinh nghiệm chiến trường là một cái gì quá xa lạ với lớp áo lính của anh. Nhưng vừa hay tin Kháng trọng thương, Tú kinh hoàng chợt tỉnh cơn say chiến thắng. Anh chạy đi tìm Kháng, ôm Kháng khóc rống. Anh kêu gọi, kể lể như một thiếu phụ khóc chồng! Người anh nuôi rộng lượng, bao dung, đầy tình cảm chân thiết, người chiến hữu can trường, đứa con yêu quý của Tổ quốc sau hơn hai mươi năm lầm lạc… nay đang ở dưới lưỡi hái tử thần! Tú không ăn, không ngủ, suốt ngày đêm ngồi túc trực bên Kháng. Hình ảnh chung thủy, đạo nghĩa của Tú làm mủi lòng tất cả chiến hữu.

Có một người đàn bà không khóc lóc, kể lể như Tú, nhưng lòng nàng đau đớn, tan nát gấp vạn lần Tú. Nàng nhìn đăm đăm gương mặt Kháng trong hôn mê. Nước mắt đoanh tròng. Trái tim khô cứng từ lâu se thắt lại, rỉ chảy một dòng suối tươi mát, êm đềm.

Tú đi vòng qua, run run hỏi:

- Chị Trâm! Liệu anh thoát khỏi không?

Trâm khẽ gật đầu:

- Tôi tin… anh sẽ qua… khỏi.

- Đã hai ba ngày rồi anh vẫn còn mê man tàn tịch.

- Chắc là ảnh cũng sắp hồi tỉnh lại.

Tú không tin. Anh sợ Kháng đã chết. Anh nhìn chừng tấm drap dày đắp kín từ chân tới ngang cổ Kháng xem thử Kháng còn thở không? Mắt anh mờ lệ, đỏ chạch. Anh không dám tin đôi mắt mình. Hình như Kháng đã ngừng thở.

Anh vụt la lên:

- Chị Trâm… chị ơi! Coi… coi kìa!

Trâm ngạc nhiên:

- Cái gì?

- Anh… anh Kháng đã… hết thở… rồi kìa!

Trâm quay lại, nhìn kỹ trên ngực Kháng. Nàng bị dao động bởi Tú, nàng thoáng có chung mối lo sợ, khiếp đảm của anh. Phần drap trên ngực Kháng hình như không còn nhấp nhô theo hơi thở rất nhẹ của Kháng nữa.

Tú chồm tới áp tai lên ngực Kháng. Tay anh chạm vào thanh sắt treo chai nước biển. Trâm chụp nhanh thanh sắt và chai nước biển cùng một lúc, mắt không rời Tú.

Tú vụt ngước lên, reo mừng.

- Còn… ảnh còn thở… chị ơi!

Trâm thở phào, ngồi trở xuống ghế. Tú dựa lưng vào vách hầm, nói gì lảm nhảm trong miệng, mắt nhắm nghiền. Giấc ngủ đến với anh quá dễ dàng. Chung quanh đây hoàn toàn yên lặng. Chỉ có tiếng ngáy pho pho thật đều của Tú và tiếng lòng thổn thức của Trâm. Xa xa có tiếng máy đánh chữ lọc cọc, lạch cạch.

Nàng ngồi bất động như pho tượng, mắt dán chặt vào gương mặt mà nàng ngỡ đâu không bao giờ gặp lại nữa, không bao giờ còn gây xúc động nổi con tim chai cứng vì một lần lầm lạc nơi mối tình đầu! Dấn thân theo mặt trận, nàng những tưởng vết thương lòng sẽ lành lặn, với niềm tin yêu mãnh liệt vào một ngày đánh đuổi lũ người Việt đã mất gốc ra khỏi bờ cõi quê hương, dựng lên một nước Việt Nam mới. Người đàn ông phản bội, một đảng viên Cộng sản đắc tội với lịch sử, với dân tộc đã và đang đi chung một đường với nàng. Gã vừa hy sinh một phần thân thể cho lý tưởng cao đẹp và đúng nhất. Gã đã chuộc lại lỗi lầm với nàng và luôn cả với dân, với nước. Khối tình keo đặc lại sau khi hay tin người yêu bội phản, giờ đây tan lỏng ra, trào dâng lai láng trong tim nàng. Nhiệt độ của nó cao hơn trước, gấp ngàn lần hơn thuở mới yêu, trong suốt mấy mươi năm đợi chờ và tin tưởng.

Nhìn xuống phần drap đậy kín ống chân cụt của Kháng, nàng hình dung ra một người tàn tật, què quặt, di chuyển vụng về với đôi nạng gỗ. Nàng rùng mình! Không phải vì ghê sợ hình ảnh của phế nhân, mà vì xót đau cho thân phận của Kháng. Hương tình yêu càng tỏa ngát trong tâm hồn nàng.

Trâm dựa sát lưng ra thành ghế, nhắm mắt, suy tư. Bản nhạc xa xưa của Phạm Duy: "Ngày trở về, anh bước lê trên quảng đường đê, đến bên lũy tre… Ngày trở về có anh nông dân chống nạng cày bừa…" êm êm, nhè nhẹ vẳng về trong trí nhớ nàng. Nụ cười hé nở trên môi. Hai giọt lệ ứa ra khóe mắt, lăn tròn xuống má.

Trâm giật mình tỉnh ngủ, có tiếng ai gọi tên nàng:

- Trâm! Trâm em!

Trâm chưa tin đó là tiếng gọi của Kháng. Nàng vẫn thấy đôi mắt anh nhắm nghiền.

Nàng hỏi chồm tới, khe khẽ:

- Anh! Anh Kháng!

Đôi giọt lệ ứa ra khóe mắt Kháng. Anh từ từ mở mắt, giọng thật thấp:

- Em… Trâm!

Trâm mừng quá, xô ghế, nhào tới úp mặt lên ngực Kháng, tức tưởi:

- Anh, anh của em!

Nụ cười sung sướng hé nở trong ánh mắt long lanh Kháng. Anh đặt tay lên lưng Trâm, vuốt nhẹ mái tóc mịn màng của người đàn bà mà anh những tưởng không bao giờ tha thứ anh. Trâm sụt sùi trên ngực người đàn ông mà nàng vừa tìm lại được bản chất ban đầu vào thuở xa xưa hai người vừa quen biết nhau, mới yêu thương nhau. Một Kháng phản bội và một Kháng lầm lạc đã bị khai tử. Giờ đây, Kháng là một người tình đầu đời của nàng. Giờ đây, Kháng là một chiến sĩ yêu nước nồng nàn, một chiến hữu kiên cường của mặt trận dân tộc, đứa con cưng của Tổ quốc Việt Nam. Anh như cánh đại bàng đã gãy cánh, nhưng khí phách của anh đã là tấm gương sáng chói cho hàng ngàn đồng đội. Dù anh đã ngã xuống, trở thành một phế nhân, anh vẫn còn tràn đầy máu nóng trong tim, tiếp tục hy sinh cho dân, cho nước đến hơi thở sau cùng.

Hai người lặng thinh, lắng nghe hơi thở của nhau, tiếng trái tim cùng một nhịp đập, hơi ấm truyền sang cơ thể và trăm ngàn mảnh vỡ ngổn ngang kết hợp lại thành tấm gương lành lặn, trong suốt.

Trâm ngước lên, vuốt tóc Kháng, âu yếm:

- Anh thấy trong người ra sao hả?

Nhìn Trâm đắm đuối, Kháng tươi cười:

- Khỏe, anh thấy khỏe lắm!

Mò kiếm tay Trâm, anh nắm chặt đưa lên môi:

- Em không còn hờn oán anh?

Trâm lắc đầu.

- Em đã tha thứ anh rồi chớ?

Trâm gật gật đầu. Nụ cười nở thắm trên môi. Kháng đè mạnh tay Trâm trên ngực, nhắm mắt:

- Anh… sung… sướng quá! Giờ đây dù… có chết, anh cũng đã… thỏa mãn lắm rồi! Anh đắc tội với em, anh… không xứng đáng với lòng rộng lượng… cao đẹp của em!

Trâm siết tay người yêu:

- Đừng nhắc tới chuyện cũ nữa. Hãy để yên dĩ vãng vùi lấp dưới bụi cát thời gian. Chuyện hiện tại, trước mắt em và anh mới đáng cho chúng ta bàn tới. Anh không còn là… Kháng của trước đây. Anh đã làm lại trọn vẹn cuộc đời anh. Chúng ta đang cùng đi chung một đường. Tình yêu và tình chiến hữu sẽ gắn chặt anh và em vào nhau. Chúng ta dâng trọn cuộc đời còn lại cho dân, cho nước.

Kháng quên hẳn vết thương đang làm anh rêm nhức. Anh đã

quên tất cả những gì đã xảy ra trong ba bốn ngày trước. Anh thấy mình trẻ lại, trái tim đập mạnh và cõi lòng rực rỡ hoa xuân của thuở tuổi đôi mươi. Tình yêu như ngọn pháo thăng thiên nổ toang trên nền trời xanh thẫm, tỏa rộng ánh sáng đủ màu sắc diễm tuyệt. "Cái thuở ban đầu lưu luyến ấy!" hiện nguyên hình thù lộng lẫy, kiêu sa ở giây phút trùng phùng kỳ thú này.

Cả anh lẫn Trâm, hai người tuổi đã tứ, ngũ tuần, bỗng thấy mình hẳn còn son trẻ đang vui đùa, đuổi bắt nhau trong ngôi vườn xuân đầy rẫy kỳ hoa dị thảo như đôi bướm sặc sỡ bay lượn trên từng cánh hoa thơm ngát. Mối tình đầu vẫn nồng thắm lại được tô điểm đậm đà hơn với lý tưởng và ước mơ cao cả.

Kháng hỏi bâng quơ:

- Hình như vết thương nặng lắm?

Trâm vỗ về:

- Chỉ xoàng thôi. Rồi anh sẽ… lành mạnh.

- Biết có còn tiếp tục chiến đấu được nữa không?

- Sao lại không? Nếu anh vẫn còn yêu con đường đã chọn lựa, anh vẫn tiếp tục chiến đấu như thường. Mỗi chúng ta chiến đấu bằng trái tim và khối óc thì dù trong tình huống, hoàn cảnh nào, chúng ta vẫn là một chiến sĩ.

Kháng chau mày, cố nhớ lại một chuyện gì:

- Anh nhớ mang máng anh bị… thương ở chơn. Có phải không em?

Trâm lo sợ. Nàng cố tình giấu Kháng một phần thân thể đã mất. Kháng sẽ có phản ứng tai hại cho chính bản thân anh khi hay biết mình đã trở thành một phế binh. Từ giã chiến trường không có nghĩa giã từ chiến đấu, nhưng liệu Kháng có bằng lòng với quan niệm đó không?

Nàng né tránh:

- Đúng rồi, anh bị địch bắn sẽ trúng chơn, nhưng vết thương chỉ xoàng thôi. Vì mất máu quá nhiều nên anh bất tỉnh, hôn mê trong mấy ngày liền.

Kháng ngóc đầu, rờ rẫm phần drap dưới thấp:

- Không cưa chơn anh chứ?

Trâm vội đẩy nhẹ anh nằm trở xuống, tươi cười:

- Làm gì đến nỗi cưa chơn? Người anh vẫn còn nguyên vẹn.

Trâm nghe lòng xót xa và càng yêu Kháng gấp bội. Nàng cúi xuống hôn lên trán Kháng, âu yếm:

- Hay tin anh rủi ro, cả một khu xúc động dữ lắm. Người tới thăm anh đầu tiên là chiến hữu Đạt. Ảnh ôm anh khóc và ngồi bên anh mấy giờ liền. Không ai cầm được nước mắt. Tội nghiệp Hồng lắm! Hồng khóc muồi mẫn khi biết anh đã…

Nàng kịp ngăn mình lại, bỏ lửng câu nói, giấu nhẹm cuộc giải phẫu thay đổi hẳn lĩnh vực chiến đấu của Kháng.

- Anh em mình chết nhiều không?

- Có 3 chiến hữu hy sinh và 14 người bị thương đánh đổi hàng trăm địch bị tiêu diệt. Cơ sở xí nghiệp tan nát và đồn bót bị phá hủy nặng nề.

Trâm cố xua đuổi ám ảnh trong đầu Kháng:

- Lần ra quân đầu tiên, mặt trận gặt hái thành công vĩ đại. Anh Đạt chờ anh tỉnh lại sẽ mở tiệc khao quân, ăn mừng.

Bỗng có tiếng la lớn:

- Anh… anh Hai! Trời ơi!

Tú phóng tới ôm chầm lấy Kháng, tiếp luôn:

- Anh… đã tỉnh lại hả? Em… mừng quá, anh ơi!

Trâm bảo khẽ:

- Anh Tú, coi chừng làm sút kim vô nước biển đó. Đừng đụng vết thương của anh Kháng.

Kháng xúc động, vuốt má Tú, mỉm cười:

- Còn chú thì sao? Có bị thương tích gì không?

Tú gồng người, đùa giỡn:

- Em mình đồng, da sắt mà anh. Đạn chạm vào là dội ra liền. Hồi nhỏ, em có học gồng và bùa Lỗ Ban!

Kháng, Trâm cùng phì cười. Kháng vụt hỏi:

- Ờ nầy, còn Thành và Ký Đảm yên lành hết chớ?

Tú lại cà rỡn:

- Hai anh heo lăn chai đó vẫn mạnh như thần. Hai ảnh cải trang đi quan sát tình hình xã bên cạnh để chuẩn bị cho tụi nó thêm cái tát thứ hai. Em ngán cái nước lì của hai ông nội đó. Coi cái chết như "ne pas". Ố là la, c'est formidable!

Hồng đi bên cạnh Hải bước vào. Thấy Trâm, Tú vây quanh giường Kháng, Hồng chạy tới hỏi:

- Sao rồi? Anh Kháng…

Nàng reo lên:

- Ồ, anh Kháng đã tỉnh lại rồi hả? Anh Hải ơi, lại đây coi anh Kháng nè!

Hải tiến nhanh lại, cười lớn tiếng:

- Yên chí lớn rồi bà con! Người hùng đã hồi tỉnh. Ngon lành rồi!

Anh chồm tới nắm tay Kháng lắc nhẹ, dịu dàng hỏi:

- Sao? Chiến hữu thấy trong người làm sao? Khỏe chớ?

Kháng khẽ gật đầu:

- Cám ơn anh, khỏe nhiều!

Hải ngó chai nước biển chỉ còn lại một ít:

- Vô chừng hai chai nữa là xong. Nằm chừng một tuần, chiến hữu sẽ đi đứng như thường.

Hai tiếng "đi đứng" làm mọi người nhìn nhau. Trâm cúi đầu giấu kín cơn xúc động ồ ạt dâng cao trong lòng. Hồng ngầm hiểu Trâm, nắm tay nàng siết chặt.

Kháng nghiêm nghị hỏi Hải:

- Anh không cưa chơn tôi chớ?

Hải giật mình:

- Ồ, không! Làm gì đến nỗi phải cưa chơn? Hổng có đâu!

- Anh nên nói thiệt. Đừng giấu tôi!

Hải liếc nhìn mọi người, lắc đầu lia lịa:

- Không, không đâu. Tôi… nói thiệt mà!

Trâm không dám ngó sắc mặt và ánh mắt của người yêu. Nàng sợ, sợ lắm! Sợ cơn tuyệt vọng của Kháng sẽ làm nàng khóc ngất.

Hải không dám đứng lâu hơn. Anh mượn cớ đi lấy chai nước biển khác cho Kháng, thoát ra khỏi cuộc tra vấn của bệnh nhân. Hồng, Tú cũng sợ. Cả Trâm cũng sợ. Không một ai có đủ can đảm nói sự thật cho Kháng biết.

Tú đi thụt lùi ra khỏi phòng bệnh, đứng núp bên ngoài rình nghe câu chuyện tiếp diễn bên trong. Hồng cúi xuống nói với Kháng:

- Em chờ anh tỉnh lại rồi sẽ đi công tác ở Sài Gòn.

- Hồng đi có lâu không?

- Dạ, độ một tuần.

- Tôi muốn nhờ Hồng một việc, có được không?

- Anh cứ nói. Việc dù khó đến đâu, em cũng cố gắng hoàn thành.

- Hồng giúp tôi đến trại học tập Long Giao thăm Chiến em tôi. Hồng bí mật cho nó biết có một cán bộ tên là Tiến, Bảy Tiến sẽ lãnh nó ra trại vào một ngày không xa lắm. Biểu nó kiên nhẫn chờ đợi, bình tĩnh đừng liều lĩnh vượt ngục không nên.

Hồng tìm hiểu:

- Ông Tiến nào đó có quyền bảo lãnh tù nhơn sao anh?

- Chúng tôi đã làm việc với nhau đâu vào đó rồi, trước khi tôi vào hẳn mật khu. Tiến là bạn tôi, hiện là Ủy viên Trung ương Đảng. Tôi đã cứu Tiến thoát chết trong một cuộc không tập của phi cơ B52. Tiến rất có uy ở Bắc và nhiều triển vọng, được đảng đề bạt vào Bộ Chính trị.

Trâm xen vào:

- Anh có gặp chú Chiến rồi hả? Anh không cứu được chú ấy sao?

Kháng thở ra:

- Anh đã hứa với má sẽ cứu Chiến bằng bất cứ giá nào, nhưng anh đã thất bại. Quyền hạn anh không đủ sức mạnh bảo lãnh Chiến.

Hồng mỉm cười bông đùa:

- Quyền hạn chưa đủ đâu. Cần có thêm một sức mạnh vạn năng khác nữa, đó là vàng; đồng thời phải biết chạy chọt cho đúng chỗ mới hy vọng móc anh Chiến ra khỏi trường đại học khổ sai chung thân ấy. Được rồi, em sẽ đi thăm anh ấy, nói lại những gì anh căn dặn. Nếu cần, em sẽ tìm cách cứu ảnh ra.

Kháng ngạc nhiên:

- Bằng cách nào?

Hồng rùn vai:

- Bằng hai thứ khí giới tối tân của nhơn dân miền Nam đã từng đánh gục nhiều đảng viên trung kiên: vàng và sắc.

Trâm nói nhanh:

- Hồng định… áp dụng… chiến thuật cũ nữa hay sao?

Hồng cười thành tiếng:

- Hai lợi khí nếu vẫn còn hiệu lực đem lại kết quả tốt cho đại cuộc thì em cứ tiếp tục sử dụng nó. Tên giám đốc trại học tập chỉ cần báo cáo trại viên Nguyễn Văn Chiến đã vượt ngục là xong chuyện. Dễ dàng, đơn giản quá chừng!

Kháng, Trâm ngó Hồng với ánh mắt thương kính, biết ơn. Người đàn bà ấy, với vóc dáng nhỏ bé, mảnh mai yếu đuối – có một tâm hồn cao cả, một trái tim kim cương vĩ đại, một tình yêu nước rộng lớn như đại dương. Xác thân chỉ là cát bụi hình thành, trước khi trở về với cát bụi, Hồng tận dụng nó để góp phần nhỏ vào lịch sử của một dân tộc muốn tự mình trường tồn với danh dự của quốc gia độc lập thật sự, không lệ thuộc vào một ngoại bang nào cả.

Hồng hôn lên trán Kháng, dịu dàng:

- Anh hãy tin em. Anh an tâm lo tịnh dưỡng. Từ đây trở đi, bên cạnh anh đã có chị Trâm. Đời anh đã mở được cái gút trói buộc tâm trí anh quá lâu.

Kháng bùi ngùi:

- Cám ơn Hồng. Cám ơn chiến hữu kính mến! Chiến sẽ theo tất cả chúng ta cùng phụng sự dưới ngọn cờ của mặt trận. Tôi đã làm việc với nó và nó sẵn sàng hiến dâng cuộc đời cho sự nghiệp mới của Tổ quốc Việt Nam.

Hồng bước ra khỏi phòng. Chỉ còn lại hai người. Trâm ngồi lên giường, sát bên Kháng. Không ai nói thêm một lời nào nữa, nhưng trong tận cùng tâm hồn của hai người đang rộn rã tiếng vọng trầm bổng của tình yêu và tình chiến hữu.

Không quên cơn rêm nhức nơi ống chân đã lìa ra khỏi thân thể, anh nắm chặt tay Trâm đè sát lên ngực mình. Trâm nghe rõ tiếng trái tim người yêu đập mạnh. Nàng ngồi yên, nhìn xoáy vào ánh mắt đắm đuối của Kháng. Nàng cũng như Kháng, cả hai thả hồn chắp cánh tung bay vào vùng trời dĩ vãng cách đây hơn hai mươi mấy năm, ở đó, người con gái thanh xuân, lòng tràn trề mộng đẹp, lần đầu tiên ngả vào vòng tay của một gã con trai yêu nước nhiệt cuồng!

***

Hải ngồi cú rũ bên dòng Suối Tiên không biết bao lâu rồi. Hai mắt anh đỏ ngầu. Anh đã khóc quá nhiều sau tin sét đánh làm rúng động cả một khu: Hồng bị bắt và bị đánh khảo, tra tấn đến chết. Hình ảnh Hồng chập chờn trước mắt anh, từ đầu trên ngọn suối theo dòng nước chảy xuống, qua ghềnh đá trước mặt anh rồi biến mất ở đằng xa. Mỗi lần trôi ngang qua, Hồng nhìn anh mỉm cười, vẫy tay chào anh vĩnh biệt. Sống chung nhau tại mật khu chỉ đôi tháng, Hải và Hồng đã mến nhau. Mối tình mới chỉ là nụ hoa chưa nở cánh, nhưng một ngày không gặp mặt nhau, cả Hồng lẫn Hải đều cảm thấy nhơ nhớ và tìm cách gặp gỡ nhau. Gặp nhau, kề cận bên nhau, dù Hải chưa dám cởi mở lòng anh, Hồng cũng đã biết gã bác sĩ ấy đã yêu mình tha thiết và chính nàng cũng nghe trái tim – tưởng đã chai cứng – đánh nhịp liên hồi. Hồng muốn xua đuổi hình ảnh Hải quấn quýt một bên trong những đêm nằm thao thức nghe tiếng núi rừng trở giấc sang canh. Nàng cảm thấy không xứng đáng với con người trong sạch, cao quý ấy. Hải chưa vợ con, hy sinh cuộc đời và hạnh phúc cá nhân, dấn thân, đáp lại tiếng kêu cứu của Mẹ Việt Nam đang bị giày vò tan nát; còn nàng đã có chồng con, xác thân đã ô uế qua bao lần nằm trong tay loài vượn khỉ đội lốp người. Càng cố chống trả, nàng càng rơi sâu thêm vào cạm bẫy của tình yêu trễ muộn.

Lúc từ giã Hải rời mật khu trở về thành, Hồng đùa giỡn với anh:

- Tôi đi công tác chuyến nầy là chuyến chót. Tôi không trở lại nữa đâu. Anh đừng chờ mong mất công!

Hải cự nự:

- Đừng nói dại hà! Nghe mà phát sợ. Làm như là trối vậy đó!

Hồng cười:

- Có gì đâu mà anh sợ? Tôi có mệnh hệ nào thì cũng giống như các chiến hữu thân yêu khác đã vĩnh viễn ra đi vậy thôi. Anh ở lại tiếp tục chiến đấu. Mặt trận rất cần anh!

Hải nhăn nhó:

- Thôi đi! Đừng nói xàm nữa. Xong nhiệm vụ rồi quay về liền kẻo người ta sốt ruột chờ trông. Nhớ nghen!

Hồng bật cười. Mắt Hải gắn liền vào mắt nàng như không muốn nàng rời xa anh nữa. Những gì anh muốn nói hết với Hồng phản ánh trong cái nhìn đắm đuối ấy. Anh cố kiềm giữ ngọn sóng thần đang ngùn ngụt, cuồn cuộn dâng cao trong lòng. Một sức mạnh nào đó đẩy anh tới ôm chặt Hồng trong đôi tay. Một sức mạnh nào đó giữ cứng anh lại, không cho phép anh hành động như kẻ tầm thường.

Hồng bước tới cạnh anh, thỏ thẻ:

- Nếu em bị bắt và giết chết, hồn em sẽ bay về đây, theo sát bên anh, bảo vệ, che chở anh. Anh có chịu hôn?

Hải rùng mình, toàn thân mọc óc. Anh vừa định chụp lấy tay Hồng, Hồng đã lùi nhanh ra sau, vẫy chào từ biệt:

- Em đi nghen! Anh ở lại mạnh giỏi! Cố gắng lập nhiều chiến công. Chúc anh và tất cả chiến hữu nhiều may mắn.

Nàng nhét vội vào tay Hải một vật, cất bước đi thoăn thoắt theo con đường mòn giao liên, mỗi lúc thêm xa Hải. Hải thẫn thờ nhìn theo nàng. Đôi chân nàng chuyển động càng lúc càng nhanh hơn, như thể nàng muốn trốn chạy đôi mắt sắp đổ lệ của gã con trai vừa thay thế Dũng trong trái tim nàng. Từng chiếc lá khô bay bay theo vết chân Hồng. Tiếng chim rừng nỉ non vang vọng kéo dài, thay lời Hải réo gọi người yêu mau trở về kẻo trái tim anh héo hon vì sầu muộn, thương nhớ, đợi chờ.

Tới một ngã rẽ, Hồng quay lại, vẫy tay chào Hải lần cuối. Hải vẫy vẫy chào trả. Hồng đã khuất dạng. Hải vẫn còn đứng ngây người. Bàn tay anh vẫn còn đưa ra, ở nguyên vị trí và bất động. Tay bên kia, anh vẫn nắm chặt kỷ vật của Hồng.

Hồng về tới Sài Gòn, tạt qua nhà một chiến hữu ở Bàn Cờ ngủ lại một đêm. Ngay sáng hôm sau, nàng bắt liên lạc với tổ chức thành, trao kế hoạch của mặt trận cho các chiến hữu rồi thẳng đường lên trại cải tạo Long Giao tìm cách gặp mặt Chiến. Không có giấy phép thăm nuôi, nàng phải quay trở về vận động xin phép. Cơ sở thành xoay sở giấy phép không mấy khó khăn.

Lọt được vào khu thăm nuôi, Hồng mới hay tin khiếp đảm: Chiến bị bắn chết lúc anh vượt trại cùng với hai trại viên khác. Hai bạn tù của anh bị bắt giữ, còn anh không đứng lại ngay sau khi bị phát giác. Anh cắm đầu chạy miết. Một tràng súng AK nổ giòn. Anh ngã gục chết tại chỗ. Anh không chết trong vụ nổ kho đạn trại Long Giao trước đây, nhờ Đại úy Cao lôi giật ngược anh lại, đè anh nằm sát xuống mặt đất. Anh mưu định vượt ngục giữa lúc bom đạn đang nổ long trời vỡ đất.

Tuy chưa biết mặt Chiến, Hồng cũng xúc động khóc thương anh. Nàng khóc thay Kháng, khóc cho số phận của hàng vạn người bị trả thù bởi một chế độ hẹp hòi, khắc nghiệt, ghen tị và tiểu khí. Họ chỉ là nạn nhân của tham vọng chính trị, của tham nhũng thối nát, của chủ nghĩa thực dân, của một đồng minh gian xảo và phản bội. Họ không thể bị xem như là kẻ thù chính của chế độ hiện hữu. Kẻ thù của chế độ hiện hữu đã cao bay xa chạy, đang hưởng thụ sâm-panh, bơ sữa nơi xứ người kia kìa! Chúng nó đang nâng ly rượu tây, miệng vừa nhai phô mai đầu bò, xúc xích vừa hô hào giải phóng Việt Nam! Tuổi trẻ bị bỏ quên, nếu không bị bỏ quên thì rõ ràng đang bị lợi dụng. Lòng yêu nước, tình dân tộc, Tổ quốc, căm thù Cộng sản, hoài bão giải phóng quê hương đang được tập đoàn bại trận, bán nước cầu vinh khai thác tận cùng. Chúng nó muốn quay trở về tiếp tục bóc lột, hà hiếp nhân dân, tiếp tục vơ vét cho đầy túi tham không đáy. Bụng chúng sẽ phình lớn thêm ra, mặt chúng xệ xuống và giọng cười dằn vặt của chúng càng giòn hơn trong những "nhất dạ đế vương"! Cứu nước, giải phóng dân tộc chỉ thành tựu ở bàn tay và khối óc của tuổi trẻ ái quốc ở nước ngoài kết hợp với sức đấu tranh mãnh liệt, dẻo dai bền bỉ của nhân dân trong nước. Đó mới là thực tế. Đó mới là bàn đạp tiến lên đỉnh cao của cách mạng giải phóng dân tộc. Lớp chính trị xôi thịt, chính trị sa-lông hãy lủi nhanh vào bóng tối, tiếp tục ăn nhậu no say với tiền của ăn cắp của dân đem theo trên đường chạy trốn! Đừng hô hào lảm nhảm nữa! Những người lớn tuổi có nhiều kinh nghiệm cũng nên đứng bên lề cuộc chiến đấu sinh tử của dân tộc Việt Nam, đóng góp với tuổi trẻ thiện chí sáng kiến của mình.

Hãy để yên cho tuổi trẻ. Hãy ký thác cho tuổi trẻ vai trò cứu nước. Đừng tham lam, giành giật với tuổi trẻ thiên chức, khả năng của chính họ. Đấu tranh cho một quốc gia, dân tộc không phải là phim, truyện võ hiệp, kỳ tình – mỗi nơi hùng cứ một môn phái, phái này đấu chưởng, đánh võ cố diệt phái nọ để chiếm đoạt ngôi vị đệ nhất võ lâm! Ai cũng vỗ ngực tự xưng mình là chính phái, chửi bới kẻ khác là ngụy tà. Chỉ có phong trào, đoàn thể, mặt trận của "ta" là yêu nước thứ thiệt, đủ khả năng làm nổi chuyện lấp biển, vá trời! Ngoài "ta" ra, chỉ toàn là vô dụng, thối tha. Cộng sản chỉ có một khối duy nhất. Kẻ thù của họ chia năm xẻ bảy, kình chống, chửi rủa, xâu xé nhau! Họ ngồi rung đùi, vuốt râu, cười ruồi: "Để xem bọn chúng bây làm gì được chúng ông!"

Xác Chiến bị vùi dập nơi nào không ai biết, kể cả các bạn tù của anh. Hồng rời trại Long Giao với niềm thương đau quặn thắt. Nhớ lại ngày nào cách đây không xa lắm, nàng cũng đã tới thăm nuôi Dũng ở trại Mộc Hóa, và cũng đã một lần khóc ngất khi hay tin sét đánh về cái chết anh hùng của chồng. Dũng phản đối cán bộ quản giáo sỉ nhục lính Quốc gia và đồng bào Nam Bộ. Anh bị đánh đập tàn nhẫn. Anh tuyệt thực chống đối chế độ nhà tù độc ác cho đến hơi thở cuối cùng. Anh chết trong niềm thương tiếc vô biên và cảm kích sâu xa của tất cả bạn tù. Giám đốc trại và cán bộ quản giáo khiếp đảm sĩ khí của người lính trẻ. Họ chôn Dũng ngay sau trại và nghiêm cấm tù nhân bén mảng tới mộ anh.

Máu nóng trong tim Hồng càng sôi sục. Lửa căm hờn càng cất cao ngọn trong tâm trí. Đấu tranh cho một cuộc giải phóng toàn dân, trong đó có ngàn vạn công chức, quân nhân vô tội đang bị giam cầm từ Bắc chí Nam là con đường duy nhất mở rộng trước mắt Hồng.

Quay trở về cơ sở thành, vừa bước vào cổng rào, Hồng bị vây bắt giải về Ty Công an Thành phố. Cơ sở hoạt động đã bị lộ, ba chiến hữu nòng cốt lọt vào trong tay địch. Tài liệu, máy móc, vũ khí bị tịch thu. Đối diện với các chiến hữu trước mặt bầy thú dữ, Hồng không còn cách gì cãi chối được nữa. Nàng đành nhận "tội phản quốc" do kẻ thù cáo buộc. Trải qua chục lần bị khảo tra tàn nhẫn, nàng vẫn nhất quyết không khai mật khu. Càng lĩnh đòn bọng, nàng càng chửi rủa già hơn. Đụng chạm tới uy danh của Hồ Chí Minh, Hồng đã tự sát. Một tên thẩm vấn lồng lên sư tử, nhào tới siết cổ nàng, thẳng tay đấm nát mặt nàng. Đã nư giận, hắn đẩy Hồng té nhào trên nền gạch. Hồng đã chết! Giữa cơn nghẹt thở và đau đớn, Hồng cố thét lớn: "Việt Nam… Muôn năm! Mặt trận… Dân tộc… Tự quyết… muôn năm!"

Lời bông đùa của Hồng trước lúc giã từ Hải quả là một điềm gở, một lời trăng trối sau cùng. Vĩnh biệt người yêu vừa đặt chân tới ngưỡng cửa cuộc đời mới của nàng! Vĩnh biệt tất cả những đứa con yêu Tổ quốc! Vĩnh biệt các chiến hữu thân thương. Hồng trở về với cát bụi, nhập hồn vào khí thiêng Tổ quốc!

Hải vẫn ngồi cạnh Suối Tiên. Mặt trời đã chếch về phía Tây. Muôn triệu bông nắng lung linh, nhảy múa chung quanh anh. Tiếng gió khua động lá cành xào xạc. Chim rừng cất tiếng hót lanh lảnh, buồn hiu. Bên kia dòng suối, một trái bom rêu xanh phủ kín nằm im lìm như con thú dữ rình mồi. Hình ảnh chiến tranh vô nghĩa, tàn ác vẫn còn đó mà lòng người dân miền Nam đã tan nát bãi chiến chiều hôm!

Trâm quàng tay Kháng dìu đi chầm chậm. Đầu đôi nạng gỗ cắm sâu xuống nền đất ướt dính đầy lá vàng, khô.

Kháng ghị đứng lại nghỉ mệt:

- Anh mà ở miền Bắc với thân thể như vầy thì chắc chắn đã là đối tượng của bác sĩ rồi!

Trâm ngơ ngác:

- Anh muốn nói gì em không hiểu!

- Trong một Xã hội Chủ nghĩa, trên lý thuyết, con người là một phương tiện sản xuất, làm ra của cải, vật chất. Một khi đã cụt tay, què chơn, con người đã trở thành vô dụng, ăn bám vào xã hội, là gánh nặng cho gia đình và mọi người chung quanh. Phải hủy diệt nó đi cho rảnh nợ!

Trâm ngạc nhiên hơn:

- Kể cả cán binh hay sao?

Kháng mỉm cười:

- Bất kể ai đã trở thành vô dụng, chướng ngại của xã hội. Vì vậy mà ở miền Bắc bị dội bom, oanh tạc tơi bời lại không thấy một người tàn tật nào hết!

Trâm thở dài. Thân phận con người chẳng khác nào con vật. Ngựa, trâu, bò sứt móng, gãy cẳng, đau bệnh bị đưa thẳng vào lò sát sinh làm thịt nuôi người!

Dìu Kháng ngồi lên tảng đá, Trâm an ủi:

- Như em đã nói khi anh vừa hồi tỉnh sau cuộc giải phẫu, chiến đấu do nơi khối óc và con tim. Chơn tay chỉ là phương tiện thực hiện điều ta cảm, nghĩ. Mất tay, chơn, anh không còn hữu dụng trên chiến trường nhưng anh vẫn còn khối óc và con tim, anh vẫn còn hữu dụng cho mặt trận ở nhiều lãnh vực khác.

Kháng đặt đôi nạng gỗ cạnh người. Một chiếc nạng ngã xuống. Kháng với tay chụp lấy. Anh mất thăng bằng té nhào lên nền cỏ. Trâm hốt hoảng, quỳ xuống ôm chặt Kháng trong vòng tay. Người Kháng to lớn, tuy vừa trải qua một thời gian dưỡng thương vẫn hãy còn quá sức của Trâm. Kháng níu chặt hai cánh tay nàng, gượng ngồi dậy.

Trâm ngã chúi đè lên người Kháng. Anh ôm gọn Trâm vào lòng. Hai người cất tiếng cười nắc nẻ. Trâm nằm yên trên người Kháng.

Kháng ôm ngang lưng nàng.

Nụ hôn đắm đuối gắn chặt lên môi Trâm. Trâm nhắm mắt tận hưởng vị nồng ngọt của chiếc hôn đầu tiên cách đây gần một phần tư thế kỷ. Không có gì thay đổi. Vẫn đắm đuối, nồng nàn, ngọt lịm như thuở nào.

Kháng thì thầm:

- Em vẫn còn yêu anh?

Trâm gật gật đầu.

- Em vẫn muốn làm vợ anh?

Trâm lại gật đầu.

- Em không cảm thấy khó chịu vì ống chơn anh?

Trâm lại lắc đầu:

- Không, không một chút nào hết. Mất một phần thân thể, anh có thêm nhiều thứ cao quý khác. Vợ chồng thương yêu nhau đâu phải vì tay, chơn mà vì cái gì thiêng liêng, cao đẹp khác, phải không?

Nụ hôn say đắm tiếp tục gắn chặt môi hai người. Lần này nóng bỏng hơn, đắm đuối hơn.

Một tiếng động bứt rời hai người. Một chú thỏ từ trong bụi nhảy ra ngoài, ngơ ngác ngó Kháng, Trâm, miệng nhai nhai, hai tai dựng đứng.

Trâm trỏ tay reo lên:

- Kìa anh, một chú thỏ…

Chú thỏ giật mình phóng nhanh sang bụi rậm, mất dạng.

Kháng bông đùa:

- Chú ấy tò mò quá! Chuyện riêng tư của người khác làm chú ganh tị!

Hai người bật cười. Trâm giật mình, đẩy Kháng ra, lồm cồm đứng lên. Bóng Hải vừa thoáng hiện trước mắt nàng.

- Hình như là anh ấy?

- Ai đâu?

- Anh Hải!

Kháng trở mình nằm nghiêng nhìn theo hướng tay Trâm. Hải lững thững đi phía trước, xa xa, lúc ẩn, khi hiện xuyên qua tàn cây rậm lá.

Kháng gọi lớn:

- Hải, anh Hải!

Hải vẫn cúi đầu cất bước, không quay lại. Mặc cho Kháng réo gọi, Hải tiếp tục đi thẳng.

Trâm, Kháng nhìn nhau. Cả mật khu đều biết rõ mối tình thầm kín của Hồng – Hải. Trâm và Kháng càng biết rõ hơn ai hết mối tình đầu tan vỡ của người chiến hữu khả ái ấy.

Kháng ngồi dậy. Trâm dựa sát vào vai anh. Đôi chim liền cánh dõi mắt nhìn theo bóng Hải ngả nghiêng, lẩn khuất dần trong ánh nắng chiều thoi thóp.

***

Tiếng phi cơ trinh sát văng vẳng từ hướng Tây vọng tới, càng lúc càng rõ dần. Đội canh phòng quanh mật khu cấp báo dây chuyền về Tổng hành dinh. Đạt truyền lệnh Bộ tham mưu rời nhanh căn cứ bí mật nằm sâu dưới lòng đất. Đã hai ngày nay, phi cơ thám thính bay lượn phía trên không phận núi Cậu. Mặt trận sinh nghi, nhưng chưa quả quyết dứt khoát mật khu đã bị lộ. Tuy nhiên, tất cả chiến sĩ đã nhận lệnh ứng chiến.

Lực lượng bảo vệ hộ tống Đạt và thành phần nòng cốt gấp rút theo đường hầm ăn thông ra Suối Tiên; theo kế hoạch rút về hướng Bắc núi Cậu, còn hai tiểu đoàn chặn đánh địch cho tới khi màn đêm phủ xuống núi rừng sẽ rút lui về hướng Nam – Bắc. Địa điểm gặp lại nhau nằm sâu trong khu rừng giáp ranh tỉnh…

Nhưng, ngay khi Đạt và Bộ tham mưu vừa chia ra tới gần đầu hầm, súng cối và trọng pháo thiết giáp nã tới tấp như mưa. Nhiều kháng chiến quân gục ngã ngay từ sau những tiếng nổ long trời đầu tiên. Đạt, Quang, Tín, Điều, Giàu cùng số đông chiến hữu khác quay ngược về đầu đường hầm thứ hai. Đạn vẫn nổ vang rền khắp nơi, không một ai dám chui lên mặt đất.

Đạn trọng pháo nhường cho tiếng bom rung chuyển, cày nát chu vi mật khu. Những chiếc MiG từ thật cao cắm đầu xuống, trút bom, đạn xối xả lên căn cứ kháng chiến. Tiếng động cơ siêu thanh gầm thét ghê rợn.

Đạt kêu lên:

- Thua rồi! Căn cứ của chúng ta đã bị lộ!

Điều đăm chiêu:

- Địch sẽ quét dọn sạch sẽ mật khu của tụi mình. Chúng sẽ áp dụng chiến thuật tiền pháo hậu xung.

Giàu ước đoán:

- Ít nhứt cũng ở cấp trung đoàn. Chờ tiếng bom hơi lơi, chúng ta mở đường máu thoát ra thôi.

Kháng, Trâm, Bé Tư, Ký Đảm, Tú và Hải tụ tập trong một góc hầm. Không một ai lộ sắc âu lo. Mọi người vẫn bình tĩnh như sẵn sàng đối phó với tình thế cực kỳ khó khăn, nguy hiểm và cũng sẵn sàng đón nhận cái chết sẽ đến trong chút nữa đây.

Phía trên mặt đất, các lán trại, lều vải, ny lông bốc cháy dữ dội. Cây cối ngã đổ ngổn ngang. Hai tiểu đoàn ứng chiến đã trông thấy vô số mũ sắt xen lẫn nón cối lố nhố, lúc nhúc từ các hướng đi theo hình cánh cung tiến về mục tiêu. Phía trước nhiều xe bọc sắt T54 dẫn đường, ầm ĩ càn lướt qua tất cả chướng ngại vật. Từng phát đạn khạc ra khỏi nòng đại bác khổng lồ. Phi cơ phóng pháo đã bỏ vùng oanh kích. Giờ đến lượt bộ binh tham chiến.

Bộ tham mưu chui ra khỏi đường hầm, chạy về Suối Tiên. Thiết giáp xa đã tiến sát vào căn cứ, chỉ còn trăm thước nữa thôi. Hai trung đoàn Cộng quân cùng khai hỏa. Đạn súng máy, súng cá nhân thi nhau nổ giòn. Hai tiểu đoàn kháng chiến quân dưới quyền chỉ huy của Nghĩa và Trọng bắn trả dữ dội, cố chặn đứng sức tiến của địch.

Đạt trúng đạn ở cánh tay, ngã xuống. Đội bảo vệ xốc anh lên. Một chiến sĩ to lớn cõng anh trên lưng chạy băng qua suối. Điều, Giàu vừa chạy vừa bắn ngược về phía sau. Nhiều Cộng quân rượt đuổi, chỉ cách đó không hơn một trăm thước. Từng xác người rơi, ngã.

Còn khá đông kháng chiến quân kẹt dưới hầm, trong đó có Kháng, Trâm, Ký Đảm, Tú, Hải và Bé Tư. Tình thế đã quá căng thẳng, không còn cho phép một ai thoát ra hai đầu cửa hầm bí mật.

Hai tiểu đoàn chống trả mãnh liệt nhưng không đủ sức ngăn chặn đối phương đã tràn đầy căn cứ. Tiếng súng tự vệ thưa dần, xa dần.

Một chiến sĩ người đầy máu bò tới cửa hầm, nằm nửa trên, nửa dưới, thều thào:

- Các chiến… hữu cố… thoát thân… mau… lên… địch đã tràn… ngập…

Bé Tư chồm lên ôm ngang người chiến hữu kéo xuống. Anh nhận ra đó là thằng Vọng. Nó ngước lên nhìn Bé Tư, trợn mắt, vặn người mấy cái rồi nhắm mắt lìa đời.

Bé Tư rú lên:

- Vọng, em ơi! Trời ơi! Em tôi… đã chết… rồi!

Anh ôm nó vào lòng, gục đầu lên tóc nó, sụt sùi. Mọi người rưng rưng nước mắt. Từng chiến hữu một ngã gục. Đàn chim xanh gãy cánh từ từ.

Ký Đảm hỏi lớn tiếng:

- Còn thằng Bảo và Công đâu rồi?

Hải thở ra:

- Chắc cũng đã… hy sinh rồi?! Giờ phút sau cùng của chúng ta đã điểm.

Đặt Vọng nằm xuống đất, Bé Tư bật đứng lên, giơ hai tay gồng cứng gào thét:

- Giết, giết sạch chúng nó. Giết… giết…

Anh chụp lấy khẩu trung liên, nhét ba bốn trái lựu đạn vào túi quần, túi áo phóng lên đầu hầm.

Kháng gọi theo:

- Thành, Thành em! Đừng liều lĩnh như vậy không nên. Ở lại, ở lại dưới nầy.

Bé Tư đã khuất dạng. Ký Đảm chụp lấy khẩu tiểu liên, hốt lựu đạn, cầm chặt trong tay chạy bay về đầu hầm bên kia. Vẫn không ai cầm giữ anh lại được.

Vừa lên khỏi hầm, Bé Tư đã khai hỏa khẩu trung liên. Đối phương đông nghẹt trước mắt anh. Lúc đầu anh còn nằm bắn, hết gấp đạn thứ nhất, anh tra gấp thứ hai vào, đứng thẳng người bắn xối xả vào kẻ thù. Xác người trước mắt anh rơi rụng hàng loạt như lá cây trong cơn bão táp.

Đầu này hầm, Ký Đảm làm y như chiến hữu anh – người bạn đời anh thương quý nhất. Sống không rời nhau từ ngày xa xưa còn để chỏm, đến lúc cùng chung một đơn vị đặc công trong cuộc chiến vô nghĩa vừa qua, và giờ đây, cả hai cùng sát cánh bên nhau trên đường đi mới. Khi chết, Ký Đảm muốn cùng chết với Bé Tư. Hai linh hồn sẽ không rời xa nhau bao giờ.

Đối phương đông như kiến cỏ. Tên này vừa ngã xuống, tên khác đã tiến lên, lao thẳng về phía trước. Bắn tới viên đạn sau cùng, Bé Tư quăng khẩu trung liên qua một bên, rút lựu đạn, cắn giật kíp nổ, liệng tới tấp vào đoàn người đang xông tới. Tiếng nổ vang dội, xác người lại ngã xuống.

Bé Tư vừa giơ tay lên định ném trái đạn cuối cùng, một sức mạnh nào đó vật anh quỵ xuống. Anh nghe toàn thân tê buốt. Anh cố gượng đứng lên nhưng không còn nổi nữa. Sức lực trong cơ thể anh đã tan biến. Thêm vài phát đạn bắn tới, xuyên qua người anh. Anh ngã sấp, hai tay duỗi thẳng ra, trái đạn rời khỏi bàn tay, nổ tung, kết liễu đời anh. Thân anh bật tung lên, rơi trở xuống, một nửa bên rách nát.

Cùng một lúc, Ký Đảm cũng đã hy sinh. Anh chưa kịp sử dụng trái lựu đạn nào. Một viên đạn trúng đầu, anh gục xuống. Trên đầu súng tiểu liên, ngọn cờ Mặt trận Dân tộc Tự quyết rách toang. Một Cộng quân chạy tới, bắn thêm vài phát lên người Ký Đảm. Xác chết nhảy tưng lên rồi nằm bất động trên vũng máu.

Hắn lượm khẩu tiểu liên, đưa lên hỏi:

- Cờ gì thế nhỉ?

Một tên khác đáp:

- Cờ phản động, phản quốc chứ cờ gì nữa! Bọn này quả thực là một lũ điên! Châu chấu đòi đá xe, trứng chọi với đá thì liều lĩnh, dại dột thật!

Tiếng súng thưa dần rồi im bặt. Cuộc hành quân gần như đã kết thúc. Tiếng xích sắt xe tăng cũng không còn nghiến trên mặt đất nữa.

Dưới hầm, một cuộc họp khẩn cấp được triệu tập để số chiến hữu còn lại quyết định dứt khoát thái độ.

Kháng nêu lên một câu hỏi giản dị: đầu hàng hay tự sát? Ngoài bọn Kháng, Trâm, Tú, Hải, có 7 người vừa nam, vừa nữ.

Tú lên tiếng trước:

- Tôi nhứt định chọn cái chết chớ không để bị bắt!

Hải tiếp theo, giọng cương quyết:

- Ít có ai sánh nổi với khí phách của Hồng. Thà chịu chết chớ không tiết lộ mật khu cho địch biết. Tôi dám quả quyết với các chiến hữu một điều: sở dĩ căn cứ chúng ta bị lộ chỉ vì một trong ba chiến hữu hoạt động thành của ta chịu đòn bọng không nổi, đã khai hết sự thật. Con người biết đau đớn và sợ đau đớn. Kỹ thuật điều tra của Việt Cộng rất tinh vi, xảo quyệt. Liệu chúng ta có thể cắn răng chịu đau đớn tới chết hay không?

Có tiếng hỏi:

- Nhưng cơ sở, mật khu của chúng ta đã tan nát hết rồi, chúng nó còn tra tấn, điều tra thêm gì khác nữa?

Sắc mặt Hải nghiêm nghị:

- Còn chớ sao không? Còn chiến hữu Đạt, còn bao nhiêu chiến hữu nòng cốt khác nữa. Còn hột giống, mặt trận chúng ta còn tạo nên mùa gặt mới, mùa Xuân khác cho Tổ quốc thân yêu. Chỉ có cái chết mới bảo đảm giữ kín những hột giống ấy!

Anh đưa tay lên cao, dõng dạc:

- Tôi xin chọn cái chết!

Một phút yên lặng, căng thẳng trôi qua.

Kháng chống nạng đứng lên, lớn tiếng:

- Tôi xin noi gương hai chiến hữu Tú và Hải.

Trâm nắm chặt tay Kháng, tươi cười:

- Không còn con đường nào khác nữa. Tôi theo các anh!

Nhiều tiếng: "Thà chết chớ không để bị bắt" nối tiếp. Còn một người cuối cùng chưa quyết định.

Hải hỏi:

- Còn chị Đạt thì sao? Xin chị cho biết ý kiến.

Chị Đạt không theo chồng kịp lúc, chị rớt lại phía sau. Chị không thất vọng, buồn tủi. Chị chỉ lo sợ cho chồng thôi. Dù chưa biết Đạt cùng các chiến hữu thân cận đã thoát hay đã gục ngã một nơi nào đó trên mặt đất, chị vẫn thấy hãnh diện với lòng ái quốc nhiệt thành của chồng và hãnh diện với chính mình.

Cùng lý tưởng với chồng, cùng chung một lối đi, chị Đạt nào sợ hiểm nguy, chết chóc! Đạt còn sống hay đã chết, con đường Dân tộc Tự quyết đã nảy nở hoa thơm, cỏ lạ tỏa ngát hương thơm trong lòng số đông đồng bào ruột thịt miền Nam.

Chị tươi cười:

- Xin tất cả anh chị em cho tôi vinh dự của một chiến hữu và của vợ một người chiến sĩ trung kiên của mặt trận.

Mười một người cùng nở nụ cười thật tươi ở phút giây cuối cùng của cuộc sống. Tất cả vui vẻ chọn cái chết do chính tay mình hơn để giặc thù bắt giữ hay giết chết. Sống vẫn chiến đấu kiên cường, trước khi chết, họ vẫn làm trọn sứ mạng, trách nhiệm của chiến sĩ trung kiên.

Hai đầu hầm đã bị đóng nút kín mít. Lựu đạn miểng ném tới tấp vào trong rồi lựu đạn cay tiếp tục nổ. Khói tỏa mịt mù. Trung đội đặc biệt mang mặt nạ chống hơi độc lần dò từng bước một tiến vào cửa hầm.

Một tiếng súng vang dội. Cộng quân hốt hoảng chạy ngược trở lên, la lớn:

- Chúng nó kháng cự! Chúng nó bắn trả!

Thượng tá Tám Lạc quát tháo:

- Tiếp tục xuống. Nhanh lên! Đồng chí nào chạy ngược lên, sẽ bị bắn vỡ sọ ngay tức khắc!

Mười Hào – Chính trị viên trung đoàn quắc mắt:

- Sao các đồng chí hèn thế nhỉ? Cả một lực lượng hùng mạnh thế này lại khiếp sợ mấy con tép riêu kia ư?

Tiếng súng thứ hai tiếp tục nổ. Lính lại dội ngược trở lên. Tám Lạc, Mười Hào lại tiếp tục quát tháo, chửi rủa. Tiếng súng thứ ba, bốn, năm, sáu nổ cách khoảng cho đến tiếng thứ mười một. Hoàn toàn yên lặng. Quanh đây chỉ còn nghe tiếng lửa cháy, tiếng cây, cành nổ lốp bốp. Ánh mặt trời không sáng hơn ánh lửa. Hoàng hôn chập chờn trên bãi chiến đầy xác người và tanh mùi máu hòa lẫn với mùi thuốc súng, mùi cây lá cháy đen. Quân tấn công đã lọt vào giữa hầm. Không một sức kháng cự nhỏ. Tất cả người và vật ngồi yên, đứng yên và nằm bất động. Mười một xác chết ngổn ngang trên nền đất.

Tú một góc, Hải một góc. Trong tay anh, chiếc khăn của Hồng thêu hai chữ "H" dính liền nhau, lòi ra ngoài. Chị Đạt và 6 chiến hữu nằm sắp hàng dài cạnh đó. Kháng nằm ngửa, Trâm gác đầu lên ngực anh. Đôi nạng gỗ văng ra xa. Đầu mỗi người mang một vết đạn xuyên thủng, máu tuôn đọng vũng.

Mười Hào, Tám Lạc vào tới thấy binh sĩ mình đứng ngây người nhìn trừng trừng cảnh tượng trước mắt, kinh ngạc hỏi:

- Chuyện gì thế?

- Sao các đồng chí… đứng chết trân ra thế hử?

Không một tiếng đáp lại. Tất cả cùng lặng yên, mắt vẫn không rời 11 xác chết.

Tám Lạc trợn mắt:

- Ai bắn chết chúng nó hả? Tên nào nổ súng? Khai ngay!

Đám binh sĩ lắc đầu. Từng chiếc mặt nạ rơi xuống, để lộ từng bộ mặt sửng sốt, kinh ngạc.

Mười Hào bước tới quan sát tử thi, quay lại nói với Tám Lạc:

- Họ tự bắn vào đầu tự sát đồng chí à!

Tám Lạc thảng thốt:

- Kinh thế à?

Hắn nói khẽ với chính hắn:

- Ối giời! Can đảm! Anh hùng vô cùng!

Bàn thờ Tổ quốc vẫn còn khói nhang nghi ngút. Bản đồ Việt Nam treo trên nền hầm giữa chiếc bàn gỗ cũ. Trên cao hàng chữ mạ vàng "VIỆT NAM MUÔN NĂM", "TẤT CẢ CHO MẶT TRẬN DÂN TỘC TỰ QUYẾT". Hai ngọn đèn cầy cháy sáng, ngọn lửa thẳng đứng.

Sau mấy phút sững sờ trước thi hài 11 liệt sĩ, Mười Hào truyền lệnh lục soát khắp nơi, tịch thu tài liệu, máy móc, vật dụng và vũ khí.

Tám Lạc ngồi trên ghế đảo mắt nhìn quanh. Mỗi lần lướt qua các tử thi, hắn quay mặt né tránh. Hắn không còn chịu đựng nổi nữa cảm giác ghê rợn cứ vuốt nhẹ lên sau gáy hắn. Hắn rời hầm chui lên mặt đất. Mặt trời đã lặn. Bóng tối phủ trùm núi rừng nồng nực mùi tử khí. Những kẻ chiến thắng cảm thấy da mặt mình bỏng rát như vừa bị cái tát nảy lửa. Họ không ngờ giữa lòng cách mạng hùng mạnh nhất Đông Nam Á và ngay trong thời kỳ cực thịnh của Xã hội Chủ nghĩa Việt Nam, lại nảy nở một mặt trận dân tộc với khí thế chiến đấu anh dũng, với những chiến sĩ kiên cường, can đảm phi thường như thế kia!

Đoàn quân còn lại hơn một nửa, kéo trở về căn cứ. Dáng điệu mệt mỏi rã rời.

Dưới hầm mật khu, 11 xác chết chìm dần vào bóng tối. Hai ngọn đuốc đã tàn. Chỉ còn hai cây đèn cầy cháy sáng lung linh. Mật khu không còn nữa. Dân kinh tế mới đặt cho nó một cái tên để đời: "MẬT KHU LIỆT SĨ".

Cây lá vẫn còn cháy ngún nhiều ngày đêm. Từ xa nhìn tới, thấy giữa một vùng rừng núi âm u, ngọn khói bốc lên bàng bạc, bay cao, thật cao rồi tan loãng vào không khí.

Không biết ai đã chôn cất kháng chiến quân đã ngã xuống ngay trong vùng đất mật khu? Dân chúng địa phương hay các chiến hữu sống sót? Một ngôi mộ tập thể nối tiếp dãy mộ cá nhân với tấm bia bằng gỗ ghi sơn đen: “Nơi an nghỉ cuối cùng của liệt sĩ: Nguyễn Văn Kháng, Trần Huyền Trâm, Lê Viết Hải, Phạm Anh Tú, Nguyễn Văn Thành (tự Bé Tư) và Hồ Văn Kỳ Đảm (tự Ký Đảm)”.

Ngày tháng lặng lẽ trôi. Nắng mưa tắm gội nghĩa trang đìu hiu. Cỏ non bắt đầu mọc xanh um. Một loài hoa trắng nở rộ tô điểm từng ngôi mộ đất. Sáng, chiều chim rừng đậu trên mộ bia cất tiếng hót lảnh lót, trầm bổng như điệu nhạc thần thánh ca ngợi tinh thần bất khuất của người nằm yên trong lòng đất quê hương.

Khởi viết: Paris, ngày 11 tháng 11 năm 1986
Hoàn tất: ngày 25 tháng 5 năm 1987
Sĩ Trung

LỜI BAN BIÊN TẬP

Truyện dài "MẤT DẤU THIÊN ĐƯỜNG" được in lần đầu năm 2020 bởi Nhà xuất bản Nhân Ảnh – Hoa Kỳ, dựa theo bản chép tay của nhà văn Sĩ Trung hoàn thành vào những ngày cuối tháng Năm năm 1987 tại Paris – Pháp quốc.

Trong quá trình thực hiện, chúng tôi căn cứ hoàn toàn từ bản chép tay, cố gắng giữ tất cả gần nguyên bản đúng tinh thần tác giả gửi lại. Chỉ một số chữ không nhìn rõ, chúng tôi nương vào nghĩa mà thay đổi. Đồng thời, được sự cho phép của gia đình tác giả, chúng tôi có cắt gọt vài từ thừa, những chữ dùng không còn hợp mạch truyện, hay cách nói có phần thay đổi so với hôm nay; nhưng nhìn chung sự sửa chữa không đáng kể, không can thiệp sâu vào mạch văn, câu văn.

Cũng cần nói thêm, ngoài việc kiểm soát về từ/ ngữ, chúng tôi chỉ chỉnh sửa một số cách viết để thống nhất với quy tắc chính tả hiện nay. Vì tác giả là người miền Nam, nên văn phong, lời thoại mang phong vị miền Nam; lẽ đó, chúng tôi thống nhất như sau:

- Thứ nhất: lời dẫn truyện, chúng tôi dùng từ ngữ toàn dân, chỉ lời thoại mang phương ngữ miền Nam. Nếu độc giả bắt gặp cùng một chữ/ một nghĩa mà chúng tôi dùng hai cách khác nhau, xin độc giả lưu ý và cảm thông. Ví dụ: "nhứt" thay vì "nhất", "nầy" thay vì "này",…

- Thứ hai: trên tinh thần "dẫn truyện – toàn dân, lời thoại – phương ngữ", nhưng không có nghĩa chúng tôi chỉnh sửa toàn bộ mọi từ ngữ trong lời thoại theo cách nói của người dân miền Nam, chúng tôi đọc và sàng lọc – cân nhắc việc sửa đổi hay giữ lại những chữ vốn quen mắt ấy, để lời thoại khi đọc lên nghe tự nhiên mà vẫn không đi lệch quy định chính tả hiện thời.

Xin bạn đọc lưu ý thêm, lời thoại chúng tôi căn cứ theo vùng miền hoặc hoàn cảnh, nên độc giả sẽ thấy có những chữ mang nghĩa giống nhau nhưng ở hai dòng thoại cách viết khác nhau. Như trong phân cảnh nhân vật Ba Hậu đối thoại với Bé Tư, vì Ba Hậu là người miền Bắc, nên chúng tôi giữ nguyên cách viết theo từ toàn dân ở mỗi lời nói của anh ta. Bên cạnh đó, tuy cùng nhân vật, nhưng đặt để vào từng trường hợp mà chúng tôi dùng phương ngữ ở lời thoại, hay từ toàn dân không có sự thống nhất nếu bạn đọc tinh ý. Ví dụ như nhân vật Kháng: anh tập kết ngoài Bắc, vào trong Nam cách nói chuyện anh sẽ khác, không còn rặt và đặc sệt chất Nam Bộ, nhưng khi về đến nhà, trò chuyện với đứa em, bối cảnh sông nước, chúng tôi dùng từ ngữ địa phương để hàn gắn khoảng cách giữa Kháng và gia đình sau mấy mươi năm xa cách.

Một điểm thú vị chúng tôi thiển nghĩ nên chia sẻ cùng bạn đọc: trong khoảng thời gian tiếp nhận bản thảo truyện đã được đánh máy để đọc và đối chiếu bản chép tay của tác giả, chúng tôi bất ngờ khi tác giả Sĩ Trung viết gần như đúng chính tả, ngay cả những từ thi thoảng chúng tôi lăn tăn do ít dùng. Bên cạnh đó, không ít chỗ tác giả viết đúng, người nhà đánh máy hay lúc biên tập chúng tôi chủ động sửa thành ra trật. Vội vội vàng vàng tra cứu, rà ở bản chép tay, chúng tôi cười trừ và thêm nể phục tác giả quá cố.

Cùng với tiểu thuyết "LẠC BÓNG THIÊN ĐƯỜNG" (hay "CHÂN TRỜI XA LẠ") đã được xuất bản, chúng tôi trình làng thêm hai tác phẩm cuối nằm trong phần di cảo chép tay của nhà văn Sĩ Trung – truyện dài "MẤT DẤU THIÊN ĐƯỜNG" (9 cuốn vở dày) và "CHIẾN SĨ CÔ ĐƠN" (4 cuốn vở dày và 1 cuốn mỏng).

Trong quá trình thực hiện gõ văn bản – biên tập ở hai tác phẩm di cảo, chúng tôi nhận thấy tác giả Sĩ Trung gọi tên thể loại có phần khác nhau giữa hai tác phẩm sau cùng. Nếu "CHIẾN SĨ CÔ ĐƠN" tác giả gọi là tiểu thuyết, thì "MẤT DẤU THIÊN ĐƯỜNG" tác giả cho đó là truyện dài.

Hiện chúng tôi vẫn chưa rõ ý đồ tác giả qua cách định thể loại. Chúng tôi tham khảo thêm ở các tài liệu trên mạng lẫn sách báo, việc gọi "tiểu thuyết" hay "truyện dài" không có cơ sở lý luận chung, không có tính thống nhất; chủ yếu dựa vào chủ quan tác giả. Theo chúng tôi quan sát và rút ra được, dù rất nhỏ, "CHIẾN SĨ CÔ ĐƠN" được tác giả phân thành từng chương, nhưng "MẤT DẤU THIÊN ĐƯỜNG" chỉ được đánh số. Hơn nữa, nếu trong "CHIẾN SĨ CÔ ĐƠN" tác giả tập trung khai thác cuộc đời **MỘT** nhân vật, thì trong "MẤT DẤU THIÊN ĐƯỜNG" tác giả phác họa nên **NHIỀU** nhân vật; các nhân vật trong "MẤT DẤU THIÊN ĐƯỜNG" đều "bình đẳng" không ai đậm nét hơn ai, điều này rõ ràng khác hẳn tác phẩm "CHIẾN SĨ CÔ ĐƠN" mang dáng dấp cuốn tiểu-thuyết-nhân-vật lấy chất liệu, hình ảnh từ một nhân vật có thật trong lịch sử. Thêm một điểm nhỏ, chúng tôi thấy cách gọi thể loại "truyện dài" gắn với đại đa số các cây bút ở miền Nam, nhà văn Sĩ Trung là một ví dụ chúng tôi quan sát được.

Sắp tới, chúng tôi lần lượt cho in lại các tác phẩm đã được xuất bản của nhà văn Sĩ Trung, nhằm phục dựng lại hình ảnh một cây bút viết feuilleton bền bỉ, dồi dào cho các báo trên văn đàn Sài Gòn trước năm 1975 một thời.

Trong quá trình vượt biên cũng như vì vài lý do khác, gia đình nhà văn Sĩ Trung làm thất lạc không ít tác phẩm đã được in của ông. Nhân đây, chúng tôi hy vọng độc giả nào đang sở hữu, hay có dư ấn phẩm của ông, xin cho chúng tôi mượn scan, hoặc nhượng lại cho gia đình tác giả và chúng tôi. Chúng tôi rất cảm tạ tấm lòng và tình cảm của bạn đọc.

Ban biên tập rất mong nhận được những lời góp ý của độc giả để những lần tái bản tiếp theo, chúng tôi khắc phục và thực hiện mọi thứ tiệm cận độ hoàn hảo tối đa.

Sau cùng, chúng tôi (ban biên tập) mong hương hồn nhà văn Sĩ Trung niệm tình tha thứ nếu chúng tôi có tự ý chỉnh sửa, cắt gọt hay để sót lỗi. Chúng tôi xin nhận toàn bộ trách nhiệm cho sự sơ sót ngoài ý muốn này.

Chúng tôi chân thành cảm ơn sự quan tâm của độc giả dành cho truyện dài "MẤT DẤU THIÊN ĐƯỜNG" và sự nghiệp của nhà văn Sĩ Trung.

Một số hình ảnh bản thảo chép tay truyện dài
"MẤT DẤU THIÊN ĐƯỜNG" (1987) của nhà văn Sĩ Trung

Sĩ Trung

Mất dấu thiên đường

— truyện —

Quyển 1

— SAIGON —

[redacted]

— PARIS —

(11.11.86)
(04.12.86)

1 —

THÀNH, TỰ

TRẦN Văn Bé Tư đi thoăn thoắt trên bờ ruộng. Thỉnh thoảng anh cắt bước chạy lúp xúp như để thu ngắn, càng ngắn càng tốt, quãng đường từ nhà anh tới căn chòi rách nát của bà Tám Thồm, cô mụ vườn nổi tiếng đỡ đẻ mát tay. Trời tối như mực, giơ bàn tay trước mặt cũng không thấy rõ. Vậy mà Bé Tư không lạc đường, chỉ trợt chân đôi lần xuống ruộng nước rồi leo trở lên bờ đập, nhắm hướng nhà bà Tám Thồm trực chỉ. Người anh bắt đầu vã mồ hôi, đôi chân anh lem luốt bùn non lên tới tận đầu gối. Chiếc quần xà lỏn cứ tuột xuống, vừa kéo nó lên, anh vừa càu nhàu. Bụng đói lép xẹp không đủ căng võng thun chiếc quần đùi. Áo bà ba đen bạc màu vá nhiều miếng vải màu bay lất phất theo từng bước anh lướt tới trước. Anh cởi áo vắt lên vai cho đỡ vướng bận. Ngực và đôi tay Bé Tư vạm vỡ, gân guốc như một lực sĩ. Tóc hớt cua càng tăng thêm nét hùng mạnh của con người anh.

Bóng anh biến, hiện theo từng nhịp chớp sáng đều đặn của

chuyến "Xuống giống" vào sáng sớm mai. Không còn chần trễ hơn được nữa. Đàn chim rời bỏ vùng trời đen tối, chật hẹp, tự từng bầy đi tìm sự sống ở một miền xa lạ, nơi đó còn được ngày hai chén cơm đầy, nơi đó không còn sợ bị ràng buộc vào hộ khẩu, nhân khẩu và cũng ở nơi đó, có một chút không khí tự do để thở. Họ bỏ lại sau lưng tất cả kỷ niệm của một thời oanh liệt trong khúc quanh lịch sử mai xuống.

x x x

23

Lực lượng võ trang xã địa phương tập trung tại điểm phát xuất mốc "Xuống Giống" vẫn không ngăn chặn nổi 150 ghe lớn nhỏ ra đi. Ghe nhỏ hoặc lớn không có gắn máy đuôi tôm, [illegible] thủy động cơ được cột chặt vào những ghe có gắn máy kéo theo giòng nước thẳng một đoạn dài mấy cây số. Chính quyền nổ súng chỉ dọa trên bờ, dưới sông, tiếng súng trả lời dồn dập. Hai bên bắn chỉ thiên. Không một giọt máu rơi. Lê Ban, bí thư xã, đích thân chỉ huy cuộc hành quân, có mặt chủ tịch xã Ba Hùng, Hai Hoài và toàn thể ủy ban nhân dân xã. Cả hai bên đều có người xúi bắn thẳng vào nhau, nhưng Lê Ban cũng như ông Tư Thắng nhất quyết không nghe theo.

Nhiều ghe chật đầy đàn bà, trẻ em, những chiếc bị ban chỉ huy ngăn lại, vỗ về, trấn an. Ông Tư Thắng, Kỳ Đảm, Bé Tư, Ba

(781)

hiu. Cỏ non bắt đầu mọc xanh um. Một loài hoa trắng nở rộ tô điểm từng ngôi mộ đất. Sáng, chiều chim rừng đậu trên mộ bia cất tiếng hót lảnh lót, trầm bổng như điệu nhạc thời thắng ca ngợi tinh thần bất khuất của người nằm yên trong lòng đất quê hương.

Paris, Xuân 87

SĨ TRUNG

Sĩ Trung

(25.5.87)

Mục lục

Liên lạc:
Sỹ Liêm
syliem_ha@yahoo.com

Liên lạc Nhà xuất bản
Nhân Ảnh
han.le3359@gmail.com
(408) 722-5626

www.ingramcontent.com/pod-product-compliance
Lightning Source LLC
LaVergne TN
LVHW040054051026
849525LV00002B/691